தமிழரைத் தேடி...

த.தங்கவேல்

பாரதி
புத்தகாலயம்

Thamizharai Thedi (In Tamil)

THANGAVEL T

First Published : December, 2022

Published by

BHARATHI PUTHAKALAYAM

7, Elango Salai, Teynampet, Chennai - 600 018
Email: bharathiputhakalayam@gmail.com | www.thamizhbooks.com

தமிழரைத் தேடி

த.தங்கவேல்

முதற் பதிப்பு : டிசம்பர், 2022

வெளியீடு

பாரதி புத்தகாலயம்

7, இளங்கோ சாலை, தேனாம்பேட்டை, சென்னை - 600 018.
தொலைபேசி : 044 24330024, 24330024 | விற்பனை: 24332924.

விற்பனை நிலையங்கள்

அருப்புக்கோட்டை: *கதவுஎண் 49 A/4 மெயின் ரோடு, தெற்கு தெரு - 9994173551*
ஈரோடு: *39: 39 ஸ்டேட் பாங்க் சாலை - 9245448353*
கரூர்: *நாரத கானசபா அருகில் (TNGEA OFFICE)- 9442706676*
காரைக்குடி : *12, 2 வது தெரு, கம்பன் மணிமண்டபம் பின்புறம் - 9443406150*
கும்பகோணம்: *352, ரயில் நிலையம் எதிரில் - 9443995061*
கோவை: *77, மசக்காளிபாளையம் ரோடு, பீளமேடு - 8903707294*
சிதம்பரம்: *22A / 18B தேரடி கடைத் தெரு, கீழவீதி அருகில் - 9994399347*
செங்கல்பட்டு: *1 D ஜி.எஸ்.டி சாலை - 044 27426964*
சேலம்: *15, வித்யாலயா சாலை சாலை | பாலம் 35, அத்வைத ஆஸ்ரமம் சாலை 0427 2335952*
தஞ்சாவூர்: *காந்திஜி வணிக வளாகம் காந்திஜி சாலை - 9655542400*
திண்டுக்கல்: *பேருந்து நிலையம் - 9942331105, 9976053719*
திருச்சி: *வெண்மணி இல்லம், கரூர் புறவழிச்சாலை - 9994289492*
திருநெல்வேலி: *25A, ராஜேந்திரநகர் - 9442149981*
திருப்பூர்: *447, அவினாசி சாலை - 9486105018*
திருவண்ணாமலை: *முத்தம்மாள் நகர்*
திருவல்லிக்கேணி: *48, தேரடி தெரு - 9444428358*
திருவாரூர்: *35, நேதாஜி சாலை - 9442540543*
நாகர்கோவில்: *699 கே.பி.ரோடு R.V.புரம் - 9443450111*
நெய்வேலி: *பேருந்து நிலையம் அருகில், - 9443659147*
பழனி: *பேருந்து நிலையம் அருகில் - 7010760693*
பாண்டிச்சேரி : *கிழக்கு கடற்கரைச்சாலை, இலாசுப்பேட்டை, 9486102777*
பெரம்பூர்: *52, கூக்ஸ் ரோடு - 9444373716*
மதுரை: *37A, பெரியார் பேருந்து நிலையம் - 045 22324674 & சர்வோதயா மெயின்ரோடு*
வடபழனி: *பேருந்து நிலையம் எதிரில் அடையார் ஆனந்தபவன் மாடியில் - 9444476967*
விருதுநகர்: *131, கச்சேரி சாலை - 0456 2245300*
வேலூர்: *பேஸ் III, சத்துவாச்சாரி - 9442553893*

நினைத்த நூல்கள்... நினைத்த நேரத்தில்... BharathiTV | www.bookday.in

thamizhbooks.com 8778073949

அச்சு : கிளிட்டோ பிரிண்ட், சென்னை - 18.

வாழ்த்துரை

தூத்துக்குடி மாவட்டத்தில் 1957ம் ஆண்டு பிறந்து வளர்ந்த த.தங்கவேல் 1980 ஆம் ஆண்டு அண்ணாமலை பல்கலைக்கழகத்தில் பொறியியல் பட்டம் பெற்றார். பின்னர் தமிழ்நாடு நெடுஞ்சாலைத்துறையில் கண்காணிப்புப் பொறியாளராகப் பணியாற்றி கடந்த 2014 ஆம் ஆண்டு ஓய்வுபெற்றார். பழந்தமிழ் பற்றி பல ஆய்வுக்கட்டுரைகளை எழுதியிருக்கும் இவர் இடதுசாரி சிந்தனையுள்ள எழுத்தாளர்.

இவர் உலகெங்கிலும் இந்தியாவிலும் முக்கியமாக தமிழகத்திலும் மேற்கொள்ளப்பட்ட தொல்வரலாறு, மொழி, பண்பாடு மற்றும் குடியேற்றங்கள் பற்றிய ஆய்வு நூல்களின் தரவுகளைக் கூர்ந்து நோக்கி அவற்றின் சாரத்தை எளிய தமிழில் இயல்பான நடையில் எழுதியுள்ளார்

ஏற்கெனவே கிழக்கு ஐரோப்பாவின் 'பாண்டிக்' புல்வெளிகளிலிருந்து இந்திய துணைக்கண்டத்திற்கு புலம் பெயர்ந்த ஆரியர்களின் தோற்றமும் பரவுதலும் பற்றி விளக்கி "மீண்டும் ஆரியரைத்தேடி" என்ற அருமையான ஆராய்ச்சி நூலைத் தந்திருந்தார் நூல் ஆசிரியர் தங்கவேல். இது தொடர்பான பல ஆய்வுக்கட்டுரைகளை எழுதிய இவர் அறிவியல்பூர்வமான விளக்கங்கள், அரிய தொல்வரலாறு, மானிடவியல் தரவுகளின் சாரம் ஆகியவற்றை அடித்தளமாக கொண்டு "தமிழரைத் தேடி...." என்ற இந்நூலை உருவாக்கியுள்ளார். இந்நூல் மிகைப்படுத்தப்பட்ட அல்லது திரிக்கப்பட்ட வரலாற்றுக்கதைகளைத் தவிர்த்து தரமான ஆய்வின் அடிப்படையில் எழுதப்பட்ட நூல். இங்கு குடியேறியவர்களின் பண்பாட்டுத் தாக்கம் நம்நாட்டில் மேலோங்கி உள்ள நிலையில், தமிழர்கள் யார், அவர்கள் பண்பாட்டு அடையாளங்கள் யாவை,

அவர்களது தோற்றம், குடியேற்றங்கள் எங்கு எப்போது ஏற்பட்டன என்று எழும் பல கேள்விகளுக்கு பதிலளிக்க இந்நூல், முயல்கின்றது.

பொதுவாக உலகெங்கும் மக்கள் பண்பாடுகளை வரையறுக்க தம் மொழியை முதன்மைப்படுத்துவர். இதில் தமிழர்களுக்கு நீண்ட வரலாறு உண்டு. பிற இனத்தவரின் பண்பாடுகள் உகந்தவை எனில் அதில் சிலவற்றை உட்செரித்தனர்; ஒவ்வாதவற்றைத் தவிர்த்தனர், கழித்தனர். தம் தனித்துவம் கொண்ட பண்பாட்டு அடையாளங்களைப் பேணிக்காத்தனர். தமிழர்களின் பண்பாட்டில் நுழைந்த ஆரியப்பண்பாடுகள் பற்றிய ஆய்வு இந்நூலில் முதலிடம் பெறுகின்றது. தங்களை ஆரியர்களின் வழித்தோன்றல்களின் வாரிசுகள் என ஆரிய மாயையுடன் எழுதிய வரலாற்றாசிரியர்களின் வாதங்களுக்கு தெளிவான எதிர்வினையை வரலாற்று, இலக்கியத் தரவுகளின் அடிப்படையில் இந்நூலாசிரியர் எழுதியுள்ளார். எடுத்துக்காட்டாக வேத சமஸ்கிருத மரபுகளை ஏற்றுக்கொண்டதின் மூலம் தமிழ் செம்மொழி தகுதி பெற்றதென்றும் பிராமி எழுத்துக்களை சரஸ்வதி நதி பள்ளதாக்கில் பிராமணர்கள் கண்டறிந்தனர் என்றும் கட்டுக்கதைகளை பரப்பிய ஆய்வாளர்களுக்கு இந்நூலில் தகுந்த பதில் அளித்துள்ளார் இந்நூலாசிரியர்.

மத்தியதரைக்கடலோரப் பகுதியிலிருந்து பெருங்கல் பண்பாட்டினரின் குடியேற்றங்கள் இந்திய துணைக்கண்டத்தில் கி.மு.1500-2500 காலகட்டங்களில் ஏற்பட்டு பின்னர் தென்கிழக்கு ஆசிய நாடுகளுக்குப் பரவின. மத்தியதரைக்கடலோர வணிகக்குழுக்களும் பெருங்கல் பண்பாடும் தமிழருடன் தொடர்புடையவை என்பதைத் தொல்லியல், வரலாற்றுத் தடயங்களை சுட்டிக்காட்டி விவாதிக்கின்றார். மத்தியதரைக்கடலோரப் பகுதியின் வணிகக் குழுக்களின் மொழி ஐரோப்பிய மொழிகளில் ஏற்படுத்திய தாக்கத்தை, கால்டுவெல் திராவிட மொழியின் தாக்கமாக இனங்கண்டுள்ளதை நாம் இங்கு மனதில்கொள்ள வேண்டும். கால்டுவெல் ஜப்பானிய மொழிக்கு திராவிட மொழிகளுடன் உள்ள ஒற்றுமைகளையும் திராவிட மொழிகளில் உள்ளது போன்ற ஆஸ்திரேலிய ஆதிக்குடிகளின் (அபாரிஜின்கள்) மொழிகளில் உள்ள

பிரதிப்பெயர்களின் ஒற்றுமைகள் பற்றிக் கூறியதையும் அதைத்தொடர்ந்து செய்யப்பட்ட மொழி சார்ந்த ஆய்வுகள் பற்றியும் இந்நூல் சுட்டிக்காட்டுகின்றது.

இந்தியா முழுவதும் வணிக அரசுகள் உருவான விதம், சங்கங்கள் தோன்றியது, அவற்றின் காலம், தமிழ்மொழியின் பரிணாம வளர்ச்சி ஆகியவை பற்றியும் இந்நூலில் தங்கவேல் ஆழமாக ஆராய்ந்துள்ளார். தமிழர்களின் மொழி, பண்பாடு பற்றிய ஆய்வாளர்களுக்கு இத்தகைய அறிவியல் பின்னணியில் அர்ப்பணிப்புடன் எழுதப்பட்ட இந்நூல் அதிக பயனுள்ளதாயிருக்கும் என்பதில் ஐயமில்லை

சு.கி. ஜெயகரன்,
புவியியல் ஆய்வாளர்

பெங்களூரு
14-02-2022

என்னுரை

இந்நூலுக்கு புவியியல் ஆய்வாளர் சு.கி.ஜெயகரன் அவர்கள் சிறப்பான வாழ்த்துரை வழங்கியதற்கும் அவருடைய பல்வேறு பணிகளுக்கிடையில் இந்நூல் ஆக்கக்கட்டத்தில் பலமுறை வாசித்து சிறந்த ஆலோசனைகள் வழங்கியதற்கும் மனப்பூர்வமான நன்றி.

அறிவியல் நூல்களின் மொழிபெயர்ப்பாளரான தோழர் சௌமிய நாராயணன் (ப்ரவாஹன்) இந்நூல் சிறப்பாகத் தொகுக்கப்பட்டதில் முக்கிய பங்களிப்பை செலுத்தியுள்ளார். இந்நூல் எழுதுவதற்காக நீலகிரி மாவட்டத்திலும் கொல்லி மலையிலும் வாழும் பழங்குடிகளிடம் நான் மேற்கொண்ட கள ஆய்வுகளில் என்னுடன் இணைந்து செயல்பட்டவர். நூலின் ஒவ்வொரு அத்தியாயமும் முடிக்கப்பட்டவுடன் அதை வாசித்து விவாதித்ததில் தோழரின் பங்களிப்பு முதன்மையானது. நூலாக்கப் பணி நிறைவுறும் தறுவாயில் பல மாதங்கள் என்னுடன் இருந்து ஆலோசனை கூறியவர்.

இந்திய கம்யூனிஸ்டு கட்சி (மா.லெ) (லிப) யின் மத்திய குழு உறுப்பினர் தோழர் சந்திரமோகன் இந்நூல் சிறப்பான முறையில் தொகுக்கப்படவேண்டும் என்பதில் மிகுந்த கவனம் செலுத்தினார். எனது எழுத்துக்குத் தேவையாக இருக்கும் என்று அவர் கருதிய விவரங்களையும் நூல்களையும் தொடர்ந்து அனுப்பிவந்தார். இந்நூலின் ஒவ்வொரு அத்தியாயத்தையும் சேலம் மார்க்சிய படிப்பு வட்டத்தில் விவாதத்திற்கு வைத்தது நூல் உருவாக்கத்திற்கு மிகவும் உதவிகரமாக இருந்தது. நூல் அச்சுக்கு செல்லும் வரை நூலில் கூறப்பட்டுள்ள கருத்துக்களுக்கு அணிசேர்க்கும் தரவுகளைத் தேடிக்கொடுத்துக் கொண்டிருந்தார்.

பண்பாட்டு மானிடவியல் ஆய்வாளரும் கம்யூனிஸ்டு கட்சி (மா.லெ) (மக்கள் விடுதலை)யின் சேர்மன் தோழர் சிதம்பரநாதன்

இந்நூல் சிறப்பான முறையில் வெளிவர அனைத்து உதவிகளும் செய்தார். எனக்குத் தேவையான நூல்களை எவ்வாறாவது தேடி கொடுத்துவந்துள்ளார். 1998 ஆம் ஆண்டு கேரள மாநிலம் திருச்சூரில் நடைபெற்ற இந்திய கல்வெட்டியல் சங்கத்தின் (Epigraphical society of India) 24 வது ஆண்டுக் கூட்டத்தில் நான் சமர்ப்பித்த "கல்வெட்டுகளின் மூலம் பறையர்களின் கடந்த கால வரலாறு" (The past history of Paraiya's through inscriptions) என்ற ஆங்கில கட்டுரையின் இணை கட்டுரையாளராக தோழர் சிதம்பரநாதனும் தோழர் சௌமிய நாராயணனும் இருந்தனர்.

இந்திய மக்கள் முன்னணியின் அமைப்பாளர் தோழர் ராகவராஜ் என்னுடைய ஆய்வுகளை தன்னுடைய ஆய்வுகளாகவே கருதுகின்றவர். இந்நூல் எழுதத் தொடங்கியதிலிருந்து தொடர்ந்து ஊக்கம் கொடுத்துவருகிறார். இந்நூலில் நான் முன்வைக்கும் மாற்று வரலாற்றுக் கருத்துக்கள் வெளிவரவேண்டும் என்பதற்காக கடந்த ஐந்தாண்டுகளில் பெரும்பாலான நாட்களை என்னுடன் கழித்துள்ளார்.

இந்நூல் வெளிவருவதைத் தங்களின் சமூகக் கடமையாக எண்ணி ஒத்துழைத்த இவர்களுக்கு நன்றி கூறுகிறேன்.

விழுப்புரம், மருதம் அமைப்பின் அமைப்பாளர், தோழர் ரவி கார்த்திகேயன் அவர்கள் நீண்டகாலமாக எனது எழுத்துப் பணிகளுக்கு ஊக்கமளித்து வருபவர். அறிவியல்பூர்வான ஆய்வுகளை வெளிக்கொண்டு வருவதை தனது சமூகக் கடமையாகக் கருதுபவர்; அவருக்கும் எனது நன்றி.

தோழர் ப. சகஸ்ரநாமம் (பாலம்-சேலம்) அவர்கள் இந்நூல் உருவாக்கத்திற்குத் தேவையான பல நூல்களையும் ஆய்வுக்கட்டுரைகளையும் அனுப்பி வைத்து தொடர்ந்து ஊக்கம் கொடுத்து வருகின்றார். அவருக்கும் நன்றி.

இந்நூல் ஆக்கத்தில் தொடர்ந்து எனக்கு ஊக்கம் கொடுத்த நண்பர்கள் பவானிசாகர் ஹோமியோபதி மருத்துவர் மோகன்ராஜ், பவானிசாகர் தி.மு.க. நகரச் செயலாளரும் பேரூராட்சி மன்றத் தலைவருமான மோகன், வழக்கறிஞர் தோழர் வெங்கடேசன், தோப்பூர் ராஜா சந்திரமோகன், காஞ்சிபுரம் தோழர் நயகரா

தேவராஜன் (பொதுச் செயளாளர், தமிழக வண்ணார் குல கூட்டமைப்பு), சேலம் 'தலித் ஆய்வு மையம்' அறிவழகன், 'சேலம் இடசாரி நூலகம்' க. சீனிவாசன், சேலம் செந்தில் (மருத்துவ ஆய்வகம்), ஆகியோருக்கும் நன்றி.

இந்நூலின் அத்தியாயங்களை வாசித்து தங்களுடைய கருத்துக்களைப் பகிர்ந்துகொண்ட வாலாஜாபாத் ந.மோகனகிருஷ்ணன், சேலம் கிராம வங்கியின் பி.செபஸ்டின், சேலம் மார்க்சிய படிப்பு வட்ட தோழர்கள் தொழிற்சங்க செயல்பாட்டாளர் மு.ப.சதாசிவம், மூத்த பத்திரிகையாளர் ராஜசேகர் ஆகியோருக்கும் நன்றி. தொல்லியல் கள ஆய்வுகளில் என்னுடன் ஆர்வமுடன் கலந்து கொண்ட தோழர் அருங்குன்றம் தேவராஜன் (தமிழ்நாடு விவசாயிகள் இயக்கம்), தோழர் சாலமன் (அம்பேத்கர் பொதுவுடைமை முன்னணி), தோழர் செங்குறிச்சி சந்திரசேகர் ஆகியோருக்கும் நன்றி.

இந்நூலுக்குத் தேவையான பல கட்டுரைகளையும் படங்களையும் இணையத்திலிருந்து பதிவிறக்கம் செய்து கொடுத்ததுடன் பல கள ஆய்வுகளுக்கும் உடன் வந்த எனது மருமகன் சுடலைமணியனும் இந்நூலின் அட்டையை வடிவமைத்துக் கொடுத்ததுடன் நூலாக்கத்திற்குத் தொடர்ந்து ஊக்கம் கொடுத்து வரும் எனது மகன் திருக்களூர் ஊராட்சி மன்றத் தலைவர் பிரபஞ்சனும் குறிப்பிடத்தக்கவர்கள். இவற்றிற்கு மேலாக என் மனைவியும் பெண் பிள்ளைகளும் குடும்பத்தாரும் என்னுடைய பெரும்பாலான நேரத்தை ஆய்வுப் பணிகளில் கழித்ததை மகிழ்வுடன் ஏற்றுக்கொண்டதையும் இங்கு குறிப்பிட்டாக வேண்டும்.

இந்நூலை பதிப்பித்துள்ள 'பாரதிபுத்தகாலயம்' பதிப்பகத்திற்கும் நன்றி.

த.தங்கவேல்
தொடர்பு எண்: 8870735922
tt.sdrc@gmail.com

முன்னுரை

தமிழ்ச்சமூக வரலாற்றாய்வில் ஏற்பட்டிருந்த நீண்டகால தேக்கநிலை கீழடி அகழாய்வின் மூலம் முடிவிற்கு வந்துள்ளது எனலாம். சிந்துவெளி நகர நாகரிகம் அழிந்த பின் மீண்டும் இந்திய பண்பாட்டுருவாக்கம் கங்கைக்கரையிலிருந்து தொடங்குவதாக வரலாற்றாய்வுலகம் இதுவரை நம்பி வந்தது. கீழடி, ஆதிச்சநல்லூர், சிவகளை போன்ற தொல்லியல் தளங்களின் ஆய்வு முடிவுகள் வந்த பின் நிலைமை முற்றிலும் மாறியுள்ளது. இந்தச் சூழலில் தமிழக முதல்வர் இந்திய வரலாற்றைத் தெற்கிலிருந்து தொடங்க வேண்டும் என சரியான நேரத்தில் மிகச் சரியான அறிவிப்பை செய்துள்ளார்.

பாகிஸ்தானை உள்ளடக்கிய சிந்து சமவெளிப் பகுதியில் தான் இந்தியாவின் முதல் நகர நாகரிகம் தோன்றியது. இந்நாகரிக மக்கள் மிக நேர்த்தியாக வடிவமைக்கப்பட்ட நகரங்களைக் கட்டமைத்திருந்தனர். கி.மு. 3000 வாக்கில் தோன்றிய இந்நகரங்கள் கி.மு. 1700 வாக்கில் காலிசெய்யப்பட்டுவிட்டன. நகரங்களைக் காலி செய்த மக்கள் என்ன ஆனார்கள் என்பதற்கு இதுவரை சரியான விளக்கம் கிடைக்கவில்லை. இதன் பின் இந்தியாவின் இரண்டாவது நகரமயமாதல் கங்கைக்கரையிலிருந்து தொடங்குவதாக ஆய்வாளர்கள் கருதி வருகின்றனர்.

கங்கைச் சமவெளியில் கி.மு. 900 வாக்கில் பரவத் தொடங்கிய சாம்பல் வண்ண மட்பாண்டப் (Painted Grey Ware - PGW or சா.வ.ம.) பண்பாட்டினரின் வளர்ச்சிப் போக்கில் ஜனபதங்களும் மகதப் பேரரசும் தோன்றி இந்திய வரலாற்றுக் காலமும் இரண்டாவது நகரமயமாதலும் தொடங்கியதாக வரலாற்றாய்வாளர்கள் பலரும் கருதுகின்றனர். மகாபாரதத்துடன் தொடர்புடைய அஸ்தினாபுரம், குருசேத்திரம் போன்ற முப்பதுக்கும் மேற்பட்ட இடங்களில் சா.வ.ம. பண்பாட்டுத்

தொல்லியல் தடயங்கள் கிடைப்பதால் இப்பண்பாட்டினை பின் வேத கால ஆரியருடன் தொடர்புபடுத்துகின்றனர். அதாவது ரிக் வேத ஆரிய இனக்குழுக்கள் கங்கைக் கரைக்குப் பரவி தங்கள் பண்பாட்டு வளர்ச்சிப் போக்கில் இந்தியாவின் இரண்டாவது நகரமயமாதலைத் தோற்றுவித்தனர் என்பது இப்போது ஏற்றுக்கொள்ளப்பட்ட வரலாற்றுக் கருத்தாக்கமாக உள்ளது.

தமிழ் வணிகக்குழுக்களுடன் தொடர்புடைய பெருங்கல் பண்பாட்டினர் கி.மு. 1000 க்கு முன்பே இரும்பு பயன்பாட்டினை அறிந்திருந்ததை தொல்லியல் அகழாய்வுகள் சுட்டுகின்றன. தென் இந்தியாவில் கி.மு. 1500 க்கு முற்பட்ட பல இரும்புப் பயன்பாட்டுப் பெருங்கல் பண்பாட்டுத் தடயங்கள் உள்ளன. வட இந்தியாவிலும் கி.மு. 1500 க்கு முற்பட்ட இரும்பு பயன்பாட்டு தொல்லியல் தளங்கள் சில உள்ளன; இவை தமிழக வணிகக்குழுக்களின் பரவுதலுடன் தொடர்புடையனவேயன்றி ஆரிய இனக்குழுக்களுடன் தொடர்புடையவை அல்ல[1]. ஆரிய இனக்குழுக்களுடன் தொடர்புடைய சா.வ.ம. பண்பாடு கி.மு. 900 வாக்கிலிருந்து தான் இரும்பு ஆயுதங்களைப் பயன்படுத்தியதற்கான தொல்லியல் தடயங்கள் கிடைக்கின்றன. எனினும் வட இந்தியாவிலிருந்து தான் இரண்டாவது நகரமயமாதல் தென்னிந்தியாவிற்குப் பரவியதாக பல வரலாற்றாய்வாளர்களும் கருதுகின்றனர்.

வட இந்திய சா.வ.ம. பண்பாட்டுத் தளங்கள் பலவற்றில் குடியிருப்புகள் இருந்ததற்கான அடையாளங்கள் கிடைக்கின்றன. தென்னிந்தியப் பெருங்கல் பண்பாட்டுத் தளங்களில் கல்லறைப் பொருட்களே கிடைத்துள்ளன; மக்கள் வாழ்ந்த குடியிருப்புத் தடயங்கள் எதுவும் கிடைக்கவில்லை. மேலும் பெருங்கற்கல்லறைகள் பெரும்பாலும் மக்கள் நடமாட்டமில்லாத காடுகளிலும் மலைப்பகுதிகளிலுமே காணப்படுகின்றன. இத்தரவுகளைக் கொண்டு இப்பண்பாடு வேட்டைக்குடிகளுக்குரியது என்ற பொருத்தமற்ற முடிவிற்கு வட இந்திய ஆய்வாளர்கள் வருகின்றனர். 2500 ஆண்டுகளுக்கு

1 தமிழக வணிகக்குழுக்களின் பரவுதல் பற்றி இந்நூலில் விரிவாகப் பார்க்க உள்ளோம்.

முன் இரும்பினை வேட்டைக்குடிகள் பயன்படுத்துவது அரிதாகவே நடைபெற்றிருக்கமுடியும். இருப்பினும் வட இந்திய மார்க்சிய ஆய்வாளர்கள் கூட தென்னிந்திய பெருங்கல் பண்பாட்டை வேட்டைக்குடிகளுக்குரியதாகக் கற்பிதம் செய்கின்றனர்.

சங்ககாலத்தைச் சேர்ந்த குடியிருப்புகள் எதுவும் கிடைக்கவில்லையாதலால் வட இந்திய வரலாற்றறிஞர்கள் சங்ககால வாழ்வியலை ஏற்காமல் இருந்தனர். கீழடியில் கி.மு. 6 ஆம் நூற்றாண்டைச் சேர்ந்த குடியிருப்பு ஒன்று கிடைத்ததை அடுத்து ரோமிலா தாபர் உள்ளிட்ட வட இந்திய ஆய்வாளர்கள் பலரும் தமிழ்ச்சமூக வரலாற்றை மாற்றி ஆய்வுசெய்ய வேண்டும் என்ற மனநிலைக்கு வந்துள்ளனர். சமீபத்தில் நடைபெற்ற அகழாய்வில் சங்ககாலத் துறைமுக நகரமான கொற்கையிலும் ஒரு செங்கல் கட்டடம் கிடைத்துள்ளது. கொற்கையின் காலத்தை கி.மு. 700 வரை ஏற்கெனவே கணித்துள்ளனர். சிவகளையில் கிடைத்துள்ள நெல் மணிகளின் காலக்கணிப்பு கி.மு. 1150 என தமிழ்நாடு அரசு தொல்லியல் துறையால் அறிவிக்கப்பட்டுள்ளது. ஆதிச்சநல்லூரின் காலத்தை கி.மு. 900 என இந்திய தொல்லியல் துறை அறிவித்துள்ளது. இதன் காலம் கி.மு. 2500 வரை இருக்கலாம் என சில ஆய்வாளர்கள் கருத்து தெரிவித்துள்ளனர். சிவகளை, ஆதிச்சநல்லூர் காலங்களை ஒட்டிய காலமாக கொற்கையின் காலமும் இறுதிசெய்யப்படலாம். மேட்டூர் அருகிலுள்ள தெலுங்கானூர் என்ற தொல்லியல் தளத்தில் கிடைத்த இரும்பு வாளின் காலக்கணிப்பு கி.மு. 1550 என கிடைத்துள்ளது. அண்மையில் தமிழகத்திலுள்ள மயிலாடும்பாறையில் கிடைத்த இரும்புக் கருவிகளின் காலம் கி.மு.2172 என காலக்கணிப்பு செய்யப்பட்டுள்ளது. மயிலாடும்பாறை, தெலுங்கானூர், ஆதிச்சநல்லூர், சிவகளை போன்ற தொல்லியல் தளங்களின் காலக்கணிப்புகளும் 'கீழடி' தொல்லியல் தளத்தின் குடியிருப்புப் பகுதியும் தென்னகத்திலிருந்து தான் இந்தியாவின் இரண்டாவது நகரமயமாதல் தொடங்கியது என்ற கருத்தை வலுவாக்குகின்றன.

அண்மைக்காலத் தொல்லியல் ஆய்வுகள் தமிழ்ச்சமூக வரலாற்றாய்வில் இருந்த தேக்கநிலையை ஒரு வகையில்

போக்கியுள்ளது. ஆனால் வரலாற்றாய்வாளர்களிடம் உள்ள, தமிழ்ப் பண்பாடு இந்திய பூர்வீககுடி மக்களால் தன்னிச்சையாகத் தோற்றுவிக்கப்பட்டது என்ற அகவய விருப்பம் தமிழ்ச்சமூக வரலாற்றை மீட்டுருவாக்கம் செய்வதில் மிகப் பெரிய தடைக்கல்லாக இருக்கிறது.

சில தொல்லியல் அறிஞர்கள், தமிழகத்தின் தொல்லியல் தளங்களில் கிடைக்கும் பயன்பாட்டுப் பொருட்கள் சுமேரியா, ஏலமைட், மத்தியதரைக்கடலோர நாடுகள், வட ஆஃப்ரிக்க நாடுகள் போன்ற பிற தொன்மை மிக்க பண்பாடுகளில் பயன்படுத்தப்பட்டவற்றை ஒத்திருப்பதை மிக அதிக அளவில் எடுத்துக்காட்டியுள்ளனர். சிந்துவெளிப் பண்பாட்டுடன் ஒப்பிடும்படியான பயன்பாட்டுப் பொருட்கள் எதுவும் நம் தொல்லியல் தளங்களில் இதுவரை கிடைக்கவில்லை. எனினும் தென்னிந்தியப் பானை ஓடுகளில் காணப்படும் குறியீடுகள் பலவும் சிந்துவெளி குறியீடுகளுடன் ஒத்திருப்பதையே அதிக ஆர்வத்துடன் விவாதிக்கின்றனர். அதே வேளையில் இக்குறியீடுகள் கிரீத் (Crete) தீவின் மினோயன் லீனியர் B (Linear B script) எழுத்துக்களையும் ஒத்திருப்பதை அதிகம் விவாதிப்பதில்லை. சிந்துவெளியில் ஏறுதழுவல் தொடர்பாகக் கிடைத்த ஒரே ஒரு முத்திரையைக் கொண்டு அதைத் தமிழ்ச் சமூகத்துடன் தொடர்புபடுத்த முயற்சி செய்கின்றனர். ஆனால் மினோயன் பண்பாட்டினரிடம் ஏறுதழுவல் என்ற வீர விளையாட்டு மிகப் பிரபலமாக விளங்கியதை நம் ஆய்வாளர்கள் பலரும் கவனத்தில் கொள்வதில்லை. ஆதிச்சநல்லூரில் கிடைத்த பயன்பாட்டுப் பொருட்கள் எதுவும் சிந்துவெளி நகரங்களின் பயன்பாட்டுப் பொருட்களை ஒத்திருக்கவில்லை. ஆனால் பாலஸ்தீனம், சிரியா, சைப்ரஸ் போன்ற மத்தியதரைக்கடலோர நாடுகளில் கி.மு. 2000 – கி.மு. 1200 காலகட்டத்துக்குரிய பயன்பாட்டுப் பொருட்களுடன் ஆதிச்சநல்லூரில் கிடைத்த பல பொருட்கள் அப்படியே ஒத்திருப்பதை நீலகண்ட சாஸ்திரியும் கே.கே.பிள்ளையும் 50 ஆண்டுகளுக்கு முன்பே சுட்டிக்காட்டிவிட்டனர்.

அடுத்து பெருங்கல் சின்னங்கள் தமிழ்நாட்டில் அதிக எண்ணிக்கையில் காணப்படுகின்றன. இதே போன்ற சின்னங்கள்

பாலஸ்தீனம், சிரியா, துருக்கி, ஏஜியன் பகுதி, வட ஆஃப்ரிக்கா, ஈரான், தென் அரேபியா, காக்கசஸ் மலைப்பகுதி, ஐபீரியா, இத்தாலி, ஃப்ரான்ஸ், இங்கிலாந்து, அயர்லாந்து, ஜெர்மனி, பிரேசில், ஸ்பெயின், நெதர்லாந்து, பிலிப்பைன்ஸ், கொரியா, ஜப்பான், இந்தோனேசியா, வியட்நாம், பசிபிக் கடலிலுள்ள தீவுகள் என உலகின் பல பகுதிகளிலும் காணப்படுகின்றன. உலக அளவில் பெருங்கல் சின்னங்களின் வகைகளையும் எண்ணிக்கையையும் அதிக அளவில் சங்ககாலத் தமிழகத்தில் தான் பார்க்கமுடிகிறது. சங்ககால வாழ்வியலை பெருங்கல் மரபினர் தான் உருவாக்கினர் என்பது பெரும்பாலான ஆய்வாளர்களின் கருத்தாகவும் உள்ளது. இவ்வளவு முக்கியத்துவம் வாய்ந்த பெருங்கல் சின்னங்களை உலகளாவிய அளவில் ஒப்பிட்டு ஆய்வுசெய்ய வேண்டிய தேவையை நாம் உணர வேண்டும்.

ஆரியமயமாதல் அல்லது சமஸ்கிருதமயமாதலின் மூலம் தான் சங்ககாலத் தமிழ்ச்சமூகம் உள்ளிட்ட இந்தியப் பண்பாட்டுருவாக்கம் நடைபெற்றது என்ற நம்பிக்கை பெரும்பாலான வட இந்திய ஆய்வாளர்களிடம் உள்ளது. இந்நம்பிக்கை தவறு என இந்நூல் தெளிவாக்குகிறது. தமிழ்ப் பண்பாடு தான் மூலப்பண்பாடாக அமைந்து இந்தியப் பண்பாட்டுருவாக்கத்தில் முதன்மைப் பங்களிப்பு செய்தது என்பது இந்நூலில் விரிவாக ஆராய்ந்து நிறுவப்பட்டுள்ளது.

மேற்காசியாவில் பூர்வீகமாக வாழ்ந்த கருப்புநிறக் குடிகள் கி.மு. 5500 வாக்கில் 'உபைது' (Ubaid) என அழைக்கப்பட்ட முந்து சுமேரிய நாகரிகத்தைத் தோற்றுவித்தனர். இக்குடிகளை **'மூதாதை சுமேரியர்' (Ancestral Sumerian)** என அழைக்கிறோம். தமிழரைப் போன்ற வெட்டாய்டு இனச்சாயலைக் கொண்டிருந்த மூதாதை சுமேரியர் கி.மு. 3000 க்குப் பின் கிழக்கு மத்தியதரைக்கடலோரப் பகுதிகளில் குடியேறி முழுநேர வணிகக்குழுக்களாக செயல்பட்டனர். சுமேரிய சமூகத்தில் நடந்த உள்முரண்பாடுகளினால் மூதாதை சுமேரியர் வணிகக்குடிகளாக மாறினர். மத்தியதரைக்கடலின் ஏஜியன் பகுதியில் அமைந்துள்ள கிரீத் தீவின் 'மினோயன்' (Minoan) பண்பாடும் மூதாதை சுமேரியரின் பரவுதல் மூலம் தோன்றியது. மினோயன் பண்பாட்டுக் குடிகளை **'மூதாதை கிரேக்கர்'** என

அழைக்கலாம்[2]. இதே போல் எகிப்தில் கி.மு. 4000 வாக்கில் தோன்றிய 'நகடா' (Naqada) பண்பாட்டினர் எகிப்து பாரோ மன்னர்களின் அரசை உருவாக்கினர். அந்த வகையில் கருப்பு நிற குடிகளான நகடா பண்பாட்டினரை **'மூதாதை எகிப்தியர்'** எனலாம். தமிழரின் தொல்லியல் அடையாளமான கருப்பு-சிவப்பு மட்பாண்டங்களை முதலில் உருவாக்கியதுடன் உலகின் முதல் முழுநேர போர்க்குடியாக பரிணமித்திருந்த நகடா குடிகள் கி.மு. 2700 க்குப் பின் மூதாதை சுமேரியர் தோற்றுவித்த மத்தியதரைக்கடலோர வணிகக்குழுக்களுடன் இணைந்து படைப்பாதுகாப்பினை மேற்கொண்டனர்.

மூதாதை சுமேரியர், மூதாதை கிரேக்கர், மூதாதை எகிப்தியர் ஆகிய பண்டைய நாகரிகக்குடிகள் இணைந்து உருவாக்கியது தான் மத்தியதரைக்கடலோர வணிகக்குழுக்கள் என்பதை தமிழரைத்தேடி - இரண்டாம் பாகத்தில் விரிவாகப் பார்க்க உள்ளோம். இவ்வணிகக்குழுக்கள் பல கட்டங்களில் இந்தியாவிற்குக் குடியேறியதுடன் தமிழகத்தைத் தலைமையிடமாகக் கொண்டு செயல்பட்டனர் என்று இந்நூலில் விரிவாக விவரிக்கப்பட்டுள்ளது. சங்ககாலத் தமிழ்ச்சமூகத்தை சுமேரிய சமூகத்தின் செம்மைப்படுத்தப்பட்ட நீட்சியாகப் பார்க்கிறோம்; எகிப்திய, கிரேக்க நாகரீகங்களைத் தோற்றுவித்த குடிகளும் மூதாதை சுமேரியருடன் இணைந்து குடியேறியிருந்ததால் தமிழ்ச்சமூகத்தில் இம்மூன்று பண்பாடுகளின் கூறுகளையும் நாம் காணமுடிகிறது.

மத்தியதரைக்கடலோர வணிகக்குழுக்களின் பெரும்பான்மையினர் பெருங்கல் பண்பாட்டுக்குரியவராக இருந்தனர். இந்நூலில் இந்தியாவில் காணப்படும் பெருங்கல் சின்னங்களும் உலகின் பிற பகுதிகளில் காணப்படும் பெருங்கல் சின்னங்களும் ஒப்பிட்டுக் காட்டப்பட்டுள்ளன. மத்தியதரைக்கடலோர வணிகக்குழுக்கள் பரவிய பகுதிகளில் பெருங்கல் சின்னங்களுடன் தமிழ்ச்சமூகத்தின் பண்பாட்டுக்கூறுகளும் தமிழ்மொழிக் கூறுகளும் பரவியிருந்ததை இந்நூல் விவரிக்கின்றது. கி.மு. 4000 லிருந்து உலகின் பல

2 கிரீத் தீவு உள்ளிட்ட ஏஜியன் பகுதியில் செயல்பட்ட வணிக அரசுகளின் அழிவின் மீது தான் கிரேக்க நாகரிகம் கட்டமைக்கப்பட்டது. இப்பொருள் குறித்து விரிவாக 'தமிழரைத் தேடி....' இரண்டாம் பாகத்தில் பார்க்கலாம்.

பகுதிகளுக்கும் பரவியிருந்த பெருங்கல் சின்னங்களுக்குரிய மக்களுக்குள் உயிரியல் தொடர்பு இருந்திருக்கவேண்டும் என்பது இந்நூலின் வாதம்.

வட ஆஃப்ரிக்காவிலும் மேற்காசியாவிலும் பூர்வீகமாக வாழ்ந்த கருப்புநிறக் குடிகளே உலகில் முதல்முதலில் விவசாயத்தைக் கண்டுபிடித்து தங்கள் பண்பாட்டு வளர்ச்சிப்போக்கில் மூதாதை சுமேரியராகவும் மூதாதை எகிப்தியராகவும் பரிணமித்தனர். மூதாதை எகிப்தியர் மூதாதை சுமேரியருடன் இணைந்து ஒரே வணிகக்குடியாக மாறிவிட்டிருந்ததால் இவ்வணிகக்குடிகளை 'மூதாதை சுமேரியர்' என்றே இந்நூலில் அழைக்கிறோம். மூதாதை சுமேரியரின் பரவுதல் மூலம் *E, G, J, L, T, R* ஆகிய ஆண்வழி மரபணுக்கூறுகள் *(Y-Haplogroup)* இந்திய ஆண்களிடம் கலந்துள்ளன. இம்மரபணுக்கூறுகள் தமிழ்ச் சமூகத்தின் 50 விழுக்காட்டிற்கும் அதிகமான ஆண்களிடம் காணப்படுகின்றன. மத்தியதரைக்கடலோர வணிகக்குழுக்கள் பெரும் எண்ணிக்கையில் தமிழகத்திற்குக் குடியேறி இப்பகுதியில் வாழ்ந்த பூர்வீகக்குடிகளிடம் இரண்டற கலந்துவிட்டிருந்ததால் தமிழகத்தின் பழங்குடிகள் உள்ளிட்ட அனைத்து சாதிய சமூகங்களிலும் இம்மரபணுக்கூறுகளைக் காணமுடிகிறது.

மூதாதை சுமேரியரின் இந்திய குடியேற்றத்தை மூன்று கட்டங்களாகப் பிரிக்கலாம். கி.மு. 2500 – கி.மு. 2000 காலகட்டத்தில் முதல் குடியேற்றம் நடைபெற்றது. குஜராத் பகுதியின் செம்புப் பயன்பாட்டு கருப்பு-சிவப்பு மட்பாண்டப் பண்பாடு *(Chalcolithic Black and Red ware)*, தென்னிந்திய புதியகற்காலப் பண்பாடு, தென்பாண்டி நாட்டின் ஆதிச்சநல்லூர் பண்பாடு ஆகிய மூன்று பண்பாடுகளும் இக்கட்டத்தில் மத்தியதரைக்கடலோர வணிகக்குழுக்கள் சார்பாக குடியேறியிருந்ததை இந்நூல் விரிவாக விவரிக்கின்றது. இக்கட்டத்தில் நடைபெற்ற வணிகக்குழுக்களின் குடியேற்றங்கள் சுமேரிய உலகிற்குத் தேவையான கட்டுமானப் பொருட்களைத் தேடி நடைபெற்றதும் விவரிக்கப்படுகின்றது.

இரண்டாம் கட்டமாக கி.மு. 1500 – கி.மு. 1400 வாக்கில் துருக்கி மற்றும் ஏஜியன் பகுதி வணிகக்குழுக்கள் தங்கள்

நாடுகளை இழந்து இந்தியாவிலிருந்து செயல்படுவதற்காகக் குடியேறியுள்ளனர். இக்கட்டத்தில் இவ்வணிகக்குழுக்கள் பாண்டியர்[3] என்ற வணிகக்குழுவின் தலைமையில் கூட்டணி அமைத்து ஆஃப்கானிஸ்தான் வரை பரவி செயல்பட்டதை பெருங்கல் சின்னங்களின் பரவுதலையும் அவ்வப்பகுதிகளின் ஊர்ப்பெயர்கள் தமிழகத்தின் ஊர்ப்பெயர்களுடன் ஒப்புமையாக உள்ளதையும் கொண்டு அறியலாம். இவர்களின் தொடர்புமொழியாக தமிழ் மொழி செம்மையாக உருவாக்கப்பட்டிருந்தது.

மூன்றாவதாக கி.மு. 1200 வாக்கில் சுமேரிய உலகின் அரசுகள் மிகப் பெரிய அழிவை சந்தித்தன. இக்கட்டத்தில் மிகப்பெரும் எண்ணிக்கையிலான வணிகக்குழுக்கள் இந்தியாவிற்குக் குடியேறி பாண்டியரின் தலைமையில் இயங்கின. வட இந்தியாவிலும் அதிக அளவில் குடியேறியிருந்த இவ்வணிகக்குழுக்கள் அப்பகுதியில் ஏற்பட்ட அரசியல் குழப்பம் காரணமாக கி.மு. 700 க்குப் பின் அதிக அளவில் தென்னிந்தியாவிற்குக் குடியேறின.

மத்தியதரைக்கடலோர வணிகக்குழுக்கள் தமிழகத்தைத் தலைமையாகக் கொண்டு செயல்பட்டனர் என்பதை இந்நூல் விரிவாக விவரிக்கின்றது. இவ்வணிகக்குழுக்கள் தொல் இந்தியரின் மொழியை உள்வாங்கி தங்கள் மொழியியல் அறிவுடன் தமிழ் மொழியைக் கட்டமைத்தனர். திராவிட மொழிகள் கி.மு. 2500 வாக்கில் தோன்றியதாக மொழியியல் வல்லுநர்கள் நிறுவியுள்ளனர். கி.மு. 3000 லேயே மிக வளர்ந்த விவசாயப் பண்பாடாக சிந்துவெளி மக்கள் வாழ்ந்திருந்தனர். இம்மொழியிலிருந்து இன்றைய திராவிட மொழிகள் மாறுபட்ட மொழியாகப் பரிணமித்திருந்ததால் இவ்வாறான ஆய்வு முடிகள் கிடைக்கின்றன. திராவிட மொழி உருவாக்கத்தின் போது சிந்துவெளி மொழியும் உள்வாங்கப்பட்டுவிட்டது என்பது நம் விளக்கம்.

---

3 மலையத்துவச பாண்டியனின் குடி (மீனாட்சியின் குடி) இந்தியா முழுவதும் பரவியிருந்தது. இக்குடியின் சாதிப் பிள்ளைகளாகிய (குருக்கள்) பிராமணர்கள் பாண்டியா என்ற குடிப்பெயருடன் இந்தியாவின் பல பகுதிகளிலும் வாழ்கின்றனர்.

ஆதிச்சநல்லூர் பண்பாடு கி.மு. 2500 – கி.மு. 2200 வாக்கில் தோன்றிவிட்டது என்று இந்நூல் உறுதியாக நிறுவுகின்றது. கி.மு. 2200 க்கு முன்பே தென்பாண்டி நாட்டிலிருந்து ஆஸ்திரேலியாவிற்கு உலோகத் தாதுக்களைத் தேடி பயணித்த குழுவினர் மூலம் தமிழ்மொழி சொற்கள், தென்னிந்தியரின் மரபணுக்கூறுகள், டிங்கோ நாய், பூமராங் (வளைதடி), சிறுகற்கருவிகள் ஆகிய ஐந்தும் ஆஸ்திரேலிய பழங்குடிகளிடம் பரவியதைக் கொண்டு இதை உறுதிசெய்கிறோம். இக்காலகட்டத்தில் தென்னகம் குடியேறிய மத்தியதரைக்கடலோர வணிகக்குழுக்களின் மொழி இலக்கணத்தை அடிப்படையாகக் கொண்டு பூர்வீகக்குடிகளின் மொழி செம்மைப்படுத்தப்பட்டு தமிழ் மொழி தோன்றியுள்ளது. முன்னிலை திராவிட மொழி தோன்றியதாகக் கணிக்கப்பட்டுள்ள காலகட்டத்தில் முந்து தமிழ் மொழி தோன்றியது என இந்நூல் விவரிக்கின்றது.

திராவிட மொழிகளைப் பேசும் மக்கள் இந்தியாவின் பல பகுதிகளிலும் வாழ்கின்றனர். இம்மொழிகளின் மூலமொழியை பேசிய மக்கள் தங்களுக்குள் தொடர்ச்சியான ஊடாட்டத்துடன் ஒரே அரசியல் அமைப்பிற்குள் வாழ்ந்திருக்க வேண்டும். இந்தியா முழுவதும் தங்கள் செயல்பாட்டுத் தளங்களைக் கொண்டிருந்த பாண்டியர் தலைமையிலான தமிழ் வணிகக்குழுக்களின் கூட்டணி அரசின் மொழியாக முந்து தமிழ் உருவாக்கப்பட்டது என்பதை இந்நூல் விரிவாக விவரிக்கின்றது. இந்திய மொழிகளில் தமிழ் மொழிக்கு மட்டும் தான் சங்கம் அமைத்து மொழி வளர்த்த வரலாறு தொன்மமாகவாவது உள்ளது என்பதையும் இணைத்துப் பார்க்க வேண்டும். மூல திராவிட மொழியிலிருந்து இன்றைய திராவிட மொழிகள் பிரிந்தன எனக் கூறுவது பிழை என்றும் முந்து தமிழ் மொழியிலிருந்து பிற திராவிட மொழிகள் பிரிந்துள்ளதாகக் கூறுவது தான் சரியானது என்றும் நாம் கருதுகின்றோம். அந்த வகையில் தேவநேயப் பாவாணர் போன்ற தமிழறிஞர்கள் கருதுவது போல் திராவிட மொழிக் குடும்பத்தை தமிழ் மொழிக் குடும்பம் எனக் அழைப்பது தான் சரியானதாகும்.

கி.மு. 2500 - கி.மு. 2000 வாக்கில் முதல்சங்கத் தமிழும் கி.மு. 1400 – கி.மு. 1200 காலகட்டத்தில் இடைச்சங்கத் தமிழும் கி.மு. 700 க்குப் பின்னர் கடைச்சங்கத் தமிழும் பரிணமித்ததாக இந்நூல்

விவரிக்கின்றது. கடைச்சங்க காலத்தில் அதிக எண்ணிக்கையிலான திறன் உழைப்பாளர்களைப் பயிற்றுவிப்பதற்காக எழுத்தறிவை வெகுமக்களிடமும் கொண்டு செல்லும் நோக்கில் கடைச்சங்கத் தமிழ் மிக நேர்த்தியாக எளிமையாக்கப்பட்டது. வர்க்க எழுத்துக்களை நீக்கி, 'மயங்கா மரபி'லான எழுத்துமுறை வகுக்கப்பட்டது. சம காலத்திய மொழிகள் எதற்கும் இல்லாத சிறப்பாக கடைச்சங்கக் காலத்தின் தொடக்கத்திலிருந்தே தமிழ் மொழி சிறப்பான முறையில் நிலைப்படுத்தப்பட்டிருந்ததை (Standardised) இந்நூல் விவரிக்கின்றது.

கி.மு. 2000 – கி.மு. 1500 காலகட்டத்தில் இந்தியாவிற்குப் பஞ்சம் பிழைப்பதற்காக குடியேறிய ஆரிய இனக்குழுக்கள் கி.மு. 1000 க்குப் பின் தமிழ் வணிகக்குழுக்களின் துணைக்குடிகளாக வாழ்ந்ததன் மூலம் அடுத்தகட்ட வளர்ச்சியை அடைந்தனர் என்பதையும் இவ்வளர்ச்சிப் போக்கில் வட இந்தியச் சமூகம் அரசுருவாக்கத்தை நோக்கி நகர்ந்தது என்பதையும் இந்நூல் விவரிக்கின்றது.

முற்றிலும் புதிய கோட்பாடுகளை முன்வைத்து தமிழரைத் தேடிய பயணத்தை இந்நூல் தொடங்கி வைத்துள்ளது. தமிழ்ப் பண்பாடே இந்தியப் பண்பாட்டின் மூலப் பண்பாடாக திகழ்ந்தது என்பதையும் மத்தியதரைக்கடலோர வணிகக்குழுக்கள் குடியேறி தமிழ்ப் பண்பாட்டைக் கட்டமைத்ததுடன் இந்திய பண்பாட்டுருவாக்கத்தில் முதன்மைப் பங்களிப்பு செலுத்தினர் என்பதையும் இந்நூல் விரிவாக ஆராய்ந்து நிறுவுகிறது. தமிழ் மொழி, பிற திராவிட மொழிகள், வட மொழிகள் பரிணமித்த வழியை புதிய கருதுகோளை முன்வைத்து இந்நூல் விவாதிக்கின்றது. தொல்லியலையும் இணைத்து உருவாக்கப்பட்டுள்ள இக்கருதுகோளை மொழியியல் அறிஞர்கள் பரிசீலிக்க வேண்டும்.

தமிழ்ச் சமூக வரலாற்றை மீட்டுருவாக்கம் செய்வதில் தமிழ் மொழியின் மொழியியல் அறிஞர்கள் மிகப் பெரிய பங்களிப்பை செய்துள்ளனர். கால்டுவெல் பாதிரியார் ஐரோப்பிய மொழிகளில் திராவிட மொழிகளின் தாக்கம் அதிகமாக உள்ளதைக் கொண்டு தொல் பழங்காலத்திலேயே ஐரோப்பியரும் திராவிடரும் அருகருகே வாழ்ந்திருக்க வேண்டும் என்ற சரியான யூகத்தை முன்வைத்தார். அவர் காலத்தில் தேவையான தொல்லியல்

தரவுகள் கிடைக்காததால் அவரால் இது எவ்வாறு நிகழ்ந்தது எனக் கூற முடியவில்லை. உலகம் முழுவதும் பேசப்படும் பல மொழிகளில் தமிழ் மொழிச் சொற்கள் கலந்திருப்பதை மறைமலை அடிகள், தேவநேயப் பாவாணர் போன்ற அறிஞர்கள் சுட்டிக்காட்டி தமிழே உலகின் முதல் மொழி எனக் கூறினர். இந்து பெருங்கடலில் இருந்து அழிந்து போன 'குமரிக் கண்டம்' தான் உலக மாந்தரினத்தின் தாயகம் என்றனர். இவ்வறிஞர்கள் மொழியியலை முதன்மையாகக் கணக்கில் கொண்டு வரலாற்றைக் புனைந்தனர். தங்கள் காலத்தில் கிடைத்திருந்த தொல்லியல் தரவுகளை இவர்கள் பயன்படுத்த முயற்சிக்கவில்லை. ஆனால் தொல்லியல் தரவுகள் மட்டுமல்லாமல் மரபணுக்கூறு ஆய்வுகளும் மனித இனம் ஆஃப்ரிக்காவில் பரிணமித்து உலகம் முழுவதும் பரவியது எனத் தெளிவாக நிறுவியுள்ளன.

இதன் பின் உலகின் முதல் நாகரிக மக்களின் மொழியான சுமேரிய மொழியை தமிழ் மொழியுடன் தொடர்புப்படுத்தி சதாசிவம் (*A.Sadasivam, articles written between 1964 to 1987*) விரிவாக எழுதினார். தமிழரின் பரவுதல் மூலம் சுமேரிய நாகரிகம் தோன்றியதாக சதாசிவம் கருதினார். தமிழரின் சுமேரிய பரவுதலுக்கான தொல்லியல் சான்றுகள் எதுவும் இல்லாத நிலையில் சதாசிவத்தின் கருத்து அகவய விருப்பத்தின் பால் உருவானது என்றே கூற முடிகிறது. இவரைத் தொடர்ந்து மலேசிய பேராசிரியர் முனைவர் லோகநாதன், பழைய சுமேரிய மொழியை முதற்சங்கத் தமிழ் என தனது விரிவான ஆய்வுகள் மூலம் விவரித்தார். தனக்கு முந்தைய தமிழறிஞர்கள் போலல்லாமல் குமரி கண்டத்தில் மனித இனம் தோன்றியது என்ற கருத்தாக்கத்தை மறுக்கும் லோகநாதன் சுமேரியர் பெருமளவில் தமிழகம் குடிபெயர்ந்து சங்க கால தமிழ்ச் சமூகத்தைத் தோற்றுவித்தனர் எனக் குறிப்பிட்டார். தமிழ் மொழியியலாளர்களில் தொல்லியலையும் கணக்கில் கொண்டு வரலாற்றை ஆராய்வதை பேராசிரியர் லோகநாதன் தொடங்கி வைத்தார் எனக் கூறலாம். மறைந்த பேராசியரைத் தொடர்ந்து அவருடைய மாணாக்கர்கள் ஒரு குழுவாக செயல்பட்டு சுமேரியருக்கும் தமிழருக்குமான தொடர்புகளை விரிவாக ஆய்வு செய்து வருகின்றனர்.

சுமேரிய மொழி நேரடியாகத் தமிழ் மொழியுடன் தொடர்புடையது என்ற பேராசிரியரின் கருத்தில் சில முரண்கள் உள்ளன. சுமேரியர் நேரடியாகத் தமிழகம் குடியேறியதற்கான சான்றுகள் எதுவும் இல்லை. சுமேரியருடன் நெருங்கிய தொடர்புடைய மத்தியதரைக்கடலோர வணிகக்குழுக்களும் எகிப்து, சூடான், தென்அரேபியா, ஈரான் போன்ற பகுதிகளில் நிலவிய சில பண்பாடுகள் தொடர்பான மக்களும் தமிழகம் குடியேறினர் என்பதற்கான தொல்லியல் சான்றுகள் தான் கிடைக்கின்றன. லண்டன் வாழ் ஈழத் தமிழரான மருத்துவர் சிவ.தியாகராஜா (Dr Siva Thiagarajah) சுமேரியரின் முந்துமொழி முந்து தமிழாக இருக்க வேண்டும் என்ற கருத்தாக்கத்தை முன்வைத்து ஆய்வு செய்துள்ளார்அ. (Dr Siva Thiagarajah, Peoples and cultures of early Sri Lanka, A study based on genetics and archaelogy). கி.மு.8500 வாக்கில் பாலஸ்தீனத்திலிருந்து துருக்கி வரையிலான பகுதியில் வாழ்ந்த குடிகள் உலகின் முதல் புதியகற்கால விவசாயக் குடிகளாகப் பரிணமித்திருந்தனர். ஆண் வழி 'J2" மரபணுக்கூறினை (J2 Y-Haplogroup) அதிகமாகக் கொண்டிருந்த இக்குடிகளின் பரவுதல் மூலமே ஐரோப்பாவிற்கு புதியகற்கால விவசாய நாகரீகம் பரவியது. இப்புதியகற்கால குடிகளின் ஒரு கிளையினர் தான் இந்தியாவிற்கும் பரவி தென்னிந்திய புதியகற்கால குடிகளாக வாழ்ந்தனர். ஐரோப்பிய மொழிகளில் காணப்படும் தமிழ்மொழிச் சொற்களை இப்புதியகற்காலக் குடிகளின் பரவுதலுடன் தொடர்புபடுத்தும் மருத்துவர் சிவ.தியாகராஜன், இந்தியாவில் திராவிட மொழிகளின் பரவுதலுக்கு இக்குடிகளுடன் மேற்காசிய பெருங்கற்கல்லறைப் பண்பாட்டினரின் பரவுதலையும் காரணியாகக் கருதுகிறார். மொழியியலுடன், தொல்லியல், பண்பாட்டு மானிடவியல், மரபணுக்கூறு ஆய்வுகள் என பிற அறிவியல்களையும் கணக்கில் கொண்டு மேற்கொள்ளப்படும் சிவ.தியாகராஜனின் ஆய்வுகள் நம் கவனத்தை ஈர்ப்பதாக உள்ளன.

பண்டைய தமிழகத்தின் ஊர்ப் பெயர்கள் உலகம் முழுவதும் காணப்படுவதை மிக விரிவாக ஒடிசா.பாலு, ஆய்வு செய்து வருகின்றார். ஒடிசா பாலசுப்பிரமணியன் இ.ஆ.ப (I.A.S) அவர்களும் தமிழக ஊர்ப் பெயர்கள் ஆஃப்கானிஸ்தான் வரை

பரவியுள்ளதை விரிவாக ஆய்வு செய்துள்ளார். இவர்களைப் போன்றோரின் ஆய்வுகள் மூலம் கிடைக்கும் தரவுகள் தமிழ்ச் சமூக வரலாற்றினை மீட்டுருவாக்கம் செய்வதற்கு பெரும் பங்களிப்பை செலுத்துகின்றன.

இந்நூலில் பல புதிய கருதுகோள்கள் அதிகம் விவரிப்புகள் இல்லாமல் முன்வைக்கப்பட்டுள்ளன. எடுத்துக்காட்டாக தமிழரின் அரசு அமைப்பு, பல தன்னாட்சிப் பகுதிகளின் ஒன்றியமாக (கூட்டமைப்பு) உருவாக்கப்பட்டது என்றும் இவ்வரசியல் அமைப்பின் சிறுசிறு உறுப்புகளும் கூட தன்னாட்சியுடன் விளங்கின என்றும் புதிய கருத்தாக்கத்தை இந்நூலில் முன்வைத்துள்ளோம். இத்தகைய அரசு அமைப்பில் நிலவிய உறபத்தி உறவுகளை கார்ல் மார்க்ஸ், ‘ஆசிய பாணி உற்பத்திமுறை’ என அழைத்தார். மனித குலம் கடந்து வந்த இயல்பான பண்பாட்டுப் படிமலர்ச்சிகளில் ‘ஆசிய பாணி உற்பத்தி முறை’ பரிணமித்தது என்பதையும் இதன் திரிந்த வடிவமாக ‘ஐரோப்பிய பாணி உற்பத்தி முறை’ பரிணமித்தது என்பதையும் விரிவாக ‘தமிழரைத் தேடி...’ இரண்டாம் பாகத்தில் பார்க்க உள்ளோம். இது போன்று அதிக விளக்கங்கள் இல்லாமல் முன்வைக்கப்பட்டுள்ள வேறு பல புதிய கருத்துக்களும் அடுத்தடுத்த நூல்களில் விரிவாக விவரிக்கப்படும். ஒரு வகையில் இந்நூலை தமிழரைத் தேடிய பயணத்தின் முன்னுரை எனலாம்.

சங்ககாலத் தமிழ்ச்சமூகத்தின் உருவாக்கம், களப்பிரர் கால சமூக மாற்றம், சாதியத்தின் உருவாக்கம் ஆகியவற்றையும் நாம் ஆய்வுசெய்ய வேண்டியுள்ளது. தமிழ்ச்சமூக உருவாக்கத்தையும் அதன் அழிவையும் புரிந்துகொள்வதற்கு தமிழ், ஆரியம் என்ற இருவேறு அரசியல் - பொருளாதார கொள்கைகள் பரிணமித்த வழியை அறிந்துகொள்வது அவசியம். மேற்காசிய சமூகத்தின் பண்பாட்டு வளர்ச்சிப் போக்கில் தான் தமிழ், ஆரியம் ஆகியவற்றின் முந்து வடிவங்கள் பரிணமித்தன. என்பதை அடுத்தடுத்த நூல்களில் விரிவாக ஆராய உள்ளோம்.

உள்ளே...

வாழ்த்துரை	*3*
என்னுரை	*6*
முன்னுரை	*9*
I தோற்றுவாய்	*23*
II மூலப் பண்பாடும் திரிந்த பண்பாடுகளும்	*68*
III மூதாதை சுமேரியரின் இந்திய குடியேற்றங்கள்	*114*
IV தமிழ் மொழி பரிணமித்த வரலாறு	*211*
பின்னிணைப்பு	*285*

I

தோற்றுவாய்

"கடந்த காலத்தை ஆராய்வதையே தொழிலாகக் கொண்டுள்ள வரலாற்றாசிரியன், தன் ஆய்வுப் பொருளாகவுள்ள சமூகத்தின் எதிர்காலத்தை உருவாக்குவதில் முக்கியப் பங்காற்றுவதை ஒரு விந்தையான புதிர் என்றே சொல்ல வேண்டும். வரலாற்று முறையில் ஒரு சமூகம் உருப்பெற்று வளர்வதைப் புரிந்துகொள்ள முயல்வதே ஒரு வரலாற்றாசிரியனின் பணி. இங்கே சமூகம் என்று நான் குறிப்பிடுவது, மக்களுடைய வாழ்க்கையின் எல்லாக் கூறுகளையும் உள்ளடக்கியது. தனது ஆய்வின் மூலமாக அவன் சமூகம் பற்றிய ஒரு சித்திரத்தை உருவாக்குகிறான். கடந்தகாலச் சான்றுகளைப் பயன்படுத்தும் போது தனது சமகாலச் சூழலால் வரலாற்றாசிரியன் பாதிக்கப்படுகிறான். எனவே, நிகழ்காலத்தின் தேவைகள் கடந்த காலத்தில் நோக்கப்படுவதும், கடந்த காலம் பற்றியதொரு சித்திரம் நிகழ்காலத்தின் மீது பதியப்படுவதும் என வரலாற்றாய்வு இரு போக்குடையது."[4]

- ரோமிலா தாப்பர்

நிகழ்காலத்திலிருந்து கடந்தகாலத்திற்குள் பயணிக்க முயற்சிப்பதே வரலாற்றாய்வாளர்களின் பணியாகும். ஒரு வரலாற்றாய்வாளனால் உருவாக்கப்படும் வரலாற்றுச் சித்திரம் அரசியல் பிம்பங்களைக் கட்டமைப்பதற்குப் பயன்படுத்தப்படலாம் எனக் கூறும் ரோமிலா தாப்பர் ஆரிய இன மேலாண்மைக் கோட்பாடு ஹிட்லருக்கும் பிற பாசிஸ்டுகளுக்கும் பயன்பட்டதை எடுத்துக்காட்டுகிறார்[5]. மனித இனம் பொதுவுடைமைச் சமூகமாக வாழ்வது தான் இயல்பானது என்ற உண்மையை மனித குலத்தின் கடந்தகால வரலாறுகளை ஆய்வு செய்ததன் மூலம் தெரிந்துகொண்ட கார்ல் மார்க்ஸ் நிகழ்கால சமூகத்தைப் பொதுவுடைமைச் சமூகமாக

---

4 வரலாறும் கருத்தியலும், ரொமிலா தாப்பர், நேஷனல் புக் டிரஸ்ட், 2008, பக்.1

5 இதுவுமது.

மாற்றுவதற்கான செயல்திட்டத்தை முன்வைத்தார். சமூக இயங்கியலைப் புரிந்துகொள்வதற்கும் அதில் குறுக்கீடு செய்து மாற்றத்தை ஏற்படுத்துவதற்கும் வரலாற்று ஆய்வானது மிக முக்கியமான கருவி என்பதை மார்க்ஸ் நிறுவியுள்ளார்.

இன்று பெருவாரியான ஆய்வாளர்களால் ஏற்றுக்கொள்ளப்பட்ட இந்திய மற்றும் தமிழ்ச் சமூக வரலாற்றுச் சித்திரங்கள் இரு வேறு அரசியல் நோக்கங்களுக்காகக் கட்டமைக்கப்பட்டவை. இந்திய மற்றும் தமிழ்ச்சமூக வரலாற்றாய்வுகளின் வரலாற்றைத் தெரிந்துகொள்வது நமக்குப் பயனுள்ளது.

இந்திய வரலாற்றாய்வின் வரலாறு

இந்திய வரலாற்று ஆய்வைத் தொடங்கிவைத்த ஐரோப்பியர்கள், தாங்கள் ஆக்கிரமிக்கும் நாடுகளில் வாழ்ந்த பூர்விக மக்களின் கலை, பண்பாடு, அரசியல் வரலாறு போன்றவற்றைப் புரிந்துகொள்ள முயற்சிகள் மேற்கொண்டனர். இம்முயற்சியினூடே வெள்ளையினமாகிய ஐரோப்பியரைத் தவிர உலகின் பிற குடிகள் தங்களைத் தாங்களே ஆட்சி செய்யத் தகுதியற்றவர் என்ற ஒரு பொய்மைத் தோற்றத்தையும் ஏற்படுத்த முயன்றனர். இந்தியாவைப் பொருத்தவரை இந்தியரிடையே காணப்படும் உடற்கூறு ரீதியான பல்வேறு மானிடவியல் வேறுபாடுகளையும் பண்பாட்டு வேறுபாடுகளையும் சுட்டிக்காட்டி இந்தியா என்பது ஒற்றை இனத்தையும் பண்பாட்டையும் கொண்ட நாடல்ல என்ற எண்ணத்தை இந்தியரிடையே விதைக்க முயன்றனர்.

1784 இல் ஐரோப்பியர்கள் தோற்றுவித்த ‘ஆசியவியல் சங்கம்’ (The Asiatic Society) இந்திய வரலாற்றைப் புரிந்துகொள்வதில் அதிக ஆர்வம் காட்டியது. தொடக்கத்தில் ஐரோப்பிய அரசுகள் இம்முயற்சியில் அதிக ஆர்வம் காட்டவில்லை. 1857 இல் நடைபெற்ற சிப்பாய்க் கலகம் ஐரோப்பிய அரசுகளைச் சிந்திக்க வைத்தது. சிப்பாய்க் கலகம் தோன்றுவதற்கு அக்காலகட்டத்தில் புதிதாக அறிமுகப்படுத்தப்பட்ட ‘என்பீல்டு’ வகை துப்பாக்கிகள் உடனடிக் காரணமாக அமைந்தன. அவ்வகைத் துப்பாக்கிகளுக்கு வழங்கப்பட்ட தோட்டாக்களின் உறைகளைப் பல்லால் கடித்து அகற்ற வேண்டியிருந்தது. அந்த உறைகள் மாட்டுக் கொழுப்பினாலும் பன்றிக் கொழுப்பினாலும் ஆனவை என்று தகவல் பரவியது. இது இந்துக்களில் ஒரு பிரிவினர் மற்றும்

முஸ்லிம் மதத்தைச் சார்ந்த ராணுவ வீரர்களின் மதவுணர்வைப் புண்படுத்துவதாக ராணுவ வீரர்கள் எண்ணினர். இதன் காரணமாக ராணுவ வீரர்கள் அவ்வகை உறைகளைப் பல்லால் கடித்து நீக்குவதற்கு மறுத்து உயர் அதிகாரிகளை எதிர்த்தனர். இதன் தொடர்ச்சியாக 1857 மார்ச் 29 ஆம் நாளில் **மங்கள் தேஷ் பாண்டே** என்ற ஒரு ராணுவ வீரர் **பரக்பூரில்** தனது உயரதிகாரியைத் துப்பாக்கியால் சுட்டுக் கொன்றார். இது ஆங்கிலேய ராணுவத்தில் பணிபுரிந்த இந்திய வீரர்கள் ஆங்கிலேயர்களுக்கு எதிராகக் கிளர்ச்சியில் ஈடுபட ஒரு தொடக்கமாக அமைந்தது.

மாட்டுக்கொழுப்பைக் கடிப்பதை இந்துக்களில் ஒரு பிரிவினரும் பன்றிக் கொழுப்பைக் கடிப்பதை முஸ்லிம்களும் ஏற்க மாட்டார்கள் என்ற விவரம் ஆங்கிலேய அதிகாரிகளுக்குத் தெரிந்திருக்கவில்லை. இந்தியர்களின் பண்பாடு குறித்த தங்களின் அறியாமையே சிப்பாய்க் கலகம் தோன்றும் நிலையை ஏற்படுத்தியது என்பதை பிரிட்டிஷ் ஆட்சியாளர்கள் உணர்ந்தனர்.[6] இதன் விளைவாக இந்திய வரலாற்று ஆய்வுக்கு ஆங்கிலேய ஆட்சியாளர்கள் ஊக்கம் கொடுக்கத்தொடங்கினர். இவ்வாறு அரசின் ஊக்குவிப்புடன் வரலாற்றாய்வை மேற்கொண்ட ஐரோப்பிய அறிஞர்களின் இந்திய வரலாற்றாய்வு அரசியல் நோக்கம் கொண்டதாகவே இருந்தது.

“இந்தியர்கள், தத்துவங்களில் நம்பிக்கை உள்ளவர்கள். அரசியலிலும் பொருளியலிலும் அவர்களுக்கு அக்கறை கிடையாது. தேசிய உணர்ச்சி இந்தியர்களுக்குக் கிடையாது” என்று மாக்ஸ் முல்லர் என்ற ஐரோப்பிய ஆய்வறிஞர் குறிப்பிட்டார்[7].

“கீழைநாட்டுப் பேரரசுகள் யாவும், பெரும்பாலும் வரி வசூல் செய்யும் அமைப்புகளாகவே இயங்குகின்றன. மக்களை மிகவும் துன்புறுத்தும் முறையில் அவை தங்கள் அதிகாரங்களைப் பயன்படுத்துகின்றன. சில குறிப்பிட்ட சந்தர்ப்பங்கள் தவிர பிற நாட்களில் அவை சட்டங்களை அமல் செய்வதில்லை,” என்று கிரீன் குறிப்பிடுகிறார்[8].

---

6 பழங்கால இந்தியாவில் அரசியல் கொள்கைகள், நிலையங்கள் சில தோற்றங்கள், ஆர். எஸ். சர்மா, என்.சி.பி.எச். 2010 பக். 1.

7 இதுவுமது, பக். 2.

8 இதுவுமது.

இந்தியா ஒரு போதும் தன்னை ஒரு நாடு அல்லது சுதந்திர உணர்வுடைய பகுதி என்ற நிலையை ஏற்படுத்திக் கொள்ளவில்லை என்றும் பெயரளவிற்குக் கூட ஓர் அரசியல் சட்டத்தை உருவாக்க இந்தியாவால் இயலவில்லை என்றும் செனார்ட் 1898-இல் எழுதினார்[9].

இந்தியர்கள் அரசியல் அறிவு இல்லாதவர்கள் என்ற கருத்தை நிறுவுவதற்கு ஐரோப்பிய ஆய்வாளர்கள் முயற்சி செய்தனர். இந்திய தேசியம் என்பது என்றுமே தோன்றியதில்லை என்றும் இந்திய ஆட்சியாளர்கள் அனைவரும் மக்கள் விரோத எதேச்சாதிகாரிகள் என்றும் கருத்துப் பரப்பினர். ஆன்மீகத்தில் மட்டுமே ஆர்வம் கொண்ட இந்தியச் சமூகத்திற்கு ஐரோப்பியர் ஆட்சியாளராக இருந்தால் தான் சாமானிய மக்களுக்கு நன்மை கிடைக்கும் என்றும் பரப்புரை செய்தனர். வரலாற்று ரீதியில் இந்தியர்கள் எதேச்சாதிகார ஆட்சிக்குப் பழக்கப்பட்டவர்களாயும் தேசிய உணர்ச்சி அற்றவர்களாயும் இருப்பதால் அவர்களின் வழக்கத்திற்கேற்ப ஆங்கிலேய கவர்னர் ஜெனரல் ஒருவர் எதேச்சாதிகாரியாக ஆட்சி செய்வதே சரியானது என ஆங்கிலேயர்கள் கூறினர். சிறப்பான அரசியல் அறிவு பெற்றிருந்த ஆங்கிலேயர் பழைய இந்திய ஆட்சியாளர்களை விட நல்லாட்சியைக் கொடுப்பார்கள் என்றும் கூறிக்கொண்டனர். இத்தகைய பரப்புரைகள் உழைக்கும் சாதிச் சமூகங்களிடம் ஓரளவுக்கு செல்வாக்கு பெற்றதால் இதை எதிர்கொள்ள வேண்டிய தேவை இந்திய தேசிய இயக்கவாதிகளுக்கு எழுந்தது.

1870 - 1900 வரையிலான காலகட்டங்களில் இந்திய தேசிய விடுதலை இயக்கங்களில் அதிக அளவில் பங்குபெற்ற பகவன்லால் இந்தர்ஜி, ஆர்.ஜி. பந்தார்கர், ஆர்.எல்.மித்ரா, பாலகங்காதர திலகர் ஆகியோர் ஆங்கிலேயர்கள் பரப்பி வந்த கருத்துக்கள் பொய்யானவை என்று நிறுவ முயன்றனர். இவ்வாறு இந்தியாவின் கடந்த காலத்தைப் பற்றிய ஆய்வு அரசியல் நோக்கத்துடனேயே நடைபெறத் தொடங்கியது.

1887 இல் «பிராமண காலத்தில் நாகரிகம்" என்ற கட்டுரையை எழுதிய ஆர்.சி. தத் (R.C.Dutt), பழங்காலத்தில் இந்திய

---

9 இதுவுமது.

அரசர்கள் எல்லோருக்கும் நியாயம் வழங்கினர் என்று எழுதினார்[10]. இதற்கு மாறாக சர். ஆக்லண்டு கோல்வின் என்ற ஐரோப்பியர் "மக்கள் நலனுக்காகவே அரசாங்கம் நடக்க வேண்டும், அரசரின் சொந்த நலனுக்காக அல்ல என்ற கருத்தை முதல் தடவையாக இந்தியர்களுக்கு ஆங்கிலேயர்கள் சொல்லிக்கொடுத்திருக்கிறார்கள்" என்று எழுதினார். ஆக்லண்டின் கருத்தை பூர்வேந்து நாராயண்சிங், 1894 இல் எழுதிய கட்டுரையில் பலமாக மறுத்தார். இந்தியாவில் நிலவியது வரையறுக்கப்பட்ட மன்னர் ஆட்சியே என்றும் பண்டைய இந்தியாவில் நிலவிய அரசாங்க முறைகளைப் பற்றிய அறியாமையே ஆக்லண்டின் கருத்திற்குக் காரணம் என்றும் நாராயண்சிங் வாதிட்டார். ஏ.சி.தாஸ் என்ற அறிஞர் "இப்போது பிரிட்டிஷ் ஆட்சியில் இருப்பதை விட பழங்கால இந்தியாவில் உள்நாட்டு சுயாட்சி மேலும் சிறப்பாக அமைந்திருந்தது" என்று எழுதினார்.[11] இவ்வாறு இந்திய வரலாற்றறிஞர்களின் ஆய்வுகள் ஐரோப்பியரின் பொய்ப் பரப்புரைகளுக்குப் பதில் கூறுவதாகவே தொடர்ந்தது.

கி.பி. 3 ஆம் நூற்றாண்டிற்கு முன்பே எழுதப்பட்டதாகக் கருதப்படும் 'அர்த்தசாஸ்திரம்' என்ற நூல் 1909 இல் வெளியிடப்பட்டது. அரசியலைப் பற்றி அர்த்தசாஸ்திரம் அளவிற்கு விரிவாகக் கூறும் சம காலத்திய நூல் உலகளவில் வேறு இல்லை. இந்நூல் கிடைத்த பின் இந்தியர்களுக்கு பழங்காலத்திலேயே மிகத் தெளிவான அரசியல் அறிவு இருந்தது என்பதை நிலைநாட்டுவது நம் ஆய்வாளர்களுக்கு எளிதாகியது. சோழர் ஆட்சி முறை பற்றிய ஓர் ஆராய்ச்சிக் கட்டுரையை எஸ்.கிருஷ்ணசாமி ஐயங்கார் 1911 இல் வெளியிட்டார். இக்கட்டுரையில் பத்தாம் நூற்றாண்டுக்கு முன்னரே கிராமங்களில் ஊர்சபைகள் சுயாட்சியுடன் இருந்ததையும் குடவோலை முறையில் சபை உறுப்பினர்கள் தேர்வு செய்யப்பட்டதையும் கூறி சோழர்களின் பெருமையை நிலைநாட்டியிருந்தார்.[12] 1924-இல் கே.பி.ஜெயஸ்வால் எழுதி

---

10 பழங்கால இந்தியாவில் அரசியல் கொள்கைகள், நிலையங்கள் சில தோற்றங்கள், ஆர். எஸ். சர்மா, என்.சி.பி.எச். 2010 பக். 4

11 இதுவுமது.

12 இதுவுமது, பக்.5

வெளியிட்ட ‘*Hindu Polity*’ என்ற நூலில் இடம் பெற்றிருந்த பண்டைய இந்திய அரசாங்க முறைகள் பற்றிய கருத்துகள் இந்திய தேசியவாதிகளுக்கு மிகப் பெரிய கேடயமாக விளங்கியது. இந்த ஆய்வுகள் தேசிய இயக்கத்திற்கு ஊக்கம் கொடுக்கும் விதத்தில் நடைபெற்றாலும் கடுமையான குறைபாடுகளையும் கொண்டிருந்தன.

கிறிஸ்துவிற்கு முந்தைய நூற்றாண்டுகளிலேயே இந்தியர்கள் அரசியல் அறிவு பெற்றிருந்தனர் என்பதை நிலைநாட்டிய பின், இந்திய தேசியம் என்ற ஒன்று ஒருபோதும் தோன்றியிருக்கவில்லை என்ற ஐரோப்பியரின் பரப்புரையை எதிர்கொள்ளவேண்டிய மற்றுமொரு தேவையும் இந்திய தேசியவாதிகளுக்கு இருந்தது. உண்மையில் இந்தியா என்ற ஒரு தேசம் ஒரே அரசின் கீழ் ஒருபோதும் இருந்ததில்லை. எனினும் இமயம் முதல் குமரி வரையிலான நிலப்பரப்பை தடையின்றிப் புழங்கும் உலகமாகப் பார்க்கும் பார்வை பழங்காலத்திலேயே தோன்றிவிட்டது. பழந்தமிழ் இலக்கியங்களிலும் இத்தகைய குறிப்புகளைப் பார்க்கலாம். புராதன இந்தியாவை 56 தேசங்களாகக் குறிப்பிடும் மரபு உண்டு. இறையாண்மையுடன் செயல்பட்ட 56 தேசங்களில் சேரர், சோழர், பாண்டியர் என்ற மூன்று தமிழ் அரசுகளும் தனித்தனி தேசங்களாகும். மேலும் அவற்றில் சீனம் (இந்நாடு சீன நாட்டின் எல்லையிலுள்ள இன்றைய உத்ராஞ்சல் மாநிலத்தின் ஒரு பகுதியில் அமைந்திருந்தது), காந்தாரம் (ஆப்கானிஸ்தான்), சிங்களம் போன்ற பகுதிகளையும் சேர்த்துள்ளனர். இந்த 56 தேசங்களிலும் தமிழ் வணிக அரசுகளின் கூட்டணியினர் தங்கள் செயல்பாட்டைக் கொண்டிருந்ததை ஒட்டியே இம்மரபு தோன்றியது. ”யாதும் ஊரே யாவரும் கேளிர்” என்ற கணியன் பூங்குன்றனின் அறிவிப்பிற்கும் 56 தேசங்களின் ஒன்றியம் என்ற கருத்தாக்கத்திற்கும் தொடர்பு உண்டு.

அன்றைய இந்தியா, பல்வேறு மொழிகள் பேசிய, பல்வேறு பண்பாடுகளைக் கொண்ட, பல இன மக்கள் வாழ்ந்த பகுதியாக இருந்ததை ஐரோப்பிய ஆய்வாளர்கள் தங்களின் பரப்புரைகளுக்கு சாதகமாகப் பயன்படுத்திக்கொண்டனர். பன்முகத்தன்மை கொண்ட இந்தியச் சமூகத்தினர் மனத்தளவில் ஒன்றியமாக வாழ்ந்தனர் என்பதே நம் பண்பாட்டின் சிறப்பு என

இப்பரப்புரையை எதிர்கொண்டிருந்திருக்க வேண்டும். இன்றைய இந்தியாவை தமிழர்கள் 'நாவலம் தீவு' என்று அழைத்ததை அதே பொருளில் வட மரபில் "ஜம்பூ த்வீபம்" என்று அழைக்கும் வழக்கமிருந்தது. தமிழரிடையே நாவலந் தீவு ஒன்றியம் என்ற கருத்தாக்கம் அதிக செல்வாக்குடன் இருந்ததால் தான் ஆங்கிலேயரை எதிர்த்து சின்ன மருது வெளியிட்ட அறிக்கையை "ஜம்புத் தீவு பிரகடனம்" என்று குறிப்பிட்டார். இது மிக வளர்ந்த கருத்தியலாகும். பல மொழி, இனம் மற்றும் பண்பாட்டுக்குரிய மக்கள் வாழ்ந்த மேற்காசியாவை சுமேரிய உலகம் என்று குறிப்பிடும் வழக்கம் சுமேரியரிடையே இருந்ததன் தொடர்ச்சியாக தமிழர்கள் இத்தகைய ஒன்றியக் கருத்தாக்கத்தைக் கொண்டிருந்தனர். கிரேக்கர் கூட இந்தோ-ஐரோப்பிய மொழிகளைப் பேசிய நகர அரசுகளை மட்டுமே ஓர் ஒன்றியமாக இணைத்தனர். பல மொழிகள் பேசுகின்ற தேசங்களின் ஒன்றியமாக இணைந்துள்ள இன்றைய 'ஐரோப்பிய ஒன்றிய'த்திற்கு ஒப்பானது தமிழரின் நாவலந்தீவு கருத்தாக்கம்.

இது போன்ற பல்வேறு தேசங்களின் ஒன்றியமாக விளங்குவதே இந்தியாவின் சிறப்பு என வாதிட்டு ஐரோப்பியரை எதிர்கொள்வதற்குப் பதிலாக நம் தேசியவாதிகள் இந்தியச் சமூகத்தை ஒற்றைச் சமூகமாகக் காட்ட முனைந்தனர். இந்தியரை ஒன்றிணைக்கும் கூறாக இந்துப் பண்பாட்டையும் சமஸ்கிருதத்தையும் முன்னிலைப்படுத்தினர். தமிழ் மொழியைப் போல் அல்லாமல் பெரும்பாலான இந்திய மொழிகள் சமஸ்கிருதமயமாகியிருந்த நிலையைப் பயன்படுத்தி, இந்தியப் பண்பாடு என்பது ஆரியமயமாதலின் மூலமே பரிணமித்தது என்பதாக ஒரு மாயத் தோற்றத்தை ஏற்படுத்தினர். இந்தத் தவறான கருத்தாக்கத்தைத் தோற்றுவித்ததில் பிராமண ஆய்வாளர்களின் பங்கு கணிசமானது.

ஐரோப்பிய ஆர்வலர்கள், ஐரோப்பியரே உலக மக்களினத்தை ஆளத் தகுதியானவர் என்பதாக ஒரு மாயையை ஏற்படுத்தி வந்தனர். இந்தக் காலகட்டத்தில் இந்தியாவில் ஆரியர் என அழைக்கப்பட்ட மக்களும் அவர்களின் மொழிகளும் ஐரோப்பியருடன் தொடர்புடையவை என்ற ஆய்வுகள் வெளிவந்தன. இந்திய தேசியவாதிகள் முன்வைத்த

ஆரியமயமாதல் கொள்கையானது ஆரியராகிய ஐரோப்பிய இன மக்கள் மூலமே இந்தியப் பண்பாடு பரிணமித்தது என்ற பொருளைக் கொடுத்தது. ஒரு வகையில் ஆரியமயமாதல் என்பது ஐரோப்பிய மாயையின் இந்திய வடிவமாக இருந்ததால் ஐரோப்பியருக்கும் இக்கொள்கை உடன்பாடாகவே இருந்தது. எனவே ஐரோப்பியரும் இக்கோட்பாட்டை விருப்பமுடன் பரப்பத் தொடங்கினர். ஐரோப்பியரே உயர்ந்த இனம் என்று பரப்புரை செய்த ஐரோப்பியருக்கும் இந்திய மக்கள் அனைவரையும் ஒற்றை இனமாக இணைப்பதற்கு முயற்சித்த இந்திய தேசியவாதிகளுக்கும் ஆரியமயமாதல் கோட்பாடு ஒருசேரப் பயன்பட்டது.

தொடக்ககால இந்திய வரலாற்றாசிரியர்கள் பெரும்பாலும் 'பிராமண - காயஸ்த' சாதிகளைச் சேர்ந்தவர்களாகவே இருந்தனர் என ரோமிலா தாப்பர் குறிப்பிடுகிறார். இந்திய தேசியத்தை ஒற்றைப் பண்பாட்டுக்குரியதாகக் காட்டும் முயற்சியினூடே பிராமணரே இந்தியப் பண்பாட்டுருவாக்கத்தில் முதன்மைப் பங்காற்றினர் என்ற கருத்தையும் பிராமண ஆய்வாளர்கள் நிலைநிறுத்திக்கொண்டனர். இதன் மூலம் பிராமணரின் அரசியல் செல்வாக்கு இந்திய விடுதலைக்குப் பின்னரும் தொடர்வதற்கு வழிசெய்துகொண்டனர். தொடக்கத்தில் இந்திய தேசியவாதிகளின் வரலாற்றுக் கருத்துகளுக்கு எதிராக நின்ற ஐரோப்பிய ஆய்வாளர்களும் ஆரியமயமாதலை விருப்பமுடன் முன்னிலைப்படுத்தினர். இச்செயலானது இவ்விரு சாராரிடம் வரலாற்றுத் துறையில் ஒரு கள்ளக்கூட்டு தோன்றுவதற்கு வழிவகுத்தது. ஐரோப்பியரில் ஆரியரே உயர்ந்த பிரிவினர் என்றும் அதில் இந்திய பிராமணர்களும் ஓர் அங்கம் என்றும் ஐரோப்பிய ஆய்வாளர்களே கூறிய போது ஆரிய இன மேலாண்மைக் கோட்பாடு பிராமண ஆய்வாளர்களுக்கும் இனிமையாகிப் போனதில் வியப்பில்லை.

வட இந்தியாவில் பிராமண - காயஸ்த சாதியினர் வரலாற்றை எழுத முற்பட்டது போல், தமிழகத்தில் பெரும்பாலும் பார்ப்பன – வேளாள சாதிகளைச் சேர்ந்தவர்களே வரலாற்றுத் துறையை ஆக்கிரமித்திருந்தனர். இவர்களில் தங்களை ஆரிய இனத் தோன்றல்களாகக் கருதிக்கொண்ட தமிழகப் பார்ப்பன ஆய்வாளர்கள் ஆரியமயமாதல் கோட்பாட்டை விரும்பி

ஏற்றுக்கொண்டனர். தமிழ் மொழியும் பண்பாடும் வட இந்தியாவிலிருந்து குடியேறிய சமஸ்கிருத மொழி அறிந்த பார்ப்பனரால் செம்மைப்படுத்தப்பட்டது என்ற கருத்து அவர்களுக்கு ஏற்புடையதாகவே இருந்தது. பிற இந்திய மொழிகள் சமஸ்கிருதமயமானதைப் போல் அல்லாமல் தமிழ் மொழி தனித்தன்மையுடைய செம்மொழியாகப் பரிணமித்திருந்ததை இவர்கள் கவனத்தில்கொள்ளத் தவறினர் அல்லது விரும்பவில்லை.

இந்திய தேசிய இயக்கத்தினர் முன்னிலைப்படுத்திய ஆரியமயமாதல் கோட்பாடு இன்று வரை செல்வாக்குடன் திகழ்கிறது. இந்திய தேசியவாதிகள், இந்தியச் சமூகத்தை ஒற்றைச் சமூகமாகக் காட்டவேண்டும் என்ற முனைப்பில் அதன் பன்முகத்தன்மையை மறைத்தனர். இந்தியாவின் வெவ்வேறு பகுதிகளில் வெவ்வேறு பண்பாடுகளும், இனக்கூறு கொண்ட மக்களும், மொழிக்குடும்பங்களைச் சேர்ந்த மொழிகளும் உள்ளதை அங்கீகரிப்பது தங்கள் அரசியல் நோக்கத்திற்கு இடையூறாக இருக்கும் எனக் கருதி அவற்றைக் கணக்கில் கொள்வதைக் கவனமாகத் தவிர்த்தனர்.

ஐரோப்பிய ஆய்வாளர்களும் வட இந்திய மேல்சாதி ஆய்வாளர்களும் கவனமுடன் புனைந்துள்ள ஆரியமயமாதல் கோட்பாட்டினை இன்றைய வரலாற்றாய்வுலகம் பெருவாரியாக ஏற்றுக்கொண்டுள்ளது. இந்திய மற்றும் உலகளாவிய இயக்கவியல் பொருள்முதல்வாதிகளான மார்க்சிய ஆய்வாளர்களும் இதனை ஏற்கின்றனர். இந்திய அளவில் பார்ப்பனர் அல்லாத தமிழ்ச் சமூக ஆய்வாளர்கள் தான் ஆரியமயமாதல் கோட்பாட்டை எதிர்த்ததில் முதன்மையானவர்களாக இருந்தனர். தமிழ் மொழியின் சிறப்பை விளக்குவதற்கு ஆரியமயமாதல் கோட்பாட்டிற்கு மாற்றாக தமிழ் ஆர்வலர்களின் குமரிக் கண்டம் தொடர்பான வரலாற்றுப் புனைவுகள் தமிழ் மக்களிடம் மிகப்பெரும் செல்வாக்குடன் விளங்குகின்றன. எனினும் இவர்களுடைய வாதங்கள் பெரும்பாலும் அறிவியலுக்குப் புறம்பாக உள்ளதால், ஆய்வுலகத்தைச் சிறிதும் கவரவில்லை. இதன் காரணமாக தனிச்சிறப்புமிக்க பண்பாட்டு விழுமியங்கள் பலவற்றைக் கொண்டுள்ள தமிழ்ச் சமூகப் பண்பாட்டுருவாக்கத்தைப்

புரிந்துகொள்வதில் சிறப்புக் கவனம் செலுத்தவேண்டும் என்ற எண்ணம் ஆய்வுலகத்திற்கு ஏற்படாமல் போய்விட்டது.

தமிழ் மொழியின் சிறப்பு

தமிழ்ச் சமூகத்தில் கி.மு. 5 ஆம் நூற்றாண்டு முதல் கி.பி. 3 ஆம் நூற்றாண்டு வரையிலான காலப்பகுதியைச் சங்க காலம் என்றும், கி.பி. 3 ஆம் நூற்றாண்டு முதல் கி.பி. 6 ஆம் நூற்றாண்டு வரையிலான காலப்பகுதியைச் சங்கம் மறுவிய காலம் என்றும் கூறுகின்றனர். சங்க கால வாழ்வியலில் நூற்றுக்கணக்கான புலவர்கள் ஆயிரக்கணக்கானக் கவிதைகளைப் பாடியுள்ளனர். இப்பாடல்களிலிருந்து நீண்ட பாடல்களைக் கொண்ட நூல்கள் பத்தும் சிறிய பாடல்களின் தொகுப்பாக எட்டும் என பதினெட்டு நூல்கள் தொகுக்கப்பட்டுள்ளன. நீண்ட பாடல்களைக் கொண்ட தொகுப்பினைப் 'பத்துப்பாட்டு' என்றும் சிறிய பாடல்களின் தொகுப்பினை 'எட்டுத்தொகை' என்றும் அழைக்கின்றனர். இத்தொகுப்பு நூல்களைப் 'பதினெண் மேற்கணக்கு' நூல்கள் என்றும் சங்கம் மறுவிய காலத்தில் தோன்றிய நூல்களை கீழ்க்கணக்கு நூல்கள் என்றும் அழைப்பர். கீழ்க்கணக்கு நூல்களின் எண்ணிக்கையும் பதினெட்டு தான்.

மேற்கணக்கு நூல்கள் 473 புலவர்களால் பாடப்பட்ட 2381 பாடல்களைக் கொண்ட தொகுப்பாகும். சங்க காலத்தில் பாடப்பட்ட கவிதைகளிலிருந்து தேர்வு செய்து இவற்றைத் தொகுத்துள்ளனர். தொகுக்காமல் விடுபட்ட கவிதைகள் தொகுத்ததை விடவும் பன்மடங்கு அதிகமாக இருந்திருக்க வாய்ப்புண்டு. இப்பாடல்களை அகம், புறம் என இரு வகையாக வகுத்துள்ளனர். காதலையும் குடும்ப உறவுகளையும் பாடுவது அகப் பாடலாகும். போரையும் அரசியல் சார்ந்த செயல்களையும் பாடுவது புறப்பாடலாகும். சங்கம் மறுவிய காலத்தில் திருக்குறள், நாலடியார், பழமொழி நாநூறு போன்ற நீதி நூல்கள் தோன்றின. நீதி நூல்கள் ஒவ்வொன்றும் தனிப்பட்ட புலவரால் இயற்றப்பட்டது. இந்த இலக்கியங்கள் மட்டுமின்றி தமிழ் மொழிக்கென கி.மு. நூற்றாண்டுகளிலேயே 'தொல்காப்பியம்' என்ற ஓர் இலக்கண நூல் இயற்றப்பட்டிருந்தது. மேலும் கி.பி. 2ஆம் நூற்றாண்டிலிருந்து கி.பி. 5 ஆம் நூற்றாண்டு வரையிலான காலகட்டத்தில் சிலப்பதிகாரம்,

மணிமேகலை என்ற இரட்டைக் காப்பியங்கள் இயற்றப்பட்டுவிட்டன. மேற்கணக்கு நூல்கள், கீழ்க்கணக்கு நூல்கள், தொல்காப்பியம், இரட்டைக் காப்பியங்கள் ஆகியவற்றைச் சங்க இலக்கியங்கள் எனக் கூறுகின்றனர்.

இன்றைய உலகின் ஆதிக்க சக்திகளாக விளங்கும் ஐரோப்பியரின் மொழிகளில் இலக்கியங்கள் தோன்றிய வரலாற்றைத் தெரிந்துகொண்டால் பண்டைய தமிழ் இலக்கியங்களின் சிறப்பு நன்கு புலப்படும்.

இன்றைக்கு உலகளாவிய மொழியாக விளங்கும் ஆங்கில மொழியின் முதல் எழுத்துச் சான்று கி.பி. 7 ஆம் நூற்றாண்டைச் சார்ந்தது. இந்நூற்றாண்டைச் சார்ந்த லத்தீன் மொழி பட்டயம் ஒன்றில் சில இடப்பெயர்களும், மக்கட் பெயர்களும் ஆங்கில மொழியில் உள்ளதாகக் கூறுகின்றனர்.[13] கி.பி. 11 ஆம் நூற்றாண்டில் தான் இம்மொழியில் தரமான இலக்கியங்கள் தோன்றின.

ஜெர்மன் மொழியின் முதல் எழுத்துச் சான்று கி.பி. 8 ஆம் நூற்றாண்டைச் சேர்ந்தது. இது முதற்கொண்டு தொடர்ச்சியாக ஜெர்மன் மொழி எழுத்துக்கள் கிடைக்கின்றன. இவை பெரும்பாலும் சமயத் தொடர்பான மொழிபெயர்ப்புகளாகவும், கவிதைகளாகவும், சில நாடோடிப் பாடல்களின் தொகுதிகளாகவுமே கிடைக்கின்றன. இவை அனைத்தும் ஒரே மாதிரியான ஜெர்மானிய மொழியில் இல்லாமல் பல்வேறு கிளை மொழிகளில் உள்ளன. கி.பி. 15 ஆம் நூற்றாண்டில் மார்ட்டின் லூதர் என்பவர் தான் இந்தக் கிளைமொழிகளை இணைத்து இலக்கியத் தளத்தில் ஒரே மாதிரியான ஜெர்மன் மொழியை உருவாக்கினார்.[14]

பிரஞ்சு மொழியின் முதல் எழுத்துச் சான்று கி.பி. 9 ஆம் நூற்றாண்டைச் சேர்ந்தது. அது படைகளும், அரசர்களும் எடுத்துக்கொண்ட ஒரு சூளுரையும் 20 வரிகளைக் கொண்ட ஒரு கவிதையும் ஆகும்.[15] ஸ்பானிய மொழியில் முதல் எழுத்து வடிவம் கி.பி. 9 ஆம் நூற்றாண்டைச் சேர்ந்த ஒரு வழிபாட்டு

---

13 சங்கத் தமிழ் 1-, முனைவர் ச. அகத்தியலிங்கம்.

14 சங்கத் தமிழ் 1-, முனைவர் ச. அகத்தியலிங்கம்.

15 இதுவுமது

உரையாகும்.[16] இவ்விரு மொழிகளிலும் மிகவும் பிற்காலத்திலேயே இலக்கியங்கள் தோன்றுகின்றன.

ஐரோப்பியரின் மற்றுமொரு முக்கியமான மொழியான ரஷ்ய மொழியின் முதல் எழுத்துச் சான்று கி.பி. 10 ஆம் நூற்றாண்டுக்குரியது.[17] ரஷ்ய மொழியில் தரமான இலக்கியங்கள் கி.பி. 15 ஆம் நூற்றாண்டுக்குப் பிறகே தோன்றின. போர்த்துக்கீஸ் மொழியோ கி.பி. 12 ஆம் நூற்றாண்டில் தான் முதல் எழுத்துருவத்தைப் பெற்றது.[18]

இன்றைய உலகின் வளர்ந்த சமூகங்களின் மொழிகள் எல்லாம் கி.பி. 7 ஆம் நூற்றாண்டிற்குப் பிறகே எழுத்து வடிவத்தைப் பெற்றுள்ளன என்பதைப் பார்த்தோம். அவையும் கூட அம்மொழிகளில் தோன்றியிருந்த சில கவிதைகள் அல்லது சுருக்கமான உரைகளேயாகும். இம்மொழிகளில் நீண்ட இலக்கியங்கள் மிகவும் பிற்காலத்திலேயே தோற்றம் கொண்டன. ஆனால் தமிழில் கி.மு. 3 ஆம் நூற்றாண்டிலிருந்து கி.பி. 5 ஆம் நூற்றாண்டிற்குள் தோன்றிய இலக்கியங்களின் எண்ணிக்கையையும் தரத்தையும் பார்த்தால் மிகவும் பிரமிப்பாகவே இருக்கும்.

உலகமொழிகளை ஆய்வு செய்து பல அரிய நூல்களை எழுதிய மொழியியல் அறிஞர் முனைவர் ச.அகத்தியலிங்கம் தனது 'சங்கத்தமிழ்' என்ற நூலில் தமிழ் மொழியின் வளத்தை வியந்து கூறுவது, பண்டைய தமிழ் இலக்கியத்தின் சிறப்பினைப் புரிந்துகொள்ள உதவும்.

"கல் தோன்றி மண் தோன்றாக் காலத்திற்கு முன்தோன்றிய முதுமொழி தமிழ் மொழி- என்ற வரிகள் நம் காதுகளிலே ஒலித்து நெஞ்சிலே நிலைத்து நீங்காது நிற்பன. இவ்வரிகளுக்கு ஏற்பவே தமிழ் மொழி பழமையும் தொன்மையும் கொண்டு பன்னெடுங் காலமாக மாறா இளமையுடனும் மங்காப் பொலிவுடனும் வாழ்ந்து வளர்ந்து வரும் மொழியாக உள்ளது. இம்மொழியின் தோற்றமும் பிறப்பும் ஆராய்ச்சிக்கு அப்பாற்பட்டதாகவே உள்ளன. இன்றைய உலக மொழியாக

---

16 இதுவுமது

17 சங்கத் தமிழ் 1-, முனைவர் ச. அகத்தியலிங்கம்.

18 இதுவுமது

விளங்கும் ஆங்கிலத்தின் தோற்றத்தைப் பற்றி அறியமுடிகிறது. அதன் பிறப்பு பற்றி ஆராயமுடிகிறது. ஆனால் தமிழ் மொழியின் தோற்றத்தினையும் பிறப்பினையும் பற்றி ஆராய்ச்சிமனம் கொண்டவர்களாலும் கூட அறியமுடிவது இல்லை. தமிழ் இலக்கியத் தோற்றம் பற்றி வேண்டுமானால் கூறலாம். சங்க இலக்கியங்கள் கி.பி.முதல் நூற்றாண்டை ஒட்டித் தோன்றின என்றோ அல்லது கி.மு. முதல் நூற்றாண்டை ஒட்டித் தோன்றின என்றோ குறிப்பிட்டுவிட்டு ஓரளவு அமைதி பெறலாம். தொல்காப்பியம் தோன்றியது கி.மு. மூன்றாம் நூற்றாண்டு என்றோ அல்லது கி.மு. ஐந்தாம் நூற்றாண்டு என்றோ கூறலாம். ஆனால் தொல்காப்பியம் போன்றதொரு சிறந்த இலக்கண நூல் உருவாகுவதற்கு முன்னால் தமிழ் இலக்கியமொழி எத்தனை அளவிற்கு வளர்ந்திருக்கவேண்டும் என்பது பற்றியோ அம்மொழி எப்போது உருவாயிற்று என்பது பற்றியோ கூறமுடிவதில்லை. இலக்கியம் கண்டு இலக்கணம் இயம்புதலே இயற்கை, இந் நிலையை வைத்து நோக்கின் தமிழ் மொழி தொல்காப்பிய காலத்திற்கு முன்னால் பரந்து பண்பட்டு மலர்ந்து வாழ்ந்திருக்கவேண்டும் என்பது ஒருதலை. வற்றாத இலக்கியங்கள் ஆயிரக்கணக்காக இருந்திராவிடினும் சிறந்த இலக்கியங்கள் ஒரு சிலவற்றையாவது கண்டு மகிழ்ந்திருக்க வேண்டும் இம்மொழி. வளமான இலக்கியங்கள் வாய்மொழி இலக்கியங்களாகவாவது வாழ்ந்து இருக்கவேண்டும். அத்தகைய இலக்கியங்களையும் பலவேறு வகைகளாகப் பிரித்து அதற்குரிய திறனாய்வுகளையும் கொண்டிருத்தல்வேண்டும். ... எனவே தான் தொல்காப்பியரால் செய்யுளியல் போன்ற இயல்களை உருவாக்கிக் கவிதைகளுக்கும் பிற இலக்கிய வகைகளுக்கும் இலக்கணம் கற்பிக்க முடிந்தது எனக் கருதலாம்."[19]

தொல்காப்பியம் உலகப் பெரும் இலக்கணங்களில் ஒன்று என்பது பிற மொழிகளில் எழுந்துள்ள இலக்கணங்களை ஆராய்கின்ற எவரும் கூறுவர்.[20]

அமெரிக்க மொழியியல் அறிஞர் ஜார்ஜ் எல். ஹார்ட் (George L. Hart), கிரேக்கம், லத்தீன், சமஸ்கிருதம், தமிழ் ஆகிய பண்டைய செம்மொழிகளில் மிகுந்த புலமையுள்ளவர்.

19 இதுவுமது

20 இதுவுமது பக்.15-14

1975 முதல் கலிஃபோர்னியா பல்கலைக்கழகத்தில் தமிழ்ப் பேராசிரியராகப் பணியாற்றுகிறார். தமிழ் மொழி பற்றிய அவரின் கருத்து அதன் சிறப்பை அறிந்துகொள்ள உதவும்.

“முதலாவதாக தமிழ் மிகவும் தொன்மை வாய்ந்த மொழி. நவீன இந்திய மொழிகளின் இலக்கியங்களை விட தமிழ் இலக்கியம் ஆயிரம் ஆண்டுகளுக்கு மேலாக முந்தியது. மிகவும் முந்திய தமிழ்க் கல்வெட்டுகளில் இருந்து பார்க்கும் பொழுது, மிகப்பழைய நூலான தொல்காப்பியத்தின் சில பகுதிகள் ஏறத்தாழ கி.மு. 200 ஆண்டு காலத்தவையாகும். தமிழின் மாபெரும் இலக்கியப் படைப்பான பத்துப்பாட்டும் எட்டுத்தொகையும் இந்த யுகத்தின் முதல் இரண்டு நூற்றாண்டுகளைச் சேர்ந்தவையாகும். அவை காளிதாசன் படைப்புகட்கு இருநூறு ஆண்டுகள் முந்தியவை. அவை இந்தியாவின் முதல் சமயச் சார்பற்ற கவிதைத் தொகுப்பாகும்.

இரண்டாவதாக தமிழ் இலக்கிய மரபு ஒன்று தான் சமஸ்கிருதத்திலிருந்து பெறப்படாது, இந்திய மண்ணுக்கு சுயமானதாகும். சமஸ்கிருதத்தின் தாக்கம் வலிமை பெறுவதற்கு முன்பு உருவானது சங்க இலக்கியம். எனவே அது சமஸ்கிருதம் மற்றும் பிற இந்திய மொழிகளின் இலக்கியங்களிலிருந்து தரத்தில் வேறுபட்டது. இதற்கென தனி யாப்பு உண்டு. தனி இலக்கண மரபு உண்டு. தனி அழகியல், நுண்கலை மரபு உண்டு; எல்லாவற்றையும் விட தனித்தன்மையுடைய, மாபெரும் இலக்கியத் தொகுப்பு உண்டு. சமஸ்கிருதத்தினின்றும் மிகவும் வேறுபட்ட இந்திய நுண்ணுணர்வுகளைத் தமிழ் இலக்கியம் பிரதிபலிக்கிறது. தனக்கென்றே உரிய வளம் நிறைந்த நுண்ணறிவு மரபைத் தன்னுள் கொண்டுள்ளது.

மூன்றாவதாக, தமிழ்ச் செவ்வியல் இலக்கியம், அதன் தரத்தில் சமஸ்கிருதம், கிரேக்கம், இலத்தீன், சீனம், பாரசீகம், அரேபியம் ஆகிய மொழிகளின் உயர்ந்த இலக்கியங்களோடு சரிசமமாக நிற்கும் தரமும் தகுதியும் உடையது. தமிழ் இலக்கியத்தின் நுட்பம், கருத்தாழம், பன்முகத்தன்மை, பொதுமை ஆகியன அதை உலகின் செம்மாந்த செவ்வியல் மரபும் செவ்வியல் இலக்கியமும் கொண்ட மொழியாக நிற்கத் துணைசெய்கின்றன. பண்டைய இந்திய இலக்கியங்களில்

கீழ்நிலையிலுள்ள பாமர மக்களைப் பற்றி விரிவாகப் பேசுவது தமிழ் இலக்கியம் மட்டுமே. திருக்குறள் அனைவரும் அறிந்த நூல்; உலகின் தலைசிறந்த நீதி இலக்கியங்களில் ஒன்று; இதுவும் தமிழில் உள்ள பலதரப்பட்ட, செவ்வியல் மரபு சார்ந்த இலக்கியப் படைப்புகளில் ஒன்றாகும் - இந்த மகத்தான இலக்கியப் படைப்பால் மானிட வாழ்க்கையில் துருவி ஆராய்ந்து பிரகாசப்படுத்தப்படாத பகுதி எதுவும் இல்லை.”

ஹார்ட்டின் முக்கியமான கருத்துகள் பின்வருமாறு:

1) இந்திய மொழி இலக்கியங்களில் தமிழ் இலக்கிய மரபு ஒன்று தான் சமஸ்கிருதத்திலிருந்து பெறப்படாது இந்திய மண்ணுக்கு சுயமானது.

2) சமஸ்கிருதத்தின் தாக்கம் வலிமை பெறுவதற்கு முன் சங்க இலக்கியம் தோன்றிவிட்டது.

3) சமஸ்கிருதத்தினின்றும் மிகவும் வேறுபட்ட இந்திய நுண்ணுணர்வுகளைத் தமிழ் இலக்கியம் பிரதிபலிக்கிறது.

இவற்றிலிருந்து சமஸ்கிருதமயமாதல் அல்லது ஆரியமயமாதல் இன்றியே தமிழ் மொழி சுயமாக வளர்ச்சி பெற்றுள்ளது என்று கொள்ளலாம்.

தோன்றிய போதே செம்மொழியாகப் பரிணமித்த தமிழ்

உலோகப் பயன்பாடு தமிழகத்தில் அறிமுகமாகும் முன் தென் தமிழகத்தில் நுண்கற்காலப் பண்பாட்டு நிலையிலும், வடக்கு மற்றும் மேற்கு தமிழகத்தில் புதிய கற்காலப் பண்பாட்டு நிலையிலும் மக்கள் வாழ்ந்துவந்தனர். இவ்விரு வகை மக்களும் மானாவாரி விவசாயத்துடன் கால்நடைகளையும் வளர்த்துவந்தனர். அதிகபட்சமாக நிலையான குடியிருப்புகளைத் தோற்றுவித்திருந்த இம்மக்களிடம் மொழி வளர்ச்சிக்கான தேவைப்பாடும் வாய்ப்பும் அதிகமில்லை. அக்காலகட்டத்தில், மிக இயல்பான நாட்டுப்புறப் பாடல்கள், வழிபாட்டுச் சடங்குகளில் பயன்படுத்திய போற்றிப் பாடல்கள், பரிவர்த்தனை வணிகத்திற்கான எளிய கணிதங்கள் போன்றவை மொழி வளர்ச்சிக்கான சிறு தேவையைக் கொடுத்திருக்கும்.

நீர்ப்பாசன விவசாயம் தோன்றிய பின்பு தான் உணவு உற்பத்தி அதிகரித்து, உபரி கிடைக்கத் தொடங்குகிறது. இதன் விளைவாக உடைமைக் குடிகளும் தொழில் சார்ந்த குடிகளும் தோன்றி ஏற்றத்தாழ்வான சமூகச்சூழல் பரிணமிக்கிறது. உடைமைச் சமூகத்தினருக்கு அதிக ஓய்வு நேரம் கிடைத்த இச்சூழல் கலை, இலக்கியம் போன்ற துறைகள் வளர்வதற்கு உந்துதலைக் கொடுத்தது. நீர்ப்பாசன விவசாய நாகரிகத்திலும் கூட மொழி வளர்ச்சி என்பது பல கட்டங்களைக் கொண்டதாகும். மொழி வளர்ச்சியில் எழுத்தின் தோற்றம் மிக முக்கியமான பங்காற்றுகிறது. எழுத்தின் பரிணாமம் பல வளர்ச்சிக் கட்டங்களைக் கொண்டது.

விவசாய நாகரிகத்தின் பன்முகத்தன்மை வளர வளர மொழியும் புதிய வளர்ச்சி நிலைகளைப் பெற்றது. மொழி வளர்ச்சிக்கு ஈடுகொடுத்து எழுத்தும் ஒவ்வொரு கட்டமாக வளர்ந்து ஒரு எழுத்துக்கு ஒரு உச்சரிப்பு என்ற இன்றைய நெடுங்கணக்கு (Alphabet) முறையை அடைந்தது. இம்முறையில் அமைந்த எழுத்துக்கள் தோன்றிய பிறகும் உடனடியாக மொழி செவ்வியல் தன்மையை அடைந்துவிடவில்லை. சமூகத்தின் பொருளியல் உற்பத்தி மேலும் வளர்ச்சி அடைந்து, அறிவியல், தத்துவம், அரசியல் போன்ற துறைகளும் மிகப்பெரிய வளர்ச்சியைப் பெற்று பரந்துபட்ட மக்களிடம் பரவிய சூழலிலேயே செவ்வியல் இலக்கியங்கள் தோன்றுகின்றன. உலக அளவில் கி.மு.600 க்குப் பிறகே இத்தகைய சூழல் தோன்றி பலதுறை மக்களும் இலக்கியங்கள் படைப்பதிலும் அவற்றை நுகர்வதிலும் ஈடுபட்டனர்; இதன் தொடர்ச்சியாக புதிய இலக்கண மரபுகள் தோன்றி செவ்வியல் மொழிகள் பரிணமித்தன. செவ்வியல் இலக்கியங்கள் தோன்றுவதற்கு சமூகத்தில் இலக்கிய வாசிப்பு அதிகரித்திருக்க வேண்டும் என்பதையும் நாம் கவனத்தில் கொள்ளவேண்டும்.

மேற்காசிய சமூகத்தில் நிகழ்ந்த எழுத்தின் பரிணாம வளர்ச்சியைக் கொண்டு, ஒரு மொழி செம்மொழி நிலையை அடைவதற்கு அதன் வளர்ச்சியினூடே எவ்வளவு நீண்டகாலம் நீர்ப்பாசன விவசாய நாகரிகத்தைக் கடக்கவேண்டிய தேவை இருந்தது என்பதை நாம் அறியலாம்.

எழுத்துப் பரிணமிப்பின் தொடக்கம் ஓவிய (சித்திர) எழுத்தாகும். கருத்தை ஓவியங்களின் மூலம் தெரிவிப்பது இவ்வெழுத்து முறையாகும். வேட்டையாடியாக மனிதன் வாழ்ந்த நிலையிலேயே தோன்றிவிட்ட இம்முறை புதிய கற்கால நாகரிகமாகிய மானாவாரி விவசாயக் கட்டம் வரை தொடர்கிறது. உலகின் அனைத்து இனக்குழுக்களிடமும் இம்முறையைக் காணமுடியும். இதன் பின் குறியீடுகள் தோன்றின. நீர்ப்பாசன விவசாய நாகரிகம் தோன்றி நிலைபெற்றிருந்த பல பண்பாடுகளில் குறியீடுகளைக் காண்கிறோம். உலகின் முதல் நீர்ப்பாசன விவசாயம் கி.மு.5500 வாக்கில் மேற்காசியாவில் ஈரானிலும் அதைத் தொடர்ந்து ஈராக்கிலும் தோன்றுகிறது. இதன் தொடர்ச்சியாக ஈராக் பகுதியில் பரிணமித்த சுமேரியர்கள் கி.மு. 3500 வாக்கில் குறியீடுகளை உலகளவில் முதலில் பயன்படுத்தத் தொடங்கினர்.

நீர்ப்பாசன விவசாயம் தோன்றிய கி.மு. 5500 லிருந்து 2000 ஆண்டுகள் கடந்த பின்னரே சுமேரியர்கள் குறியீடுகளைப் பயன்படுத்தும் அளவிற்கான சமூக வளர்ச்சியை அடைந்தனர். இக்காலகட்டத்தில் சுமேரியரிடம் நகர அரசுகள் தோன்றியிருந்தன. இதன்பின் நிலப்பிரபுத்துவ அரசுகள் தோன்றியிருந்த கி.மு. 2700 இல் சுமேரியரிடம் ஆப்பெழுத்து (Cuneiform) எனப்படும் ஒரு வகையான எழுத்துமுறை தோன்றியது. இன்று நாம் பயன்படுத்தும் நெடுங்கணக்கு முறைக்கும் குறியீடுகளுக்கும் இடைப்பட்ட ஒன்றாக ஆப்பெழுத்தைக் கூறலாம். சுமேரிய மொழியில் முதலில் தோன்றிய இவ்வெழுத்து முறை மிக விரைவில் மேற்காசிய மொழிகள் பலவற்றால் பயன்படுத்தப்பட்டது. இதன் பின்னரும் சுமேரிய மொழியில் செவ்வியல் இலக்கியங்கள் தோன்றவில்லை.

கி.மு. 1700 வாக்கில் இன்றைய இஸ்ரேல், ஜோர்டான் பகுதிகள் இணைந்த அன்றைய பாலஸ்தீனத்தில் வணிக அரசுகளின் கூட்டமைப்பாக கானான் என்ற நாடு புதிதாகத் தோன்றியது. கானான் நாட்டு வணிக அரசுகளின் அறிஞர்கள் தான் உலகின் முதல் நெடுங்கணக்கு முறையை உருவாக்கினர். பாலஸ்தீனப் பகுதி தொடக்கத்திலிருந்தே சுமேரிய உலகின் ஓர் அங்கமாக இருந்து பின்னர் தனி நாடாக மாறியதால் அதனையும்

சுமேரிய நாகரிகத்தின் தொடர்ச்சியாகவே கொள்ளவேண்டும். கி.மு. 5500 லேயே நீர்ப்பாசன விவசாய நாகரிகத்தைப் படைத்து, மொழி வளர்ச்சியில் பல படிநிலைகளைக் கடந்து கி.மு. 1700 இல் நெடுங்கணக்கு முறையையும் தோற்றுவித்திருந்த மேற்காசியாவில், கி.மு. 1000 வரை எந்த ஒரு மொழியிலும் செவ்வியல் இலக்கியங்கள் தோன்றிவிடவில்லை. மேற்காசியச் சமூகம் அதன் நீண்ட நாகரிக வாழ்க்கைப் பயணத்தில், கி.மு. 1500 வாக்கில் இரும்பு உலோகத்தைப் பயன்படுத்தத் தொடங்கியது[21]. கி.மு. 1000 இல் மேற்காசியா முழுவதற்கும் அதனுடன் நெருங்கிய வணிகத் தொடர்புகொண்டிருந்த கிரேக்கம் போன்ற பகுதிகளுக்கும் இரும்பின் பயன்பாடு பரவியது.

இரும்புப் பயன்பாடு அறியப்படும் முன் செம்பு உலோகத்தையே விவசாயத்திற்குப் பயன்படுத்திவந்தனர். செம்பு அரிதாகக் கிடைத்ததாலும், அதிக வலுவின்றி இருந்ததாலும் காடுகளை அழித்து விவசாய விரிவாக்கத்தை மேற்கொள்வதற்கு அதனை அதிகம் பயன்படுத்த முடியவில்லை. இரும்பு கடினமாக இருந்ததுடன் ஒப்பீட்டளவில் மிக அதிகமாகவும் கிடைத்ததால் அதிக அளவில் விவசாயத்திற்குப் பயன்பட்டது. இதன் விளைவாகக் காடழித்து நாடாக்கும் பணி புதிய வேகமெடுத்து விவசாய விரிவாக்கம் பெருமளவில் நடைபெற்றது; சமூகத்தின் உபரி தானிய உற்பத்தி பன்மடங்காக உயர்ந்தது. உபரி உற்பத்தியின் அபரிமிதமான வளர்ச்சி, அனைத்து வகையான அறிவியல் துறைகளிலும் மக்கள் அதிக எண்ணிக்கையில் ஈடுபடுவதற்கான உந்துதலைக் கொடுத்தது. அறிவியல் துறைகளில் ஏற்பட்ட வளர்ச்சி, மனிதன் உலக வாழ்க்கையைப் புதிய வழியில் புரிந்துகொள்ள முயற்சிக்கும்

21 இரும்பை அதன் தாதுவிலிருந்து உருக்கி பிரித்தெடுக்கும் தொழில்நுட்பத்தை ஹிட்டைட் அரசினரே முதலில் கண்டுபிடித்ததாக பெரும்பாலான தொல்ஆய்வாளர்கள் கருதுகின்றனர். ஆனால் தென்னிந்தியாவில் கி.மு. 1500 க்கு முன்பே இரும்பு உருக்கும் தொழில்நுட்பம் இருந்ததற்கான சான்றுகள் சில இப்போது கிடைத்துள்ளன. ஆய்வுலகம் ஏற்றுக்கொண்ட தரவுகளை அதிகம் சார்ந்து இந்நூல் எழுதப்பட்டதால் தென்னிந்திய மூலத்தை இந்நூலில் கணக்கில் கொள்ளவில்லை. இரும்பு உருக்கும் தொழில்நுட்பம் உலக அளவில் தமிழரால் முதலில் கண்டுபிடிக்கப்பட்டது என்பது வருங்கால ஆய்வுகளால் உறுதிசெய்யப்பட வாய்ப்புள்ளது.

தத்துவ மரபுகளைத் தோற்றுவித்தது. அறிவியல் வளர்ச்சியும் தத்துவச் சிந்தனையும் தோன்றிய இச்சூழலில் மனிதனுடைய கற்பனை வளமும் பரந்து விரிந்தது. மனிதனுடைய சிந்தனையில் ஏற்பட்ட இவ்வளர்ச்சி அக்காலகட்டத்தில் படைக்கப்பட்ட இலக்கியங்களிலும் பிரதிபலித்து செவ்வியல் இலக்கியங்கள் தோன்றின.

உலகின் செம்மொழிகளாக அங்கீகரிக்கப்பட்டுள்ள கிரேக்கம், லத்தீன், ஹீப்ரு, அரேபியம், சீனம், சமஸ்கிருதம் ஆகிய அனைத்து மொழிகளும் இரும்புப் பயன்பாட்டிற்குப் பின்னரே செம்மொழிகளாகப் பரிணமித்தன. இம்மொழிகளில் கி.மு. 600 க்குப் பிறகே தனிப் புலவர்கள் இயற்றிய சமயம் சாராத கவிதைகளும் மொழிக்கான இலக்கணங்களும் தோன்றுகின்றன. உபரி உற்பத்தியைக் கொண்ட நீர்ப்பாசன விவசாய நாகரிகத்தில் சில ஆயிரம் ஆண்டுகள் வரை வாழ்ந்த பின்னரே, இந்நாகரிகங்கள் தொடர்பான மக்களின் மொழிகள் செம்மொழிகளாகப் பரிணமித்துள்ளன. கி.மு. 600 வாக்கில் இந்தியா, சீனா, கிரேக்கம் போன்ற நாடுகளில் தோன்றிய தத்துவச் சிந்தனைகள் இத்தகைய பொருளியல் பின்புலத்திலேயே நடைபெற்றன. ஒரு வகையில் இரும்பின் பயன்பாடே இதை சாத்தியமாக்கியது எனலாம்.

தமிழ்நாட்டிலோ உலோகப் பயன்பாடும் அதன் அடிப்படையில் தோன்றிய நீர்ப்பாசன விவசாயமும் கி.மு. 6 ஆம் நூற்றாண்டிற்குப் பிறகே தமிழகம் முழுவதும் பரவியுள்ளது. ஆனால் நெடுங்கணக்கு முறையில் அமைந்த தமிழ் எழுத்துக் குறிப்புகள் கி.மு. 6 ஆம் நூற்றாண்டிலிருந்தே பானை ஓடுகளிலும் பாறைக் கல்வெட்டுகளிலும் முத்திரை மோதிரங்களிலும் நடுகற்களிலும் கிடைக்கின்றன. கி.மு. 3 ஆம் நூற்றாண்டிலேயே மிகப்பெரும் எண்ணிக்கையிலான சங்கப் பாடல்களும் தமிழ் மொழிக்கென்று ஓர் இலக்கண நூலும் இயற்றப்பட்டுவிட்டன. நீர்ப்பாசன விவசாய நாகரிகம் தோன்றி ஒரு சில நூற்றாண்டிற்குள்ளாகவே அப்பண்பாடு தொடர்பான மக்களின் மொழியில் எண்ணற்ற செவ்வியல் இலக்கியங்களும் உலகின் பிற செவ்வியல் மொழிகளில் இல்லாத தனித்தன்மை வாய்ந்த மரபுகளையுடைய இலக்கண நூலும் தோன்றியது மிகப்பெரும் அற்புதமேயாகும்.

நீர்ப்பாசன விவசாயம் தோன்றிய மிகக் குறுகிய காலத்தில் தமிழ் மொழி செவ்வியல் மொழியாகப் பரிணமித்ததற்கு வடமொழி ஆர்வலர்களும் தமிழ் ஆர்வலர்களும் தங்கள் நோக்கத்திற்கு ஏற்றவாறு விளக்கம் அளிக்கின்றனர். வடமொழி ஆர்வலர்கள் ஆரியமயமாதல் மூலம் தமிழ் மொழியும் பண்பாடும் வளர்ந்ததாகக் கதைகட்டுகின்றனர். ஆரிய இனக்குழுக்கள் இந்தியாவிற்குப் பஞ்சம் பிழைப்பதற்காகக் குடியேறி சிறிதுசிறிதாக ஆளுமை செய்யும் நிலைக்கு முன்னேறிய கூட்டங்களாவர். ‘ரிக் வேத’ காலத்தில் ஆரிய இனக்குழுக்கள் குறிப்பிட்டுக் கூறும்படி ஒரு சிறு ஊரைக் கூட உருவாக்கியிருக்கவில்லை. ரிக் வேத போற்றிப் பாடல்களில் ஆரிய இனக்குழுக்களின் ஒரு ஊர்ப் பெயர் கூட இடம்பெறவில்லை என்பதிலிருந்து இவ்வாறு கூறமுடிகிறது. இவ்வாறு பஞ்சம்பிழைக்க வந்த இனக்குழுக்கள் இந்தியாவில் வளர்ந்த பண்பாட்டு நிலையில் வாழ்ந்த மக்களுக்கு தலைமையேற்று வழிநடத்தினர் என்பது எள்ளலுக்குரிய கூற்றாகும்.

ஆரியமயமாதலுக்கு எதிராகத் தமிழ் ஆர்வலர்கள் கடல் கொண்ட குமரிக்கண்டக் கோட்பாடு என்ற வரலாற்றுப் புதினத்தை எழுதி அதைத் தொன்மமாக்கும் முயற்சியில் இறங்கிவிட்டனர். குமரிக்கண்டக் கோட்பாடு என்பது பண்டைய தமிழ் இலக்கியங்கள் கூறும் கடல் கொண்ட தென்னாடு பற்றிய பதிவுகளையும் இறையனார் அகப்பொருள் உரையில் நக்கீரர் அறிமுகப்படுத்திய தமிழ்ச் சங்கங்கள் பற்றிய தொன்மத்தையும் ஐரோப்பிய போலி விஞ்ஞானிகள் முன்வைத்த கற்பனை ‘லெமூரிய கண்டம்’ கருதுகோளையும் இணைத்து உருவாக்கப்பட்ட ஒரு வரலாற்றுப் புதினமாகும். தமிழ் ஆர்வலர்கள் இதனையே தமிழ்ச்சமூக வரலாறு எனக் கூறவும் தலைப்பட்டுவிட்டனர்.

தமிழ் வளர்த்த முச்சங்கங்கள் தொடர்பான தொன்மம் உண்மையில் சங்க கால தமிழ் மொழியின் செழுமைக்கு விடை கூறுவதாக இருக்கமுடியும்; ஆனால் குமரிக்கண்டக் கருதுகோள் அறிவியலுக்குப் புறம்பானது என்பதை புவியியல் அறிஞர்கள் தெளிவுபடுத்தியுள்ளனர். தங்கள் போட்டியாளர்களான

பிராமணர் தமிழ்ச்சமூகத்திற்கும் இந்தியச் சமூகத்திற்கும் அந்நியமானவர் எனக் காட்டுவதற்காக ஆரியர் இந்தியாவிற்கு வெளியிலிருந்து குடியேறிய மக்கள் என்ற தரவை தமிழ் ஆர்வலர்கள் வலுவாகப் பிடித்துக்கொண்டனர். அறிவியல்பூர்வ ஆய்வுகள், ஒட்டுமொத்த தமிழ்ச் சமூகமுமே குடியேற்ற மக்கள் தான் என்பதற்கான சான்றுகளைத் தரும் போது இவர்களால் அதனை ஏற்க முடியவில்லை. தமிழ் ஆர்வலர்களது கோட்பாட்டின் முக்கிய அம்சங்கள் வருமாறு:-

அ) திராவிடர்களே இந்தியாவின் பூர்வகுடிகள்; ஆரியர் இந்தியாவிற்கு வெளியிலிருந்து குடியேறியவர்கள்; தங்களை ஆரியருடன் அடையாளம் காட்டிக்கொள்ளும் பிராமணர்கள் இந்திய நாட்டிற்கும் தமிழ்ச் சமூகத்திற்கும் அந்நியர்.

ஆ) திராவிட மொழிகளுள் தமிழ் உயர்தனிச் செம்மொழியாகும். தமிழ் மொழியைத் தாயாகக் கொண்டு உலக மொழிகள் அனைத்தும் பிறந்துள்ளன.

இ) தமிழரின் பூர்விகம் இந்துமாக்கடலில் மூழ்கிப்போன குமரிக் கண்டம். இங்கு 20 ஆயிரம் ஆண்டுகளுக்கு முன்பே தமிழர்கள் சிறந்த நாகரிகத்தைப் படைத்திருந்தனர். குமரிக்கண்டம் கடல் கோள்களால் கடலுக்குள் அமிழ்ந்துபோன பின் தமிழர்கள் இன்றைய தமிழகத்தில் குடியேறினர்.

ஈ) உலகின் சிறந்த நாகரிகம் தமிழர் நாகரிகமே. இதனைத் தோற்றுவித்தது தமிழ்ச் சமூகத்தின் உயர் சாதியினராகிய வேளாளர்களே; சங்ககால தமிழ்ச் சமூகத்தின் பதினெண்குடி வேளிரும், மூவேந்தரும் வேளாளரேயாவர்; தமிழர் நாகரிகம் வடவரின் நாகரிகத்திலிருந்து முற்றிலும் வேறுபட்டது; வட இந்தியாவில் காணப்படும் சாதியப் பிரிவினைகள் திராவிட (தமிழ்) நாகரிகத்திற்குரியது இல்லை; வட ஆரியப் பார்ப்பனரே தமிழ்ச் சமூகத்தில் சாதியைப் புகுத்தினர். [இக்கருத்து, ஆரியமயக் கோட்பாட்டைப் பகுதியளவுக்கு உள்ளார்ந்து அங்கீகரிப்பதாகும்]

குமரிக்கண்டத்தில் மிக வளர்ந்த நாகரிகத்தில் வாழ்ந்த தமிழர் இந்திய மக்களை மட்டுமல்லாமல் உலக மக்களினம் முழுமையையும் நாகரிகப்படுத்தினர் என்று நிறுவுவதற்கு தமிழ்

ஆர்வலர்கள் முயற்சி செய்தனர். இந்த முயற்சியினூடே வேளாளரே தமிழரில் தலைமைப் பாத்திரம் வகித்தனர் என்ற தோற்றத்தையும் ஏற்படுத்திக்கொண்டனர். மறைமலை அடிகள், கனகசபை பிள்ளை போன்ற வேளாள ஆய்வாளர்கள் இம்முயற்சியில் முன்னிலையில் இருந்தனர். அரசியல் காரணத்திற்காக வரலாற்றைச் சிறிது திரித்து எழுத முற்படும் போது அதில் முன்னிலைப் பாத்திரம் வகித்தவர்கள் தங்கள் சொந்த நலன்களையும் உயர்த்திப் பிடித்த இத்தகைய செயல்பாடுகள் இந்திய சாதிச் சமூகத்திற்கு இயல்பானதே.

பின்-வேத காலத்திலிருந்து இந்தியப் பண்பாட்டுருவாக்கத்தில் தமிழரே முன்னணிப் பாத்திரம் வகித்தனர் என்ற தமிழ் ஆர்வலர்களின் கருத்தில் நாமும் உடன்படுகிறோம். மறைமலை அடிகள் வட இந்தியாவில் கி.மு. 1000 க்குப் பிறகு தோன்றிய பின் வேத காலச் சமூக மாற்றத்தில் தமிழரே தலைமைப் பாத்திரம் வகித்தனர்[22] என்று சரியாகவே குறிப்பிடுகிறார். தத்துவ அறிவில் சிறந்து விளங்கிய ஜனகன், அஜாதசத்ரு, பிரவாகன ஜைவலி, அசுவதி, கைகேயன் முதலிய வட அரசர்களைத் தமிழ் அரசர்கள் என்றே அவர் குறிப்பிடுகிறார். பிராகிருத மொழிக்குரிய இந்த அரசர்களைத் தமிழர் எனக் கூறுவது ஏற்புடையது அல்ல. மாறாக வட இந்தியாவில் நிலைபெற்றிருந்த தமிழ் வணிக அரசுகளின் துணைக்குடிகளாகயிருந்து இவ்வரசர்கள் சார்ந்த குலங்கள் தன்னிச்சையான அரசுகளாக உருவெடுத்தன எனக் கூறுவது பொருத்தமாக இருக்கும்.[23]

கி.மு. 1200 லிருந்தே வட இந்தியாவில் குடியேறத் தொடங்கிவிட்ட கருப்பு-சிவப்பு மட்பாண்டப் பெருங்கற்கல்லறைப் பண்பாட்டுக்குரிய வணிக அரசுகளே பின்-வேத காலத்திலிருந்து இந்தியப் பண்பட்டுருவாக்கத்தில் தலைமைப் பாத்திரம் வகித்தனர் என்பதையும் இவ்வணிக அரசுகள் தமிழருடன் தொடர்புடையது என்பதையும் இந்நூலில் விரிவாகப் பார்க்கவுள்ளோம். ஆரியமயமாதல் கோட்பாடு முற்றிலும் தவறு என்று தெளிவாகக் காட்டுவதற்கு முன்பு,

22 மறைமலை அடிகள், வேளாளார் நாகரிகம்

23 துணைக்குடிகளின் தோற்றம் பற்றி விரிவாக “தமிழரைத் தேடி....” இரண்டாம் பாகத்தில் பார்ப்போம்

தமிழ் ஆர்வலர்களின் குமரிக்கண்ட கோட்பாடு தவறு என்பதையும் நாம் உறுதிசெய்துகொள்ள வேண்டும். அறிவியலுக்கு முற்றிலும் புறம்பான இக்கோட்பாட்டின் புனைவுகளை உலக அளவில் வரலாற்றாய்வுலகத்தினர் மிகவும் ஏளனத்துடனே பார்க்கின்றனர். இது மிகப் பெரிய அளவிற்குத் தமிழ்ச் சமூக வரலாற்றாய்வைப் பாதித்துள்ளது.

இன்றைய சூழலில் முனைவர் ர.பூங்குன்றன், பேரா.கா. ராஜன், முனைவர் தி.சுப்பிரமணியன், முனைவர் இராசு. பவுன்துரை, முனைவர் ராசவேலு, முனைவர் ஆ. பத்மாவதி, எஸ். ராமச்சந்திரன், வெ. வேதாசலம் போன்ற அறிஞர்கள் தொல்லியல் சான்றுகளைக் கொண்டு தமிழ்ச் சமூக வரலாற்றை ஆழமாக ஆய்வு செய்து வருகின்றனர். 'தமிழி' (தமிழ் பிராமி) எழுத்துக்களின் காலம் கி.மு. 500 வரை இருக்கலாம் என்பதைத் தமிழி எழுத்துப் பொறிப்புடன் கூடிய மட்பாண்டங்களில் கிடைத்த தானிய எச்சங்களின் C_{14} காலக்கணிப்பின் மூலம் உறுதிசெய்துள்ளனர். தமிழி எழுத்துக்கள், வட பிராமி எழுத்துக்களுக்கு முற்பட்டது என்பதை "வரலாறு" ஆய்விதழில் இடம் பெற்றுள்ள *"தமிழ் எழுத்துக்களின் தோற்றமும் வளர்ச்சியும்"* என்ற தனது கட்டுரையில் முனைவர் ராஜவேலு சிறப்பாக நிறுவியுள்ளார். தமிழ் ஆய்வாளர்கள் முன்வைக்கும் இத்தகைய அறிவியல்பூர்வமான தரவுகளைப் பரிசீலிப்பதற்குக் கூட வட இந்திய ஆய்வாளர்கள் முன்வருவதில்லை; வட இந்திய மார்க்சிய ஆய்வாளர்களும் இதில் அடங்குவர். இதற்குக் காரணம், 20 ஆயிரம் ஆண்டுகளுக்கு முன்பே தமிழ் மொழியில் செவ்வியல் இலக்கியங்கள் தோன்றிவிட்டன என்று தமிழகத்தில் ஒரு கூட்டம் வேடிக்கை செய்து கொண்டிருப்பது தான்.

தமிழ்ச் சமூக வரலாற்றை இந்த அளவிற்குப் பாதிப்படையச் செய்து வரும் புவியியல் சார்ந்த இக்கோட்பாடு தவறு என்பதை நில அமைப்பியல் வல்லுநர் (Geologist) சு.கி.ஜெயகரன் தனது 'குமரி நில நீட்சி' என்ற நூலில் தெளிவாக நிறுவியுள்ளார். குமரிக்கண்டக் கோட்பாடு தவறு என்றாலே தமிழ் ஆர்வலர்களிடம் தமிழ் மொழி மிகக்குறுகிய காலத்தில் செம்மொழியாக பரிணமித்ததற்கு விளக்கம் இல்லை என்றாகிறது. இப்போது தமிழ் ஆர்வலர்களும் பகுதி அளவிற்கு ஏற்றுக்கொண்ட ஆரியமயக் கோட்பாடே எஞ்சி நிற்கிறது.

ஆரிய (அல்லது) ஐரோப்பிய மாயை ஆரிய இனக்கோட்பாடு தோன்றிய வரலாறு

இந்து மதத்தின் மிகப் பழமையான நூல்களாகக் கருதப்படும் வேதங்களின் மொழி முன்னிலை - சமஸ்கிருதமாகும். வேதங்களுக்குப் பிறகு பிராமணங்கள், உபநிஷதங்கள், தர்மசாஸ்திரங்கள், புராணங்கள், இதிகாசங்கள் என சமயம் சார்ந்த இலக்கியங்கள் மிக அதிகமாக சமஸ்கிருத மொழியில் தோன்றின. மொத்தத்தில் இந்தியாவின் பழைமையான இலக்கியங்களில் பெரும்பாலானவை சமஸ்கிருத மொழியிலேயே உள்ளன. இந்தியாவில் குடியேறிய சிறிது காலத்தில் இந்தியாவைத் தங்கள் காலனி நாடாக மாற்ற விரும்பிய ஐரோப்பியர்கள், இதைச் செயல்படுத்துவதற்காக இந்திய மக்களின் பண்பாட்டுக் கூறுகளைத் தெரிந்துகொள்ள வேண்டிய தேவையின் பொருட்டு, அதன் ஒரு பகுதியாக சமஸ்கிருத மொழியின் பண்டைய இலக்கியங்களை விருப்பமுடன் கற்றனர். இந்த முயற்சியினூடே, சமஸ்கிருத மொழிக்கும் கிரேக்கம், லத்தின் போன்ற பண்டைய ஐரோப்பியச் செவ்வியல் மொழிகளுக்கும் பல ஒப்புமைகள் இருப்பதைத் தெரிந்துகொண்டனர்.

இத்தாலியின் ஃபிலிப்போ சஸ்ஸட்டி (Filippo Sassetti) என்ற வணிகர் கி.பி.1583 லிருந்து 1588 வரை கோவாவில் தங்கியிருந்த போது சமஸ்கிருத மொழிக்கும் ஐரோப்பாவின் முதன்மையான மொழிகளுக்கும் உறுதியாகக் கூறத்தக்க ஒப்புமைகள் இருப்பதை முதன்முதலில் தெரிவித்தார்.[24]

1786 ஆம் ஆண்டு கொல்கத்தாவில் நடைபெற்ற ஆசியவியல் சங்கத்தின் (Asiatic Society) இந்துக்கள் பற்றிய மூன்றாவது வருடாந்தர மாநாட்டில் சர்வில்லியம் ஜோன்ஸ் (Sir William Jones) விரிவுரையாற்றினார். இவ்வுரை 1788 ஆம் ஆண்டு ஆசியவியல் ஆய்வுகள் (Asiatic Researches) என்று வெளியிடப்பட்ட மாநாட்டு மலரில் இடம்பெற்றிருந்தது. இவ்வுரையின் முடிவில் சமஸ்கிருதம், கிரேக்கம், லத்தின், கோத்திக், கெல்டிக், பழைய பாரசீகம் ஆகியவற்றை இந்தோ-ஐரோப்பிய மொழிகள் என்று அழைப்பது பொருத்தமாக இருக்கும் என்றும் இம்மொழிகள் எல்லாம் பெயர் அறியப்படாத

24 *The History and Culture of the people, vol. 1, The Vedic Age, Gen. ed. R.C. Majumdar, pg.* 205

ஒரு மூல மொழியிலிருந்து தோன்றியிருக்கலாம் என்றும் அவர் கூறியிருந்தார். இவ்வரிகள், மொழியியலில் மிகப் பெரிய முன்னேற்றத்தை ஏற்படுத்தின என்பது மொழியியலாளர்களின் கருத்தாகும். பைபிளில் கூறப்படும் நோவா கதையுடன் தொடர்புடைய பெருவெள்ள அழிவைச் சந்தித்த ஒரு மத்திய தேசத்திலிருந்து இம்மொழிகளைப் பேசிய மக்களெல்லாம் பிரிந்துசென்றிருக்க வேண்டும் என்றும் இம்மத்திய தேசம் ஈரானாக இருக்கலாம் என்றும் வில்லியம் ஜோன்ஸ் கருதினார்.[25]

ஜோன்ஸின் கருத்தை ச்லெகெல் (Schlegel), ஃப்ரான்ஸ் பாப் (Frans Bopp) போன்ற ஆய்வாளர்கள் முறையான கூறாய்வுகள் மூலம் உறுதிசெய்தனர். இதன் பிறகு சமஸ்கிருத இலக்கியங்களைக் கற்பதில் ஐரோப்பிய அறிஞர்களிடையே மிகப்பெரிய ஆர்வம் ஏற்பட்டது. வேதமொழியையும் பாரசீகத்தின் ஜெண்ட் அவெஸ்தா எழுதப்பட்ட மொழியையும் ஒப்பிட்டனர்; கிரேக்க கடவுளர்களுக்கும் இந்து கடவுளர்களுக்குமான ஒப்புமைகள் ஆராயப்பட்டன; வேதங்களும் ஜெண்ட் அவெஸ்தாவும் மக்களைக் குறிக்கப் பயன்படுத்திய 'ஆர்ய' என்ற சொல் ஒட்டுமொத்த இந்தோ-ஐரோப்பிய மொழிகளைப் பேசிய மக்களைக் குறிப்பதாக முடிவுக்கு வந்தனர். இந்திய நாகரிகத்தைத் தோற்றுவித்தது ஐரோப்பிய இனத்தைச் சேர்ந்த ஆரியர்களே என்று நிறுவும் அவசரம் ஐரோப்பிய ஆய்வாளர்களிடையே அன்று நிலவியது.

ஆரிய இனத்தின் பூர்விகம் இந்தியாவாக இருக்கலாம் என்ற கருத்தாக்கம் பாட் (Pott) என்ற அறிஞரால் முவைக்கப்பட்டு பிக்டெட் (Pictet) என்ற அறிஞரால் மிக விரிவான விளக்கங்கள் கொடுக்கப்பட்டது. சமஸ்கிருத இலக்கியங்களில் மிக அதிகமான ஆய்வுகளை மேற்கொண்ட மாக்ஸ்முல்லர் (Max Muller1859-) மத்திய ஆசியாவின் சமர்கண்ட் பகுதியை ஆரியரின் பூர்விகம் என்றார். இக்கருதுகோளுக்கு தொடக்கத்தில் அதிக ஆதரவு இருந்தது. ஆனால் பிற்காலத்திய ஆய்வாளர்கள் ஆரியரின் பூர்விகம் ஐரோப்பாவின் பாண்டிக் புல்வெளிப் பகுதி என்பதை உறுதிப்படுத்தியுள்ளனர். ஆரியரின் பூர்விகத்தைத் தேடும்

---

25 *Thomas R. Trautman; The Aryan Debate: Indo-European, Sir William Jones; page3-*

முயற்சியினூடே பல ஐரோப்பிய ஆய்வாளர்கள் ஆரியர் என்ற இனம் மனிதகுலத்தின் பிற இனங்களிலிருந்து மாறுபட்டுத் தனித்துப் பரிணமித்த தனிச்சிறப்பு மிக்க ஓர் இனம் என்ற கருத்தைப் பரப்பிவந்தனர்.

அன்றைய நிலையில் உலகின் பெரும்பான்மையான நாடுகளில் ஐரோப்பியர் தங்கள் காலனியாதிக்கத்தை நிலைநிறுத்தி இருந்தனர். இதனைக்கொண்டு ஐரோப்பியரே ஆளப்பிறந்தவர் என்பதாக ஒரு கற்பிதம் ஐரோப்பியரிடையே பரவத் தொடங்கியது. நாகரிகத்தின் தொட்டில்கள் என்றும் பழைய உலகம் என்றும் கூறப்படும் மேற்காசியா, எகிப்து, சீனா, இந்தியா, போன்ற பகுதிகளில் தோன்றிய பண்டைய நாகரிகங்களை ஐரோப்பியருடன் தொடர்புபடுத்த முடியாமல் போனது ஐரோப்பிய ஆர்வலர்களுக்கு மிகப்பெரும் ஏமாற்றமாகவே இருந்தது எனலாம்.

இந்திய மக்களை நாகரிகப்படுத்தியது ஆரியர் என்ற ஐரோப்பிய இன மக்கள் என்பதாக ஆய்வுகள் வெளிவரத் தொடங்கிய போது ஐரோப்பியர் அதனை அதிக பரிசீலனையின்றி வேகவேகமாகப் பரப்பினர். தங்கள் இனமக்களின் மொழியாக சமஸ்கிருதத்தைக் கருதிய பின் அம்மொழியையும் பிராமணரையும் ஐரோப்பியர்கள் கொண்டாடியதை அறிந்துகொள்வதற்கு மாக்ஸ் முல்லரின் கீழ்க்காணும் குறிப்புகள்[26] பயன்படும்.

“ஐரோப்பா முழுவதையும் நாகரிகப்படுத்தியிருந்த இந்தோ-ஐரோப்பிய, அல்லது ஆரியக் குடும்பத்தைச் சேர்ந்தவர்களே இந்தியப் பிராமணர்கள்”

“தன் உடன்பிறந்தோர் எல்லாம் மேற்குத்திசை நோக்கிப் பிரிந்து செல்வதைப் பார்த்துக்கொண்டிருந்த இந்து, தெற்கு நோக்கியும், கிழக்கு நோக்கியும் புதிய ஓர் உலகினைத் தேடி இந்தப் பொதுவான நாட்டை விட்டுப் பிரிந்து சென்றிடத் தலைப்பட்டான்”

“அயலவனைப் போல் தோன்றுகிற கிரீக்கனிடமும் ஜெர்மனியனிடமும் இந்தியனிடமும் நாம் சூளுரைக்கிறோம் - கிரீக், ஜெர்மன், மற்றும் இந்தியன் ஆகிய எந்த மொழியில்

---

26 ஆரியர் வரலாறு, பாகம் 1, சோதிப் பிரகாசம்

அவன் பதில் உரைத்தாலும் சரி - நம்மில் ஒருவனாக அவனை நாம் அடையாளம் காண்கிறோம் என்று. இதனை வரலாற்றாளன் மறுக்கலாம்; உளவியலாளன் ஐயுறலாம்; கவிஞன் ஏளனம் செய்யலாம்; ஆனால் மொழி தருகின்ற ஆதாரங்களின் முன்னால் இவர்கள் தலைதாழ்த்தியே ஆகவேண்டும்"

இந்தோ-ஐரோப்பிய மொழிக்குரியவர் என்ற பொதுக்கூறைக் கொண்டு இந்தியாவின் பெரும்பான்மையாக உள்ள மக்கள் கூட்டத்தைத் தங்கள் இனத்தவராக ஐரோப்பியரான மாக்ஸ் முல்லர் கூறிக்கொண்டதை குறை கூறமுடியாது. ஆனால் இவர்களுடைய ஆரிய இன அபிமானம் இனவெறியாக மாறியதைத் தான் ஏற்கமுடியவில்லை. மாக்ஸ் முல்லரின் எழுத்துக்களிலேயே இனவெறிச் சாயல் தோன்றிவிட்டது.

"நாகரிகம் தெரியாத தென்னகத்துப் பழங்குடிகளின் மேல் அவர்கள் தொடுத்துக் கொண்டிருந்த போர், கொடிய ஆவிகளுக்கும் காட்டுத்தனமான அரக்கர்களுக்கும் எதிராக ஒரு தேவநாயகனால் நடத்தப்பட்டு வந்த ஒரு போராக இராமாயணத்தில் சித்திரிக்கப்பட்டிருந்தது."[27]

அவரது காலத்தில் கருப்புநிற தென்னிந்தியர், வெள்ளை நிற வடஇந்தியரை விட நாகரிக வளர்ச்சியில் முன்னேறி இருந்ததை மாக்ஸ் முல்லர் நன்றாகவே அறிவார். எனினும் வாய்ப்பு கிடைக்கும் போது மட்டம்தட்டி விட வேண்டும் என்ற நோக்கில் தென்னிந்தியரை நாகரிக வளர்ச்சியற்ற பழங்குடிகள் என்று கூறுகிறார். தங்கள் காலத்திய தென்னிந்தியரின் வளர்ச்சி நிலைக்குத் தென்னகத்தில் குடியேறிய பிராமணரே காரணம் என்பதாக மாக்ஸ் முல்லர் போன்றோரிடம் ஒரு விளக்கமும் இருந்தது. தென்னிந்திய பிராமணர்களில் மிகப் பெரும்பாலானோர் இக்கருதுகோளை விருப்பமுடன் நம்பினர்.

மார்க்சிய வரலாற்றறிஞர்களிடமும் ஆரிய மாயையின் தாக்கம்

ஆரியமயமாதல் கோட்பாட்டைப் பரப்பிவந்த தொடக்ககால மார்க்சிய ஆய்வறிஞர்களுக்கு இருந்த அரசியல் தேவை இந்திய தேசிய விடுதலைக்குப் பிந்தைய ஆய்வாளர்களுக்கு இருக்கவில்லை. எனினும் டி.டி.கோசாம்பி, ஆர்.எஸ்.சர்மா, ரோமிலா தாப்பர், சுவீரா ஜெயஸ்வால் போன்ற பிற்கால

---

27 ஆரியர் வரலாறு, பாகம் 1, சோதிப் பிரகாசம்

மார்க்ஸிய வரலாற்றறிஞர்களும் ஆரியமயமாதல் கோட்பாட்டைப் பரிசீலனைக்கு உட்படுத்தாமல் இன்று வரை தொடர்கின்றனர்.

மார்க்சிய வரலாற்று ஆய்வு நெறி என்பது அக விருப்பங்களுக்கு இடம் கொடுக்காமல் கிடைக்கும் தரவுகளை சீர்தூக்கி வரலாற்றை எழுதுவதாகும். இதன் காரணமாகவே இந்திய வரலாற்றுத்துறையில் ரோமிலா தாப்பர் போன்ற மார்க்சிய வரலாற்றறிஞர்கள் உலகளவில் மதிக்கப்படுகின்றனர். வடஇந்திய வரலாற்றாய்வாளர்களில் மார்க்சிய ஆய்வறிஞர் டி.டி.கோசாம்பி மிக முக்கியமானவர். இவருடைய வரலாற்று ஆய்வுகளை விசாரணையின்றி ஏற்றுக்கொள்ளும் மனப்பாங்கு தமிழகத்தின் பெரும்பாலான வரலாற்று ஆர்வலர்களிடம் இன்றும் உள்ளது. வட இந்திய வரலாற்றாய்வில் அவர் ஆற்றிய பங்கு அத்தகைய சிறப்பு வாய்ந்தது என்பதை யாரும் மறுப்பதற்கில்லை. தமிழகம் உள்ளிட்ட தென் இந்திய வரலாற்றைப் பற்றிய கோசாம்பியின் கீழ்க்காணும் கருத்துக்கள், எந்த அளவிற்கு மார்க்சிய ஆய்வாளர்களையும் ஆரியமயமாதல் கருதுகோள் பாதித்துள்ளது என்பதை வெளிப்படுத்துகிறது.

“வரலாற்றைத் தொழிலாகக் கொண்டவர்களுக்குத் தெற்கிலுள்ள இராஜவம்சப் பட்டியல் இன்பமான பொழுதுபோக்கு. இக்ஷ்வாகு, பல்லவர், பாணர், கடம்பர், சேதியர், கலச்சூரி, சாளுக்கியர், சோழர், பாண்டியர், சேரர், மற்றும் வேறு பல மன்னர்களைக் கொண்ட பட்டியல் கவர்ச்சியாக இருந்தாலும் பொதுவாக அர்த்தமற்றது. இடைக்கால இந்திய வரலாற்றைப் பற்றிய புத்தகங்களில் இந்த விவரங்களைப் படித்துக்கொள்ளலாம். ஆனால் இப்புத்தகங்கள், பொதுவாக இம்மன்னர்களால் பரிமாறிக்கொள்ளப்பட்ட ஒருமைப்பாட்டு விஷயங்களைச் சுட்டிக்காட்டத் தவறிவிட்டன. உயர்ந்த பிராமணப் பண்பாடு, பழங்குடி மக்கள் மீது திணிக்கப்பட்டது, அல்லது அவர்களால் சுவீகரித்துக் கொள்ளப்பட்டது. அதே சமயத்தில் பரிமாற்ற உணர்வின் அடிப்படையில், பிராமணர்கள் பூர்வகாலப் பழங்குடி மரபுக் கூறுகளை ஏற்றுக்கொண்டனர்.”[28]

சங்ககால வாழ்வியலுக்கு முந்தைய தமிழ்க்குடிகளை, கோசாம்பி போன்ற ஆய்வாளர்கள் பழங்குடிகளாக்கி மகிழ்வது

---

28 டி.டி.கோசாம்பி: பண்டைய இந்தியா - அதன் பண்பாடும் நாகரிகமும் பற்றிய வரலாறு, முதற்பதிப்பு பிப் - 1989; பக். 349

ஏற்புடையதல்ல. தமிழ் வேந்தர் குடியினர் உள்ளிட்ட தென்னக அரசர்களின் வம்சப் பட்டியலைக் கேலிக்குள்ளாக்கியது பொருளற்றது. பண்டைய தென்னக அரச குலங்களைப் பட்டியலிடும் போது கூட சங்க இலக்கியங்களில் கூறப்படும் சோழர், பாண்டியர், சேரர் ஆகிய தமிழ் அரசர்களை பாணர், கடம்பர், சாளுக்கியர் போன்ற இடைக்கால அரச குலங்களுக்குப் பின் பட்டியலிடுவதிலிருந்து சங்க இலக்கியங்கள் கி.பி. 7 ஆம் நூற்றாண்டுக்குப் பின்னர் தோன்றியதாகவே கோசாம்பி கருதுவது வெளிப்படுகிறது.

கி.மு. 4 ஆம் நூற்றாண்டில் மௌரியரின் அரசவையிலிருந்த கிரேக்க தூதர் மெகஸ்தனிஸ் நூலிலும் பாண்டிய நாட்டைப் பற்றிய குறிப்பு உள்ளது. கி.மு. 3 ஆம் நூற்றாண்டிலேயே தோன்றிவிட்ட சங்க இலக்கியங்களில் நூற்றுக்கணக்கான பாடல்களில் சேரர், சோழர், பாண்டியர், அதியமான் போன்ற அரச குலங்களைப் பற்றிய குறிப்புகள் உள்ளன. கி.மு. 3 ஆம் நூற்றாண்டைச் சேர்ந்த அசோகனின் கல்வெட்டிலும், மேற்குறிப்பிட்டுள்ள சேரர், சோழர், பாண்டியர், அதியமான் ஆகிய அரசர்களைப் பற்றிய செய்திகளைக் காண்கிறோம். கி.மு. 2 ம் நூற்றாண்டிலிருந்து கி.பி. 3 ஆம் நூற்றாண்டிற்குள் எழுதப்பட்டதாகக் கருதப்படும் சாணக்கியனின் அர்த்தசாஸ்திரத்தில் பாண்டிய நாட்டைப் பற்றிய குறிப்புகள் உள்ளதை அனைத்து வடஇந்திய வரலாற்றறிஞர்களும் அறிவர். இந்நிலையில் தமிழக வேந்தர் குடியினரை கி.பி. 7 ஆம் நூற்றாண்டுக்குப் பிற்பட்ட இடைக்காலத்தைச் சேர்ந்தவர்களாகக் கருதுவது மார்க்சிய ஆய்வு நெறிக்கு முற்றிலும் புறம்பானது.

இரும்புப் பயன்பாட்டுடன் கூடிய மருதநில (நீர்ப்பாசன விவசாய) வாழ்க்கை கி.மு. 500 வாக்கில் தமிழகம் முழுவதும் பரவியிருந்ததற்கான தொல்லியல் தடயங்கள் நூற்றுக்கணக்கான இடங்களில் 75 ஆண்டுகளுக்கு முன்பே கிடைத்திருந்த நிலையில், பண்டைய தமிழ்ச் சமூகத்தைப் பற்றிய கோசாம்பியின் பின்வரும் கருத்து வியப்பளிக்கிறது.

“மோரியர் காலத்தில் தமிழ் இலக்கியம் வளர்ச்சியடைந்திருந்தது என்பதை ஒப்புக்கொள்ள முடியாது. மோரியர் காலத்தில் தமிழ்நாட்டில் புதிய கற்கால நாகரிகம் நிலவியிருந்தது.

எழுத்தும் இலக்கியமும் தோன்றவில்லை. இக்கருத்தை நான் மாற்றிக்கொள்வதற்கு ஆதாரங்கள் எதுவும் கிடைக்கவில்லை.”[29]

மோரியர் காலமாகிய கி.மு. 300 இல் தமிழ்நாட்டில் புதியகற்கால நாகரிகமே நிலவியது எனக் கூறும் கோசாம்பி, கீழ்க்காணும் குறிப்புகளில் இதற்கு முரண்பட்ட கருத்தைத் தெரிவிக்கிறார்.

“மொழி, விவசாயம் ஆகியவற்றின் வளர்ச்சிக்குரிய ஊக்கம் வடக்கிலிருந்து பெரிய அளவுக்கு கி.மு. 6 ஆம் நூற்றாண்டில் தெற்கே வந்தடைந்தன.”[30]

“விந்திய மலைக்குத் தெற்கே ஊடுருவிய ஆரிய குடியேற்றத்திற்கும், அகத்திய கோத்திரத்திற்கும் சில தொடர்புகள் உண்டு. தெற்கிலுள்ள பெருங்கற்காலத்துடன் அத்தொடர்புகளை உறுதி செய்யலாமென்ற ஆர்வம் எழுந்தாலும் அதன் அடிப்படை இன்றளவும் தெய்வீகக் கற்பனை வடிவிலேயே உள்ளது.”[31]

முதல் குறிப்பில் மௌரியர் காலமாகிய கி.மு. 3 ஆம் நூற்றாண்டில் தமிழகத்தில் புதிய கற்கால நாகரிகமே நிலவியது எனக் கூறும் டி.டி.கோசாம்பி அடுத்த குறிப்புகளில் மொழி, விவசாயம் ஆகியவற்றிற்கான ஊக்கம் கி.மு. 6 ஆம் நூற்றாண்டிலேயே வட இந்தியாவிலிருந்து தென் இந்தியாவிற்கு வந்தது எனக் கூறுகின்றார். இங்கு மொழி வளர்ச்சியுடன் கூடிய விவசாயம் எனக் கூறுவதால் நீர்ப்பாசன விவசாயத்திற்கான ஊக்கம் கி.மு. 6 ஆம் நூற்றாண்டில் தென்னகத்தில் பரவியதாகவே அவர் குறிப்பிடுகிறார் என்பது உறுதி. மானாவாரி விவசாயத்தில் மொழி வளர்ச்சிக்கான வாய்ப்பு இல்லை என்பதை ஏற்கெனவே குறிப்பிட்டுள்ளோம். கோசாம்பியும் இவ்வூக்கத்தின் வரவை இரும்பு பயன்பாட்டையும் நீர்ப்பாசன விவசாயத்தையும் அறிந்த மிக வளர்ந்த பெருங்கற்கல்லறைப் பண்பாட்டுடனும் அகத்தியனின் தென்னகக் குடியேற்றக் கதையுடனும் சரியாகவே பொருத்திப் பார்க்கின்றார். அவ்வாறாயின் மௌரியர் காலம்

---

29 டி.டி. கோசாம்பி, “புராதன இந்திய சரித்திர அறிமுகம்”

30 டி.டி.கோசாம்பி : பண்டைய இந்தியா, அதன் பண்பாடும் நாகரீகமும் பற்றிய வரலாறு, பக் 202-

31 இதுவுமது பக்- 164

வரை தமிழகத்தில் புதியகற்கால நாகரிகமே நிலவியது என்றும் கி.மு. 6 ஆம் நூற்றாண்டில் விவசாயத்திற்கான ஊக்கம் வடக்கிலிருந்து தெற்கே பரவியது என்றும் முன்னுக்குப் பின் முரணாக அவர் குறிப்பிடுவதைப் பார்க்கிறோம். வடக்கிலிருந்து பரவிய ஆரியமயமாதல் மூலமே தமிழகம் உள்ளிட்ட தென்னிந்தியச் சமூகங்கள் நாகரிக வளர்ச்சி பெற்றன என்ற இந்திய தேசியவாதிகளின் புனைவிற்கு எந்தப் பாதிப்பும் ஏற்பட்டுவிடக் கூடாது என்பதில் டி.டி.கோசாம்பி கவனமுடன் இருப்பது தெளிவாகிறது.

மற்றுமொரு வட இந்திய மார்க்சிய வரலாற்றறிஞர், சுவீரா ஜெயஸ்வாலின் கீழ்க்காணும் கருத்தும் கோசாம்பியின் கருத்தை ஒத்திருக்கின்றது.

“ஆனால் தென்னிந்தியச் சமூகத்தில் மட்டும் ஆற்றல் மிக்க பிராமண வருணம் தோன்றியதற்கானக் காரணங்களை மேலும் ஆழமாக நாம் தேடவேண்டும். பழங்குடியினரை ஊரகச் சாதிசனமாக மாற்றமடையச் செய்ததில், பிராமண வருணத்தவரின் பண்பாட்டுப் பரப்பல் போன்ற அமைதியான வழிமுறைகள் பயனுள்ள வகையில் பங்களிப்பு நிகழ்த்தியிருக்கக்கூடும். பழங்குடித் தலைவர்களான அரசர்களை அவர்களுடைய வேளிர்கள் மட்டத்திலிருந்து உயர்வடையச் செய்ததில் பிராமண வருணத்தவர் உயரிய நோக்கத்துடன் விஷய ஞானத்தின் துணை கொண்டு உதவி புரிந்து ஈடற்ற வெற்றி கண்டனர் எனலாம். ஆட்சி புரியும் குழுவினரும் பிராமண வருணத்தவரும் ஒருவரையொருவர் சார்ந்து பழங்குடிகளின் குலக்குழுக்களிலிருந்து உருவான ஆட்சியாளர்கள் ஆட்சி அதிகாரத்தில் இருந்தபொழுது ஷத்திரியப் பட்டத்தின் பயனைத் துய்த்துவிட்டு, அரசியல் தலைமையை இழந்தவுடன் தனது தனித்த அடையாளத்தையும் இழந்தனர்.”[32]

வடஇந்தியாவின் மற்றுமொரு மார்க்சிய வரலாற்றாய்வாளரான ஆர்.எஸ். சர்மாவின் கருத்துக்களும் கோசாம்பியின் கருத்துக்களை ஒட்டியே உள்ளன.

---

32 சுவீரா ஜெயஸ்வால், பண்டைத் தமிழரின் சமூக அமைப்பு குறித்த ஆய்வுகள், ஆய்வுவட்ட வெளியீடு 1998 ,5

"அசோகரது கல்வெட்டுகளில் குறிப்பிடப்பட்டிருக்கும் சோழர்கள், பாண்டியர்கள், கேரள புத்திரர்கள் (சேரர்கள்) ஆகியோர் அநேகமாக பொருளாயதக் கலாசாரத்தின் பிந்திய பழங்கற்காலக் கட்டத்தைச் (Late paleolithic) சேர்ந்தவர்களாக இருக்கக்கூடும். தமிழ்நாட்டின் தென்மாவட்டங்களில் பெருங்கற்களைப் பயன்படுத்தி வந்த மக்கள் சில குறிப்பிட்ட தனியியல்புகளைக் கொண்டிருந்தனர் ..."[33]

தென்னகத்தில் வாழ்ந்த பழங்குடிகள் மீது உயர்ந்த பிராமணப் பண்பாடு திணிக்கப்பட்டது எனக் கூறும் கோசாம்பி தமிழக சங்ககால வேந்தர்களை கால்நடை வளர்ப்புக் குடிகளாக சித்திரிக்கிறார். சுவீரா ஜெயஸ்வால், பழங்குடித் தலைவர்களான வேளிர்களை உயர்வடையச் செய்ததில் பிராமண வர்ணத்தவரின் உயரிய நோக்கமும் விஷய ஞானமும் துணைநின்றதாகக் கூறுகிறார். ஆர்.எஸ்.சர்மா அவர்களோ சங்ககாலத் தமிழ்க்குடிகளைப் பழங்கற்கால வேட்டுவக்குடிகள் எனக் குறிப்பிட்டு அனைவரையும் வியப்பில் ஆழ்த்துகின்றார். மொத்தத்தில் மார்க்சிய ஆய்வாளர்கள் உள்ளிட்ட வட இந்திய வரலாற்றறிஞர்கள் பெரும்பாலோரிடம் இத்தகைய கருத்துக்களே உள்ளன.

ஆரியமயமாதல் கோட்பாடு தமிழகத்தில் ஏற்படுத்தியுள்ள மாயைக்குக் "கணையாழி" ஆசிரியர் குழுவைச் சேர்ந்த 'முஸ்தபா'வின் எழுத்துக்கள் நல்ல எடுத்துக்காட்டாகும். 1991 ஆம் ஆண்டில் தினமணி வாசகர்களிடையே ஆரிய – திராவிட இனங்கள் தொடர்பான விவாதங்கள் நடைபெற்று வந்தன. இவ்விவாதம் எல்லை மீறிப் போனதாகக் கூறி இடையிலேயே நிறுத்தப்பட்டது. இவ்விவாதங்களின் குறுந்தொகுப்பை 1991 ஆம் ஆண்டின் டிசம்பர் மாத கணையாழி இதழ் வெளியிட்டது. இத்தொகுப்புக்கு அன்றைய கணையாழி ஆசிரியர் குழுவினர் முஸ்தபா என்ற புனைபெயரில் எழுதிய அறிமுகவுரையைக் கீழே பார்க்கலாம்.

"திராவிட கலாச்சாரத்திற்கு அந்நியமானது என்று சொல்வதற்கு ஒரு பிராணியுண்டு. படையெடுத்து வந்தவர்களின் குதிரையே

---

33 ஆர்.எஸ். சர்மா, பண்டைக்கால இந்தியா, என்.சி.பி.எச்., 4 ஆம் பதிப்பு 2008

அது. ஆரிய இனத்தவர் என்று சொல்லப்படுகிறவர்கள் மெசொப்பொட்டாமிய பகுதியிலிருந்து குதிரைகள் மீது வரும் வரை அந்த பிராணியை யாரும் பார்த்ததில்லை. புராண காலத்தில் சிவந்த வெள்ளையர்களைக் கற்பனையாக தேவர்கள் என்று உருவகித்து வந்திருந்தனர். இமயமலைக்கு அப்பாலுள்ள பிரதேசங்கள் மேலுலகமாக (இந்திரலோகமாக) உருவகிக்கப்பட்டிருக்கலாம். அங்கு வாழ்பவர்கள் பற்றியும் பாரம்பரியமாக காதில் விழுந்த செய்திகளை வைத்தும் தேவலோகத்தை திராவிட வேதியர்கள் சிருஷ்டித்துவிட்டனர். இப்படிப்பட்ட தேவலோக மனிதர்கள் திடீரென்று வந்து சேர்ந்த போது அவர்களின் காலில் விழுந்து சரணடைந்து அவர்களை கோயிலில் வைத்து கும்பிடும் உணர்வு தான் அக்காலத்து திராவிட மக்களுக்குத் தோன்றியிருக்கும். திராவிட கலாச்சாரத்தில் ஆரியர் நுழைந்த கதை இது தான்.”

திரு. முஸ்தபா அவர்கள் இவ்வாறு குறிப்பிடுவதற்கு அவருடைய சொந்த விருப்பத்தைத் தவிர எந்தச் சான்றும் இல்லை. இவரது கூற்றுக்கு நேர்மாறாக நாகரிக வளர்ச்சியில் பின்தங்கியிருந்த வெள்ளை நிற ஆரிய இனக்குழுக்கள் கருப்பு நிற நாகரிக மக்களைத் தெய்வப்பிறவிகளாக நினைத்து அவர்களை வணங்கி வாழ்ந்தனர் என்பதே வரலாறாகும். இதற்கான தரவுகளை பின்னால் விரிவாகப் பார்க்கவுள்ளோம்.

இந்திய மக்களை ஒற்றைச் சமூகமாகக் காட்டும் முயற்சியினூடே மனித இனங்களில் ஐரோப்பிய இனங்களே உயர்ந்தவை; ஐரோப்பிய இனங்களில் ஆரிய இனமே உயர்ந்தது; ஆரியரில் பிராமணரே உயர்ந்தவர் என்பன போன்ற கருத்துக்களையும் ஆரியமயமாதல் கோட்பாட்டினர் நிலைநிறுத்திக் கொண்டனர். ஆரியமாயையினர் புனைந்துள்ள தவறான கருத்தாக்கங்களைக் கீழ்க்கண்டவாறு தொகுக்கலாம்.

1) பெருங்கற்கால மக்கள் இரும்புக் கருவிகளை வேட்டைக்குப் பயன்படுத்தினர் – ஆர்.எஸ்.சர்மா

2) மௌரியர் காலத்தில் சங்க இலக்கியங்கள் தோன்றவில்லை – டி.டி.கோசாம்பி

3) பிராமி எழுத்து வட இந்தியாவில் கண்டுபிடிக்கப்பட்டது. – நாகசாமி உள்ளிட்ட பலர்.

4) அக மரபில் தமிழர், இனக்குழு காலத்திய தாய்வழிச் சமூகமாகவே இருந்தனர். வட ஆரிய பிராமணர்களே தமிழருக்கு மணவினைச் சடங்குகளை ஏற்படுத்திக் கொடுத்தனர். – நாகசாமி உள்ளிட்டோர்

இந்தக் கருத்தாக்கங்களின் உண்மைத் தன்மையைப் பரிசீலிப்போம்.

பெருங்கற்கால தமிழ்ச்சமூகம் வேட்டுவச் சமூகமா?

மோரியர் காலமாகிய கி.மு. 300 இல் தமிழகத்தில் பெருங்கற்கல்லறைப் பண்பாடு நிலவியதையும் அப்பண்பாட்டினர் இரும்பைப் பயன்படுத்தியதையும் வட இந்திய வரலாற்றறிஞர்கள் ஏற்கின்றனர். எனினும் தமிழகத்தில் நீர்ப்பாசன விவசாயம் அக்காலகட்டத்தில் தோன்றியிருக்கவில்லை என்பது இவர்களது எண்ணம். உலகம் முழுவதும் இரும்புப் பயன்பாடு நீர்ப்பாசன விவசாயக்குடிகளிடமே முதலில் இருந்தது. இதனை நன்கு அறிந்த மார்க்ஸிய வரலாற்றறிஞர்கள், தமிழகத்தில் மட்டும் இரும்புப் பயன்பாடு கால்நடைவளர்ப்புக் குடிகள் அல்லது வேட்டுவக் குடிகளிடம் முதலில் பயன்பாட்டிலிருந்ததாகக் கருதுகின்றனர். இதற்குக் காரணமாக சர்மா குறிப்பிடுவதாவது,

“வரலாற்றுக் காலத்தின் தொடக்கத்தை பல அம்சங்கள் கட்டியங்கூறி பறைசாற்றுகின்றன. அவை வருமாறு: இரும்புக் கொழுமுனைகளின் உதவியோடு வேளாண்மையில் ஈடுபடும் பெருமளவிலான கிராமப்புற சமூகங்கள், அரசமைப்பின் தோற்றம், சமூக வர்க்கங்கள் உதயம், எழுத்துக் கலையைப் பயன்படுத்துதல், எழுத்து வடிவான இலக்கியத்தின் ஆரம்பம். காவேரி ஆற்றின் கழிமுகப் பகுதியை மையமாகக் கொண்ட தீபகற்பத்தின் கடைக்கோடியில் ஏறத்தாழ கி.மு. இரண்டாம் நூற்றாண்டு வரை இந்த நிகழ்வுப்போக்குகளைக் காணமுடியவில்லை. இந்தக் காலகட்டம் வரை தீபகற்பத்தின் உட்பகுதிகளில் பெரும் நினைவுச்சின்னம் எழுப்புவோர் (பெருங்கற் கல்லறைகள்) எனப்படும் மக்கள் வாழ்ந்துவந்தனர். அரிதாகக் காணப்பட்ட அவர்களின் குடியேற்றங்களிலிருந்து அவர்கள் அறியப்படவில்லை. மாறாக அவர்களது கல்லறைகளைக் கொண்டு தான் அவர்கள் அறியப்பட்டனர்.

இந்தக் கல்லறைகள் பெருங்கல் கல்லறைகள் எனப்பட்டன; ஏனெனில் அவற்றைச் சுற்றிலும் பெரிய கற்பாளங்கள் வைக்கப்பட்டிருந்தன. அந்த கல்லறைகளில் புதைக்கப்பட்டவர்களின் எலும்புக்கூடுகள் மட்டுமின்றி மட்பாண்டங்களும் இரும்பாலான பொருள்களும் காணப்படுகின்றன. செந்நிற மட்பாண்டங்கள் உட்பட பல்வேறு வகையான மட்பாண்டங்களை இந்த மக்கள் பயன்படுத்தினர். எனினும் கரிய செந்நிற மட்கலங்களே (கருப்பு-சிவப்பு மட்பாண்டங்கள், *Black and Red Ware*) அவர்களிடம் மிகவும் பிரபலம்."

இம்மக்கள் இறந்தவர்களின் உடல்களோடு பல பொருட்களையும் சேர்த்துப் புதைக்கும் வழக்கத்தைக் கைக்கொண்டு வந்தனர்; இறந்தவர்களுக்கு அடுத்த உலகிலும் இவையெல்லாம் தேவைப்படும் என்று அவர்கள் நம்பி வந்ததே இதற்குக் காரணம். இந்தப் பொருட்கள் அவர்களது பிழைப்புக்கு ஆதாரமாக இருந்தவற்றை நமக்கு எடுத்துக்காட்டுகின்றன. அம்புகள், ஈட்டிகள், களைக்கொட்டுகள், அரிவாள்கள் முதலியவற்றை இந்தக் கல்லறைகளில் காண்கிறோம். இவை எல்லாமே இரும்பில் தயாரிக்கப்பட்டவையாகும். பிற்காலத்தில் சிவனுடன் இணைத்துப் பேசப்பட்ட திரிசூலங்களும் இந்தப் புதைகுழிகளில் காணப்படுகின்றன. எனினும் இக்கல்லறைகளில் புதைக்கப்பட்ட வேளாண் கருவிகளின் எண்ணிக்கையோடு ஒப்பிடும் போது போரிடுவதற்கும், வேட்டையாடுவதற்கும் பயன்படுத்தப்படும் கருவிகளே எண்ணிக்கையில் மிக அதிகமாகும். மேம்பட்ட வகையைச் சேர்ந்த வேளாண் முறையை இவர்கள் மேற்கொள்ளவில்லை என்பதையே இது காட்டுகிறது."[34]

மேற்படி குறிப்பில் சங்க காலத் தமிழர்களை வேட்டுவக்குடிகளாகக் கருதுவதற்கு இரண்டு காரணங்களை சர்மா குறிப்பிடுகிறார்.

i) பெருங்கற்கல்லறைப் பண்பாட்டு மக்களின் குடியிருப்புப் பகுதிகள் கிடைக்கவில்லை.

---

34 ஆர். எஸ். சர்மா, பண்டைக்கால இந்தியா, என்.சி.பி.எச்., 4 ஆம் பதிப்பு 2008 பக். 75-274

ii) உழவுத் தொழிலுக்கான கருவிகள் மிகக் குறைவாகவும் போர்க்கருவிகள் அதிக அளவிலும் கிடைத்துள்ளன.

பெருங்கற் கல்லறைப் பண்பாடு தான் சங்க கால வாழ்வியலைத் தோற்றுவித்தது என்பது பரவலாக ஏற்கப்பட்ட கருத்தாகும். இப்பண்பாடு தொடர்பான குடியிருப்புகள் கிடைக்கவில்லை என்பதாலேயே சங்க இலக்கியங்கள் குறிப்பிடும் அரசுகளை ரோமிலா தாப்பர் உள்ளிட்ட வரலாற்றறிஞர்கள் ஏற்கத் தயங்குகின்றனர். அண்மைக் காலத்தில் மதுரைக்கு அருகே கீழடியில் சங்க காலக் குடியிருப்பு கண்டுபிடிக்கப்பட்டதும் தென்பாண்டி நாட்டில் ஆதிச்சநல்லூர், சிவகளை போன்ற தொல்லியல் தளங்களின் காலக்கணிப்புகளும் ஆரியமாயையை ஆட்டம்காணச் செய்துள்ளன. சிவகளையில் கிடைத்த நெல்மணிகளின் காலக்கணிப்பு கி.மு. 1150 ஆகும். அக்காலகட்டத்தில் நெல் பயிரிட 6 மாதங்கள் வரை நீர்ப்பாசனம் செய்யவேண்டும். சிவகளை தொல்லியல் தளத்துக்குரிய குடிகள் மிகச் சிறப்பான நீர் மேலாண்மை செய்ததால் தான் நெல் பயிரிட்டுள்ளனர். ஆதிச்சநல்லூரின் காலத்தை கி.மு. 900 எனத் தொல்லியல் துறை அறிவித்துள்ளது. இதன் காலம் கி.மு.1500 லிருந்து 2500 வரை இருக்கலாம் என்று சில ஆய்வாளர்கள் கருத்து தெரிவித்துள்ளனர். துறைமுக நகரமான கொற்கையிலும் ஒரு செங்கல் கட்டடம் கிடைத்துள்ளது. ஏற்கெனவே கொற்கையின் காலத்தை கி.மு. 700 வரை கணித்துள்ளனர். சிவகளை, ஆதிச்சநல்லூர் காலங்களை ஒட்டிய காலமாக கொற்கையின் காலமும் இறுதிசெய்யப்படலாம்.

பண்டைய காலத்தில் வேட்டுவக்குடிகள் இரும்பைப் பயன்படுத்த முடியுமா

தமிழகத்தில் மேட்டுப்பாங்கான பகுதிகளில் கிமு. 1000 முதல் கி.மு. 500 வரையிலான காலகட்டத்தைச் சேர்ந்த பெருங்கற்கல்லறைகள் கிடைக்கின்றன. ஆர்.எஸ். சர்மா கருதுவது போல் இக்கல்லறைப் பொருட்கள் பெரும்பாலும் நீண்டவாள்கள், ஈட்டிகள், அம்புமுனைகள், திரிசூலங்கள், போன்ற விவசாயத்திற்குப் பயன்படாத கருவிகளாகும். நீர்ப்பாசன விவசாய நாகரிகத்திற்கு முந்தைய கால்நடை வளர்ப்புக்குடிகளுக்கும் இக்கருவிகள் பயன்படுவதில்லை. எனவே இவற்றை விலங்குகளை வேட்டையாடுவதற்கும்

அருகில் வாழும் வேட்டுவக்குடிகளுடன் போரிடுவதற்கும் இம்மக்கள் பயன்படுத்தியிருக்கலாம் என்று சர்மா போன்றோர் யூகிக்கின்றனர்.

கி.மு. 1000 இல் மனிதசமூகத்தின் அதிகபட்ச தொழில்நுட்ப வளர்ச்சியாக இரும்பை அதன் தாதுவிலிருந்து உருக்கி எடுத்து கருவிகள் செய்வதையே கூறமுடியும். இரும்பு தாதுவை உருக்குவதற்கு 1300^0 செண்டிகிரேட் வரை நீண்ட நேரம் சூடாக்க வேண்டும். இதற்குத் தேவையான உலைகளை இந்தியாவிலும் மேற்கு ஆஃப்ரிக்காவிலும் பரவியிருந்த தமிழ் வணிகக்குழுக்கள் கி.மு. 2200 – கி.மு. 2000 காலகட்டத்தில் வடிவமைத்துள்ளனர்[35]. இந்தோ-ஐரோப்பிய மொழி பேசிய மக்களின் ஹிட்டைட் அரசு உருவாகும் முன்பு இவ்வரசு ‘ஹட்டி’ (Hatti) என அழைக்கப்பட்டது. ஹட்டி அரசின் பூர்வீகக்குடிகளாக ‘ஹறியன் (Harrian) என அழைக்கப்பட்ட ஊரார்டிய வகை மொழி பேசிய மக்கள் வாழ்ந்தனர். தமிழரின் தொல்லியல் அடையாளமான கருப்பு-சிவப்பு மட்பாண்டங்களின் பயன்பாட்டைக் கொண்டிருந்த ஹறியன் இனக்குழுக்களும் கி.மு. 2000 வாக்கிலேயே இரும்புக் கருவிகளைப் பயன்படுத்திய தரவுகள் கிடைக்கின்றன. இக்குடிகள் இரும்பினை உருக்கும் உலைகளை தன்னிச்சையாகக் கண்டுபிடித்தனரா அல்லது தமிழ் வணிகக்குழுக்களுடன் கொண்டிருந்த தொடர்ச்சியான ஊடாட்டத்தின் மூலம் அவர்களிடமிருந்து இத்தொழில்நுட்பத்தைப் பெற்றனரா என்பது ஆய்வுக்குரியது.

கி.மு. 2000 க்கு முன்பே இந்தியாவிலும் ஆஃப்ரிக்காவிலும் செயல்பட்ட வணிகக்குழுக்கள் இரும்பு கருவிகளைத் தயாரிக்கும் தொழில்நுட்பத்தை அறிந்திருந்தும் அவ்வுலோகத்தை வணிகப் பரிவர்த்தனை செய்யவில்லை. இரும்பு துரு பிடிக்கும் தன்மையுடையதாக இருந்ததால் இவ்வுலோகம் வீட்டு பயன்பாட்டுப் பொருட்களை செய்வதற்கு ஏற்றதாக இருக்கவில்லை. எனவே தான் வணிகக்குழுக்கள் தங்கள் சொந்த பயன்பாட்டிற்கு மட்டும் இரும்பினை பயன்படுத்தியுள்ளனர். ஹறியன்களின் ‘ஹட்டி’ அரசை கைப்பற்றிய ஹிட்டைட்கள்

35 இப்பொருள் குறித்து இந்நூலின் இணைப்பிலுள்ள ‘சிந்துவெளிப் பண்பாட்டு மக்களும் தமிழ்ச் சமூகமும்’ என்ற தலைப்பில் விரிவாகப் பார்க்கலாம்.

ஹறியன் இனக்குழுக்கள் மூலம் இரும்பினால் தயாரிக்கப்பட்ட போர்க்கருவிகளை முதலில் பயன்படுத்தினர்[36].

இரும்பு ஆயுதங்களை ஹிட்டைட்டுகள் பயன்படுத்தத் தொடங்கிய பின்பும் 300 ஆண்டுகள் வரை பிற அரசுகள் இரும்பு ஆயுதங்களைப் பயன்படுத்தவில்லை. இக்காலகட்டத்தில் இரும்பினைப் பயன்படுத்தியதால் ஹிட்டைட்டுகள் மிகப் பெரிய வெற்றிகளைப் பெற்றனர் என வரலாற்றறிஞர்கள் குறிப்பிடுகின்றனர். கி.மு. 1200 வாக்கில் இரும்புப் பயன்பாடு பிற அரசுகளுக்கும் பரவிய சூழலில் ஹிட்டைட் அரசு அழிந்துவிடுகிறது. ஹிட்டைட் அரசின் அழிவிற்கும் இரும்புப் பயன்பாடு பிற மேற்காசிய அரசுகளுக்குப் பரவியதற்கும் தொடர்புள்ளதாகவும் கூறலாம். இதன் பின்னர் இரும்பு உலோகம் போர்க்குடிகளுக்கு மிகவும் முக்கியத்துவம் வாய்ந்ததாக மாறியது. இதன் பின் இரும்பின் வணிகப் பரிவர்த்தனை மதிப்பு வெகுவாக உயர்ந்தது.

கி.மு. 1100 இல் பண்டைய கிரேக்கத்திற்குள் டோரியர் என்ற போர்க்குடிகள் நுழைகின்றனர். அவர்கள் இரும்பினால் உருவாக்கப்பட்ட போர்க்கருவிகளைப் பயன்படுத்தினர். டோரியர் நுழையும் வரை கிரேக்கர்கள் இரும்புப் பயன்பாட்டை அறிந்திருக்கவில்லை என்பதுடன் போர்க்கருவிகளையும் அதிகம் பயன்படுத்தியதில்லை. டோரியரை விவசாயமே அறியாத காட்டுவாசிகள் என்று தொல்வரலாற்றறிஞர்கள் குறிப்பிடுகின்றனர். எழுத்தறிவில்லாத குடிகளாக இருந்தாலும் டோரியர் கட்டுக்கோப்பான போர்க்குடிகளாக இருந்தனர் என்பதை அவர்களைப் பற்றிய கிரேக்கர்களின் குறிப்புகள் தெரிவிக்கின்றன. கி.மு. 1100 லிருந்து கி.மு. 700 வரை டோரியர் கிரேக்கத்தைத் தங்கள் கட்டுப்பாட்டில் வைத்திருந்தனர். கி.மு.

36 தமிழ்ச் சமூக உருவாக்கத்தில் பங்களிப்பு செலுத்திய ‘அசுவா’ (Assuwa), மினோயன் (Minoan) போன்ற வணிகக்கூட்டணி அரசுகளுக்கும் ஹிட்டைட் அரசிற்கும் மிகப் பெரிய அளவிலான முரண்பாடுகள் இருந்தன. எனவே தமிழ் வணிகக்குழுக்கள் மூலம் இரும்பு பயன்பாடு ஹிட்டைட்டுகளுக்கு சென்றிருக்க வாய்ப்பில்லை. ஹிட்டைட்டுகளிடம் ஆட்சி அதிகாரத்தை இழந்த ஹறியன் இனக்குழுக்களில் ஒரு பகுதியினர் ஹிட்டைட் அரசின் எல்லைக்குள் அவர்களின் மேலாண்மையை ஏற்று வாழ்ந்துள்ளனர். இக்குடிகள் மூலம் இரும்பு ஆயுதங்களை ஹிட்டைட்டுகள் உற்பத்தி செய்துள்ளனர்.

700 க்குப் பின் இரும்பினை உருக்கியெடுத்துப் போர்க்கருவிகளைத் தயாரிக்கும் தொழில்நுட்பத்தை டோரியரிடமிருந்து கற்றுக்கொண்ட கிரேக்கர்கள், மிக விரைவில் தங்களை சுதந்திரக் குடிகளாக்கிக்கொண்டனர். இதன் பின் தோன்றிய கிரேக்க நகர அரசுகளையே வரலாற்றில் நாம் பார்க்கிறோம்.

எழுத்தறிவற்ற டோரியர்கள் இரும்பைப் போர்க்கருவிகள் தயாரிக்க முதன்மையாகப் பயன்படுத்தினரேயன்றி வேட்டைக் கருவிகளைத் தயாரிக்கப் பயன்படுத்தினர் எனக்கூற முடியாது. கட்டுக்கோப்பானப் போர்ப்பயிற்சியைக் கொண்டிருந்த டோரியரைக் காட்டுக்குடிகள் எனக் கருதுவதும் தவறாகும். பொதுவாக பெருங்கல் பண்பாட்டு வணிகக் குழுக்கள் அவர்கள் குடியேறிய பகுதிகளில் வாழ்ந்த பழங்குடி மக்களை பொருள் உற்பத்திக்கும் பாதுகாப்புப் படைப்பிரிவிற்கும் பயிற்றுவிப்பது உலகளாவிய வழக்கமாக இருந்துள்ளது. வணிகக் குழுக்களால் வேட்டைக்குடிகளிலிருந்து படைப்பாதுகாப்பிற்குப் பயிற்றுவிக்கப்பட்ட குடிகளாக டோரியர் இருந்ததால் தான் இரும்பை உருக்கி எடுக்கும் தொழில் நுட்பத்தையும் வணிகக் குழுக்களிடமிருந்து கைக்கொண்டுள்ளனர். இந்தியாவில் கூட பெருங்கல் பண்பாட்டினரின் துணைக்குடிகளாக வாழ்ந்த பல பழங்குடிகள் இரும்பினை தாதுவிலிருந்து உருக்கிப் பிரித்தெடுக்கும் உலைகளைக் கையாள்கின்றனர். கி.மு. 1200 வாக்கில் கிழக்கு மத்தியதரைக் கடலோர வணிக அரசுகள் மிகப் பெரிய அழிவைச் சந்தித்தன.[37] இந்த அழிவில் டோரியர்களைப் பயிற்றுவித்த வணிகக்குழுக்களும் அழிவைச் சந்தித்து வேறு பகுதிக்குக் குடிபெயர்ந்துள்ளனர். இந்தப் புதிய சூழலில் வணிகக்குழுக்களால் போர்ப்பயிற்சி அளிக்கப்பட்ட 'டோரியர்' தன்னிச்சையாகச் செயல்பட்டு கிரேக்கம் முழுமையையும் தங்கள் கட்டுப்பாட்டிற்குள் கொண்டுவந்துள்ளனர்.

கி.மு. 1000 - கி.மு. 500 காலகட்டத்தில் இரும்பின் பயன்பாட்டை இத்தகைய பின்புலத்திலிருந்து நாம் பார்க்கவேண்டும். அக்காலகட்டத்தில் தமிழகத்தில் வாழ்ந்த நாகரிகமற்ற வேட்டைக்குடிகள் இரும்பினால் தயாரிக்கப்பட்ட வாள், திரிசூலம், ஈட்டி, அம்பு போன்ற போர்க்கருவிகளைக் கொண்டு வேட்டையாடியதாகக் கூறுவது சிறிதும் ஏற்புடையது

37 1177 B.C, The year civilisation Collapsed ; Eric H.Cline – என்ற நூல் இந்த அழிவைப் பற்றி விரிவாக விவரிக்கின்றது

அல்ல. அன்றைய நிலையில் இரும்பின் வணிகப் பரிவர்த்தனை மதிப்பு மிக அதிகமாகும். அத்தகைய உயர் வணிக மதிப்புள்ள இரும்பினை வாங்குவதற்கான பொருளாதாரமோ அல்லது சுயமாக இரும்பை உருக்கி எடுக்கும் தொழில்நுட்ப அறிவோ வேட்டுவக்குடிகளிடம் இருந்திருக்க முடியாது.

பெருங்கற்கல்லறைப் பண்பாட்டுடன் பரவிய போர்க்குடிகள்

வட இந்தியாவின் கங்கைச் சமவெளியில் கி.மு. 900 லிருந்து இரும்புப் பயன்பாட்டுடன் கூடிய சாம்பல் வண்ணம் பூசப்பட்ட மட்பாண்டப் (Painted Grey Ware – PGW) பண்பாடு நிலவியது. இப்பண்பாட்டின் தொல்லியல் தளங்களில் கிடைக்கக்கூடிய இரும்புக் கருவிகள் முழுவதும் போர்க்கருவிகளாகவே உள்ளன. விவசாயத்திற்குப் பயன்படும் இரும்புக் கருவிகள் எதுவும் இவற்றில் இடம்பெறவில்லை. விவசாயக் கருவிகள் கிடைக்காததால் இப்பண்பாட்டு மக்களை வேட்டுவக்குடிகள் என்றும் இங்கு கிடைத்த இரும்புக் கருவிகள் வேட்டையாடப் பயன்படுத்தப்பட்டிருக்கலாம் என்றும் டி.டி.கோசாம்பி, ஆர். எஸ். சர்மா உள்ளிட்ட வடஇந்திய ஆய்வாளர்கள் எவரும் கருதவில்லை. மகாபாரதம் தொடர்பான 30 க்கும் மேற்பட்ட இடங்களில் இப்பண்பாட்டுத் தடயங்கள் கிடைப்பதால் இதனை மகாபாரத காலத்திய அரச குலங்களுடன் தொடர்புபடுத்துகின்றனர். ஆரிய அரசகுலங்கள் சிறந்த போர்க்குடிகளாக விளங்கினர் என்பதற்கு இங்கு கிடைக்கும் போர்க்கருவிகள் சான்றாக உள்ளன என்றே இதற்கு விளக்கம் அளிக்கின்றனர்.

தமிழகத்தில் பெருங்கற்கல்லறைப் பண்பாட்டில் கிடைக்கக்கூடிய இரும்புக் கருவிகள் பெரும்பாலும் போர்க்கருவிகளாக இருப்பதைக் கொண்டு இக்காலகட்டத்தில் தமிழ்ச் சமூகத்தில் சிறந்த போர்க்குடிகள் வாழ்ந்துள்ளனர் என விளக்கம் அளிப்பதே சரியானதாகும். அவ்வாறு விளக்கம் அளிக்கும் போது சங்க இலக்கியங்கள் குறிப்பிடும் அரச குலங்கள் உயிர்பெற்றுவிடுவதுடன் தென்னிந்திய வரலாற்றாய்வையும் புதிய கண்கொண்டு பார்க்க கோசாம்பி போன்றாரால் முடிந்திருக்கும். அதை விடுத்து இக்காலகட்டத்தில் தமிழ்ச் சமூகம் போர்க்குடிகளாக வளர்ந்திருக்கமுடியாது என்ற முன்முடிவுடன் கோசாம்பியும் சர்மாவும் இதற்கு விளக்கமளித்துள்ளனர்.

வடக்கிலிருந்து குடியேறிய ஆரிய பிராமணர், தமிழகத்தில் தொன்றுதொட்டு வாழ்ந்து வரும் நாகரிகமற்ற பழங்குடிகளுக்குத் தலைமையேற்று தமிழக பெருங்கற்கல்லறைப் பண்பாட்டைத் தோற்றுவித்ததாக வடஇந்திய ஆய்வாளர்கள் அனைவரும் கருதுகின்றனர். இவர்கள் கருதுவது போல் அகத்தியரின் கதை வட இந்திய பிராமணர் தென்னகத்திற்குக் குடியேறியதாகச் சுட்டவில்லை. அகத்தியனின் தமிழகக் குடியேற்றம் தமிழக வேந்தர், வேளிர் குடியுடன் தான் நிகழ்ந்துள்ளதேயன்றி பிராமணர் கூட்டத்துடன் அல்ல. மேலும் அகத்தியர் பிராமணர் அல்லர்; அவரை நச்சினார்க்கினியர் ஓர் அறிவர் என்கிறார். பழந்தமிழ் இலக்கியங்கள் அறிவர் என்றும் கணியன் என்றும் குறிப்பிட்டுள்ளவர்களை இன்றைய வள்ளுவப் பறையர் என்ற சாதிய சமூகத்தோடு தான் தொடர்புபடுத்த முடியும். தமிழக அரசகுலத்தவரின் ஒரு பிரிவினர் வடஇந்தியாவிலிருந்து குடியேறினர் என்பதற்கு சங்கப் பாடல் ஒன்று சான்று பகர்கின்றது.

"நீயே வடபால் முனிவன் தடவினுட்தோன்றி
செம்பு புனைந்தியற்றிய சேணெடும்புரிசை
உவராவீகைத் துவரையாண்டு
நாற்பத்தொன்பது வழிமுறை வந்த
வேளிருள் வேளே விறற்போரண்ணல்" **[புறம்: 201]**

இப்பாடல் பாடப்பட்ட காலத்திற்கு 49 தலைமுறைக்கு முன் வட இந்தியாவிலுள்ள துவாரகையை ஆண்ட அரச குலத்தவரின் வழி வந்தவர்கள் தமிழக வேளிர் குடியினர் என்ற தரவு இப்பாடலில் பதிவாகியுள்ளது. கபிலர் பாடிய இப்பாடல் குறைந்தபட்சம் கி.பி. 2 ஆம் நூற்றாண்டில் இயற்றப்பட்டிருக்கலாம். இப்பாடல் பாடப்பட்ட 49 தலைமுறைக்கு முன் துவாரைகையை ஆண்ட வேள் வழிவந்தவனாக இருங்கோவேளைக் குறிப்பிடுகிறார். ஒருதலைமுறைக்கு 20 ஆண்டுகள் எனக் கணக்கிட்டால், இப்பாடல் பாடப்பட்ட காலத்திலிருந்து சுமார் 1000 ஆண்டுகளுக்கு முன் துவாரகையிலிருந்து இருங்கோவேள் வம்சத்தினர் குடிபெயர்ந்தனர் என்றாகிறது. அதாவது கி.மு. 800 வாக்கில் இக்குடியேற்றம் நிகழ்ந்திருக்கலாம். கண்ணனின் யது குலத்துடன் தொடர்புடைய கருப்பு-சிவப்பு மட்பாண்டப் பண்பாடு வட இந்தியப் பகுதியிலிருந்து கி.மு. 700 இல்

மறையத் தொடங்கி கி.மு. 500 இல் முற்றிலுமாக மறைந்துவிடுகிறது. மகாபாரதப் போருக்குப் பின் யது குலத்தின் அழிவு பற்றிய புராணக் கதைக்கு இது பொருந்துகிறது. கி.மு. 700 க்குப் பின் கி.பி. 250 வரை அதே கருப்பு-சிவப்பு மட்பாண்டங்கள் தென்னிந்தியாவில் பெருவாரியாகக் கிடைக்கின்றன. கருப்பு-சிவப்பு மட்பாண்டப் பெருங்கல் பண்பாட்டினரின் தென்னிந்தியக் குடியேற்றத்தையே கபிலர் பாடியுள்ளார் எனத் தெரிகிறது.

மேலும் தொல்காப்பிய உரையாசிரியர் நச்சினார்க்கினியர், எழுத்ததிகாரம் பாயிரவுரையில் "துவாரபதி போந்து நிலங்கடந்த நெடுமுடியண்ணல் வழிக் கண்ணரசர் பதினெண்மரையும் பதினெண்குடி வேளிருள்ளிட்டாரையும் அருவாளரையுங் கொண்டு காடு கெடுத்து நாடாக்கி" என்று குறிப்பிடுகிறார்.

இதன் பொருளாவது, சிவபெருமானின் விருப்பத்திற்கிணங்க தென்திசை நோக்கிப் பயணித்த அகத்தியர், துவாரகை சென்று, திரிவிக்கிரமனின் (நிலம் அளந்த நெடுமுடியண்ணல்) வழிவந்த வேந்தர் குடியினரையும், பதினெண்குடி வேளிருள்ளிட்டாரையும், அருவாளரையும் தம்முடன் அழைத்து வந்து தமிழகத்தில் குடியேறிய பின் அவர்கள் உதவியுடன் காடு அழித்து நாடாக்கினார் என்பதாகும். சிறந்த போர்க்குடிகளான தமிழக வேந்தர், வேளிர் குடிகளுடன் அகத்தியனின் தென்னகக் குடியேற்றம் நிகழ்ந்ததாலேயே அக்குடியேற்றம் தொடர்பான பெருங்கற் கல்லறைகளில் கிடைக்கக்கூடிய இரும்புக் கருவிகள் பெரும்பாலும் போர்க்கருவிகளாக உள்ளன.

புறப்பொருள் வெண்பா மாலையில் இடம் பெற்றுள்ள "கல் தோன்றி மண் தோன்றா காலத்தே வாளோடு முன் தோன்றிய மூத்த குடி" என்ற பிரபலமான பாடல் வரிகள் தமிழ்க் குடியைப் போர்க்குடியாவே குறிப்பிடுவதும் இங்கு கருதத்தக்கது. இந்தத் தரவுகள் மூலம் தமிழகப் பெருங்கற்கல்லறைப் பண்பாட்டில் கிடைக்கக்கூடிய இரும்பு ஆயுதங்கள் போருக்குப் பயன்பட்டவையே அன்றி வேட்டைக்காக அல்ல என்பது தெளிவாகிறது. மேலும் பெருங்கற்கல்லறைகள் பெரும்பாலும் தலைமக்களுக்குரியவை. தலைமக்கள் உழவுத் தொழிலில் ஈடுபடுவது பண்டைய தமிழ் மரபு அல்ல. மேலும்

உலகம் முழுவதும் சமூகத்தில் கீழ்நிலையில் வைக்கப்பட்டிருந்தவர்களே விவசாயத்தில் ஈடுபடுத்தப்பட்டனர் என்பது வரலாறு. எனவே தான் சங்க காலத்தில் உழவுக்குப் பயன்படுத்திய இரும்புக் கருவிகள் தலைமக்களுக்குரிய கல்லறைப் பொருட்களில் அதிகம் காணப்படவில்லை.

இந்தியாவின் பிற மொழி பேசும் சமூகங்களைப் போல தமிழ்ச் சமூகமும் ஆரியமயமாதல் மூலமே நாகரிக வளர்ச்சி பெற்றது என்று இன்றைக்கும் பரவலாகக் கருதப்படுகிறது. தமிழ் உள்ளிட்ட திராவிட மொழிகள், சமஸ்கிருத மொழியைத் தாயாகக் கொண்டு வளர்ந்தவை என்பது தான் தொடக்ககால வரலாற்றுப் புரிதலாகும். விடுதலைக்கு முன்பு இந்திய தேசியம் என்ற கருத்தாக்கத்திற்கு ஒற்றை மொழியையும் ஒற்றைப் பண்பாட்டையும் முன்னிறுத்துவது இந்திய வரலாற்றாய்வின் முதன்மை நோக்கமாக இருந்தது. இந்த நோக்கம் தேசியக் கடமை என்று கருதப்பட்டதால் தமிழ்ச் சமூக வரலாற்றில் காணப்படும் தனித்தன்மை வாய்ந்த பண்பாட்டுக் கூறுகளைத் தொடக்ககால வரலாற்றாய்வாளர்கள் கவனத்தில்கொள்ள விரும்பவில்லை.

இந்தியப் பண்பாட்டின் தனித்துவம் வாய்ந்த அம்சமாகத் தன்னிறைவு பெற்ற கிராமியச் சமூகங்களைக் கூறுவர். அரசுகளுக்குள் போர் நடைபெறும் போது கிராம சமூகங்களின் அன்றாட வாழ்க்கையில் எந்தக் குறுக்கீடும் ஏற்படுவதில்லை; ஆட்சியாளர் மாறினாலும் கிராம சமூகங்கள் அதைப் பெரும்பாலும் பொருட்படுத்துவதில்லை என்பர். உழவர், ஆயர், மீனவர், மலைவாழ் குறவர், வேடர், தொழில் சாதிகள் போன்ற வெவ்வேறு நிலையில் வாழ்ந்த மக்கள் பண்டமாற்றுப் பரிவர்த்தனை மூலம் ஒருவர் தேவையை மற்றவர் நிறைவு செய்து ஒரு வகையான கூட்டு வாழ்க்கையை (Symbiosis) மேற்கொண்டிருந்தனர். உள்நாட்டு வணிகத்திற்கு பெரும்பாலும் பணப் பரிவர்த்தனை தேவைப்படவில்லை. இந்தக் கூட்டுவாழ்க்கை முறையில் அரசு தேவையில்லாமல் தலையிடுவதில்லை. இதை ஆசிய பாணி உற்பத்தி முறை எனக் கூறுவர். இந்தச் சமூக அமைப்பில் அரசின் நிதி ஆதாரம் பெரிதும் வெளிநாட்டு வணிகத்தை சார்ந்தே இருந்தது.

இத்தகைய அரசியல் அமைப்பினை சுமேரியாவின் ஊருக் பண்பாடு தோற்றுவித்தது. இந்தியாவில் இவ்வரசியல் அமைப்பு சுமேரிய பண்பாட்டுக் கூறுகளை உள்வாங்கிய தமிழ்ப் பண்பாட்டின் தாக்கத்தால் ஏற்பட்டது என்பதை விரிவாகப் பார்க்கவுள்ளோம்.

தன்னிறைவு பெற்ற கிராம சமூகங்களைக் கொண்ட ஆசிய பாணி உற்பத்தி முறையிலமைந்த ஒரு பொது இந்தியப் பண்பாட்டை உருவாக்கும் முயற்சியை கி.மு. 1200 லிருந்தே தமிழ் வணிகக்குழுக்கள் மேற்கொண்டிருந்தனர். இந்தியாவில் இரும்புப் பயன்பாட்டை அறிமுகப்படுத்திய க-சி.ம பயன்பாட்டுப் பெருங்கற்கல்லறைப் பண்பாட்டின் பரவுதலுடன் இதை இணைத்துப் பார்க்கலாம். கி.மு. 6 ஆம் நூற்றாண்டு தொடக்கம் வரை தமிழ் வணிகக்குழுக்கள் தோற்றுவித்த ஆசிய பாணி உற்பத்தி முறையிலமைந்த பல வணிக அரசுகள் இந்தியா முழுவதும் நிலவின; இக்காலகட்டத்தில் தென்னிந்தியாவிலும் பெரும் எண்ணிக்கையிலான வணிகஅரசுகள் தோன்றியிருந்தன. இத்தகைய வணிகஅரசுகளை வேளாட்சி (Chiefdoms) என அழைக்கலாம். இவற்றுள் வலுவான வணிகஅரசினை நிறுவியிருந்த பாண்டியர்கள் இந்தியா முழுவதுமிருந்த பிற வணிகஅரசுகளின் ஒருங்கிணைப்பாளராகவும் செயல்பட்டனர். சுமேரிய நகர அரசுகள் ஒரு நகர அரசின் தலைமையில் தங்களுக்குள் கூட்டணி அமைத்தே செயல்பட்டனர்; கிழக்கு மத்தியதரைக்கடலோர வணிகஅரசுகளும் பல அரசுகள் இணைந்த கூட்டமைப்பாகவே செயல்பட்டனர். மேற்காசிய குடிகள் நடைமுறைப்படுத்தியிருந்த இந்த அரசியல் நெறியை இந்தியாவில் பாண்டியர்கள் தொடர்ந்தனர். பல தன்னாட்சி அரசுகள் ஓர் ஒருங்கிணைப்பாளரின் கீழ் செயல்பட்ட அரசியல் அறநெறியையும் தமிழ் மொழி உள்ளிட்ட சில பண்பாட்டுக் கூறுகளையும் இணைத்து 'தமிழ்' அல்லது 'தமிழ் மரபு' என பண்டைய தமிழ் அறிஞர்கள் அழைத்தனர்.

'தமிழ்', சுமேரியரின் மூலச்சிறப்புமிக்க அரசியலின் நீட்சியாகும். வட இந்தியாவில் தமிழ் வணிக அரசுகளின் துணைக்குடிகளாக வாழ்ந்த ஆரிய இனக்குழுக்கள் மகாபாரத கால அரசியல் குழப்பத்திற்குப் பின் கி.மு.700 வாக்கில்

தன்னாட்சிப் பகுதிகளைக் கொண்ட பல ஜனபதங்களை அமைத்திருந்தன. ஐரோப்பிய குடிகளுக்கேயுரிய அரசியல் முதிர்ச்சியின்மையால் மிகக் குறுகிய காலத்தில் இந்த ஜனபதங்களை அழித்து மையப்படுத்தப்பட்ட அதிகாரத்தைக் கொண்ட அரசுகளை உருவாக்கும் முயற்சி கி.மு. 600 இல் வட இந்தியாவில் தோன்றியது. மையப்படுத்தப்பட்ட அரசியல் அமைப்புடன் வட மொழி மற்றும் இறந்தோரை எரித்தல் போன்ற சில பண்பாட்டுக் கூறுகளை உள்ளடக்கி **'ஆரியம்'** என்றனர். இக்காலகட்டத்திலிருந்து ஆரியத்திற்கும் தமிழுக்குமான போட்டி தொடங்கிவிட்டது. இவ்விரு பண்பாட்டு மரபுகளும் பரிணமித்த வழிமுறையை விரிவாக 'தமிழரைத் தேடி... (இரண்டாம் பாகம்)' நூலில் பார்க்க உள்ளோம்.

இந்தியப் பண்பாட்டுருவாக்கத்தில் ஆரியர் அல்லது பிராமணரின் பங்களிப்பே முதன்மையானது என்றும் தமிழ்ப் பண்பாடு உள்ளிட்ட இந்தியப் பண்பாடுகள் அனைத்தும் ஆரிய மரபில் வளர்த்தெடுக்கப்பட்டன என்றும் இன்றுவரை வரலாற்றாய்வுலகம் பரப்புரை செய்துவருகிறது. இதற்கு மாறாக, இந்தியப் பண்பாட்டின் மூல வடிவம் தமிழ்ப் பண்பாடு தான் என்றும் இதன் திரிந்த வடிவமே ஆரிய மரபு என்றும் கூறுவது பொருத்தமாக இருக்கும்.

II

மூலப் பண்பாடும் திரிந்த பண்பாடுகளும்

பண்பாடுகளை மூலப் பண்பாடு, திரிந்த பண்பாடு என இரண்டு வகையாகப் பகுக்கலாம். உலகம் முழுவதும் வாழ்ந்த மக்கள் தொடக்க காலங்களில் விலங்குகளை வேட்டையாடியும் காய், கனி, கிழங்குகளைச் சேகரித்தும் தங்கள் உணவுத் தேவையை நிறைவுசெய்தனர். கி.மு. 11 ஆயிரம் வாக்கில் மேற்காசியச் சமூகம் கால்நடை வளர்ப்பையும் விவசாயத்தையும் மேற்கொள்ளத் தொடங்கியதிலிருந்து மனித சமூகம் உணவு சேகரித்தல் நிலையிலிருந்து உணவு உற்பத்தி செய்யும் நிலைக்கு மாறியது. இதன் பின் மேற்காசியச் சமூகம் பல பண்பாட்டுப் படிநிலைகளைக் கடந்து அரசுருவாக்கம் வரை வளர்ந்துள்ளது. தொடக்கக்கட்ட கீழ்நிலைப் பண்பாட்டிலிருந்து ஒவ்வொரு கட்டமாக மேல் நிலைக்கு தாமாகவே பரிணமித்த பண்பாடுகளை ஒருவழி (நேர்வழி) பரிணாமத்தில் (Unilinear Evolution) பரிணமித்தவையாகக் கூறுகிறோம். இவ்வாறு தாமாகவே மேல்நிலைக்கு பரிணமித்த பண்பாட்டு மக்களை கீழ்நிலைப் பண்பாட்டு மக்கள் வெற்றிகொண்டு அப்பண்பாட்டைத் தமதாக்கிக் கொள்ளும் போது பண்பாடுகள் திரிகின்றன. ***(பண்பாட்டு மானிடவியலில் புதிதாக திரிந்த பண்பாடு என்ற கோட்பாடு இங்கு முன்வைக்கப்படுகிறது).*** *திரிந்த பண்பாட்டின் தோற்றத்திற்கு அடிப்படையாக அமைந்த நேர்வழியில் பரிணமித்த பண்பாட்டை மூலப் பண்பாடு என அழைக்கிறோம்.*

நேர்வழிப் பரிணாமத்தில் பரிணமித்த மூலப் பண்பாட்டுக் குடிகள் தங்களின் பண்பாட்டு வளர்ச்சிக்கு ஏற்ற சட்டங்களை மரபாகக் கடைப்பிடித்து வந்துள்ளன. ஒரு சமூகம், அதுவே தோற்றுவித்துக் கொண்ட மரபுகளை, சட்டங்களாக எழுதிவைத்துக் கடைப்பிடிக்க வேண்டிய தேவை ஒருபோதும் எழுவதில்லை. எடுத்துக்காட்டாக, தொடக்கத்தில் மனித இனமும் விலங்குகளைப் போன்று தனித்தனி தாய்த்தலைமைக் கூட்டங்களாகவே வாழ்ந்தது. ஒரு ரத்த உறவுக் கூட்டத்தின் (clan) உறுப்பினர்கள் பிற ரத்த உறவுக் கூட்டங்களின் உறுப்பினர்களுடன் மணவுறவு கொள்வதில்லை. இது போன்ற

தாய்த்தலைமைக் கூட்டங்கள் இன்றைய உலகில் எங்குமே வாழவில்லை. ஆனால் வரலாற்றுக் காலத்தின் தொடக்கம் வரை இவ்வாறான கூட்டங்கள் ஐரோப்பாவில் வாழ்ந்ததைப் பல தரவுகள் உறுதிப்படுத்துகின்றன.

இன்றைய பழங்குடிகளிடம் ஒன்றுக்கு மேற்பட்ட 'ரத்த உறவுக் கூட்டங்கள்' (clans) இணைந்து பரிணமித்த இனக்குழு (Tribe) என்ற சமூக அமைப்பையே பார்க்கிறோம். கடைசிக் கடும்பனி (Last Ice age) காலத்தில் உணவு உள்ளிட்ட வாழ்வாதாரங்களைப் பெறுவதற்காக ஆயிரக்கணக்கான ஆண்டுகள் நடைபெற்ற ஓயாத சண்டையின் முடிவில், கிடைக்கிற வாழ்வாதாரங்களைப் பகிர்ந்து வாழ்ந்தால் தான் அழிவிலிருந்து தப்பிக்கமுடியும் என்பதை மனிதக் கூட்டங்கள் உணர்ந்தன. இச்சூழலில் தனித்தனியாக வாழ்ந்த ரத்த உறவுக் கூட்டங்கள் இணைந்து இனக்குழுக்கள் தோன்றின. இப்புதிய சமூக அமைப்பு தோன்றிய போது கூட்டத்தின் உறுப்பினர்களுக்குள் நடைமுறையில் இருந்த அகமணமுறை தடை செய்யப்பட்டு, இனக்குழுவுக்குள் இணைந்த வேறு ரத்த உறவுக் கூட்டத்துடன் மணவுறவு கொள்ளும் முறை விதியானது. இப்புதிய மரபு மீறப்பட்டால் இனக்குழு உடைந்து மீண்டும் ஓயாத போரில் ஈடுபட நேரிடும் என்பதால் குறிப்பிட்ட இனக்குழு இம்மரபை மிக உறுதியாக நடைமுறைப்படுத்திவிடும்.

சிக்கல்கள் நிறைந்த மரபுகளையும் பிறழாமல் கடைப்பிடிக்கக்கூடிய தன்மை அம்மரபினை தாமாகவே தோற்றுவித்த சமூகங்களில் மட்டுமே உண்டு. அச்சமூகங்களின் பண்பாட்டை மூலப் பண்பாடு எனலாம். கீழ்நிலைப் பண்பாட்டினர், மேல்நிலைப் பண்பாட்டினர் மீது மேலாண்மை பெறுகிற போது தாங்கள் கைப்பற்றிக் கொண்ட மூலப் பண்பாட்டின் கூறுகளைத் தமதாக்கிக்கொள்ள முயல்வர். இத்தகைய முயற்சியில், புதிதாகக் கடைப்பிடிக்க நினைக்கும் மூலப் பண்பாட்டின் மரபுகளில் அதிகபட்சமாகத் தங்கள் சமூகம் கடைப்பிடிக்க முடியும் எனக் கருதும் மரபுகளையெல்லாம் சட்டமாக்கிவிடுகின்றனர். மூலப் பண்பாட்டின் மரபுகளில் சிலவற்றை பண்பாட்டு வளர்ச்சியில் கீழ்நிலையில் இருந்த தங்கள் சமூகத்தால் கடைப்பிடிக்க முடியாது எனக் கருதி சட்டமாக்காமலும் விட்டுவிடுகின்றனர். சட்டமாக்கப்பட்ட

மரபுகளிலும் இன்றியமையாத சிலவற்றை மட்டுமே சரியாகக் கடைப்பிடிக்க கடுமையாக வலியுறுத்தினர்; எஞ்சிய எழுதப்பட்ட சட்டங்களுக்கு இச்சமூகத்தினர் அதிக முக்கியத்துவம் அளிப்பதில்லை. இத்தகைய முக்கியத்துவம் இல்லாத சட்டங்களைப் பெரும்பாலான வேளைகளில் இச்சமூகத்தினர் கடைப்பிடிப்பதும் இல்லை. பண்டைய சமூகங்கள் பலவற்றில் எழுதப்பட்ட சட்டங்களுக்கும், நடைமுறைப்படுத்தப்பட்டவற்றுக்கும் இடையில் மிகப்பெரிய இடைவெளி இருப்பதாக ரோமிலா தாப்பர் உள்ளிட்ட பல வரலாற்றறிஞர்கள் குறிப்பிடுகின்றனர்.

இந்தியாவின் மூலப்பண்பாடு தமிழா ? ஆரியமா ?

வட ஆரியச் சமூகத்திற்கும் தமிழ்ச் சமூகத்திற்கும் பல பொதுவான பண்பாட்டுக் கூறுகள் உண்டு. அரசியல், மொழி, இலக்கணம், எழுத்து, நாட்டியம், இசை, மருத்துவம், போர்க்கலை போன்ற பல பண்பாட்டுக் கூறுகளில் ஒரு பொதுத்தன்மையைக் காணமுடிகிறது. தமிழில் சித்த மருத்துவம் என்றால் வடவர் ஆயுர் வேதம் என்கின்றனர்; இரண்டிற்கும் பெரிய வேறுபாடு இல்லை. இலக்கண நூல்களான தமிழ்மொழியின் தொல்காப்பியத்திற்கும் சமஸ்கிருதத்தின் அஷ்டாத்யாயிக்கும் பொதுவான மொழிக் கொள்கைகள் பல உள்ளன. அரசனின் ஏழு அங்கங்கள், நான்கு வகையான படைகள் போன்ற ஒப்புமைகளை அரசியலில் பார்க்கின்றோம். தொல்காப்பியர் கூறும் மெய்ப்பாடும் பரத முனிவரின் நாட்டிய சாஸ்திரத்தில் கூறப்படும் பாவங்களும் பெரிதும் ஒத்திருக்கின்றன.

இந்த ஒப்புமைகளைக் கொண்டு வட ஆரியரின் முயற்சியினாலேயே சங்ககாலத் தமிழ்ச்சமூகம் உருவாகியது என்ற தவறான கருத்தை எளிதில் உருவாக்கிவிட்டனர். இந்த ஒப்புமைகள் குறித்து விளக்கமளிக்கும் பேராசிரியர் கார்த்திக்கேசு சிவத்தம்பி, *"தொல்காப்பியர் நாட்டிய சாஸ்திரத்திலே எடுத்தாரா அல்லது பரதரும் தொல்காப்பியரும் இந்தியாவில் நிலவிய ஒரு பொதுக் கருத்தினை ஏற்றுக்கொண்டனரா என்று சிந்திக்கவேண்டியுள்ளது"* எனக் கூறுகிறார்.[38]

---

38 பேரா. கார்த்திகேசு சிவத்தம்பி, சங்க இலக்கியம் கவிதையும் கருத்தும், உலகத் தமிழாராய்ச்சி நிறுவனம், சென்னை 2009. பக். 22

தமிழுக்கும் ஆரியத்திற்குமான பொதுவான ஒரு மரபு இந்தியாவில் இருந்திருக்கலாம் என்ற பேராசிரியரின் சிந்தனை சிறப்பானது. பல பொதுமைகள் உள்ள போதிலும் குறிப்பான பல வேற்றுமைகளும் இருப்பதை நாம் காண்கிறோம். இந்த வேற்றுமைகளை வைத்துப் பார்க்கிற போது தமிழின் திரிந்த பண்பாடாக ஆரியம் வளர்ச்சி பெற்றிருந்ததால் இதுபோன்ற பொதுத்தன்மைகளைக் காணமுடிகிறது எனக் கூறுவது மேலும் பொருத்தமாக இருக்கும். கடைப்பிடிக்க வேண்டிய நடைமுறைகளை சாஸ்திரங்களாக (சட்டங்களாக) எழுத்தில் கொண்டுவந்து, அவற்றையும் முழுமையாகக் கடைப்பிடிக்கமுடியாத வட சமூகம் அயல் மரபுகளைத் தமதாக்கிக் கொண்ட திரிந்த பண்பாடாகவே இருக்கவேண்டும். அந்த மூலப்பண்பாடு வட சமூகத்தின் எழுதப்பட்ட சாஸ்திரங்களை விடவும் செம்மையான பல அறங்களை மரபாகக் கடைப்பிடித்திருக்க வேண்டும். தமிழ்ப் பண்பாட்டிற்கும் ஆரியப் பண்பாட்டிற்கும் பல பொதுவான பண்பாட்டுக் கூறுகள் இருந்தாலும் அவற்றை செம்மையான வடிவில் தமிழ்ச் சமூகமே கடைப்பிடித்தது.

1. தமிழர் ஆரியர் அகவாழ்க்கை ஒப்பீடு

பழங்குடிகளாக வாழ்ந்த தமிழ்ச் சமூகத்தை வடக்கிலிருந்து குடியேறிய பிராமணரே பண்பாட்டு வளர்ச்சி பெறச் செய்தனர் என அனைத்து வட இந்திய அறிஞர்களும் கருதுகின்றனர். முறையான மண வாழ்க்கை இல்லாத தமிழர் வடவரின் எண்வகை மணமுறைகளையே கடைப்பிடித்தனர் என்பது இவ்வறிஞர்களின் கருத்தாகும். ஆனால் பழந்தமிழர், ஆரியரின் மணமுறைகளைக் கீழோருக்குரியதாகவே கருதினர் என்பது தான் உண்மை.

வடவரின் எண்வகை மண முறைகளை 'மனுதர்ம சாஸ்திரம்' கீழ்க்காணுமாறு விவரிக்கிறது.[39]

1. *பிரம்மம்:* வேத வித்தகனாகவும், நல்லொழுக்கமுடைய வனாகவும் இருக்கும் பிரம்மச்சாரியை வலியச் சென்று அழைத்து அவனுக்குப் புத்தாடை அணிவித்து ஆடையணிகளால் அழகு செய்த பெண்ணை அவனுக்குத் தானம் செய்வது பிரம்ம விவாகம்.

---

39 மனுதர்ம சாஸ்திரம், அத். 2, சுலோகங்கள் 27 முதல் 34 வரை

2. தெய்வதம் (தெய்வ மணம்): யக்ஞத் தீயின் முன்னிருந்து யாகம் நடத்தி வைக்கும் புரோகிதனுக்கு அலங்காரத்துடன் தனது பெண்ணைக் கொடுப்பது தெய்வ மணம்.

3. ஆரிஷம்: தான் செய்யவேண்டிய யாகாதி தர்மத்துக்காக வரனிடத்தில் இருந்து ஒரு ரிஷபம், ஒரு பசு அல்லது இரண்டு ரிஷபம், இரண்டு பசு இவற்றைப் பெற்றுக்கொண்டு திருமணம் செய்து கொடுப்பதை ஆரிஷ விவாகமென்பர்.

4. பிரஜாபத்யம்: பிரம்மச்சாரியை அழைத்துப் பூசித்துப் பெண்ணைத் தரும்போது நீவிர் இருவருமாய் அறங்களைப் புரிந்து வாழ்வீராக என்று வாழ்த்திக் கொடுத்தல் பிரஜாபத்யம்.

5. ஆசுரம்: பெற்றவன் குறிக்கும் பொருளைக் கொடுத்துப் பெண்ணை வாங்கி அணிகள் பூட்டி மணப்பது ஆசுரம் எனப்படும்.

6. காந்தர்வம்: ஆண் – பெண் இருவரும் தம்மில் மனம் கலந்து தாங்களாகவே கூடி சுகித்தல் காந்தர்வம்.

7. ராக்ஷசம்: அவளது உறவினர்களை அடித்துக் கொன்றும் பிளந்தும், ஒரு பெண்ணை அவளது வீட்டிலிருந்து தன் வலிமையால் கவர்ந்து சென்று மணப்பதாகும்.

8. பைசாசம்: தூக்கத்திலும் குடிபோதையிலும் பித்தங் கொண்டும் இருக்கும் பெண்ணைக் கலப்பது மிகவும் தாழ்ந்த பைசாச மணமாகும்.

இவற்றில் பிராமணனுக்கு பிரம்மம் முதல் பிரஜாபத்யம் வரையான நான்கும், சத்ரியனுக்கு ராக்ஷசமும், மற்ற இரு வருணத்தவர்க்கு ஆசுரமும் சிறந்த மணமுறை என்று மனுதர்ம சாஸ்திரம் கூறுகிறது. இவையே வடஆரியரின் மணமுறைகளாகும்.

தமிழரின் மணமுறைகளோ முற்றிலும் வேறுபட்டது. கடைச்சங்க காலத் தொடக்கத்தில் இயற்றப்பட்டதாகக் கருதப்படும் தொல்காப்பியம், திருமண முறைகளைக் களவு, கற்பு என இரண்டாகப் பிரிக்கிறது. கற்பு மணம் என்பது பெற்றோர் பார்த்து திருமணம் செய்து வைக்கும் இன்றைய

முறையை ஒத்தது. இருமனம் ஒப்பி காதலித்த தலைவன், தலைவி, பெற்றோரும் உறவினரும் அறியாமல் காதல் கொண்டு, தங்கள் காதல் வெளிப்பட்ட பின் பெற்றோரின் சம்மதத்துடன் மணம்புரிவது களவு மணம் ஆகும். தமிழரின் இவ்விரு மணமுறைகளில் களவு மணம் வட ஆரியரின் எண்வகைத் திருமண முறைகளில் காந்தர்வத்துடன் ஓரளவிற்கு ஒப்புமையுடையது எனத் தொல்காப்பியர் குறிப்பிடுகிறார்.

இன்பமும், பொருளும் அறனும் என்றாங்கு
அன்பொடு புணர்ந்த ஐந்திணை மருங்கின்
காமக் கூட்டங் காணுங் காலை
மறையோர் தேஎத்து மன்றல் எட்டனுள்
துறையமை நல்யாழ் துணைமையோர் இயல்பே.

- (*தொல்: பொருள்; களவியல் - 1*)

மறையோராகிய வட ஆரியரின் எட்டு வகை மணங்களான (மன்றல் எட்டனுள்) பிரமம், பிரசாபத்தியம், ஆரிஷம், தெய்வம், காந்தருவம், அசுரம், ராக்ஷசம், பைசாசம் ஆகியவற்றில் 'துறையமை நல்யாழ் துணைமையோர்' என்பது கந்தர்வரைக் குறிக்கும் என்பதனால் காந்தர்வம், களவு மணத்துக்கு ஒப்பானது என்றாகிறது. இந்த எண்வகை மணங்களில் காந்தர்வம் தவிர்த்த பிற ஏழும் தமிழ் மரபில் கீழோருக்குரியவை என தொல்காப்பியம் சுட்டுகிறது.

முன்னைய மூன்றும் கைக்கிளைக் குறிப்பே
பின்னர் நான்கும் பெருந்திணை பெறுமே

- (*தொல்: பொருள்; 105*) என்கிறார்.

இச்சூத்திரத்திற்கு நச்சினார்க்கினியர், "*முன் நின்ற அசுரமும், ராக்கதமும், பைசாசமும் கைக்கிளை என்றதற்கு சிறந்திலவேனுங் கைக்கிளை எனச் சுட்டப்படும்; பின்னர் நின்ற பிரமம், பிரசாபத்தியம், ஆரிடம், தெய்வதம், என்னும் நான்கினையும் பெருந்திணை தனக்கு இயல்பாகவே பெறும் எனவும் கூறப்படும் என்றவாறு*" என்று உரை வரைகிறார்.

கைக்கிளை என்பது ஒருதலைக் காமம்; பெருந்திணை என்பது பொருந்தாக் காமமும் காம மிகுதியும் ஆகும். தமிழ் இலக்கண மரபில் கைக்கிளையும் பெருந்திணையும் கீழோராகிய அடியோர், வினைவலருக்குரியது. எவரும் செய்ய முன்வராத

தொழில்களை அடிதொழில் என்றனர். இத்தகைய அடிதொழில் செய்வோரை அடியோர் என்று பழந்தமிழ் இலக்கியங்கள் குறிப்பிடுகின்றன. பிற சேவைத் தொழில் மேற்கொள்பவர்களை வினைவலர் என்றனர். வடவரின் காந்தர்வம் தவிர்த்த பிற ஏழு மணமுறைகளை கீழ்மக்களாக வகைப்படுத்தப்பட்ட அடியோர், வினைவலருக்குரிய கைக்கிளை, பெருந்திணையில் சேர்த்துத் தொல்காப்பியம் இலக்கணப்படுத்தியுள்ளது.

அசுர மணம் பெண்ணை அவள் பெற்றோரிடமிருந்து விலை கொடுத்து வாங்கி மண முடிக்கும் முறையாகும். இங்கு மணமகனின் விருப்பம் மட்டுமே கணக்கில் கொள்ளப்படுவதால் இது ஒருதலைக்காமமாயிற்று. ராக்ஷசத்தில் ஆண் மகன், பெண்ணின் பெற்றோர் ஒப்புதலின்றிப் பெண்ணைக் கவர்ந்து செல்வதால் இதுவும் ஒருதலைக் காமமாயிற்று. குடி போதையிலோ பித்தங்கொண்டோ சுயநினைவின்றி இருக்கும் பெண்ணுடன் கூடும் பைசாசமும் தெளிவாக ஒருதலைக்காமமாகிறது. எனவே தான் தொல்காப்பியர் இம்மூன்றையும் கைக்கிளை என வரையறுக்கிறார்.

பிரமம், பிரசாபத்தியம், ஆரிடம், தெய்வதம் ஆகிய இந்நான்கு மணமுறைகளிலும் பெண்ணின் தந்தை தானே முன்வந்து தன் மகளை பிராமணனுக்கோ, பிற செல்வந்தனுக்கோ தானம் கொடுக்கிறான். இம்முறைகளில் மணம் செய்துகொள்ளும் ஆண், பெண் இருவரின் விருப்பமும் தேவைப்படுவதில்லை. இதனால் தான் இவற்றைப் பொருந்தாக் காமத்தில் சேர்த்துப் பெருந்திணை என்று தொல்காப்பியர் இலக்கணம் வகுக்கிறார்.

வடவரின் காந்தர்வம் கூட தமிழ் மரபின் களவு மணத்துடன் அப்படியே ஒப்புமையுடையது அல்ல. தகுந்த வயதை அடைந்த ஓர் ஆணும் பெண்ணும் மனம் ஒத்து, தங்களுக்குள் உறவு கொண்டு தாங்களாகவே கணவன் மனைவியாக இணைந்து வாழ்வது காந்தருவம். இதில் பெற்றோர் ஒப்புதலோ அல்லது கரணம் எனப்படும் மணவினைச் சடங்குகளோ தேவையில்லை. இந்த வேறுபாட்டை *"கந்தருவருக்கு கற்பின்றி அமையவும் பெறும், ஈண்டுக் கற்பின்றிக் களவே அமையாதென்றற்குத் "துறையமை" என்றார்"* என களவியல், முதல் சூத்திரத்திற்கான உரையில் நச்சினார்க்கினியர் விளக்குகின்றார். யாழோராகிய

கந்தர்வர்க்கு கற்பின்றி களவு அமையுமாதலால் திணை ஒழுக்கத்துக்குட்பட்ட கந்தவர்க்குரிய மணமுறையுடன் களவு மணம் ஒப்புமையுடையது எனச் சுட்டுவதற்காக "துறையமை யாழோர்" என்ற சொல்லாடலை தொல்காப்பியர் பயன்படுத்துவதாக நச்சினார்க்கினியர் குறிப்பிடுகிறார். கற்புடைய கந்தர்வம் களவு மணமாகும் என நச்சினார்க்கினியர் விளக்கம் அளிப்பதாகக் கூறலாம். இங்கு கற்பு என்று எதைச் சுட்டுகிறார் என்பதைப் பார்ப்போம்.

கற்பெனப் படுவது கரணமொடு புணரக்
கொளற்குரி மரபிற் கிழவன் கிழத்தியைக்
கொடைக்குரி மரபினோர் கொடுக்கக் கொள்வதுவே

(தொல்: பொருள்; கற்பியல் – 1)

கொளற்குரிய தகுதியுடைய தலைவனுக்கு கொடைக்குரிய தகுதியுடைய மரபினர் பெண் கொடுக்க மண முடிப்பதே கற்பு மணமாகும். இச்சூத்திரத்தின்படி பெற்றோர் பார்த்து மணம் முடிப்பதே கற்பு என்றாகிறது. பெற்றோர் ஒப்புதலுடன் களவு நடைபெறாது எனும் போது இச்சூத்திரத்தின் கற்பிற்கான விதிப்படி களவு மணம் கற்பாக முடியாது. களவு எவ்வாறு கற்பாகும் என்பதற்கும் தொல்காப்பியர் சூத்திரம் செய்துள்ளார்.

கொடுப்போர் இன்றியுங் கரண முண்டே
புணர்ந்துடன் போகிற காலை யான

(தொல்: பொருள்; கற்பியல் – 2)

களவு வெளிப்பட்டு பெற்றோர் ஒப்புதலுடன் கரணத்தில் முடிந்த களவு மணமும் கற்பாகும் என்று இச்சூத்திரம் குறிப்பிடுகிறது. இன்று பெற்றோருக்குத் தெரியாமல் காதலித்து விட்டு பின்னர் பெற்றோர் ஒப்புதலுடன் திருமணம் செய்வதை சங்ககாலத்தில் களவு என்றனர். பெற்றோர் ஒப்புதலுடன் திருமணத்தில் முடியாத காதலை களவு மணமாகக் கூட தமிழ் மரபு ஏற்கவில்லை. மேலும் களவு மணம் கற்பு மணமாக மாறிய போதும் கூட பண்டைய தமிழ்ச் சமூகத்தில் கற்பு மணத்திற்கு இணையான அங்கீகாரத்தைப் பெறவில்லை என்பதை மணிமேகலையில் வரும் விசாகையின் கதை உணர்த்தும்.–

வட ஆரிய மணமுறைகளின் பழங்குடித்தன்மை

வட ஆரியரின் எண்வகை மணங்களும் பழங்குடிகளின் நடைமுறைகளாகவே உள்ளன. பெண்ணிற்கு விலை கொடுத்து மணம் செய்யும் ஆசுரம் பழங்குடிச் சமூகங்களின் இயல்பான நடைமுறையாகும். இன்று உலகம் முழுவதும் வாழ்கின்ற பல பழங்குடிகளிடம் பெண்ணிற்கான விலையாக ஆண் மகன் பெண்ணின் வீட்டில் சில ஆண்டுகள் தங்கியிருந்து தன்னுடைய உடல் உழைப்பைக் கொடுக்கும் வழக்கம் உள்ளது. பெண்ணைக் கவர்ந்து செல்லும் ராட்சசம் வேட்டையாடுதல், உணவு சேகரித்தல் நிலையில் வாழ்ந்த பண்டைய சமூகங்களில் பெரிதும் காணப்பட்ட ஒரு வழக்கமாகும். வேட்டுவக் குடிகளுக்குரிய இம்மணமுறைகளை வட ஆரியச் சமூகத்தின் தலைமக்களும் கூட இயல்பாகக் கடைபிடித்து வந்துள்ளனர். கி.மு. 6 ஆம் நூற்றாண்டிற்கு சில நூற்றாண்டுகளுக்கு முன்பு தான் தமிழ் அறிஞர்களின் வழிகாட்டுதலுடன் வட ஆரிய சமூகத்தில் முறையான மணவாழ்க்கை ஏற்பட்டுள்ளது. எனவே தான் அச்சமூகம் கடைப்பிடிப்பதற்காக வகுக்கப்பட்ட மணமுறைகள் பழங்குடிச் சமூகத்திற்குரியதாக உள்ளன. தமிழர் கடைப்பிடித்த தனி உடைமைச் சமூகத்துக்குரிய கற்பு நெறியைப் பழங்குடித் தன்மைகள் கொண்ட தங்கள் சமூகத்தினால் கடைப்பிடிக்கமுடியாது என்பதால் வட அறிஞர்கள் இது போன்ற மணமுறைகளை வகுத்துள்ளனர்.[40] நிலபிரபுத்துவச் சமூகத்துக்குரிய அரசியல் வாழ்விற்கு வட ஆரியரின் எண்வகை மணமுறைகளை விட தமிழரின் மணமுறையே பொருத்தமானதாகும்.

தமிழ் மணமுறையின் சிறப்பு

தமிழ் மரபு அங்கீகரித்துள்ள மேலோருக்குரிய மணமுறையில் இரு பாலரது பெற்றோரின் இசைவும் தேவைப்படுகிறது என்பதைப் பார்த்தோம். இம்மணமுறை நன்கு பக்குவப்பட்ட நிலபிரபுத்துவச் சமூக அமைப்பிற்கே உரியது. பண்டைய காலத்தில் வலுவான அரசர்கள் தங்களுக்குத் திறை செலுத்தும்

---

40 ஆரிய இனக்குழுக்கள் இந்தியாவிற்குக் குடியேறும் வரை பண்பாட்டு வளர்ச்சியற்ற இனக்குழு வாழ்க்கையையே மேற்கொண்டிருந்தனர் என்பதை ஆரியர் யார் ? என்ற தலைப்பில் பார்க்கலாம்.

குறுநில மன்னர்களிடமும் நட்பு அரசர்களிடமும் மகற்கொடை பெற்று அவர்களை உறவினராக்கி அதன் மூலம் அரசியல் நிலைத்தன்மையை உறுதிப்படுத்திக் கொள்ளும் மரபு இருந்தது. சுமேரியாவில் தோன்றிய இம்மகட்கொடை மரபு உலகம் முழுவதும் பரவியிருந்தது. இத்தகைய மணவுறவுகள் தமிழரின் கற்பு மணம் போலவே கொடுக்கக் கொள்வதாகவே தொடக்ககால சுமேரியர் உள்ளிட்ட பண்டைய அரச குலங்களிடம் இருந்தது.

இதற்கு மாறாக மகற்கொடை மறுத்த அரசனின் மகளைக் கவர்ந்து சென்று மனைவியாக்கிக் கொள்வது ராக்ஷசம் என்றும், அரச வருணத்தினருக்கு இம்மணமுறையே சிறந்ததென்றும் வட இந்திய சாஸ்திர நூல்கள் குறிப்பிடுகின்றன. வட இந்திய புராணக் கதைகளிலும் வரலாற்றுக் காலத்திலும் பல மன்னர்கள் வேற்று அரசனின் மகளைக் கவர்ந்து சென்று மணம் முடித்ததைக் காணமுடிகிறது. உலகில் பெரும்பாலான (அனேகமாக அனைத்து) அரச குலத்தவரும் இத்தகைய ராக்ஷச மணத்தை அங்கீகரித்துள்ளனர். உண்மையில், பண்பட்ட நிலப்பிரபுத்துவச் சமூகத்திற்கு இம்மணமுறை பொருந்தாத ஒன்று. பண்பாட்டு வளர்ச்சியில் பின்தங்கியிருந்த சமூகத்தினர் கடைப்பிடிக்கும் மணமுறை என்பதாலேயே இதற்கு ராட்சசம் எனப் பெயரிட்டனர்.

நன்கு வளர்ச்சியடைந்திருந்த நிலப்பிரபுத்துவச் சமூகத்தில் பெண் குடும்பத்தின் உடைமையாகிறாள். தன்னை, பெற்றோரின் (குடும்பத்தின்) உடைமையாக நினைத்து வாழும் மகளை, கவர்ந்து சென்று மனைவியாக்கிக் கொள்ளும் ராக்ஷச மணம் குடும்ப உறவுகளில் வன்முறையைத் தோற்றுவிக்கிறது. இத்தகைய மணமுறையை ஆதரிக்கும் வட இந்திய, ஐரோப்பிய அரச குலங்களில் அரசன் ராணிகளை நம்புவதில்லை. ராணிகள் அடிக்கடியும் அரசனுக்கு எதிரான சூழ்ச்சிகளில் ஈடுபட்டதைக் காணமுடிகிறது. ராணிகளிடம் அரசன் எவ்வாறு எச்சரிக்கையாக இருக்கவேண்டும் என அர்த்தசாஸ்திரம் விரிவாகக் கூறுகிறது.

“மன்னர் மாளிகைக்கு மகாராணி வரவேண்டும். மன்னர் அவளிருப்பிடம் போகக் கூடாது. அதுவும் வயதான பெண்களால் பரிசோதிக்கப்பட்ட பிறகு, அவள் உள்ளே வரவேண்டும். மன்னர் எந்தப் பெண்ணிடமும் தானாகப் போகக் கூடாது.

பத்ரசேன மன்னனை அவன் சகோதரன் ராணியின் மாளிகையில் மறைந்திருந்து கொன்றான்,

காருஷதேச மன்னனை, அவன் மகன் தன் தாயின் படுக்கைக்குக் கீழே ஒளிந்திருந்து கொன்றான்,

தேன் கலந்த பொரி என்று கூறி, மது கலந்த பொரியைக் கொடுத்து காசி மன்னனை, அவன் மனைவி கொன்றாள்,

வன ராஜாவான வைரந்தியன் என்பவனை அவன் மனைவி விஷம் தடவிய கால் சலங்கையால் கொன்றாள்,

சௌவீர நாட்டு மன்னனை, அவன் ராணி ஒட்டியாணத்திலிருக்கும் மணியினால் கொன்றாள்,

ஜாலூதனை, அவன் மனைவி கண்ணாடியால் கொன்றாள்,

விரேதனை அவன் ராணி தன் பின்னலில் ஆயுதத்தை மறைத்துக் கொணர்ந்து அதனால் கொன்றாள்."[41]

இவ்வாறு தன் மனைவிகளிடமே அரசன் எச்சரிக்கையாக இருக்கவேண்டிய நிலை வட இந்திய அரசர்களுக்கு இருந்துள்ளது. ஐரோப்பிய வரலாற்றிலும் அரசனைக் கொன்ற ராணிகளையும், மகன்களால் கொல்லப்பட்ட அரசர்களையும், ராணிகளையும் பிள்ளைகளையும் கொன்ற அரசர்களையும் அதிகம் காணலாம்.

தமிழக வேந்தர் குடியினருக்கோ இத்தகைய சிக்கல்கள் ஒருபோதும் தோன்றியதில்லை. வேந்தர்கள் மகற்கொடை மறுத்த தலைவர்களின் ஊரை அழித்து, அவர் மகளிரைக் கைப்பற்றி, 'கொண்டி மகளிர்' ஆக்கி விடுவரேயன்றி, மணம் புரிவதில்லை. இக்கொண்டி மகளிர் கோவில் பணிப்பெண்களாக்கப்பட்டனர். இம்மரபு, நிலப்பிரபுத்துவச் சமுக அமைப்பிற்கான சிறந்த வழிமுறையாகும். போரிட்டு, கைக்கொண்ட மகளிரைப் பட்டத்து ராணியாக்கி சிக்கல்களுக்கு உள்ளாவது பண்படாத சமூகங்களிலேயே நிகழும். ஐரோப்பிய அரசர்களிடமும் இவ்வாறு கைக்கொள்ளப்பட்ட மகளிரைப் பட்டத்து ராணியாக்கும் மரபு இருந்தது. அச்சமூகத்திலும் அரசனுக்கு எதிராக ராணிகள் நடத்திய சூழ்ச்சிகளுக்குப் பெரும் பட்டியலே உள்ளது. கொண்டி மகளிரை ஏவலராக்கும் மரபை தமிழ் வேந்தர் குடியினர் மிக உறுதியாகக் கடைப்பிடித்தனர்.

---

41 *அர்த்த சாஸ்திரம் என்னும் சாணக்கியரின் நீதி நூல், (மூலமும் உரையும்-முழுவதும்) உரை ஆசிரியர் ஸ்ரீ ஆனந்த நாச்சியாரம்மா – ஸ்ரீ இந்து பப்ளிகேஷன்ஸ், சென்னை, ஐந்தாம் பதிப்பு-பிப்ரவரி 2010, பக்கம்: 95*

நிலபிரபுத்துவச் சமுக அமைப்பின் நீண்ட நெடிய வரலாற்றில் தொடக்கக்கட்ட தவறுகளிலிருந்து கற்றுக்கொண்ட பாடங்களின் மூலமே இத்தகைய செம்மையான மரபுகள் தோன்றி நிலைபெற முடியும். சுமேரியத்தின் நீட்சியாக சங்ககாலத் தமிழ்ச் சமூகம் உருவானதால் இது சாத்தியமாயிற்று எனலாம்.

வட இந்தியச் சமூகம் மணவினைச் சடங்குகளை எட்டு வகையாக வகைப்படுத்தியிருந்தாலும், உள்ளடக்கத்தில் அம்மணமுறைகள் பழங்குடிச் சமூகத்திற்குரிய எளிய பண்பாட்டுக் கூறுகளையே கொண்டிருந்தன. தமிழ் வேந்தர்குடியினர், மகற்கொடைக்குரிய மரபினர் கொடுப்பக் கொள்வதே சிறந்தது என்ற கொள்கையைக் கொண்டிருந்தனர். இன்றைய சூழலில் இக்கொள்கை மிகவும் எளிமையான, இயல்பான ஒன்றாகத் தெரியலாம். ஆனால் மிகவும் வளர்ந்த பண்பாட்டுக்குரியவையாகக் கருதப்படும் பண்டைய வட இந்திய, ஐரோப்பியச் சமுகங்களால் இம்மரபை எளிதில் கடைப்பிடிக்க முடியவில்லை என்பதே உண்மை.

மகாபாரதக் கதையில் குரு வம்சத்தில் பிறந்த சந்தனு என்ற அரசன் மச்சகந்தி என்ற மீனவப் பெண்ணை மணக்கிறான். மச்சகந்தி திருமணத்திற்கு முன்பே பராசர முனிவருடன் கூடி வியாசரைப் பெற்றெடுத்திருக்கிறாள். இங்கு மச்சகந்தி பராசருடன் கூடியதை வட மரபுப்படி காந்தர்வ மணம் எனக் கூற வேண்டும். இந்த மண உறவில் வியாசர் என்ற மகன் பிறந்த பின் குரு குல அரசன் சந்தனுவை அவள் மணக்கின்றாள். தமிழ் மரபுப்படி கூறுவதாயின் மச்சகந்தி – சந்தனு திருமணம் அடியோருக்குரிய கைக்கிளை மணமாகும். இது, அச்சமூகத்தில் ஒரு விதிவிலக்காக இல்லை. இது போன்ற பல நிகழ்வுகளை வட இலக்கியங்களில் காணமுடிகிறது.

சந்தனுவின் பேரன்களான திருதராஷ்ட்ரனும் பாண்டுவும் தங்கள் தந்தைக்குப் பிறக்கவில்லை. பாட்டியாகிய மச்சகந்தியின் மகன் வியாசருக்கும் தங்கள் தாய்களுக்குமான ஒரு புணர்ச்சிச் சடங்கின் மூலம் பிறந்தனர். பஞ்ச பாண்டவர்கள் உண்மையில் குந்தி-மாத்ரி புத்திரர்களேயன்றி பாண்டு புத்திரர் அல்லர். திருமணத்திற்கு முன் களவுப் புணர்ச்சி மூலம் குந்தி கர்ணனைப் பெற்றெடுத்தார்; திருமணத்திற்குப் பின்பும் வெவ்வேறு

கடவுளர்களுடன் கூடி பஞ்ச பாண்டவர்களில் முதல் மூவரைப் பெற்றெடுத்தார். பிற இருவரையும் அதே போன்ற களவுப் புணர்ச்சியில் பாண்டுவின் இன்னொரு மனைவியான மாத்ரி பெற்றெடுத்தார். இத்தகைய சடங்குகள், பழங்குடித் தன்மை முற்றிலும் ஒழிந்துவிடாத சமூகங்களிலேயே நிகழும். சங்ககாலத் தமிழ்ச்சமூகம் போன்ற ஒரு பண்பட்ட சமூகத்தில் இது போன்ற பழங்குடிச் சடங்குகள் நிகழ்வது சாத்தியமில்லை. வட சமூகத்தின் வெறும் புனைகதைகள் என்று இவற்றை ஒதுக்கிவிடவும் முடியாது. தமிழ் இலக்கியங்களில் இது போன்ற புனைவுகள் கூட இல்லை என்பதை நாம் கருத்தில் கொள்ளவேண்டும்.

குந்தி, கடவுளர்களிடம் உறவுகொண்டதால் அது ஏற்கத்தக்கது தான் என்றும் கூறுவதற்கில்லை. ஏனென்றால் பழந்தமிழ் இலக்கியங்கள் கணவனைத் தவிர பிற தெய்வங்களைப் பத்தினிப் பெண்டிர் தொழுவது கூட இல்லை எனத் தெளிவாகக் கூறியுள்ளன. திருமணத்திற்குப் பின் பிற ஆடவருடன் கூடுவது சங்ககாலத் தமிழகத்திலும் விதிவிலக்காக நிகழ்ந்திருக்கும். என்றாலும் இத்தகைய உறவை தமிழ் மரபு ஏற்கவில்லை என்பதால் தமிழ் நெறியில் இதனை இலக்கணப்படுத்தவில்லை. எனவே தான் சங்கப் பாடல்களின் தொகுப்பில் இத்தகைய பதிவுகள் இல்லை.

பாண்டவர்கள் ஐவருக்கும் பாஞ்சாலி ஒருத்தியே மனைவியாக இருந்ததில் பழங்குடி சமூகத்துக்குரிய குழு மணத்திற்குள் இணைக் குடும்ப வடிவம் செயல்பட்டதன் சாயலைக் காணலாம். பாண்டவர் ஐவரும் ஒரு குழுவாகிக் கொள்கின்றனர். இவர்கள் ஒரு பெண்களின் குழுவை மணப்பதற்குப் பதிலாக தனி ஒரு பெண்ணை மணக்கின்றனர். இந்த ஐந்து சகோதரர்களுள் ஒவ்வொருவரும் குறிப்பிட்ட காலத்திற்கு பாஞ்சாலியின் முதன்மைக் கணவனாக செயல்பட்டதாக மகாபாரதம் சித்திரிக்கிறது. இது தெளிவாக இணைக்குடும்ப வடிவமாகும். இதைப் போல ஒரு பெண் பல கணவன்களை மணம் செய்யும் வழக்கம் இந்தியாவின் சில பழங்குடிகளிடம் இன்றும் நடைமுறையிலிருப்பதாக மானிடவியலாளர்கள் குறிப்பிடுகின்றனர். வட ஆரிய சமூகத்தில் இந்த வழக்கம்

அக்காலகட்டத்தில் இருந்ததால் தான் பாஞ்சாலி ஐந்து கணவர்களை மணமுடிப்பதாக வியாசர் இயல்பாகப் புனைகிறார். இக்கதை புனையப்படும் போது வட ஆரிய சமூகத்தில் இவ்வழக்கம் வழக்கொழிந்திருந்தால் வியாசர் இவ்வாறு புனைந்திருக்க வாய்ப்பில்லை.

விலங்கினத்திலிருந்து பரிணமித்த மனித சமூகத்தில் தொடக்கத்தில் விலங்குகளைப் போன்ற வரைமுறையற்ற ஆண்-பெண் இணைச்சேர்க்கையே (மந்தை நிலை) இருந்திருக்கும். மனிதன் மந்தை நிலையில் வாழும் போது சமூகத்தில் பொதுவுடைமை நிலவியது. தனிச் சொத்து தோன்றிய பின்பே 'தனிக்குடும்பம்' தோன்றுகிறது. சங்க கால தமிழ்ச் சமூகத்தில் தனிக்குடும்பம் மிகவும் செம்மையாக அமைந்திருந்தது. ஐரோப்பிய மற்றும் வட ஆரிய சமூகங்களில் தனிக்குடும்ப அமைப்பு தெளிவாகப் பரிணமித்திருக்கவில்லை. குடும்ப அமைப்பு மந்தை நிலையிலிருந்து தனிக்குடும்பம் வரை எவ்வாறு பரிணமித்தது என்பதை பண்பாட்டு மானிடவியலாளர் ஆய்வு செய்துள்ளனர். குடும்பத்தின் பரிணாமத்தை சுருக்கமாகத் தெரிந்து கொள்வதன் மூலம் பண்டைய ஐரோப்பியர், வட ஆரியர், தமிழர் ஆகியோரின் பண்பாட்டு வளர்ச்சி நிலைகளை ஒப்பிட்டுப் பார்க்க முடியும்.

குடும்பத்தின் பரிணாமம்

"விலங்குகளின் பரிணாமம் போன்றே பண்பாடுகளும் சிறிய எளிய நிலையிலிருந்து பெரிய சிக்கலான நிலைக்கு வளர்ச்சி பெற்றுள்ளன." என்று அமெரிக்க மானிடவியல் அறிஞர் மார்கனும்

பண்பாடு என்பது அறிவு, நம்பிக்கை, கலை, ஒழுக்க நெறிகள், சட்டம், வழக்கம் முதலானவையும், மனித சமுதாயத்தில் ஓர் உறுப்பினராக இருந்து கற்கும் பிற திறமைகளும் பழக்கங்களும் அடங்கிய முழுமைத் தொகுதியாகும்." என்று ஆங்கிலேய மானிடவியல் அறிஞர் டைலரும் கூறுவர்.

மார்கனும், டைலரும் இணைந்து தோற்றுவித்த ஒருவழிப் பரிணாமக் கொள்கையை (*Unilinear Evolution*) அடியொற்றி

எங்கெல்ஸ் “குடும்பம், தனிச்சொத்து, அரசு ஆகியவற்றின் தோற்றம்” என்ற நூலை எழுதினார். குடும்பத்தின் வளர்ச்சியை விவரிப்பதற்கு மார்கனின் ஆய்வுகளையே எங்கெல்ஸ் முழுமையாகச் சார்ந்திருந்தார். இப்பண்பாட்டு மானிடவியலாளர்களின் கொள்கையின் படி ஒரு குறிப்பிட்ட சமூகம் கீழான பண்பாட்டு நிலையிலிருந்து மேலான நிலைக்கு வளரவளர குடும்பம் உள்ளிட்ட அனைத்துப் பண்பாட்டுக்கூறுகளும் புதிய வளர்ச்சிநிலைக்கேற்றவாறு வளர்ச்சியடையும். இக்கொள்கையை அடிப்படையாகக் கொண்டு மார்க்சிய சிந்தனையாளர்கள் முதலாளித்துவத்துக்கு முந்தைய சமூகப் பண்பாட்டுக் கட்டங்களை கீழ்க்கண்டவாறு பகுத்துள்ளனர்.

(1) ஆதிப் பொதுவுடைமை (2) ஆண்டான் - அடிமைச் சமூகம் (3) நிலப்பிரபுத்துவம்.

இந்த மூன்றுக்கும் இடையில் வீரயுக அரசுகள் தோன்றியதையும் குறிப்பிடுகின்றனர். மனிதன் வேட்டுவக்குடிகளாக வாழ்ந்த இனக்குழு வாழ்வில் சமூகத்தில் பொது உடைமை நிலவியது. இதை ஆதிப் பொதுவுடைமை என அழைக்கின்றனர். சில குடிகள் ஆட்சிக்குடியாக மாறி பிற குடிகளை ஆயுதங்களின் துணையுடன் உழைக்கும் மக்களாக மாற்றிய நிலையை ஆண்டான்-அடிமை சமூகம் என அழைக்கின்றனர். வீரயுக அரசுகளை இக்கட்டத்தின் வளர்ந்த வடிவமாகக் கூறலாம். இன்றைய முதலாளித்துவ அரசுகளுக்கு முந்தைய நிலையில் நிலப்பிரபுத்துவ அரசுகள் தோன்றின. இக்கட்டத்தில் தனி உடைமை தெளிவாகத் தோன்றிவிடுகிறது. இது அரசியலின் பரிணாம வளர்ச்சியாகும்[42].

குடும்பத்தின் பரிணாம வளர்ச்சி 1) ரத்த உறவுக் குடும்பம் 2) பூனலுவா குடும்பம் அல்லது குழு மணம் 3) இணைக் குடும்பம் 4) தனிக் குடும்பம் என நான்கு கட்டங்களைக் கொண்டதாக எங்கெல்ஸ் குறிப்பிடுகிறார். இக்குடும்ப

42 சுமார் 150 ஆண்டுகளுக்கு முன் மார்க்சும் எங்கெல்சும் முன் வைத்த இந்த அரசியல் பரிணாம சித்திரத்தில் மேலும் பல படிநிலைகளைச் சேர்க்க வேண்டியுள்ளதைத் தற்காலத்திய ஆய்வுகள் கோருகின்றன. இதை விரிவாக ‘தமிழரைத் தேடி....’ இரண்டாம் பாகத்தில் பார்க்கலாம்

வடிவங்களை அரசியல், பண்பாட்டு, வளர்ச்சிநிலைகளுடனும் இணைத்து விளக்குகிறார். இதன்படி ஆதிப் பொதுவுடைமையின் தொடக்கக் கட்டத்தில் இரத்த உறவுக் குடும்பமும் அதன் பிந்தைய கட்டத்திலும் ஆண்டான் அடிமைச் சமூகத்திலும்' குழு மணம்', 'இணைக் குடும்பம்' ஆகிய இரு குடும்ப வடிவங்களும் நிலப்பிரபுவ சமூகத்தில் ஒருத்திக்கு ஒருவன் என்ற தனிக்குடும்பமும் இருந்ததாக விளக்குகின்றார். இந்தக் குடும்ப வடிவங்களைப் பற்றித் தெரிந்துகொள்வோம்.

1. ரத்த உறவுக் குடும்பம்

விலங்குகள் போன்று மனிதன் தனித்தனி கூட்டங்களாக வாழ்ந்த போது ரத்த உறவுக் குடும்ப வடிவம் இருந்தது.. அதாவது ஒரு கூட்டத்தின் எல்லா தாத்தாக்களும் பாட்டிகளும் பரஸ்பரம் கணவன் மனைவியர் ஆவர். அவர்களின் குழந்தைகளும் அதே போல் பரஸ்பரம் கணவன் மனைவியர் ஆவர். பேரன் பேத்திகள் பரஸ்பரம் கணவன் மனைவியராகவுள்ள மூன்றாம் தலைமுறையாக அமைவர். சுருக்கமாகக் கூறினால் இந்தக் குடும்ப முறையில் ஒரே தலைமுறையைச் சேர்ந்தவர்கள் தங்களுக்குள் கணவன் மனைவி ஆவர். பெற்றோரும் குழந்தைகளும் உறவு கொள்வதிலிருந்து விலக்கப்பட்டனர் என்பதில் தான் விலங்குகளின் மந்தையிலிருந்து இக்குடும்ப அமைப்பு முன்னேற்றம் கண்டிருந்தது. இந்தக் குடும்ப வடிவம் இன்று எந்தப் பழங்குடிகளிடமும் இல்லை எனினும் மனிதக்குரங்குகளிடம் காணப்படும் இது போன்ற ஒரு முறையிலிருந்து தான் குடும்ப அமைப்புகள் பரிணமித்திருக்க வேண்டும் என மார்கன் கருதினார். பிரிட்டானியரிடம் இது போன்ற குடும்ப அமைப்பு நிலவியதை சீசர் பதிவு செய்துள்ளார்.

2. குழு மணம் (பூனலுவா குடும்பம்)

இத்தகைய குடும்ப அமைப்பை ஹவாய் தீவின் பழங்குடிகளிடம் மார்கன் காண்கின்றார். ஒரு தாய் வயிற்றுப் பிறந்த சகோதரிகள் அல்லது ஒன்றுவிட்ட, இரண்டுவிட்ட அல்லது இன்னும் தூர சகோதரிகள் ஒரு குழுவாகி தங்கள் சகோதரர் அல்லாத சில ஆண்களை தங்களின் பொதுக் கணவராக மணம் செய்து கொண்டனர். இந்த பொது கணவன்கள் தங்களுக்குள் சகோதரர்களாக இருக்கலாம்; ஆனால்

அப்படித் தான் இருக்க வேண்டும் என்ற அவசியமில்லை. இம்மணத்திற்குப் பின் இவர்கள் ஒருவரை ஒருவர் நெருக்கமான தோழன் என்ற பொருளில் பூனலுவா என அழைத்துக்கொண்டனர். இதே போன்று பல சகோதரர்கள் ஒரு குழுவாக இணைந்து தங்களுக்கு சகோதரி முறை இல்லாத சில பெண்களைக் கூட்டாக மணம் செய்து கொண்டனர்.

இந்தக் குடும்ப அமைப்பில் சகோதரிகளைக் கொண்ட ஒரு குழு புதிய குடும்பம் ஒன்றிற்கு மூலக்கருவாக அமைகின்றது. அவர்களின் கூடப் பிறந்த சகோதரர்கள் வேறு குடும்பத்திற்கு மூலக்கருவாக அமைந்தனர். இந்த வகையில் சகோதரர், சகோதரிகள் பரஸ்பரம் உறவு கொள்வதை விலக்கியது இக்குடும்ப அமைப்பில் மிக முக்கியமான முன்னேற்றமாக இருந்தது. தாய்த்தலைமைக் கூட்டங்கள் இனக்குழுவாக இணைந்த தொடக்கக்கட்டத்தில் இது போன்ற குழு மணம் நடைமுறைப்படுத்தப்பட்டிருக்கலாம்.

3. இணைக்குடும்பம்

குழு மணத்தின் போதோ அல்லது அதற்கு முன்னரோ நீண்ட காலத்திற்கோ குறுகிய காலத்திற்கோ ஒரு வகையான இணை வாழ்க்கை இருந்தது என எங்கெல்ஸ் குறிப்பிடுகிறார். குழு மணத்தில் ஒரு ஆணுக்கு பல பொது மனைவியரும் ஒரு பெண்ணிற்கு பல பொது கணவன்களும் இருப்பினும் இந்த இருவரும் ஒருவருக்கு ஒருவர் முதன்மை இணையாக சிறிது காலத்திற்கோ நீண்ட காலத்திற்கோ வாழ்வர். இதையே இணைக்குடும்பம் எனக் கூறுகின்றனர். விலங்குகளின் மந்தைகளில் கூட இது போன்று குறுகிய கால இணைசேர்வது நடைபெறுகிறது. எனவே ஆண் தலைமையிலான தனிக்குடும்பம் தோன்றும் வரை மனித குலத்தில் பரிணமித்த அனைத்து குடும்ப வடிவங்களிலும் இணைக்குடும்ப வடிவம் நீடித்துக்கொண்டு தான் இருந்திருக்கும். தனிக்குடும்பம் தோன்றிய பின் இந்த வடிவம் விலக்கப்படுகிறது.

கிரேக்கத்தில் வீரயுக காலத்திய ஸ்பார்ட்டாக்களிடம் இந்த இணைக்குடும்ப அமைப்பு இருந்ததாக எங்கெல்ஸ் குறிப்பிடுகிறார். தனிக்குடும்பம் தோன்றிய தொடக்கக்கட்டமாதலால் ஸ்பார்ட்டாக்களிடம் இது போன்ற

இணைக் குடும்பத்தின் நீட்சியைக் காணமுடிகிறது. இன்று உலகில் வாழும் பெரும்பாலான பழங்குடிகளிடம் மண ஒப்பந்தங்கள் எளிதாக முறிக்கப்பட்டு அடுத்த இணை சேர்ந்து கொள்ளும் வழக்கம் இணைக்குடும்பத்தின் எச்சமாகும். ஐரோப்பியரிடம் மண ஒப்பந்தங்கள் இந்தியர் அளவிற்கு உறுதி இல்லாமல் இருப்பதிலிருந்து ஐரோப்பியர் மிகவும் பிற்காலத்தில் தான் தனிக்குடும்ப வடிவத்திற்குள் வந்தனர் என்று கூற முடிகிறது.

4. தனிக்குடும்பம்

ஒரு பெண் ஒருவனுக்கு மட்டுமே மனைவியாக வாழ வேண்டும் என்ற விதி தோன்றியதிலிருந்து தனிக்குடும்பம் தோன்றுகிறது. இன்று வரை தொடரும் இக்குடும்ப வடிவத்தைப் பற்றி அதிகம் விவரிக்க வேண்டியதில்லை. நிலபிரபுத்துவத்திற்கு முந்தைய வீரயுகத்தின் தொடக்ககட்டத்தில் இணைக்குடும்பத்திலிருந்து தனிக்குடும்பம் தோன்றுகிறது என எங்கல்ஸ் குறிப்பிடுகிறார். வீரயுகக் காலத்தில் போர்களின் மூலம் ஆண்கள் பொருள் ஈட்டத் தொடங்கியதால் ஆண்களிடம் தனிப்பட்ட முறையில் செல்வம் சேர்ந்தது. இப்போது ஆண், தன் சொந்த முயற்சியில் சேர்த்த செல்வத்திற்கு தன் குழந்தைகள் மட்டுமே வாரிசாக வேண்டும் என விரும்பத் தொடங்குகிறான். இதன் வெளிப்பாடாகத் தனிக்குடும்பம் தோன்றுகிறது.

தனிக்குடும்பத்தின் முழுமையான நோக்கம் ஆண்களின் வாரிசுகளை உறுதிசெய்து கொள்வது என்பது வெளிப்படையாகவே தெரிகிறது. இதற்கு முந்தைய அனைத்துக் குடும்ப வடிவங்களிலும் குழந்தைகளுக்கு தங்களது தாய் யார் என்பது தெரியுமேயொழிய தந்தை யார் என்று தெரியாது. இணைக்குடும்பத்தில் ஆணும் பெண்ணும் தற்காலிகமாக ஜோடி சேர்ந்தனர். இவர்கள் விரும்பும் போது பிரிந்து கொள்ளலாம். அவ்வாறு பிரியும் ஆணுக்கு குழுவில் பல மனைவிகள் உண்டு; பெண்ணிற்கும் குழுவில் பல கணவர்கள் உண்டு; குடும்பம் பெண்களின் தலைமையில் பெண்களுக்குரியதாக இருந்தது. இது போன்ற இணைக்குடும்பத்திலிருந்து தான் தனிக்குடும்பம் தோன்றுகிறது. தனிக்குடும்பம் தோன்றிய தொடக்கக்கட்டத்தில் இணைக்குடும்ப வடிவம் பல்வேறு வகைகளில் நீடித்துக்கொண்டு தான்

இருந்திருக்கும். தனிக்குடும்ப வடிவம் தோன்றி இன்றைய நிலையை அடைவதற்கு மிக நீண்ட காலம் ஆகியிருக்கும்.

பண்டைய சமூகங்களில் குடும்ப அமைப்பு எவ்வாறு இருந்தது என்பதை ஒப்பிட்டுப் பார்ப்பதன் மூலம் அச்சமூகங்களின் பண்பாட்டு வளர்ச்சி நிலையைத் தெரிந்துகொள்ளலாம். இணைக்குடும்பத்தின் கூறுகள் ஒரு சமூகத்தில் நீடித்திருந்தால் அச்சமூகம் மிக அண்மையில் தான் தனிச் சொத்துரிமையையும் அதற்குத் தேவையான தனிக்குடும்ப அமைப்பையும் கடைப்பிடிக்கத் தொடங்கியிருக்கிறது என்று யூகிக்கலாம். இணைக்குடும்பத்தின் கூறுகள் சுவடேயில்லாமல் மறைந்திருந்தால் அச்சமூகம் மிக நீண்டகாலத் தனியுடைமை சமூகமாக வாழ்ந்துள்ளது எனக் கருதலாம்.

காட்டுவிலங்காண்டி நிலையிலேயே தொடர்ந்த ஐரோப்பிய சமூகங்கள்

பண்டைய ஐரோப்பாவின் தொடக்கக்கால தனியுடைமை சமூகங்களான கிரேக்கத்திலும் ரோமிலும் தனிக்குடும்பத்துடன் இணைக்குடும்பத்தின் கூறுகளும் தொடர்ந்து நீடித்ததைக் காணமுடிகிறது. இவ்விரு சமூகங்களும் கிரீத்தில் தோன்றியிருந்த கருப்பர்களின் மினோயன் (Minoan) பண்பாடு மற்றும் ஏஜியன் பகுதிகளில் நிலவிய கருப்பர்களின் வணிக அரசுகள் ஆகியவற்றின் துணைக்குடிகளாக வாழ்ந்ததன் மூலம் தனியுடைமை சமூகங்களான மாறியிருந்தன. இவ்விரு பகுதிகளின் குடிகள் அல்லாத பிற ஐரோப்பிய சமூகங்கள் மிக நீண்ட காலத்திற்கு தாய்த்தலைமைச் சமூகங்களாக நீடித்தன எனக் கூறுவதற்கு சான்றுகள் உள்ளன.

பிரித்தானியர்கள் (பிரிட்டிஷார்) பத்து நபர்களாகவோ பன்னிரண்டு நபர்களாகவோ சேர்ந்து பொது மனைவியர் வைத்திருந்தனர் என்று ஜூலியர் சீசர் குறிப்பிடுகிறார். பொதுக் கணவன்களின் பெற்றோர்களும் அவர்களுடைய குழந்தைகளும் சேர்ந்து இந்தப் பொது மனைவியருக்குக் கணவராக இருந்ததாகவும் சீசரின் குறிப்பில் உள்ளது. சீசரின் குறிப்புகள் படி அவர் காலத்திய பிரிட்டானியரிடம் விலங்குகளின் மந்தை நிலையில் அமைந்த தலைமுறை தாண்டிய உறவு தவிர்க்கப்படாத 'ரத்த உறவுக் குடும்ப' அமைப்பு இருந்ததாகக் கூறுவதே பொருத்தமானதாகும்.

30 ஆயிரம் ஆண்டுகளுக்கு முன் தோன்றிய கடைசிப் பனியுகத்தின் கடும்பனிக் கட்டத்தில் உலகில் வெப்ப மண்டலங்களில் தான் மனிதக் கூட்டங்கள் அதிக எண்ணிக்கையில் குவிந்திருந்தனர். அதிக எண்ணிக்கையிலான மக்கள் ஒரே பகுதியில் உணவு ஆதாரத்திற்காக குவிய வேண்டிய சூழல் ஏற்பட்ட இக்கட்டத்தில் தான் தாய்வழிக் கூட்டங்கள் பல சேர்ந்து புறமணக் குலங்களைக் கொண்ட இனக்குழுக்கள் தோன்றின. கடைசிப் பனியுகத்தில் ஐரோப்பாவின் பூர்வீகக்குடிகள் சிறுசிறு கூட்டங்களாகத் தனித்து வாழ்ந்துள்ளனர். இவ்வாறு சிறு கூட்டங்களாக தனித்து வாழ்ந்த சூழலில் புறமணக் குலங்களைக் கொண்ட இனக்குழுக்கள் பரிணமிக்க வாய்ப்பில்லை. எனவே ஐரோப்பிய பூர்வகுடிகளிடம் இரத்த உறவு குடும்ப அமைப்பே தொடர்ந்தது என்றும் அதிலும் பெற்றோரும் குழந்தைகளும் உறவு கொள்வது முழுமையாக விலக்கப்படவில்லை அல்லது விலக்கல் சாத்தியப்படவில்லை என்றும் கருதுவதே பொருத்தமாகும். இந்தக் குடும்ப அமைப்பு சீசர் காலத்திலும் தொடர்ந்து அவர் அதை பதிவு செய்துள்ளார்.

கிரேக்க தெய்வ சமூகத்தில் ரத்த உறவுக் குடும்ப அமைப்பு

கிரேக்க புராணங்கள் சகோதர, சகோதரிகளுக்குள் மணவுறவிருப்பதை மிக இயல்பாகச் சித்திரிப்பதைப் பார்க்கிறோம். ஜீயஸ் தன் ஒரு சகோதரியை மணந்த பின்பும் வேறொருவனுக்கு மனையாகிவிட்ட மற்றொரு சகோதரியையும் காதலிக்கின்றான். ஜீயஸ்ஸூக்கு தன்னுடைய சகோதரிகள் மணமுறையுள்ள முறைப்பெண்கள் என்று இருந்தால் தான் இது போன்று நடைபெறும். சமூகத்தில் நடைமுறையில் இருந்த உறவுமுறைகள் கடவுளர்களுக்கும் உள்ளதாகப் புனைவது தான் இயல்பு. இந்து புராணங்களில் மாமன் மகளும் அத்தை மகளும் மணமுறைக்குரிய முறைப்பெண்கள் என்ற மாற்று சகோதர மண உறவை இயல்பாகப் புனைந்துள்ளதைக் காணலாம். வட ஆரிய சமூகத்தில் மாற்று சகோதர மண உறவு வழக்கத்தில் இல்லை என்பதையும் இங்கு கவனத்தில் கொள்ள வேண்டும். இந்து தெய்வங்களும் புராணங்களைப் புனைந்த சூதபௌராணிக மரபினரும் (காப்பியத் தொல்குடியினர்) தமிழரோடு தொடர்புடையவர் என்பதால் தமிழ்ச் சமூகத்திலிருந்த உறவு

முறைகள், தெய்வங்கள் உலகிலும் உள்ளதாகப் புனையப்பட்டுள்ளன.

கிரேக்க புராணங்கள் புனையப்பட்டபோது அச்சமூகத்தில் ரத்த உறவுக் குடும்ப அமைப்பு நிலவியது. ஆங்கில மொழியின் உறவுப் பெயர்களான பிரதர் இன் லா (Brother in-law), சிஸ்டர் இன் லா (Sister in-law) போன்றவை அச்சமூகத்தில் இத்தகைய உறவுப் பெயர்கள் தோன்றிய காலத்திற்கு முந்தைய கட்டம் வரை ரத்த உறவு குடும்ப அமைப்பு இருந்ததைச் சுட்டுகிறது. பிரதர் இன் லா என்ற சொல் வேற்றானுக்கு தன் சகோதரியை மணம் முடித்துக் கொடுத்த பின் அவன் சட்டப்படி சகோதரன் ஆகிவிடுகின்றான் என்ற பொருளைத் தருவதைப் பார்க்கலாம்.

கிரீத் தீவில் கி.மு. 2500 லிருந்து கி.மு. 1450 வரை நிலவிய மினோயன் (Minoan) பண்பாட்டின் பரவுதல் மூலமே கிரேக்க சமூகம் நாகரிகமயமாகியது. இப்பண்பாட்டின் வணிகத் தலைவர்கள் கிரீஸ்ஸில் வாழ்ந்த ஆரிய இனக்குழுக்களை நாகரிகத்திற்குப் பழக்கிய காலகட்டத்தில் நடந்த நிகழ்வுகள் இவ்வாறு புராணங்களாகப் புனையப்பட்டுள்ளன. கருப்பின மக்கள் விவசாய நாகரிகத்தை ஐரோப்பாவிற்குக் கொண்டுசெல்லும் வரை ஐரோப்பிய பூர்வகுடிகள் ரத்த உறவுக் குடும்ப அமைப்பிலேயே நீடித்தனர். கி.மு. 2000 க்குப் பின் ஐரோப்பிய இனக்குழுக்கள் மேற்காசிய அரசுகள் சிலவற்றையும் எகிப்திய அரசையும் கைப்பற்றினர். மிக வளர்ந்த இவ்வரசுகளின் ஆட்சிக்குடிகளாக மாறிய ஐரோப்பிய இன அரச குலங்களிடையே சகோதர – சகோதரி மண உறவு நீடித்ததைக் காணமுடிகிறது. எகிப்திய அரசி கிளியோபட்ரா, அவர்களின் குல வழக்கப்படி தன் இளைய சகோதரனை தன்னுடைய பிறவிக் கணவனாகக் கொண்டிருந்ததை வரலாற்றில் பார்க்கிறோம். எகிப்தின் பூர்வீகக்குடிகளான கருப்பினத்தவருடன் வெள்ளையினக்குடிகள் கலந்து தோன்றியதே கிளியோபட்ராவின் அரச குலம். எகிப்தில் கிளியோபட்ராவின் அரச குலத்தில் மட்டுமல்லாமல் அவளுடைய சொந்தங்களான பல உயர்மட்ட அதிகாரிகளிடமும் சகோதர-சகோதரி மணவுறவு இருந்தது ஆவணங்களில் பதிவு செய்யப்பட்டுள்ளது. அதாவது கிளியோபட்ரா சார்ந்த சமூகம்

முழுவதுமே சகோதர-சகோதரி மணவுறவை இயல்பாகக் கடைப்பிடித்தனர்.

புத்தரின் சாக்கிய குலத்தில் சகோதர-சகோதரி மண உறவு நிலைபெற்றிருத்தல்

இந்தியாவின் வரலாற்றுக் காலமாகிய கி.மு. 600 க்குச் சிறிது காலத்திற்கு முன்பு வரையிலும் சில ஆரிய இனக்குழுக்களிடம் சகோதர – சகோதரி மண உறவு இருந்தது என்பதற்கு புத்தரின் சாக்கிய குலம் சாட்சியாகும். சாக்கிய குலம் தோன்றிய வரலாற்றை அம்பத்தா என்ற பிராமண இளைஞனிடம் புத்தர் பின்வருமாறு கூறுகிறார்.

"சாக்கியர்கள் ஒக்ககா மன்னர்களின் பரம்பரையில் வந்தவர்கள். நீண்ட காலத்துக்கு முன்னர் ஒக்ககா தம்முடைய அபிமானத்துக்குரிய ஒரு ராணியின் மகனுக்குப் பட்டம் கிடைக்கச் செய்யும் நோக்கத்துடன் தம்முடைய மூத்த புதல்வர்களான ஒக்கமுகா, கரண்டா, ஹத்தினிகா, சினிபுரா ஆகியோரை நாடு கடத்தினார். அவர்கள் இமயமலைச் சாரலை அடைந்து அங்கே ஓர் ஏரிக்கரையில் சாகோ மரம் வளர்ந்திருந்ததோர் இடத்தில் வாழ்ந்தனர். தங்களின் குலத்தூய்மையைக் காப்பதற்காகத் தங்கள் சகோதரிகளையே மணந்துகொண்டனர்." [43]

இங்கு குலத்தூய்மையைக் காப்பதற்காக தங்கள் முன்னோர் சகோதரிகளை மணந்ததாக புத்தர் குறிப்பிடுகிறார். பொதுவாக சகோதர-சகோதரி மண உறவு கொண்டிருந்த பண்டைய அரச குலங்கள் அனைத்துமே குலத்தூய்மையைக் காப்பதற்காகவே இம்மணமுறையை மேற்கொள்வதாகக் கூறிக்கொண்டனர். இத்தகைய மணமுறையைக் கொண்டிருந்த அரச குலங்கள் வாழ்ந்த போது பிற அரச குலங்கள் புறமண முறையைக் கொண்டிருந்தன. தங்கள் வழக்கம் மாறுபட்டு இருப்பதை நியாயப்படுத்த குலத்தூய்மை காத்தல் என்று விளக்கமளித்துள்ளனர். காட்டுவிலங்காண்டி நிலையில் வாழ்ந்த மனித சமூகத்தில் இனக்குழுக்கள் தோன்றுவதற்கு முந்தைய கட்டத்தில் தான் இது போன்ற சகோதர-சகோதரி மண உறவு இருந்தது என்பதை நாம் கவனத்தில் கொள்ள வேண்டும்.

---

43 பாபாசாகேப் டாக்டர் அம்பேத்கர் – நூல் தொகுப்பு: தொகுதி- 7 முதற் பதிப்பு: ஏப்ரல், 1995, பக்கம் – 79

வடமொழி அகப்பாடல்களில் அறக்கழிவுகள் இயல்பாக இடம் பெறுதல்

சங்க கால அகப்பாடல்களுக்கு ஒப்பான பாடல்கள் சமகாலத்தில் பிராகிருத மொழியிலும் தோன்றியிருந்தது. இப்பாடல்கள் 'காதா சப்த சதி' 'என்ற பெயரில் கவி வத்சலன் என்ற சாதவாகன அரசனால் தொகுக்கப்பட்டுள்ளன. அந்நூலில் இடம் பெற்றுள்ள பாடல்களில் பிறர் மனைவியை தலைமக்கள் நோக்குதல் போன்ற விவரிப்புகள் உள்ளன. கிரேக்க வீரயுகப் பாடல்களும் இடைக்காலத்தில் தோன்றிய ஜெர்மானிய, ஃப்ரெஞ்ச் வீரயுகப் பாடல்களும் உயர்குடி வீரர்களின் பிறர் மனைவி மீதான கள்ளக்காதலைப் பாடுவதைச் சிறப்பான அகப்பாடல் மரபாகக் கொண்டிருந்தன. குழுமணமும் இணைக்குடும்ப வடிவமும் முழுவதும் மறையாத சமூகங்களில் பிறர் மனைவியை காதலிப்பதும் கைப்பற்றிக்கொள்வதும் அடிக்கடியும் நடைபெறும் என்பதுடன் சமூகம் அதையும் ஒரு வீரச்செயலாக அங்கீகரிக்கும். இணைக்குடும்ப வடிவம் பல்வேறு வடிவில் நீடித்திருக்கும் சமூகங்களில் இத்தகைய பாடல்களை ரசிக்கவே செய்வர்.

இது போன்ற நிகழ்வுகளைத் தொல்காப்பியம், 'அறக்கழிவு' எனக் குறிப்பிடுகிறது. வேந்தர், வேளிர் போன்ற ஆட்சிக் குடியினரே சங்க இலக்கியத்தின் தலைமக்களாவர். தலைமக்களின் அக, புற வாழ்க்கையையே சங்க இலக்கியங்கள் பெரும்பாலும் சித்திரிக்கின்றன. இந்தப் பாடல்களில் வேறொருவரின் இணையர் மீது கள்ளக்காதல் கொண்ட தலைவனையோ தலைவியையோ காணமுடியாது.

வட சமூகத்தில் இத்தகைய நிகழ்வுகள் பெருவாரியாக நடந்ததாலும் அதை அச்சமூகம் மிகப்பெரிய தவறாகக் கருதாததாலும் இவற்றைப் பாடுவதைத் தவிர்க்கும் எண்ணம் புலவர்களுக்கு ஏற்படவில்லை; இதே காரணத்தினால் தான் இத்தகைய பாடல்களைத் தொகுப்பதைத் தவிர்க்கும் எண்ணம் தொகுத்தவருக்கும் வரவில்லை. உண்மையில் அக்காலகட்டத்திய வட சமூகத்தில் இத்தகைய பாடல்களுக்குக் கிடைத்த வரவேற்பு, இவற்றைத் தொகுக்கும் ஊக்கத்தை தொகுத்தவருக்குக் கொடுத்திருக்கும். தமிழ்ச் சமூகத் தலைமக்களிடத்தில் இத்தகைய நிகழ்வுகள் மிகக் குறைவாகவே நடந்து அவை பெருங்குற்றமாகப்

பார்க்கப்பட்டிருக்கும். எனவே தான் புலவர்கள் இது போன்ற நிகழ்வுகளைப் பாடவோ தொகுத்தவர்கள் இவற்றைத் தொகுக்கவோ விழையவில்லை.

'காதா சப்த சதி'' பாடல்களைத் தமிழில் மொழிபெயர்த்த பன்மொழிப்புலவர் மு.கு.ஜகந்நாத ராஜா, அவற்றில் பல பாடல்களின் காதல் விவரிப்பு தமிழில் மொழிபெயர்க்க முடியாத அளவிற்கு ஆபாசமாக உள்ளதால் அவற்றை விட்டுவிட்டதாகக் குறிப்பிடுகிறார்.[44] அப்பாடல்களை மொழிபெயர்க்கக்கூடாது என அவரை எவரும் தடுக்கவில்லை. எனினும் தமிழ்ச் சமூகம் இப்பாடல்களை விரும்பாது என்பதாலும் அவருக்குமே அவை ஆபாசமாகத் தோன்றியதாலும் தானே ஒரு தணிக்கையாளராகிக் கொண்டார். பெரும்பாலும் நவீன கால சமூகங்களில் இத்தகைய அறக்கழிவுகளை இலக்கியத் தரம் வாய்ந்த எழுத்தாளர்கள் எழுதுவதில்லை. இதேபோன்ற சமூக நிலை சங்ககாலத் தமிழ்ச் சமூக வாழ்வியலிலும் இருந்துள்ளது என்பது மிகவும் வியப்பான, முக்கியமான செய்தியாகும். பிற வீரயுகக் கவிகள் போன்று தமிழ்க் கவிகள் வாய்மொழிப் பாடலைப் பாடும் பாணர்கள் அல்லர். சமூகத்தில் உயர் நிலையிலிருந்த அறிஞர்களும் தத்துவ ஞானிகளும் அரச குடியினருமே பெரும்பாலான சங்கப் பாடல்களை இயற்றியுள்ளனர். இதுவும் அறக்கழிவுகள் தமிழ் இலக்கியங்களில் தோன்றாமைக்குக் காரணியாகலாம்.

'காதா சப்த சதி'' தோன்றிய வட சமூகத்தில் இப்பாடல்கள் தோன்றுவதற்கு சிறிது காலத்திற்கு முன்பு தான் ஒருவனுக்கு ஒருத்தி என்ற கற்பு நெறியில் அமைந்த குடும்ப அமைப்பு தோன்றியுள்ளது. அச்சமூகத்தில் இக்குடும்ப வடிவம் தோன்றுவதற்கு முன்பு வரை, தாய் தலைமையிலமைந்த "மருமக்கள் தாயம்'' நடைமுறையில் இருந்துள்ளது. தனிக்குடும்ப அமைப்பு தோன்றி குறுகிய காலமே கடந்திருந்ததால் தமிழ்ச் சமூகத்தில் அறக்கழிவாகப் பார்க்கப்பட்ட நிகழ்வுகள் அச்சமூகத்தில் அறமாகவே கருதப்பட்டிருக்கும்.

---

44 பிராகிருதமும் தமிழ்ச்சங்க அக இலக்கியமும் கட்டுரை. 5ஆம் உலகத் தமிழ் மாநாடு – கருத்தரங்கு, ஆய்வுக் கட்டுரைகள். மதுரை, 1981

தமிழ் என்றால் அகம்

தமிழ்ச் சமூகத்தின் அகவாழ்க்கை சமகாலத்திய பிற சமூகங்களை விட ஒப்பீட்டளவில் மிகவும் செவ்வியல் தன்மையில் இருந்ததால் தமிழ் என்றால் அகம் என்று பழந்தமிழ்ப் புலவர்கள் கூறினர். ஆரிய அரசன் பிரகத்தன் என்பான் தமிழ் அறிய, கபிலர் குறிஞ்சிப் பாட்டு என்ற சங்ககால நூலை இயற்றியுள்ளதாக அந்நூலில் குறிப்பு உள்ளது. வேற்று நாட்டான் தமிழ் அறிய கபிலர் குறிஞ்சிப்பாட்டு ஏன் பாடவேண்டும் என்ற வினா இங்கு எழுகிறது. 'தமிழ்' என்றால் 'தமிழரின் அகநெறி' என்ற பொருளில் கபிலர் பயன்படுத்தியுள்ளார். இறையனார் அகப்பொருள் உரையில் "இந்நூல் என்னுதலிற்றோவெனில் தமிழ் நுதலிற்று" என்ற வரி வருகின்றது. இவ்விடத்திலும் 'தமிழ் நுதலிற்று' என்பது 'அகப்பொருள் தொடர்பானது' என்ற பொருளில் பயன்படுத்தப்பட்டுள்ளது.

தமிழ் மரபின் அகநெறிகள் ஆரியரின் அகநெறிகளை விட மேம்பட்டது என்பதால் தமிழ் அறிஞர்களிடத்தில் ஒரு பெருமிதம் அன்றிலிருந்தே இருந்துவந்துள்ளது. வட சமூகம் திரிந்த பண்பாடாகையால் அகநெறியில் வடவர் மிகவும் பின்தங்கிய நிலையிலேயே இருந்தனர். சமூகத்தின் வளர்ச்சிநிலையைக் காட்டக்கூடியது அதன் குடும்ப அமைப்பும் அது சார்ந்த ஒழுகலாறுகளின் சிறப்புத் தன்மையும் தான் என்பதால் தமிழ்ப் பண்பாட்டின் விழுமியத்திற்கு அதன் அகமரபை ஓர் அடையாளமாக முன்னிறுத்தும் வழக்கம் தமிழறிஞர்களிடம் இருந்துள்ளது. இதன் அடிப்படையில் தான் தமிழ் அல்லது தமிழ்ப் பண்பாடு என்றால் அகம் என்று குறிப்பிடும் வழக்கமும் தோன்றியுள்ளது.

தமிழ் அக மரபின் சிறப்பை ஆரியன் ஒருவனுக்கு உணர்த்த கபிலர் குறிஞ்சித் திணையைத் தேர்ந்தெடுத்தது தற்செயலல்ல. தமிழ் மரபில் குறிஞ்சித் திணை களவு மணத்திற்குரியது. இந்த களவு மணம் வடவரின் எண்வகை மணங்களில் ஒன்றான காந்தர்வத்துடன் ஓரளவிற்கு ஒப்பானது என்றும் பிற ஏழு மணங்களும் தமிழ் மரபுப்படி கீழோருக்குரியது என்றும் பார்த்தோம். தமிழரின் களவு மணம் கூட காந்தர்வத்தை விட கூடுதல் சிறப்புடையது என்பதை விவரிக்கவே கபிலர்

களவிற்குச் சிறப்பானதான குறிஞ்சித் திணையில் ஆரிய அரசனுக்காகப் பாட்டெழுதியுள்ளார்.

நிலைமை இவ்வாறிருக்க வட இந்திய ஆய்வாளர்கள் பலரும் தமிழகப் பார்ப்பன ஆய்வாளர்கள் சிலரும் வட ஆரியரான பிராமணரே தமிழ்ச்சமூகத்திற்கு மணமுறைகளை வகுத்துக்கொடுத்தனர் என சான்றுகளே இல்லாமல் தொடர்ந்து எழுதிவருகின்றனர். சங்ககாலத் தமிழ்ச்சமூகத்தின் செவ்வியல் தன்மையை நன்கு அறிந்த தமிழக ஆய்வாளர்களில் ஒரு சாராரிடமும் கூட இத்தகைய சிந்தனைப் போக்கு உள்ளது. தமிழ்நாடு தொல்லியல் துறையின் முன்னாள் இயக்குநர், தொல்லியல் அறிஞர் முனைவர் இரா. நாகசாமி 2012 ஆம் ஆண்டு வெளியிட்டுள்ள *'The Mirror of Tamil and Sanskrit'* என்ற நூலில் தெரிவித்துள்ள கருத்துக்கள் பெரும் வியப்பை அளிக்கின்றன. ஆரியமயமாதல் பற்றிய நாகசாமியின் கருத்துக்களுக்கு மறுப்பு தெரிவித்து ஆய்வறிஞர் தேவ. பேரின்பன் "தமிழும் சமஸ்கிருதமும் (மெய்யும் பொய்யும்)" என்ற சிறு நூலை எழுதியுள்ளார். இந்நூலிலிருந்து நாகசாமி கூறிய கருத்துக்கள் சிலவற்றைப் பார்க்கும் போது மார்க்சிய ஆய்வாளர்களும் சேர்ந்து பரப்பி வரும் ஆரிய மாயை எவ்வாறெல்லாம் வரலாற்றுத் துறை சார்ந்தவர்களையும் பொருளற்று எழுத வைத்துள்ளது என்பதை அறியமுடிகிறது. நாகசாமியின் கருத்துக்களைப் பார்ப்போம்.

"வேத சமஸ்கிருத மரபுகளை ஏற்றுக் கொண்டதன் மூலம், குறிப்பாக தனது உருவாக்கக் கட்டங்களில் பிராமணர்களின் உதவியோடு தமிழ் செம்மொழித் தகுதியைப் பெற்றது. (அங்கிருந்து)..... வாங்கிக்கொண்டதன் விளைவாக வேகமான வளர்ச்சியைக் கண்டது. ..."

"மேலும் படிக்கக்கூடிய ஆதிகால எழுத்து வடிவமான பிராமி பிராமணர்களால் கண்டுபிடிக்கப்பட்டது. சரஸ்வதி பள்ளத்தாக்கில் அசோகர் காலத்தில் பிராமணர்கள் கண்டறிந்ததால் அது பிராமி என அழைக்கப்பட்டது. பிராமணர்களால் உருவாக்கப்பட்ட எட்டு வகையான திருமணங்களையே தமிழர்கள் கடைப்பிடித்தனர். தொல்காப்பியம் கற்பியல் பகுதியில் எட்டுவகையான திருமணமுறைகள் குறிப்பிடப்படுகிறது.

இறந்தவர்களை அடக்கம் செய்தல், அடக்கச் சடங்குகள், நினைவுக் கற்களை எழுப்புதல் போன்றவை சமஸ்கிருத சூத்திரங்களிலும் ஆகம இலக்கியங்களிலும் குறிப்பிட்டவாறே நடைபெற்றன. ஆகமச் சடங்கு முறைகளையே பழந்தமிழகத்து கோயில் வழிபாடு கடைப்பிடித்தது. பரதரின் பரத நாட்டிய சாஸ்திரத்தை அடிப்படையாகக் கொண்டே இசை, நடனம், இலக்கியம், பலவகைப்பட்ட ரஸங்கள் முதலிய அழகியல்கள் அமைந்திருந்தன. நடன மரபை அடிப்படையாகக் கொண்டே செய்யுளின் அகம் மற்றும் புறம் வேறுபாடு அமைந்தது. அவை சிருங்காரம் (அகம்) மற்றும் செயல்பாடு (புறம்) எனவும் அகக்கூத்து மற்றும் புறக்கூத்து எனவும் அறியப்பட்டன."

இக்குறிப்பு முனைவர் நாகசாமியுடைய நூலின் முன்னுரையில் ஒரு பகுதியாகும். இதை எழுதிய நாகசாமி அவர்களின் தகுதியை தேவ. பேரின்பனே குறிப்பிடுகிறார்.

"தனது பெயருக்கு முன்னால் 11 பட்டப்பெயர்களை மெய்கீர்த்தியாக போட்டுக்கொண்டு மகிழும் முனைவர். இரா. நாகசாமி அவர்கள் பல ஆண்டு காலம் தமிழ்நாடு அரசு தொல்லியல்துறையின் இயக்குநராகப் பணியாற்றியவர். தொல்லியியலாளர் பலரையும் பயிற்றுவித்தவர். உலகத் தமிழ் மாநாடுகளிலும், ஆய்வகங்களிலும் அதிகாரப்பூர்வமாக உலாவந்தவர்."

இத்தனை தகுதிகள் கொண்ட ஒரு தொல்லியல் அறிஞர், தனது மனம்போனபோக்கில் எழுதுவதற்கு ஆரிய மாயையில் அவருக்கு ஏற்பட்டுள்ள விருப்ப மயக்கமே காரணம். பிராமி எழுத்துக்களை சரஸ்வதி நதிப் பள்ளத்தாக்கில் பிராமணர்கள் கண்டுபிடித்ததாகக் கூறுகிறார். இதற்கு நம் தொல்லியல்துறையின் இந்த முன்னாள் இயக்குநரிடம் ரகசியமாக சில ஆதாரங்கள் இருக்கலாம். எனினும் அசோகன் காலத்தில் சரஸ்வதி பள்ளத்தாக்கு என இவர் எதைக் கருதுகிறார் எனத் தெரியவில்லை. தொல்காப்பியத்தில் வடவரின் எண்வகை மணங்கள் களவியல் பகுதியில் குறிப்பிடப்பட்டுள்ளதாலேயே அவை தமிழருக்குத் தொல்காப்பியர் புதிதாக அறிமுகப்படுத்துவதாக திருவாளர் நாகசாமி தவறாகப் புரிந்துகொண்டுள்ளார். உண்மையில் வடவரின் திருமணமுறைகள் அகப்-புறத்திணைக்குரிய

கீழோருக்குரியது எனத் தமிழ் மரபின் செவ்வியல் தன்மையுடன் தொல்காப்பியர் சூத்திரம் செய்துள்ளார். இத்தகைய மணமுறைகளை தமிழ் பார்ப்பனர் கூட கடைப்பிடிப்பதில்லை; அவ்வாறு கடைப்பிடித்த பார்ப்பனரும் தமிழ் மரபுப்படி கீழோரேயாவர். இதைப் புரிந்துகொள்ள முடியாமல் தமிழர் வடவர் வகுத்த மணமுறைகளைக் கடைப்பிடித்தனர் என்ற நாகசாமியாரின் கூற்று மிகப்பெரிய நகைச்சுவையாகும்.

பத்தினிப் பெண்டிர்

பெண்கள் கற்புநிலை தவறாமல் வாழ்வதற்குத் தமிழர் சட்டம் இயற்றி நடைமுறைப்படுத்தவில்லை. பெண்கள் தாங்களாகவே கற்புடன் வாழ்வதற்கு ஊக்கம் கொடுத்து, அதில் வெற்றியும் பெற்றுள்ளனர். போர்வீரர்கள் போரில் புறமுதுகிடாமல் மரணம் (வீர மரணம்) அடைந்தால் மேலுலகம் செல்லலாம் என உலகின் அனைத்து வீரயுகப் பாணர்களும் பாடுவர். இது வீரர்களை மூளைச்சலவை செய்யும் வேலையாகும். சங்ககால அறிஞர்களான புலவர்களும் வீரர்களை இவ்வாறு மூளைச்சலவை செய்ததை சங்கப் பாடல்களின் மூலம் அறிகிறோம். பெண்ணை கற்புடன் வாழ வைப்பதற்கும் இதே போன்ற உத்தியை சங்ககாலத் தமிழ்ப் புலவர்கள் கடைப்பிடித்தனர்.

பத்தினிப் பெண்டிர் என்ற ஒரு கருத்தாக்கத்தை சங்ககாலப் புலவர்கள் தோற்றுவித்திருந்தனர். கற்பு நெறியில் தன்னைக் காத்துக்கொண்டு, பிறர் தன்னைக் காணாமலும், பிறரைத் தான் காணாமலும் வாழும் பெண்கள்; கணவனைத் தவிர பிற தெய்வத்தை வணங்காத பெண்கள் பத்தினிப் பெண்டிர் என்கிறது மணிமேகலை. இத்தகைய மகளிர்க்குக் கணவனே உயிர் போன்றவன் எனக் குறுந்தொகை கூறும்.

வினையே ஆடவர்க் குயிரே
மனையுறை மகளிர்க்கு அவரே உயிர்

(குறுந்தொகை – 135)

தெய்வத்தைத் தொழாமல் கணவனையே தெய்வமாகக் கொள்ளும் பத்தினிப் பெண்டிர் பெய்யெனக் கூறினால் மழை பெய்யும் என்கிறார் வள்ளுவர்.

தெய்வம் தொழாஅள் கொழுநன் தொழுதெழுவாள்
பெய் எனப் பெய்யும் மழை (குறள்: 55)

மணிமேகலையும் மழை பெய்விக்கும் கற்புடைப் பெண்டிர் பற்றிக் குறிப்பிடுகின்றது.

வான் தரு கற்பின் மனை உறை மகளிரின்
தான் தனி ஓங்கிய தகைமையன்

(மணிமேகலை: காதை 16: வரி 78-77)

தெய்வத்தைக் கூட தொழாமல் கணவனையே தெய்வமாகக் கொண்டு வாழும் பெண்களுக்கு இயற்கைக்கு மீறிய சில சக்திகள் கிடைக்கும் என தமிழ்ப் புலவர்கள் உருவேற்றினர். கண்ணகி பத்தினியாக இருந்ததால் தான் அவளால் மதுரையை எரிக்க முடிந்தது என இளங்கோவடிகள் கூறியதைப் பார்க்கிறோம். பத்தினிப் பெண்டிர் கணவன் இறந்தவுடன் தானும் இறந்தால் மேலுலகத்தில் கணவனுடன் சேர்ந்து வாழலாம் என்பதாகப் பெண்களை நம்பவைத்தனர். கணவன் இறந்ததும் மனைவி எவ்வாறு கற்பு நெறியில் ஒழுகுகிறாள் என்பதை அடிப்படையாகக் கொண்டு கற்புள்ள பெண்களை மூன்று வகையாக தமிழ் அறிஞர்கள் வகுத்தனர்.

காதலர் இறப்பின் கனைஎரி பொத்தி
ஊது உலைக் குருவின் உயர்த்து அகத்து அடங்காது
இன்னுயிர் ஈவர்; ஈயார் ஆயின்
நல்நீர்ப் பொய்கையின் நளிஎரி புகுவர்
நளிஎரி புகார் ஆயின் அன்பரோடு
உடன் உறை வாழ்க்கைக்கு நோற்று உடம்படுவர்
பத்தினிப் பெண்டிர்

(மணிமேகலை: காதை: 2, வரி 42-48)

இதன் பொருள், பத்தினிப் பெண்டிர் தன் கணவன் இறந்தான் என்ற சொல்லைக் கேட்டவுடனேயே இறந்துவிடுவர்; கொல்லன் உலையிலே நெருப்பை மூட்ட ஊதுகின்ற துருத்தியைப் போல அனல் கக்கும் பெருமூச்சு விடுவர்; உயிர், உடம்பினுள் அடங்கி நிற்காது; அந்த முதல் மூச்சிலேயே தமது உயிரைத் துறப்பர். இதற்கு எடுத்துக்காட்டாக குற்றம் செய்யாத கோவலனுக்குத் தவறுதலாகத் தண்டனை கொடுத்ததை உணர்ந்ததுமே பாண்டியன் நெடுஞ்செழியன் உயிரிழந்து விழுகிறான். தன்

கணவன் உயிர் விட்டதை அறிந்த அந்நொடியிலேயே பாண்டியனின் மனைவி கோப்பெருந்தேவியின் உயிரும் பிரிந்து விடுவதாக சிலப்பதிகாரம் புனைவதைக் கூறலாம்.

கணவர் இறந்ததைக் கேட்டவுடன் இவ்வாறு உயிர் விடாதவர்கள் தீ முட்டுவர்; அந்தத் தீ நன்றாக எரியும் போது குளிர்ந்த பொய்கையில் குளிப்பதற்குப் புகுவது போல் அத்தீயிலே புகுந்து உயிர் விடுவர். இதற்கு எடுத்துக்காட்டாக, பூதப்பாண்டியன் இறந்த பின் அவன் மனைவி பெருங்கோப்பெண்டு தீப்பாய்வதை புறநானூறு 246 ஆம் பாடல் விளக்குகின்றது. ஆய் அண்டிரன் இறந்தவுடன் அவனுடைய உரிமை மகளிர் தீப்பாய்ந்து மாண்டதை புறநானூறு 241 ,240 ஆகிய பாடல்கள் குறிப்பிடுகின்றன.[45]

இப்படித் தீக்குளித்து உயிர் துறக்காதவர்கள் கைம்மை நோன்பு மேற்கொள்வார்கள்; தான் இறந்த பின் கணவன் அடைந்திருக்கும் உலகிற்குத் தானும் சென்று அவனுடன் வாழக் கருதியே அந்த நோன்பை மேற்கொண்டு உயிர் வாழ்வார்கள். தலைவன் இறந்த பின் அவனுடைய மனைவியர் கூந்தல் கொய்து (மொட்டையிட்டு) கைம்பெண் நோன்பு மேற்கொண்டதை புறநானூறு 25 வது பாடல் கூறுகிறது.

பண்டைய தமிழ்ச் சமூகத்தில் கற்புநெறி என்பது கருத்தியல் தளத்தில், மக்களின் மனதிலேயே மிக ஆழப் பதியவைக்கப்பட்டிருந்தது. ஐரோப்பிய மற்றும் வட ஆரிய சமூகங்களிலோ ஆணின் தனி உடைமையை உறுதி செய்து கொள்வதற்கானப் பொருளியல் தளத்தில் வைத்தே கற்புநெறி கடைப்பிடிக்கப்பட்டது. ஐரோப்பியச் சமூகங்கள் மனத்தளவில் கற்புநெறிக்கு தயாராக இல்லாததால் அச்சமூகங்களில் கணவனை இழந்த பெண்ணிற்கு மறுமணம் அனுமதிக்கப்பட்டது. கணவன்

---

45 தீப்பாயும் மரபை பலரும் உடன்கட்டை ஏறுதல் என்று தவறாகக் குறிப்பிடுகின்றனர். கணவனின் உடலை எரிக்கும் போது மனைவியையும் உடன் எரிப்பதாக இதன் பொருள் உள்ளது. தமிழ் தலைமக்கள் இறந்தோரை எரிக்காமல் புதைக்கவே செய்வர். கணவனை இழந்த பெண்கள் தீப்பாய்வதற்காகத் தனியாகத் தீ மூட்டி அத்தீக்குள் பாய்ந்து தன்னை மாய்த்துக் கொள்வர். இச்செயலை தீப்பாய்தல் எனக் கூறுவதே பொருத்தமாகும். இவ்வாறு இறந்த பெண்களுக்கு எழுப்பப்பட்ட கோயில்களை 'தீப்பாய்ச்சியம்மன் கோயில்' என அழைக்கின்றனர்.

உயிருடன் இருக்கும் போது கூட மண முறிவும் மறுமணமும் அனுமதிக்கப்பட்டன.

தென் ஈரான், அரேபிய தீபகற்பம், ஆகிய பகுதிகள் சங்ககாலத் தமிழ்ச்சமூக ஆட்சிக் குடியினரின் பூர்வீகப்பகுதிகளில் ஒன்றாகும். பண்பாட்டு வளர்ச்சியில் மிகவும் பின்தங்கியிருந்த அரேபியர், அப்பகுதியில் பூர்விகமாக வாழ்ந்து வந்த தொல் தமிழரின் மூலச் சிறப்புமிக்க பண்பாட்டினைத் தமதாக்கிக் கொண்டபொழுது கற்பு நெறியைத் திரிந்த வடிவில் மேற்கொள்ளத் தொடங்கினர். அரேபியப் பெண்களின் முக்காடிடும் வழக்கம், பிறர் தன்னைக் காணாமலும் பிறரைத் தான் காணாமலும் வாழ்ந்த தமிழ்ச் சமூகப் பத்தினிப் பெண்டிர் பின்பற்றிய மூல மரபின் திரிந்த வடிவமாகும். இவ்வாறெல்லாம் சிறை வைத்துக் கற்பைப் போதித்தாலும் கணவன் இறந்த பின் அப்பெண் மறுமணம் செய்ய அரேபிய சமூகத்தில் வழி இருந்தது. தமிழ்ச் சமூகத்திலோ கணவனை இழந்த பெண் மறுமணம் செய்து வேறு ஆணுடன் உறவு கொள்வது கற்பு நெறி தவறியதாகப் பார்க்கப்பட்டது.

1400 ஆண்டுகளுக்கு முந்தைய அரேபியாவில் தந்தையின் மறுதார மனைவிகள் தந்தை இறந்தபின் மகனுக்கு உரியவர்களாகினர். மகன் விருப்பமிருந்தால் அவளை மணம் செய்யலாம். அல்லது தனது விருப்பப்படி வேறு யாரையோ அவள் மணம் புரிய வலியுறுத்தலாம் என்ற நடைமுறை இருந்தது. கிரேக்க சமூகத்திலும் கணவனை இழந்த பெண்கள் மறுமணம் செய்ய அனுமதியிருந்தது. இந்த சமூகங்களில் தனிக் குடும்பம் தோன்றிய தொடக்கக் கட்டமாதலால் இது போன்ற நடைமுறைகள் தொடர்ந்தன. தமிழ்ச் சமூகத்துப் பெண்களுக்கோ கணவன் இறந்த பின்பும் கற்பு நெறியில் ஒழுகினால் அவள் இறந்த பின் மேலுலகம் சென்று கணவனை அடையலாம் என்பதான ஒரு நம்பிக்கை ஊட்டப்பட்டிருந்தது.

உலக செவ்வியல் இலக்கியங்கள் எவற்றிலும் இடம் பெறாதவாறு சங்ககாலத் தமிழ்ப் பாடல்கள் மட்டுமே பெண்ணின் கற்பு நெறியைப் புகழ்ந்து அதிக அளவில் பாடியுள்ளதைக் காண்கிறோம். பெண்களின் இயல்பே நாணம் என்று தமிழ் இலக்கியங்கள் வலியுறுத்துகின்றன.

அச்சமும் நாணும் மடனும் முந்துறுதல்
நிச்சமும் பெண்பாற்குரிய என்ப (தொல்: பொருள்: 86)

எனத் தொல்காப்பியர் குறிப்பிடுகிறார். பெண்கள் கணவனிடம் அச்சத்துடனும், நாணத்துடனும் நடந்துகொள்வதுடன் தனக்கு நிறைய விஷயங்கள் தெரியும் எனக் காட்டிக்கொள்ளாமல் அறிவு மடம் உள்ளதாக நடந்துகொள்ளுவது அவர்களின் இயல்பு என்கிறார் தொல்காப்பியர். சங்ககாலத்திலிருந்தே உயர்குடிப் பெண்கள் இவ்வாறான 'ஒழுக்கத்தை'க் கடைப்பிடித்துள்ளனர்.

உயிரினும் சிறந்தன்று நாணே, நாணினுஞ்
செய்தீர் காட்சிக் கற்பு சிறந்தன்றெனத்
தொல்லோர் கிளவிப் புள்ளிய நெஞ்சமொடு
(தொல்; பொருள்:113)

இச்சூத்திரத்தில் உயிரை விட சிறந்தது நாணுதல் எனக் கூறும் தொல்காப்பியர் அதனையும் விட சிறந்தது கற்பு எனக் கூறுவதுடன் இதனை தொல்லோராகிய முற்காலத்து அறிஞர்களின் கூற்றாகக் குறிப்பிடுவது கவனிக்கத்தக்கது. கற்பு நெறியைக் கடைப்பிடிப்பதற்காக ஐரோப்பியச் சமூகங்கள் பெண்களுக்கு கடுமையான காவல்களை வைத்ததுடன் பல காட்டுவிலங்காண்டித்தனமான வழிமுறைகளையும் கடைப்பிடித்தன. இத்தகைய வழக்கத்தைத் திருக்குறள் தெளிவாக நிராகரிக்கிறது.

சிறை காக்கும் காப்பு எவன் செய்யும் மகளிர்
நிறை காக்கும் காப்பே தலை (குறள் 57)

மகளிரை சிறைவைத்துக் காக்கும் காவலால் பயன் இல்லை, அவர் தாமே கற்பு நெறியில் நின்று தம்மைக் காத்துக்கொள்வதே சிறந்தது என்பது இதன் பொருளாகும். இங்கு தன்னைத் தானே அறவழி நின்று காத்துக்கொள்வது என்பதைச் சுட்ட "நிறை காத்தல்" என்று ஒரு தனிச்சொல்லையே தமிழில் உருவாக்கியிருந்தது கவனத்திற்குரியது. வேறு எந்த மொழியிலும் இதற்கு ஒரு தனிச்சொல் இருக்க வாய்ப்பில்லை. நிறைக் காத்தலைக் கடைப்பிடிக்கும் பெண்களின் சிறப்புப் பற்றி மணிமேகலையும் குறிப்பிடுகிறது.

நிறையில் காத்துப் பிறர்பிறர்க் காணாது
கொண்டோன் அல்லது தெய்வமும் பேணா
பெண்டிர் தம்குடி

(மணிமேகலை, காதை 18, வரி 100-102)

காதலை வெளிப்படுத்த முடியாத தமிழ்ச்சமூக மேட்டுக்குடிப் பெண்கள்

பெண், ஓர் ஆணைக் காதலித்தால் அதை அவளே வெளிப்படுத்துவது நாணுதல் குறைபாடுடைய செயலாக சங்க காலத் தமிழ்ச்சமூகத்தால் பார்க்கப்பட்டது. ஓர் ஆணின் காதலை தொடர்புடைய பெண் மறுத்தால் மடலூர்தல் என்ற செயல் மூலம் தன் காதலை ஊரார் முன் அந்த ஆண் வெளிப்படுத்துவான். மடலூர்தலில் தலைவியின் உருவத்தைக் கிழியில் எழுதிப் பிடித்துக்கொண்டு, ஓரம் செதுக்காத பனை மடலால் (கருக்கு மட்டை) குதிரை வடிவம் செய்து, அதில் ஏறி, எருக்கம் பூ மாலை முதலியவற்றை அணிந்து, ஊரார் பழி கூறும்படி தலைவன் தெருவில் செல்வது வழக்கம். ஓர் ஆண் மடலூர்தல் நிகழ்த்திவிட்டால் ஊரார் அவன் விரும்பிய பெண்ணை அவனுக்கு மணம் முடித்து வைத்துவிடுவர்; எனினும் இச்செயல் தமிழ் மரபுப்படி கீழோருக்குரிய கைக்கிளை, பெருந்திணைப் பாற்படும்.

மடலூர்தல் மூலம் தன் காதலை ஏற்காத பெண்ணை வலிய அடைய நினைப்பதால் இது ஒருதலைக் காமமாகிய கைக்கிளையில் சேர்கிறது. காதலை கமுக்கமாக வைத்துக் கொள்ளாமல் காம (காதல்) மிகுதியால் அதை ஊராருக்கு வெளிப்படுத்தியதால் இது மிகு காமமாகிய பெருந்திணையிலும் சேர்கிறது. தலைமக்களுக்கு இது உகந்த செயல் அல்ல என்பதால் தலைமகன் மடலூர்தல் மேற்கொண்டு தான் விரும்பிய பெண்ணை மணந்து கொண்டால் குறிப்பிட்ட ஆண்மகன் கீழோராகிய அடியோராகவோ வினைவலராகவோ ஆகிவிடுவான். இத்தகைய மடலூர்தல் நாணுதல் குறைபாடு கொண்ட செயலாகையால் பெண்கள் மடலூர்தலுக்கு அனுமதி இல்லை என்பதையும் தொல்காப்பியம் தெளிவுபடுத்துகின்றது.

எத்திணை மருங்கினும் மகடூஉ மடன்மேல்
பொற்புடை நெறிமை இன்மையான ***(தொல், அக. 38)***

இக்கருத்தை வள்ளுவரும் வலியுறுத்துகின்றார்.

கடலன்ன காமம் உழந்தும் மடலேறாப்
பெண்ணின் பெருந்தக்க தில் ***(குறள் 1370)***

மடலூர்தலை ஒத்த ஒரு வசியச் சடங்கு வட நெறியிலும் உள்ளது.

"ஒருவன் ஒரு பெண்ணின் காதலைப் பெறவேண்டும் என்று இச்சித்தால், அவள் உருவத்தைக் களிமண்ணினால் செய்து, சணல் நாரினால் அமைத்த நாணோடு கூடிய வில்லைத் தாங்கி, அதன் அம்பின் நுனியில் முள்ளைச் செருகி, ஆந்தையின் சிறகை அம்புச் சிறகாக்கி கருங்காலினால் அம்பின் தண்டினை அமைத்துக்கொள்வான். உருவத்தின் இருதய ஸ்தானத்தை இந்த அம்பினால் குத்திக்குத்தித் துளையொன்று உண்டுபண்ணுவான். அது காதல் கடவுளாகிய காமனுடைய அம்பினால், தனது காதலியின் இதயத்தைத் துளைப்பதான பாவனையாகும். இங்ஙனம் துளைத்துக் கொண்டு அதர்வ வேதத்தின் மூன்றாம் மண்டலம், 25 வது சூக்தத்தை ஓதுவான்.

மேற்சொன்ன வசியச் சடங்கினை பெண்பாலரும் மேற்கொண்டுள்ளதை அதர்வ வேத்தில் காண்கிறோம். இச்சடங்கினைக் கையாளும் தலைவி, தலைவன் உருவத்தை கிழியில் எழுதி, அதன் இதயத்தின் மீது கொழுந்து விட்டெரியும் அம்பு நுனியை எறிந்து அதர்வ வேதம், ஆறாம் மண்டலம், *138 ,130* வது சூக்தங்களை ஓதுவாள் என்று கூறப்படுகிறது."[46]

தன்னைப் பெண்ணாகப் பாவித்துக் கொண்ட திருமங்கையாழ்வார், திருமால் மேல் தனக்குள்ள காதலை வெளிப்படுத்த மடலேறவும் தாம் தயாராக உள்ளதாகவும் தமிழ் மாபில் பெண் மட லூர்வது இல்லையென்பதால், வடநெறிப்படி ஒழுக அனுமதி அளிக்கும்படி ஒரு பாடலில் திருமாலிடம் விண்ணப்பிக்கின்றார்.

மன்னும் வழிமுறையே நிற்றும் நாம் மானோக்கின்
அன்ன நடையார் அலரேச ஆடவர் மேல்
மன்னும் மடலூரார் என்பதோர் வாசகமும்
தென்னுரையில் கேட்டறிவதுண்டு, அதனையாம் தெளியோம்
மன்னும் வடநெறியே வேண்டினொம்

(பெரிய திருமடல் 38-40)

---

46 பேரா. வையாபுரிப்பிள்ளை, இலக்கிய உதயம் 4 ஆம் தொகுதி.

அதர்வ வேதம் குறிப்பிடும் வசியச் சடங்கையே திருமங்கையாழ்வார் வடநெறியிலமைந்த மடலேறுதலாகக் கூறுவதாக வையாபுரிப்பிள்ளை விளக்குகிறார். இது ஏற்புடையதே. தமிழ் மரபில் ஆடவர் மடலேறுவதே கூட கீழோருக்குரியதாகிறது. வட மரபிலோ தலைமகளே மடலேறும் வழக்கம் உள்ளது. இவ்வாறு மடலேறிய தலைவனும் தலைவியும் வட மரபில் தலைமக்களாகவே நீடிப்பர். தமிழ் மரபிலோ கீழோராகிவிடுவர்.

தமிழ் மூலப் பண்பாடாக அமைந்ததால் தான் வடவர் கடைப்பிடித்த மடலூர்தல் சடங்கை விடவும் தமிழரின் மடலூர்தலுக்கான விதிகள் அதிக செவ்வியல் தன்மையோடிருந்தது. இனக்குழு வாழ்வியலின் இணைக்குடும்ப வடிவத்திலிருந்து தனியுடைமைச் சமூகத்துக்குரிய தனிக்குடும்ப அமைப்பினை புதிதாக மேற்கொண்டதால் தமிழரின் மடலூர்தல் விதிகளை அப்படியே வட சமூகத்தால் நடைமுறைப்படுத்த முடியவில்லை. அக வாழ்வில் மட்டுமின்றி புற வாழ்க்கையான போர் உள்ளிட்ட அரசியல் வாழ்கையிலும் சங்ககாலத் தமிழ்ச் சமூகம் சமகாலத்திய வட ஆரிய சமூகத்தை விட மிகச் சிறப்பான செவ்வியல் மரபுகளைக் கடைப்பிடித்தனர்.

தமிழரும் ஆரியரும் கடைப்பிடித்த புறமரபுகள் (அரசியல்) ஒப்பீடு

வட இந்திய சாத்திரங்கள் போர்த்தொழிலையும் படைப்பயிற்றுவித்தலையும் சத்திரியருக்குரியதாகக் கூறுகின்றன. இதற்கு மாறாக பிராமணர்கள் படைத்தளபதிகளாகவும் போர்க்கலை ஆசான்களாகவும் இருந்துள்ளதை வட சமூகத்தில் காண்கிறோம். பிராமணரான துரோணர், முழுநேர போர்ப்பயிற்சி ஆசானாக இருந்து போரிலும் கலந்து கொண்டார். அவர் மகன் அசுவத்தாமனை ஒரு நாட்டின் அரசனாக்கினார். புக்ஷ்யமித்திரன் என்ற பிராமணன், படைத்தளபதியாக இருந்து பின் ஆட்சி அதிகாரத்தைக் கைப்பற்றி சுங்க வம்சத்தைத் தோற்றுவித்தான்.

தமிழ்ச்சமூகத்தில் அந்தணர்கள் இவ்வாறு மரபு மீறி போர்த்தொழிலில் ஈடுபட்டதில்லை. அந்தணர் அல்லாத சமூகத்தினரே போர்க்கலை ஆசான்களாக வாழ்ந்தனர். இன்றும் கூட தமிழ்ச் சமூகப் பிராமணர்கள், வட இந்திய பிராமணரை விட ஆசாரங்களையும் சாத்திரங்களையும் சிறப்பாகக்

கடைப்பிடித்து ஒழுகுவதாக வட இந்திய ஆய்வாளர்களே குறிப்பிடுகின்றனர். சுவீரா ஜெயஸ்வால் "தென்னிந்தியச் சமூகத்தில் மட்டும் ஆற்றல் மிக்க பிராமண வர்ணம் தோன்றியதற்கான காரணங்களை இன்னமும் ஆழமாக நாம் தேட வேண்டும்"[47] எனக் குறிப்பிடுவது இங்கு கவனத்துக்குரியது.

ஏர் பிடித்து உழுதல் போன்ற உடலுழைப்பு தொடர்பான வேலைகளை அரச வர்ணத்தினர் மேற்கொள்ளக்கூடாது என்பது எழுத்தில் கொண்டுவரப்பட்டுள்ள வட இந்திய தர்மமாகும். புத்தர் பிறந்த லிச்சாவி குடியை சத்திரிய குடி என அழைக்கின்றனர். இருப்பினும், அக்குடியைச் சேர்ந்த புத்தரின் தந்தை ஏர் பிடித்து உழுததற்கான குறிப்புகள் உள்ளன. சூரிய குல அரசனான ஜனகனும் கூட, பொன் ஏர் பிடித்து உழுத போது தான் சீதையைக் கண்டெடுத்தான். தர்ம நூல்களின்படி இத்தகைய உடல் உழைப்பை வைசியரோ சூத்திரரோ தான் செய்யமுடியும். வட இந்திய சத்திரிய வருணத்தவர் பல இடங்களில் தர்மசாத்திர விதிகளை மீறியுள்ளதைக் காண்கிறோம். ஆனால், தமிழ்ச் சமூகத்தில் வேந்தர், வேளிர் குடியினர் அரசருக்குரிய குடி காவல் (பிரஜா பரிபாலனம்), போர் புரிதல், படைக்கலம் பயிற்றுவித்தல் போன்ற தொழில்களை விடுத்து ஏர் பிடித்து உழுதல் உள்ளிட்ட உடல் உழைப்புக்குரிய தொழில்களை ஒருபோதும் செய்ததில்லை.

அறப்போர் முறை

அறப்போர் முறையில் சிறந்தவர்களாகப் புராணகால ஆரியரைக் கூறுவர். மகாபாரதப் போரின் மரபுப்படி சூரியன் மறைந்தவுடன் போரை நிறுத்திவிட வேண்டும். அறப்போர் முறையை ஏற்றுக்கொண்ட அனைத்து அரச வம்சங்களும் இம்மரபைக் கடைப்பிடித்தன. மிகச் சிறப்பான அறத்தின்படி செயல்பட வேண்டுமானால், போர் நிகழப்போகும் நேரத்தையும் இடத்தையும் முன்னரே அறிவிக்கவேண்டும் என அர்த்தசாஸ்திரம் கூறுகிறது. இத்தகைய போரை நேரடிப் போர் எனக் கூறும் அர்த்தசாஸ்திரம், நேரடிப் போர் பயனளிக்காத நிலையில் மறைமுகத் தாக்குதலே சிறந்தது எனவும் குறிப்பிடுகிறது.

---

47 ஆய்வு வட்டக் கட்டுரைகள்

பாலைவனங்கள், குறுகிய பாதைகள், புதர்கள், மலைகள், சேறு, பள்ளத்தாக்கு, சமமற்ற நிலப்பரப்புகள், படகுகள், பனி மற்றும் இரவு நேரங்கள் ஆகியவை மறைந்திருந்து தாக்குவதற்கு சரியான சந்தர்ப்பங்கள் என அர்த்தசாஸ்திரம் கூறுகிறது. எதிரியின் நாற்படைகளையும், தன்னுடையதாக்கிக் கொண்டு, இரவில் எதிரியை அவமானம் செய்ய வேண்டும் என்று மனுதர்மமும் கூறுகிறது. இவ்வாறு மறைந்திருந்து இரவில் தாக்குவது அறப்போர் முறை அல்ல; இது அசுரப்போர் முறையாகும். சங்ககாலத் தமிழர் எந்த இடத்திலும் அறப்போர் முறைக்குப் புறம்பாகப் போரிட்டதில்லை. தமிழரின் அறப்போர் தன்மையை சில சங்க இலக்கியக் குறிப்புகள் மூலம் அறியலாம்.

பரவை வேல் தானைப் பகலஞ்சு வேனா
இரவே எறியென்றாய் என்னை – விரைவிரைந்து
வேந்தே நீ ஆயினாய் அன்றிப் புகுவதோ
போந் தென்னைச் சொல்லிய நா

(தகடூர் யாத்திரை, பாடல் 14)

இப்பாடலில், பகற்பொழுதில் கடல்போன்று விரிந்த வேற்படை வீரர்களைத் தாக்குவதற்கு அஞ்சுவேன் என்றெண்ணி, இரவில் தாக்குமாறு கட்டளையிட்டாய்; இவ்வாறு கூறிய நீ, எனது வேந்தனாக இருப்பதால் ஒன்றும் செய்யாமல் விடுகிறேன். இல்லாவிடில் அவ்வாறு கூறிய உன் நாக்கு மீண்டும் வாய்க்குள் போயிருக்காது (அறுத்து எறிந்திருப்பேன்) என்று போர்வீரன் சினந்து கூறுகிறான். அறப்போர் முறைக்குப் புறம்பாக ஆணையிட்ட வேந்தனைப் பார்த்துச் சீறும் வீரனின் உக்கிரத்தைப் புலவர் வெளிப்படுத்திய தன்மையிலிருந்து தமிழ்ச்சமூகம் அறப்போர் முறைக்குக் கொடுத்துள்ள முக்கியத்துவம் விளங்கும்.

சங்ககாலத் தமிழ்ச்சமூகத்திலும் சம கால வட இந்தியாவிலும், காலாள்படை, குதிரைப்படை, யானைப்படை, தேர்ப்படை என நால்வகைப் படைகள் உண்டு. இதில் கீழ்நிலைப் படை வீரர்கள் மேல்நிலையில் உள்ள படைவீரர்களைத் தாக்கக்கூடாது என்பதும், மேல்நிலைப் படைவீரர்கள் கீழ்நிலையில் உள்ள படைவீரர்களைத் தாக்கலாம் என்பதும் அறப்போர் முறையில் மரபாகக் கடைப்பிடிக்கப்படும் விதியாகும். அதாவது, காலாட் படைவீரன், எதிரியின் காலாட்படைவீரர்களுடன் மட்டுமே

போரிட வேண்டும்; குதிரை, யானை, தேர்ப்படைகளின் வீரர்களைத் தாக்கக்கூடாது. குதிரைப்படைவீரன் எதிரியின் குதிரைப்படைவீரனுடன் போரிட்டுக்கொண்டே, காலாட்படைவீரர்களையும் தாக்கலாம். யானைப்படை வீரன் எதிரியின் யானைப்படை வீரருடன் போரிடுகிற போதே குதிரைப்படை வீரனையும் காலாட்படை வீரனையும் தாக்கலாம். அதேபோல் தேர்ப்படை வீரன் தன்னையொத்த தேர்ப்படை வீரனுடன் போரிட்டுக் கொண்டே பிற மூன்று படை வீரர்களையும் தாக்கலாம். இருப்பினும் இவ்வாறு கீழ்நிலையிலுள்ள போர் வீரர்களைத் தாக்குவதை சங்ககாலப் போர்க்குடிகள் இழிவாகக் கருதுவர்.

காலளாய்க் காலாள் எறியான், களிற்றெழுத்தின்
மேலாள் எறியான் மிக நாணக் – காளை
கருத்தினதே என்ற களிறெறியான் அம்ம
தருக்கினானே சான்றோர் மகன்

(தகடூர் யாத்திரை: பாடல் 18)

பெருமிதம் மிக்க உயர்குடி வீரன் காலாட்படை வீரனை வெட்டி வீழ்த்தமாட்டான், களிற்றையும் எறியமாட்டான், களிற்றின் மேல் அமர்ந்தவனுடனும் போரிட மாட்டான், தேரில் இருந்து போர்புரியும் தனக்கு நிகரான உயர்குடி வீரன் வரவைக் கருதி எதிர்நோக்கியுள்ளான் என்று இப்பாடல் குறிப்பிடுகிறது.

போர்க்காலத்தில் பார்ப்பார், பசு, பெண், வயோதிகர், திருமணமாகி இன்னமும் குழந்தை பெறாத ஆண் போன்றோர் தாக்குதலிலிருந்து விலக்கப்படுவது அறப்போர் முறையில் அமைந்த மரபாகும். இதனைத் தமிழ்ச்சமூகம் சிறப்பாகக் கடைப்பிடித்ததை பண்டைய தமிழ் இலக்கியங்கள் மூலம் அறியலாம்.[48]

தமிழ்ச்சமூகம் கடைப்பிடித்த அறப்போர் மரபுகளை வடவர் சட்டமாக்கியுள்ளனர். எனினும் இவற்றில் சிலவற்றை மட்டுமே கடைப்பிடித்துள்ளனர். இரவில் மறைந்திருந்து தாக்கலாம் என வட சாஸ்திரங்களே மரபு மீறிக் குறிப்பிடுகின்றன. அறப்போர் முறைகளை முழுமையாகக் கடைப்பிடிக்கும் அளவிற்கு வட சமூகத்தின் பண்பாட்டு முதிர்ச்சி இல்லையாதலால் இது போன்ற விதிமீறல்கள் நிகழ்ந்துள்ளன.

48 புறம் 9; சீவக சிந்தாமணி – 4.4.3

வேட்டையும் அரச குலமும்

அரசன் தனது ஆட்சிக்குட்பட்ட அனைத்து மக்களின் உயிருக்கு மட்டுமின்றி பிற உயிரினங்களின் உயிருக்கும், உடைமைக்கும் தொழில் உரிமைக்கும் பாதுகாவலனாவான் என்பது அறநெறியாகும். குடிகாவல் செய்கிற அரச குலத்தினர் விலங்குகளையோ, பறவைகளையோ வேட்டையாடுவது அறமன்று. வட இந்தியாவில் சத்திரியர் எனக் கூறிக்கொள்ளும் அரச குலத்தினர் காட்டுக்கு வேட்டையாடச் சென்றதாகப் பல குறிப்புகள் உள்ளன. அதேவேளையில், தமிழ் வேந்தர்குடியினர் வேட்டைக்குச் சென்றதாகக் குறிப்பு எதுவுமில்லை. மாறாக வேந்தர் குடியினர், பறவைகளுக்கும் விலங்குகளுக்கும் பாதுகாப்பு கொடுத்ததை சில வரலாற்றுக் கதைகள் மூலம் அறியலாம்.

இரைக்காக பருந்தினால் துரத்தப்பட்ட புறா ஒன்று சோழன் சிபி சக்ரவர்த்தியிடம் அடைக்கலம் புகுந்தது. புறாவுக்கு அடைக்கலம் கொடுப்பது தனது இரை தேடும் உரிமையைப் பறிப்பதாகும் என்று பருந்து வாதாடுகிறது. பருந்தின் நியாயத்தை உணர்ந்த சிபி, அதற்கு இரையாகப் புறாவின் எடைக்கு நிகராகத் தனது தசையை அறுத்துக் கொடுத்தான் என்பது கதை. இக்கதை அடைக்கலமான உயிரினங்களுக்கும் கூட அரசன் பாதுகாப்பு அளிக்கவேண்டும் என்பதை உணர்த்துவதுடன், அவற்றின் இரை தேடும் உரிமைகளில் அரசன் தலையிடக்கூடாது என்பதையும் வலியுறுத்துகிறது.

மேலும் ஒரு வரலாற்றுக் கதையில், ஒரு கன்றுக்குட்டி மனுநீதிச் சோழன் மகனின் தேர்ச்சக்கரத்தில் வீழ்ந்து இறந்துவிடுகிறது. கன்றினை இழந்த பசு, சோழனிடம் நீதிகேட்டு முறையிடுகிறது. மகனின் செயல் தவறு எனக் கருதிய சோழன் தன் தேர்ச்சக்கரத்தை ஏற்றி மகனைக் கொன்று தண்டனை அளிக்கிறான். இக்குடிமரபுக் கதையும் அரசனின் குடிகாவல் பிற உயிரினங்களுக்கும் உண்டு என்பதை உணர்த்துகிறது.

சங்ககாலத்தில் அரச குலத்தவர் பங்கு பெறும் அவை சான்றோர் அவை எனப்பட்டது. பழமொழி நானூறு 188 ஆம் பாடல் “தெற்ற நவைப் படுத்தன்மைத் தாயினும் சான்றோர்

அவை படின் சாகாது பாம்பு" எனக் கூறுகிறது. அதாவது கொடிய நச்சுத் தன்மையுடைய பாம்பும் சான்றோர் அவைக்குள் புகுந்துவிட்டால், அது அடிபட்டுச் சாகாதென்பது இதன் பொருளாகும். கலித்தொகை 140 ஆம் பாடலும் "பாம்பும் அவைபடின் உய்யுமாம்" எனக் கூறுகிறது. உயிரினங்களிலேயே பார்த்தவுடன் அடிக்கத் தூண்டுவது பாம்பு தான். அப்பாம்பு கூட அரசவைக்குள் புகுந்தால் சான்றோர் அதனைக் கொல்வதற்கு அனுமதிக்கமாட்டார்கள். "மன்னுயிர் எல்லாம் மண்ணாள் வேந்தன் தன்னுயிர்" (மணிமேகலை- 7:10-12) என்ற மணிமேகலையின் வரி தமிழர் அறநெறியைத் தெளிவாக உணர்த்துகிறது.

வட இந்திய அரச குலத்தினர் வேட்டைக்கு செல்லும் நிகழ்ச்சியைப் புராணக் கதைகளிலும் வரலாற்று காலத்திலும் அடிக்கடியும் காண்கிறோம். பத்ம புராணம் இக்ஷ்வாகு மன்னன் தன் மனைவியுடன் வேட்டைக்குச் சென்றதைக் குறிப்பிடுகிறது. பகீரதனின் வழித்தோன்றலான லெளதாசன் என்ற அரசன் காட்டுக்கு வேட்டையாடச் சென்றதை விஷ்ணு புராணம் கூறுகிறது. நடைமுறையில் வேட்டைக்குச் செல்லாத, உலகின் ஒரே அரச குடியாக தமிழக வேந்தர், வேளிர் குடியினரே திகழ்ந்தனர். அரசர்கள் வேட்டையாடக் கூடாது என்று வட ஆரிய சமூகத்தின் சாஸ்திரங்கள் குறிப்பிடுகின்றன. தமிழில் இது போன்ற எழுதப்பட்ட அறங்கள் இல்லை. எனினும் தமிழ் மூலப் பண்பாடாகையால் இம்மரபை தமிழ்ச் சமூகம் மிக இயல்பாகக் கடைப்பிடித்தது; எழுதப்பட்டிருப்பினும் வடவரால் இம்மரபைக் கடைப்பிடிக்க முடியவில்லை.

அரசனின் மூத்தமகன் வாரிசாகும சட்டம்

பட்டத்து அரசியின் மூத்த மகனை வாரிசாக்க வேண்டும் என்பது வட இந்திய மற்றும் உலகின் பிற நிலப்பிரபுத்துவ அரசகுலங்கள் வகுத்து வைத்திருந்த சட்டமாகும். சுமேரியர் தொடர்பான வணிகக்குழுக்கள் மூலம் இம்மரபு உலகம் முழுவதும் பரவியது. ஐரோப்பிய சமூகத்தில், மகன் – தந்தை மற்றும் அண்ணன் – தம்பி ஆகியோருக்கிடையில் நடந்த சண்டைகளும், அரண்மனைச் சதிகளும் கணக்கிலடங்காது. வட இந்திய அரச குலங்களும் இச்சட்டத்தைப் பல சந்தர்ப்பங்களில்

மீறியுள்ளன. வட இந்தியா தொடர்பான சமூகங்களிலேயே சிறப்புவாய்ந்த புராண கால ஆரியரில், குரு குலத்தவருக்குள் ஏற்பட்ட வாரிசுரிமைப் போரே மகாபாரதப் போராகும். இராமாயணத்தில் கூட மரபு மீறிய வகையில் இளையவனான பரதனுக்கு முடிசூட்ட அவன் தாய் கைகேயி முயற்சி செய்கிறாள். பிற்காலத்திலும் வட இந்திய அரச குலங்கள் பல வாரிசுரிமை சிக்கல்களைச் சந்தித்துள்ளன.

மூத்த மகன் வாரிசாகும் மரபைத் தமிழக வேந்தர் குடியினர் எந்த இடத்திலும் மீறியதில்லை. சங்க கால வேந்தர்கள், பல ஊரன்களின் தலைவராக விளங்கினர். மேலாண்மை வேந்தனும், ஊரனும் ஒரே குடியைச் (பங்காளி) சேர்ந்தோராவர். மூத்த வாரிசுகளே ஊரனாகவும் வேந்தனாகவும் பட்டமேற்றனர். ஊரின்[49] ஆட்சியாளனாகிய ஊரனின் மூத்த மகன், தந்தையின் மறைவிற்குப் பின் வாரிசானான். மேலாண்மை வேந்தனின் மூத்தமகன் வேந்தனின் வாரிசானான். இவ்வாறு மூத்த வாரிசுகள் பட்டமேற்கும் மரபைத் தமிழக வேந்தர் குடியின் வரலாற்றில் இளைய வாரிசுகள் எதிர்த்தாகச் சான்று காணமுடியாது.

பொருளியல் தளத்தில் வளர்ச்சியடைந்த ஊரன்கள் வேந்தனுக்குரிய பட்டத்தை சூடிக்கொள்ளும் மரபும் இருந்தது. எடுத்துக்காட்டாக கொற்கையூரன், கொற்கை பாண்டியன் என்றும் தென்காசியூரன், தென்காசி பாண்டியன் என்றும் அழைக்கப்பட்டனர். இது போலவே ஒரே சமயத்தில் பல சோழர்களையும் பல சேரர்களையும் சங்க காலத்தில் காணமுடிகிறது. இவ்வாறு வேந்தருக்குரிய பட்டத்தை ஊரன்கள் தரிப்பதில் தெளிவான மரபுகள் வகுக்கப்பட்டுள்ளன. இத்தகைய தனி ஆட்சிக்குரிய உரிமைகள் இருந்தாலும் ஊரன்கள் தலைமையூரனாகிய வேந்தனின் பதவிக்குப் போட்டியாளர்களாக மாறியதாகத் தமிழக வேந்தர் குடியின் 1500 ஆண்டுகளுக்கும் அதிகமான நீண்ட நெடிய வரலாற்றில் காணமுடியவில்லை. உலகின் அனைத்து அரச வம்சங்களின் வரலாற்றிலும் மகன் தந்தையைச் சிறைப்பிடித்து ஆட்சியைப் பிடிப்பது, தந்தை போட்டியாளராக நினைத்து மகனைக் கொன்றுவிடுவது, வாரிசு

---

49 சங்ககால ஊர் என்பது சோழர் காலத்திய கூற்றம் மற்றும் நாடு என்ற அலகிற்கான முந்து வடிவமாகும். சுமேரியாவில் ஊர் என்றால் ஒரு நகர அரசைக் குறிக்கும்

உரிமைக்குரிய மூத்தவனை இளையவன் சூழ்ச்சியால் வென்று ஆட்சியைக் கைப்பற்றுவது போன்ற கண்ணியமும் கட்டுப்பாடும் அற்ற செயல்கள் பலவற்றைக் காணலாம். தனது சொந்த மகனான இளவரசனை அரசன் கண்காணிக்க வேண்டும் என்று அறிவுரை வழங்கும் அர்த்தசாஸ்திரம் இது தொடர்பாக பண்டைய அறிஞர்களின் எச்சரிக்கைகளையும் குறிப்பிடுகிறது.

பரத்வாஜரின் கருத்துப்படி இளவரசன் என்பவன் தன்னை உருவாக்கியவர்களையே விழுங்கிவிடும் நண்டு போன்றவன். எனவே, அவனது பிறப்பு தொட்டே அரசன் தன்னைக் காத்துக்கொள்ள வேண்டும். அவனால் துன்பம் நேருமென்று அறியும் நிலையில் அவனைக் கொல்வதும் தவறாகாது என்கிறார்.

இளவரசனை வளர்ப்பது ஒரு கட்டுவிரியன் பாம்பைப் போற்றி வளர்ப்பதற்கு ஒப்பாகும் என்பது பராசரருடைய சீடர்களின் கருத்து. இளவரசன் தனது தந்தையைத் தனது கட்டுப்பாட்டின் கீழ் கொண்டுவர நினைப்பான். எனவே அவனை எல்லைப்புறத்துக்கு அனுப்பிவிடுவது சிறந்தது என்பார்கள்.

இளவரசனின் இராஜ விசுவாசம் சோதிக்கப்பட வேண்டும். எடுத்துக்காட்டாக, இரகசிய ஒற்றர்கள் மூலம் இளவரசனுக்கு வேட்டையாடுவதிலும் சூதாட்டத்திலும் மது, மாதுவின் மேல் ஆசையைத் தூண்டுவதுடன் இராஜ்யத்தைப் பறித்துக்கொள்ளுமாறும் பரிந்துரைக்க வேண்டும். இத்தகைய சோதனைகளில் இளவரசன் தேர்ச்சிபெற வேண்டும் என்று சில ஆசிரியர்கள் கூறுவர்.

வட இந்திய அரசகுல வரலாற்றில், இளவரசர்கள் தங்கள் தந்தையை சூழ்ச்சி செய்து ஆட்சிக்கட்டிலில் இருந்து இறக்கிய நிகழ்வுகள் அடிக்கடி நடந்துள்ளதாலேயே மேற்கூறியவாறு அரசியல் அறிஞர்கள் கருத்து தெரிவித்துள்ளனர். இத்தகைய மரபு மீறிய செயல்களைத் தமிழ் வேந்தர் குடியின் வரலாற்றில் காணமுடியாது. கோப்பெருஞ்சோழனின் மகன்கள், தந்தைக்கு எதிராகப் போர் தொடுத்து வந்த நிகழ்ச்சி ஓர் விதிவிலக்காகும். இதிலும் கூட கோப்பெருஞ்சோழன் புலவர்களின் அறிவுரையை ஏற்று, மகன்களுடன் போரிடுவதைத் தவிர்த்து வடக்கிருந்து

உயிர் நீத்தது வரலாறு. சேரன் செங்குட்டுவனின் தம்பி இளங்கோ, தந்தைக்குப்பின் அரியணை ஏறுவான் என சோதிடர் கூறினார். இவ்வாறு நிகழ்வது மரபு மீறிய செயல் என்று கருதிய இளங்கோ, துறவறம் பூண்டார் என்பது தமிழ் வரலாற்றுக் கதை. இந்நிகழ்ச்சி, கதையாகவே சொல்லப்பட்டாலும் கதைகளில் கூட மரபை மீறுவதற்குத் தமிழ்ச் சமூகத்தினருக்கு ஒப்பவில்லை என்பதையே காட்டுகிறது. வட ஆரிய சமூகமோ தமிழ்ச் சமூகம் கடைப்பிடித்த வாரிசுரிமை மரபைச் சட்டமாக்கியிருந்தாலும் அவர்களால் அதைச் சரியாகக் கடைப்பிடிக்க முடியவில்லை.

சுமேரிய சமூகத்தின் நீட்சியாக தமிழ் பண்பாடு உருவானதால் தமிழர் இந்நெறிகளை இயல்பாகக் கடைப்பிடித்தனர் இந்த வகையில் இந்திய பண்பாட்டுருவாக்கத்தில் மூலப் பண்பாடாக தமிழே விளங்கியது என்பது உறுதி. மேலும் விஞ்ஞானம், தொழில்நுட்பம், கணிதம், வானியல், மருத்துவம், தத்துவம் போன்ற பிற துறைகளிலும் சம காலத்திய வளர்ந்த சமூகங்களான கிரேக்கம், சீனம், வட இந்தியா போன்றவற்றிற்கு இணையாகவோ ஒரு படி வளர்ந்த நிலையிலோ சங்ககாலத் தமிழ்ச் சமூகம் இருந்ததைக் காணமுடிகிறது. உண்மையில் மூதாதை சுமேரியரின் *(Ancestral Sumerian)* சொந்த சமூகமாக தமிழ்ச் சமூகமும் தமிழ்ச் சமூகத்தின் துணைக்குடிகளாக வட ஆரிய சமூகமும் இருந்ததால் தான் இது போன்ற ஒப்புமைகளையும் திரிபுகளையும் பார்க்கிறோம்.

மூதாதை சுமேரியர்

வட ஆஃப்ரிக்காவின் பூர்வீகக் குடிகளும் மேற்காசியாவின் பூர்வீகக்குடிகளும் கலந்து மூதாதை சுமேரியர் பரிணமித்தனர். ஆஃப்ரிக்காவின் பூர்வீகக் குடிகள் சுருட்டை முடி, தடித்த உதடு போன்ற நீக்ராய்டு இனக்கூறினை கொண்டிருந்தனர். மேற்காசிய பூர்வீகக்குடிகளில் இரு வகையினர் இருந்தனர். பாலஸ்தீனம், துருக்கி பகுதிகளில் வாழ்ந்த பூர்வீகக்குடிகள் உயரம் அதிகமான வெட்டாய்டு இனக்கூறினைக் கொண்டிருந்தனர். இக்குடிகள் J, J1, J2 மரபணுக்களுக்குரியவர். ஈரான் பகுதியின் பூர்வீகக்குடிகள் உயரம் குறைவான வெட்டாய்டு இனக்கூறினைக் கொண்டிருந்தனர். பெரும்பான்மையான தமிழரைப் போன்ற சாயல் கொண்ட இக்குடிகள் பெரும்பாலும் F, G, K, L ஆகிய மரபணுகளுக்குரியவர்.

வட ஆஃப்ரிக்காவில் வாழ்ந்த நீக்ராய்டு இனக்கூறினைக் கொண்ட குடிகள் இ.மு.15 ஆயிரம் ஆண்டுகள் வாக்கில் E மரபணுவுடன் பாலஸ்தீன பகுதிக்குப் பரவினர். இக்குடிகள் பாலஸ்தீன பகுதியில் வாழ்ந்த வெட்டாய்டு இனத்துடன் கலந்து எத்தியோப்பிய இனம் பரிணமித்தது. இக்குடிகளை எத்தியோப்பிய வெட்டாய்டு இனம் என அழைப்பது பொருத்தமாக இருக்கும். இந்தக் கலப்பினத்தவர் தான் நடூஃபியன் பண்பாடு என அழைக்கப்பட்ட உலகின் முதல் விவசாய நாகரிகத்தை இ.மு.13 ஆயிரம் ஆண்டுகள் வாக்கில் தோற்றுவிக்கின்றனர். J, J1, J2, E மரபணுக்களைக் கொண்ட இக்கலப்பினத்தவர் இ.மு. 10 ஆயிரம் வாக்கில் ஈரான் பகுதிக்குக் குடியேறி அப்பகுதியில் வாழ்ந்த உயரம் குறைவான வெட்டாய்டு இனக் குடிகளுடன் கலந்து சுமேரிய நாகரிகத்தை தோற்றுவிக்கின்றனர். இந்த கலப்புக் குடிகளையே மூதாதை சுமேரியர் என அழைக்கிறோம். மேற்காசிய பூர்வீகக் குடிகளான இரு வகை வெட்டாய்டு இனங்களுடன் சிறுவீத நீக்ராய்டு இனக்கலப்பு கொண்டவராக மூதாதை சுமேரியர் இருந்தனர்.

மூதாதை இந்தியரும் இதே போன்று வெட்டாய்டு இனத்துடன் சிறுவீத நீக்ராய்டு கலப்பு பெற்ற குடிகளாக இருந்தனர் என்பதை விரிவாகப் பார்க்கவுள்ளோம். இவ்வகையில் மூதாதை சுமேரியரும் மூதாதை இந்தியரும் ஒரே மாதிரியான இனச்சாயலையே கொண்டிருந்தனர். இருளர், குறும்பர் போன்ற தென்னிந்திய பழங்குடிகளின் சாயலை சுமேரியரும் கொண்டிருந்தனர் எனலாம். பல தொல்லியல் அறிஞர்களும் இக்கருத்தைக் குறிப்பிட்டுள்ளனர். மெசொப்பொட்டாமிய பகுதியில் உபைது காலத்திலிருந்து 'ஊருக்' காலம் வரையிலான காலகட்டத்தில் (கி.மு. 5500 -கி.மு. 3200) கிடைத்த மனித எலும்புக்கூடுகளை ஆய்வு செய்த ஆர்தர் கெயித் (Arthur Keith) என்ற தொல்லியல் அறிஞர் அவை ஈரானியன் அல்லது இந்திய வகை சாயலைக் கொண்டிருந்ததாகக் குறிப்பிடுகிறார்.

உடற்கூறு மானிடவியல் அறிஞர் பக்ஸ்டன் (Buxton), தொடக்ககால சுமேரியாவின் மனித எலும்புக்கூடுகள் நீள்தலையைக் (Dolichocephalic) கொண்ட ஐரோப்பிய ஆஃப்ரிக்க இனம் மற்றும் மத்தியதரை இனம் என்ற இரு இனங்களைச் சேர்ந்தவை என்று குறிப்பிடுகிறார். பக்ஸ்டன்

பாலஸ்தீன பகுதியின் பூர்விகக் குடிகளின் எத்தியோப்பிய வெட்டாய்டு இனக்கூறை ஐரோப்பிய-ஆஃப்ரிக்க வகை எனவும் ஈரான் பகுதியின் பூர்வகுடிகளின் வெட்டாய்டு இனக்கூறினை மத்தியதரை இனம் எனவும் அழைக்கிறார். எத்தியோப்பிய இனத்தை ஐரோப்பிய இனங்களில் ஒன்றான மத்தியதரை இனத்தின் ஒரு உட்கிளையாக கூறுவதற்கே ஐரோப்பிய ஆய்வாளர்கள் பலரும் விரும்புகின்றனர். இந்த இன மக்கள் சுமேரிய, எகிப்திய நாகரிக உருவாக்கத்துடன் தொடர்புடையவர் என்பதால் இவர்களை நேரடியாக எத்தியோப்பிய இனம் எனக் கூறாமல் ஐரோப்பிய என்ற அடைமொழி சேர்த்துக்கொள்வதை ஐரோப்பியர் விருப்பமுடன் செய்கின்றனர். ஐரோப்பிய மத்தியதரை இனத்திற்கு குறுந்தலையே (Brachycephalic) உண்டு. ஆதி-மத்தியதரை இனமான வெட்டாய்டு இனத்திற்குத் தான் நீள்தலை உண்டு. பக்ஸ்டன் ஈரான் பகுதியின் பூர்வகுடிகள் நீள்தலை கொண்ட மத்தியதரை இனம் எனக் கூறுவது வெட்டாய்டு இனத்தையேயாகும். ஆக, பக்ஸ்டனின் உடற்கூறு ஆய்வுப்படியும் மூதாதை சுமேரியர் வெட்டாய்டு மற்றும் எத்தியோப்பிய வெட்டாய்டு இனங்களின் கலப்பினத்தவர் என்றாகிறது.

இத்தரவுகள் மூலம் மேற்காசியாவின் பூர்வீகக்குடிகள் தமிழர் போன்ற சாயல் கொண்ட கருப்புநிறக் குடிகளாகவே இருந்தனர் என்று தெரிகிறது. கி.மு. 4000 வாக்கில் தான் வெள்ளையினக் குடிகள் மேற்காசியாவிற்குக் குடியேறுகின்றனர். தொடக்கத்தில் வெள்ளையினத்தினர் சுமேரிய நகரங்களின் பணிமக்கள் மரபினராக வாழ்ந்தனர். கி.மு. 3200 வாக்கில் சுமேரிய ஆறுகளில் பெருவெள்ளம் (பைபிள் நோவாவுடன் தொடர்புடையது) ஏற்பட்டு பெரும்பாலான சுமேரிய நகரங்கள் அழிந்துவிட்டன. இந்த வெள்ள அழிவிலிருந்து சுமேரிய நகர அரசுகள் புனரமைக்கப்படுவதற்கு 200 ஆண்டுகள் ஆகின. இதன் பின் கி.மு. 3000 இல் தோன்றிய சுமேரிய வம்சாவழி அரசுகளின் காலத்தில் வெள்ளைநிறக்குடிகள் எண்ணிக்கையில் பெருகியதுடன் இரண்டாம் கட்ட தலைவர்களாகவும் வளர்ந்தனர். ஒரு கட்டத்தில் வெள்ளைநிறக் குடிகள் புதிய அரசுகளைத் தோற்றுவித்ததுடன் படிப்படியாக பழைய நகர அரசுகளையும் கைப்பற்றிக் கொண்டனர். கி.மு. 2350 இல் கிஷ்

நகர அரசனின் கூஜா தூக்கியாக[50] (*Cup bearer*) இருந்த சார்கோன் (*Sargon*), அரண்மனை சதி மூலம் ஆட்சியதிகாரத்தைக் கைப்பற்றி அக்காடிய (*Akkadian*) அரசைத் தோற்றுவித்தான். அதன் பின் பல்வேறு பகுதிகளில் 'அகம்படி' மரபினராக (துணைக்குடிகள்/சிறுகுடிகள்) இருந்த வெள்ளையினத்தினர் சார்கோன் வழியில் அசிரியா, பாபிலோனியா, ஹிட்டைட், காஸ்ஸைட், மிட்டானி போன்ற அரசுகளைத் தோற்றுவித்தனர். 'மூதாதை சுமேரியர்' பெரும்பான்மையான நகர அரசுகளின் ஆட்சி அதிகாரத்தை இழந்தனர்.

இந்தப் புதிய சூழலில் நாடிழந்த முதல் சுமேரியரின் ஆட்சிக்குடிகள் பாலஸ்தீனம், சிரியா, துருக்கி போன்ற கிழக்கு மத்தியதரைக் கடலோர நாடுகளிலும் சைப்ரஸ், கிரீத் போன்ற மத்தியதரைக்கடலிலுள்ள தீவுகளிலும் வணிகக்குழுக்களாக செயல்படத் தொடங்கினர். இவ்வாறு மூதாதை சுமேரியரால் தோற்றுவிக்கப்பட்ட வணிகக்குழுக்களே இந்தியாவிற்குள் பல கட்டங்களில் குடியேறி இந்தியப் பண்பாட்டுருவாக்கத்தில் முதன்மைப் பங்களிப்பு செலுத்தினர்.

இந்தக் குடியேற்றங்களை தொல்லியல் தடயங்கள் மூலம் விரிவாகப் பார்ப்போம்.

---

50 *Cup bearer* -அடப்பக்காரன் – அரண்மனை பணிமக்களான அகம்படிகளில் அரசனுக்கு அணுக்கமானவன்

III

மூதாதை சுமேரியரின் இந்திய குடியேற்றங்கள்

1. செம்புப் பயன்பாட்டு க-சி.ம. பண்பாடு (Chalcolithic –BRW) (கி.மு. 2500 – கி.மு. 1200)

இந்தியாவில் கிடைத்த கருப்பு – சிவப்பு மட்பாண்டங்களில் குஜராத்தின் லோத்தல் (Lothal) என்ற இடத்தில் கிடைத்தவை தான் காலத்தால் முற்பட்டவை (கி.மு. 2450). இம்மட்பாண்டங்களுடன் செம்பு உலோகப் பொருள்களும் கிடைத்ததைக் கொண்டு இதை ‘செம்புப் பயன்பாட்டு கருப்பு – சிவப்பு மட்பாண்டப் பண்பாடு’ (Chalcolithic BRW) என்று குறிப்பிடுகிறோம். சிந்துவெளிப் பண்பாட்டின் பிற பகுதிகளில் பயன்படுத்தாத இம்மட்பாண்டங்கள் அப்பண்பாட்டின் முக்கியத்துவம் வாய்ந்த துறைமுக நகரில் முதலில் கிடைத்துள்ளதால் இவை வேறு பகுதியிலிருந்து குடியேறிய மக்களுக்குரியது என்று கருதவேண்டியுள்ளது.

கி.மு. 2500 க்கு முன்பிருந்தே வட ஆஃப்ரிக்காவின் சூடான், எகிப்து, பாலஸ்தீனம் (இன்றைய இஸ்ரேல் ஜோர்டான் உடபட்ட பகுதி), சிரியா, சைப்ரஸ் தீவு, துருக்கி, ஏஜியன் பகுதி, சவுதி அரேபியா, ஈரான், இந்தியா முழுமையும் என ஒரு தொடர்ச்சியான நிலப்பகுதியில் இம்மட்பாண்டங்கள் பரவியிருந்தன. இம்மட்பாண்டங்களுக்குரிய மக்கள் மேற்காசியாவிலிருந்து பல அலைகளில் இந்தியாவிற்குக் குடியேறியுள்ளனர்.

கருப்பு-சிவப்பு மட்பாண்டங்களின் சிறப்பு

பண்டைய நாகரிக மக்கள் உற்பத்தி செய்த மட்பாண்டங்களுள் கருப்பு-சிவப்பு மட்பாண்டங்கள் தனித்தன்மைகள் பலவற்றைக் கொண்டவை. இம்மட்பாண்டங்களின் உட்புறம் முழுவதும், வெளிப்புறத்தில் வாய், கழுத்துப் பகுதிகள் கருப்பு நிறத்திலும் வெளிப்புறத்தின் பிற பகுதிகள் சிவப்பு நிறத்திலும் இருக்கும். இந்த மட்பாண்டங்களைச் சூளையில் வைத்துச் சுடும் போது,

உட்பகுதியும் கழுத்துப் பகுதியும் காற்று புகாதவாறு கவிழ்த்துவைத்துச் சுடுவர். காற்றுப் புகாத பகுதி கருப்பாகவும் காற்று பட்டு சுடுபட்ட பகுதி சிவப்பாகவும் மாறிவிடும். இப்பாண்டங்களின் மேற்பரப்பு நன்கு மெருகேறி பளிச்சென்று இருக்கும். இவற்றில் உள்ள மினுமினுப்பு உப்பு சேர்த்து மெருகிடும் ஒரு செயல்முறையால் உருவாகியது எனக் குறிப்பிடும் தொல்லியல் அறிஞர் கே.வி. இராமன் அந்த செய்முறையையும் விளக்குகிறார்.

"இந்த மட்பாண்டங்களை சுடுகையில், சூளையில் அடுக்கப்பட்டுள்ள எல்லா மட்பாண்டங்களும் நன்றாக வெந்து நெருப்புச் சுவாலைகள் அணைந்த நிலையில் ரத்தச் சிவப்பு நிறமாகக் காட்சி அளிக்கும். அப்பொழுது அந்தப் பாண்டங்களின் மீது ஈரப்பசையுள்ள உப்புத்தூள் தூவப்படும். மிகுந்த வெப்பத்தால் இந்த உப்புத்தூள் உருகி மட்பாண்டத்தின் மேல்பரப்பு முழுவதும் பரவுவதால் பாத்திரம் மினுமினுப்பைப் பெறுகிறது."[51]

இம்மட்பாண்டங்களை உற்பத்தி செய்வதற்கு மிக அதிக வெப்பம் பயன்படுத்தப்பட்டிருக்கும் என்றும் இதன் காரணமாக அவற்றின் உட்சுவர்களில் நேனோ கரிக் குழாய்கள் (Carbon Nano Tubes - CNT) உருவாகியிருந்தது என்றும் சமீபத்திய ஆய்வில் தெரியவந்துள்ளது.[52] இதன் காரணமாகவே இப்பாண்டங்களின் உட்புற சுவர் மிகவும் பளபளப்புடன் 2600 ஆண்டுகளுக்கு மேல் நீடித்துள்ளதாக விஞ்ஞானிகள் குறிப்பிடுகின்றனர். சாதாரண மட்பாண்டங்களைப் போல் இம்மட்பாண்டங்களை உற்பத்திசெய்ய முடியாது என்பது கவனிக்கத்தக்கது.

மதச் சடங்குகளுக்குப் பெரிதும் பயன்படுத்தப்பட்டுள்ள இம்மட்பாண்டங்களைத் தங்களுடைய பண்பாட்டு அடையாளமாக இதைப் பயன்படுத்திய மக்கள் கருதியுள்ளனர். இந்த வகையில் இம்மட்பாண்டங்களை தமிழரின் தொல் அடையாளம் என்று கூறலாம்.

---

51 பேரா. டாக்டர் கே.வி.இராமன்; தொல்லியல் ஆய்வுகள் (அகழாய்வு, கல்வெட்டு, நாணயம் பற்றியவை), பக்கம்-3,

52 *Article in The Hindu, November, 21, 2020*

கருப்பு-சிவப்பு மட்பாண்டப் பயன்பாட்டின் தோற்றமும் பரவுதலும்

ஆஃப்ரிக்காவில் பூர்விகமாக வாழ்ந்த கருப்புநிறக் குடிகள் கி.மு. 4000 வாக்கில் நூபியாவின் வட பகுதியிலும் (இன்றைய சூடான்) எகிப்தின் தென்பகுதியிலும் பல சிறுசிறு அரசுகளைத் தோற்றுவித்திருந்தனர்[53]. இதனை நகடா பண்பாடு (Naqada Culture – 4400 BCE - 3000 BCE) என அழைக்கின்றனர். இப்பண்பாட்டினர் தான் முதன் முதலில் கருப்பு – சிவப்பு மட்பாண்டங்களைத் தயாரித்தனர். இந்த நகடா பண்பாடு சுமேரியாவின் 'உபைது' (Ubaid; கி.மு. 5500 - கி.மு. 4000) மற்றும் 'ஊருக்' (Uruk; கி.மு. 4000 – கி.மு. 3200) பண்பாட்டினருக்குத் தேவையான கனிமங்களையும் ஆடம்பரப் பொருட்களையும் வணிகப் பரிவர்த்தனை மூலம் அனுப்பிவைத்தனர். இப்பரிவர்த்தனை மூலம் அதிகப் பொருளீட்டிய மேட்டுக்குடியினர் தனி உள்குடியிருப்புகளை (Enclaves) உருவாக்கியிருந்தனர்[54]. நகடா பண்பாட்டில் தோன்றிய சிறுசிறு அரசுகள் தான் பிற்காலத்தில் மூதாதை சுமேரியர் தோற்றுவித்த வணிக அரசுகளுக்கு முன்னோடியாகும். நகடா பண்பாட்டின் உருவாக்கத்திலும் மூதாதை சுமேரியரின் பங்களிப்பு இருந்ததற்கான சான்றுகள் உள்ளன.

நகடா பண்பாட்டினரின் வாழ்விடம் நைல் நதியின் பாதையில் மேட்டுப்பாங்கான பகுதி என்பதால் அது நீர்ப்பாசன விவசாயத்திற்கு ஏற்றதாக இருக்கவில்லை. இப்பகுதியில் வேட்டைக்குடிகளும் ஆயர்குடிகளுமே (கால்நடை வளர்ப்புக் குடிகள்) வாழ்ந்தனர். மேட்டுக்குடியினர் தங்களின் உணவுத் தேவையை நிறைவு செய்வதற்காக நைல் நதியின் கழிமுகப் பகுதியில் வாழ்ந்த பூர்வீகக்குடிகளை ஊக்குவித்து விவசாய விரிவாக்கம் மேற்கொண்டனர். இதன் வளர்ச்சிப் போக்கில் கி.மு. 3150 வாக்கில் புகழ் பெற்ற எகிப்து அரசு தோன்றியது.[55] அவ்வகையில் நகடா பண்பாட்டினை எகிப்து பண்பாட்டின் மூலப் பண்பாடு எனலாம்.

---

53 Kewin Shillington, History of Africa, Third Edition, Palgrave macmillan, Page – 31-33

54 இதுவுமது

55 நகடா பண்பாட்டின் துணைக்குடிகள் எகிப்து பண்பாட்டைத் தோற்றுவித்தனர். துணைக்குடிகள் பற்றி விரிவாக பின்னால் பார்க்க உள்ளோம்.

கி.மு. 4000 இல் நகடா பண்பாடு தோன்றிய முதல் கட்டத்திலேயே போர்க்குடிகள் தோன்றியிருந்ததை தொல்லியல் அறிஞர்கள் குறிப்பிடுகின்றனர்[56]. நகடா பண்பாட்டினர் தங்களுடைய வணிகப் பொருள் போக்குவரத்தின் போது பாதுகாப்பிற்காகப் படைவீரர்களை பயிற்றுவித்தனர். படைப்பிரிவிற்குத் தேவையான வீரர்களைப் பெறுவதற்கு தங்களைச் சார்ந்து வாழ்ந்த வேட்டை மற்றும் கால்நடை வளர்ப்புக் குடிகளுக்குப் போர்ப்பயிற்சி கொடுத்துத் தேர்வுசெய்து கொண்டனர். இப்பண்பாட்டின் தொல்லியல் அடையாளமாக வில் - அம்பை வரலாற்றறிஞர்கள் குறிப்பிடுவதிலிருந்து இவர்கள் போர்த்தொழிலுக்குக் கொடுத்த முக்கியத்துவத்தைப் புரிந்து கொள்ளலாம். எகிப்து அரசு தோன்றிய பின் அவ்வரசுக்குத் தேவையான. முழுநேரப் போர்ப்பயிற்சி பெற்ற வீரர்களைக் கொண்ட படைப்பிரிவை ஒப்பந்த அடிப்படையில் இப்பண்பாட்டினர் அனுப்பி வந்தனர் என்பதை எகிப்திய ஆவணங்கள் மூலம் அறிய முடிகிறது. உலகின் பல பகுதிகளிலும் பரவியிருந்த ஒப்பந்தப் படைப்பிரிவு வழக்கத்தை நகடா பண்பாட்டினர் தான் மனித சமூகத்திற்கு அறிமுகப்படுத்தினர். கி.மு. 3150 க்குப் பின் இப்பண்பாட்டின் தொடர்ச்சியை 'C' தொகுப்பு (C group) மக்கள் என்றும் குஷைட் (Kushite) என்றும் வரலாற்று அறிஞர்கள் குறிப்பிடுகின்றனர்.[57] தமிழரின் பண்பாட்டு அடையாளங்களில் ஒன்றாகக் கூறப்படும் வளைதடி என்ற வேட்டை மற்றும் போர்க்கருவி, இப்பண்பாட்டினரால் வடிவமைக்கப்பட்டு உலகின் பல பகுதிகளுக்கும் கொண்டு செல்லப்பட்டுள்ளது குறிப்பிடத்தக்கது.

பாலஸ்தீனம், சிரியா, சைப்ரஸ், துருக்கி, ஏஜியன் தீவுகள் போன்ற கிழக்கு மத்தியதரைக்கடல் பகுதிகள் அனைத்தும் கி.மு. 3500 லிருந்தே சுமேரியப் பண்பாட்டின் துணைப் பொருளாதார மையங்களாகச் செயல்பட்டன. கி.மு. 3000 க்குப்

---

56 *Ian Shaw, The Oxford history of Ancient Egypt, by Oxford University press- New edition-2003, Page-47*

57 குஷைட்டுகளுக்கும் இந்தியாவுக்குமான தொடர்பு குறித்து ட்ருசில்லா டூஞ்சி ஹூஸ்டன் தனது *Wonderful Ethiopians of the Ancient Cushite Empire* என்ற நூலில் விரிவாக விளக்கியுள்ளார்.

பிறகு சுமேரியாவில் ஏற்பட்ட அரசியல் மாற்றத்தின் விளைவாக சுமேரியாவின் பூர்விக ஆட்சிக்குடிகள் இப்பகுதிகளுக்குக் குடியேறி ஏற்கெனவே செயல்பட்ட துணைப் பொருளாதார மையங்களையும் இணைத்து வணிகப் பொருள் உற்பத்தி மையங்களைத் தோற்றுவித்தனர்.[58] இம்மையங்களின் வணிகப்பொருள் போக்குவரத்திற்குத் தேவையான பாதுகாப்புப் படைப்பிரிவை நாம் மேலே குறிப்பிட்ட போர்க்குடிகளான 'C' தொகுப்பு மக்களிடமிருந்து ('C' group people) பெற்றுக்கொண்டனர். இதன் விளைவாகவே கி.மு. 2700 லிருந்து இப்பகுதிகளில் க-சி. மட்பாண்டங்கள் பரவியுள்ளதைக் காண்கிறோம்.

மேலும் 'C' தொகுப்பு மக்கள் படைப்பாதுகாப்பு கொடுப்பதுடன் ஆங்காங்கே தன்னாட்சிப் பகுதிகளையும் அமைத்துக்கொண்டிருந்தனர். சங்ககாலத் தமிழகத்தில் பெருங்கற்கல்லறைப் பண்பாட்டினரின் பொருள் உற்பத்தி மையங்கள் அமைந்திருந்த இடங்களின் அருகே வேளிர்களின் வாழ்விடங்களைக் காண்கிறோம். இந்த வேளிர்கள் 'வேள்' பட்டத்துடன், 'C' தொகுப்பு மக்களைப் போலவே வேளாட்சிப் (தன்னாட்சி) பகுதிகளைக் கொண்டிருந்ததோடு பொருள் உற்பத்தி மையங்களுக்குப் பாதுகாப்பும் அளித்துள்ளனர். இத்தகைய வேளாட்சிப் பகுதிகளுடன் வணிகக்குழுக்களின் பொருளுற்பத்தி மையங்களும் இணைந்து வணிக அரசுகள் தோன்றுகின்றன.

தமிழகத்தில் கிடைத்த க-சி. மட்பாண்டங்கள் நகடா பண்பாட்டுத் தளங்களிலும் மத்தியதரைக்கடலோர நாடுகளிலும் கிடைத்த கருப்பு-சிவப்பு மட்பாண்டங்களை பெரிதும் ஒத்திருக்கின்றன. (மட்பாண்டங்களின் ஒப்புமைகளை காட்டும் வண்ண ஒளிப்படங்களை பக்கம் 178 - 'X' ல் காண்க.) தமிழரின் பண்பாட்டு அடையாளங்களில் ஒன்றாகக் கூறப்படும் வளைதடி என்ற வேட்டை மற்றும் போர்க்கருவி நகடா பண்பாட்டினரால் வடிவமைக்கப்பட்டது. இதனைக் கொண்டு தமிழருக்கும் இப்பண்பாட்டினருக்குமான தொடர்பை உறுதிசெய்துகொள்ள முடிகிறது. சேரரின் இலச்சினையாக வில்-

58 இப்பொருள் குறித்து தமிழரைத் தேடி... இரண்டாம் பாகத்தில் விரிவாகப் பார்க்க உள்ளோம்.

அம்பு இருப்பது போல் நகடா பண்பாட்டின் தொல்லியல் அடையாளமாக வில்-அம்பை கூறுகின்றனர். எனவே தமிழ் அரசர்களில் சேரர்கள் நகடா பண்பாட்டுடன் நெருங்கிய தொடர்புடையவர்கள் எனக் கூறமுடிகிறது.

குஜராத் பகுதியில் கி.மு. 2450 இல் கருப்பு-சிவப்பு மட்பாண்டங்கள் புதிதாகப் புழக்கத்திற்கு வருவதற்கு முன் மத்தியதரைக்கடலோர நாடுகளிலும் ஆஃப்ரிக்காவிலும் மட்டுமே இம்மட்பாண்டங்கள் புழக்கத்தில் இருந்தன. இப்பகுதிகளிலிருந்தே இம்மட்பாண்டப் பண்பாட்டினர் குஜராத்திற்குக் குடியேறியுள்ளனர். இவ்விரு பகுதிகளிலும் பூர்வீகமாக வாழ்ந்த கருப்புநிறக் குடிகளே இந்தியாவிற்குள் குடியேறினர்.

க-சி.ம. பரவுதல் பற்றி தொல்லியல் அறிஞர்களின் கருத்து

வரலாற்றறிஞர் ரோமிலா தாப்பர், பாலஸ்தீனம், வட சிரியா, அனட்டோலியா (இன்றைய துருக்கி) போன்ற பகுதிகளின் தொல்லியல் தளங்களில் கிடைத்துள்ள 'கிர்பெட் கரக் மட்பாண்டங்க'ளும் **(Khirbet Karak ware)** இந்தியாவின் கருப்பு-சிவப்பு மட்பாண்டங்களும் ஒன்றே என விவரிக்கின்றார்.[59] தொல்லியல் அறிஞர் ஜம்னா தாஸ் அக்தர், இந்திய கருப்பு-சிவப்பு மட்பாண்டத்தின் பூர்வீகத்திலுள்ள புதிரை விடுவிப்பதற்கு எகிப்துடன் தொடர்புபடுத்தி ஆய்வு செய்வது பயனுள்ளது என்கிறார்.[60]

தொல்லியல் அறிஞர் குப்தா, இந்திய க.சி.ம. பண்பாடு பாலஸ்தீன பகுதியிலிருந்து பரவியிருக்கலாம் எனக் கருதுவதுடன் எகிப்தின் 'C' தொகுப்பு மக்களை இப்பண்பாட்டுடன் தொடர்புபடுத்துகிறார். இரும்புக் காலத்தில் சவுதி அரேபியாவிலும் பாரசீக வளைகுடாவிலும் காணப்படும் க-சி. மட்பாண்டங்கள் எகிப்திலிருந்து பரவியிருக்கலாம் என்று கூறுவதோடு இப்பகுதிகளில் கிடைத்துள்ள கல்லறைப் பொருட்களை இந்தியாவில் கிடைப்பவற்றுடன் ஒப்பிட்டும் காட்டியுள்ளார். பாலஸ்தீனத்திற்கும் இப்பண்பாடு எகிப்திலிருந்தே பரவியிருக்கலாம் என்று கருதுகிறார்.[61]

---

59 *H.N.Singh, History and archaeology of Black and Red Ware; 1982, Page-XXV*

60 இதுவுமது *Page – XXV, XXVI*

61 இதுவுமது *Page - XXVI*

தொல்லியல் அறிஞர் பி.பி.லால் (B.B.Lal), குப்தாவிடம் தனிப்பட்ட முறையில் கூறியவை கவனிக்கத்தக்கது.

"எகிப்திலிருந்து தென் இந்தியா வரையில், ஒன்றுக்கொன்று தொடர்புள்ள, குறிப்பான நிலப்பரப்பில் கருப்பு-சிவப்பு மட்பாண்டங்கள் கிடைப்பது எளிதில் புறக்கணிக்கக்கூடியது அல்ல. மேலும் இம்மட்பாண்டங்கள் பண்டைய நாகரிக உலகின் பிற பகுதிகளில் எங்கும் கிடைக்கவில்லை என்பதும் கவனிக்கத்தக்கது" என்று லால் கூறியுள்ளார்.[62] இம்மட்பாண்டங்கள் எகிப்தில் தோன்றி அதன் தொடர்ச்சியான நிலப்பரப்புகளான பாலஸ்தீனம், சிரியா, துருக்கி (அனட்டோலியா), சைப்ரஸ் தீவு என கிழக்கு மத்தியதரைக்கடலோர வணிக அரசுகள் நிலைத்திருந்த பகுதிகளில் கி.மு. 2700 லிருந்து பரவத் தொடங்கியிருந்தன. இப்பகுதிகள் குறிப்பிட்ட மக்கள் குழுவுடன் தொடர்புடையவை என்று பி.பி.லால் கருதுகிறார். இப்பகுதிகளில் தான் மெசொபொட்டாமியாவிலிருந்து வெளியேறிய 'மூதாதை சுமேரியர்' தங்கள் வணிக நடவடிக்கைகளை மேற்கொண்டிருந்தனர்.

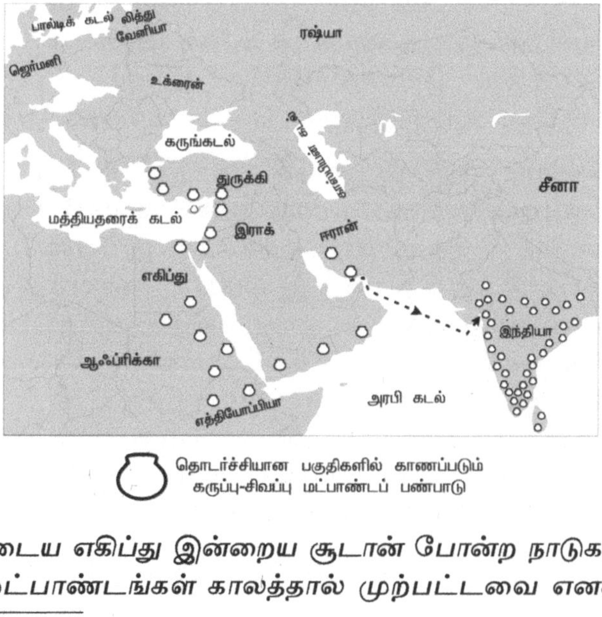

தொடர்ச்சியான பகுதிகளில் காணப்படும்
கருப்பு-சிவப்பு மட்பாண்டப் பண்பாடு

பண்டைய எகிப்து இன்றைய சூடான் போன்ற நாடுகளிலுள்ள க.-சி. மட்பாண்டங்கள் காலத்தால் முற்பட்டவை எனக் கூறும்

62 இதுவுமது *Page - XXVI*

எச்.என்.சிங் (H.N.Singh) ஓமென் வளைகுடா, தென் அரேபியா போன்ற பகுதிகளிலும் இம்மட்பாண்டங்கள் கிடைப்பதைக் குறிப்பிடுகிறார்.[63] இந்தியாவில் கருப்பு-சிவப்பு மட்பாண்டங்கள் கிடைக்கும் லோத்தல் பகுதியிலும் சுமேரியாவின் 'ஊர்' (Ur), ஏலமைட்டின் 'சுசா' (Susa), 'ப்ராக்' போன்ற பகுதிகளிலும் காணப்படும் தொல்பொருட்களுக்குள் கணிசமான ஒப்புமைகள் இருப்பதைத் தொல்லியல் அறிஞர் எஸ்.ஆர்.ராவ் குறிப்பிடுகிறார்.[64]

ராஜஸ்தான் மாநிலத்தில் அஹர் (Ahar) என்ற க.சி.ம. பண்பாட்டுத் தளத்தில் கிடைத்துள்ள தொல்பொருட்களை ஆய்வு செய்த தொல்லியல் அறிஞர் சங்காலியா கூறுவதாவது:

i) அஹரில் கிடைத்த பழுப்பு நிற உள்குழல் தண்டுடைய கிண்ணம், ஈரானின் ஹிஸ்ஸார் மேடு (Hissar Tepe) ஜியோய் மேடு (Geoy Tepe) ஆகிய இடங்களில் கிடைத்தவற்றை ஒத்திருக்கின்றன.

ii) பெரிய கிண்ணம் போன்ற கும்பா (Bowl) ஈரானின் ஷா மேட்டில் (Shah Tepe) கிடைத்தவற்றை ஒத்திருக்கிறது.

iii) விலங்குத்தலை கைப்பிடி கொண்ட மட்பாண்டங்கள் துருக்கியின் த்ராய் நகரத்தில் கிடைத்தவற்றைப் போன்று உள்ளன.

iv) பானை வனையும் தொழில்நுட்பமும் மேலும் அலங்கார வேலைப்பாடுகளும், பாத்திரங்களின் கழுத்து மற்றும் மத்தியப் பகுதிகளில் கீறல் வரிக்கோடுகளும் சித்திரங்களும் ஈரானின் ஷா மேட்டில் கிடைத்தவற்றை ஒத்திருக்கின்றன.

V) த்ராய் அல்லது அனட்டோலியா (துருக்கி) பகுதியில் காணப்பட்ட சுடுமண் மணிகள், நூற்புக் கதிர்கள் ஆகியவற்றில் காணப்படும் கீறல் சித்திரங்களின் பாணி இந்தியாவின் அஹர், அனௌ (Anau) பகுதிகளில் கிடைத்தவற்றைப் போலுள்ளன.

மத்திய பிரதேசத்தின் நர்மதை நதிக்கரையில் நவ்டட்டோலி (Navdatoli) என்ற இடத்திலும் க.-சி. மட்பாண்டங்கள்

---

63 H.N.Singh ; History and Archaeology of Black-and-Red Ware (Chalcolithic Period) Page – XXIV)

64 இதுவுமது பக்கம் - XXX

கிடைக்கின்றன. இங்கு கிடைத்த கெண்டிவாய் கிண்ணங்கள் ஈரானின் இஸ்மாயிலாபாத், ஸியால்க் IV, VI (Sialk IV and VI), ஹிஸ்ஸான் III C, ஜியான் மேடு (Tepe Giyan), ஷா மேடு (Shah Tepe), துருக்கியின் கடல் ஹூயூக் (Catal Huyuk) ஆகிய இடங்களில் கிடைத்தவற்றை ஒத்திருக்கின்றன என்கிறார் சங்காலியா.[65] நவ்டட்டோலியில் கிடைத்த மற்றொரு பாத்திரம் அதே வடிவில் கிரீத், பண்டைய எகிப்து மற்றும் மேற்காசியாவில் சில பகுதிகளில் கிடைக்கின்றன என்றும் அவர் கூறுகிறார். பொதுவாக நவ்டட்டோலியாவில் கிடைத்த பானைகளில் காணப்படும் கைவேலைப்பாடுகளும் அவற்றில் வரையப்பட்ட சித்திரங்களும் பண்டைய ஈரான் (ஏலம்) பகுதியில் கிடைத்தவற்றைப் பெரிதும் ஒத்திருக்கின்றன. இவற்றைக் கொண்டு கருப்பு-சிவப்பு மட்பாண்டங்கள் மேற்காசியா அல்லது எகிப்திலிருந்து பரவியதாகவே தொல்லியல் அறிஞர்கள் முடிவு செய்கின்றனர்.

உலோகங்களைப் பெறுவதற்குக் குடியேறிய க–சி. மட்பாண்டப் பண்பாட்டினர்

ராஜஸ்தானின் அஹர் நகருக்கு அருகிலுள்ள குன்றில் செம்பு தாது அதிகம் கிடைக்கிறது. அஹர் நகரின் சுற்று வட்டாரத்தில் ஐம்பதுக்கும் மேற்பட்ட இடங்களில் க.-சி. மட்பாண்டங்களின் தொல்-எச்சங்கள் கிடைக்கின்றன. இப்பகுதியில் கிடைக்கும் செம்புத் தாதுவை வெட்டி எடுக்கிற சுரங்கப்பணியை இப்பண்பாட்டினர் மேற்கொண்டுள்ளனர். லோத்தல் துறைமுக நகரின் அருகில் ஏராளமான கொல்லர் பட்டறைகளும் உலோக உலைகளும் செயல்பட்டுள்ளன. இப்பட்டறை ஒன்றில் கிடைத்த செம்பு உலோக வார்ப்புக்கட்டி (Ignot), அளவிலும் (10 செ.மீ. நீளம், 4 செ.மீ அகலம்) வடிவிலும் ஏலமைட்டின் தலைநகரான சுசா (Susa) வில் கிடைத்தவற்றைப் போன்றே இருக்கிறது[66]. இப்பட்டறைகளுக்கு ராஜஸ்தானிலிருந்தும் (அஹர்) சிந்துவெளிப் பண்பாட்டின் பிற சுரங்கங்களிலிருந்தும் செம்புத் தாது கொண்டுவரப்பட்டுள்ளது. இப்பட்டறைகளில் உற்பத்தி செய்யப்பட்ட பொருட்களும் உலோக வார்ப்புகளும் சிந்துவெளி

65 *Shashi Asthana, History and archaeology of India's contacts with other countries, from earliest times to 300 bce, Page 82-83*

66 *Romila Thapar, Cultural pasts, Essays in Early Indian History; A possible Identification of Meluha, Dilmun, Makan*, Page - 282

வணிகக்குழுக்கள் மூலம் சுமேரியா, ஏலமைட், எகிப்து போன்ற அரசுகளுக்கு ஏற்றுமதி ஆகியுள்ளன.

இத்தரவுகளைக் கொண்டு பார்க்கும் போது க-சி.ம. பண்பாட்டினர் சுமேரிய சமூகத்துக்குத் தேவையான கட்டுமானப் பொருட்களைப் பெறுவதற்காக இந்தியாவில் குடியேறியதாகக் கூற முடிகிறது. கி.மு. 3000 லிருந்து சுமேரிய, ஏலமைட் அரசுகள் சிந்துவெளி நகரங்களுடன் வணிகப் பரிவர்த்தனை மேற்கொண்டு வந்தன. கி.மு. 2500 லிருந்து சுமேரிய நகரங்களின் உலோகத் தேவை அதிகரித்தது. இதன் காரணமாக புதிய செம்பு சுரங்கங்களைக் கண்டுபிடிப்பதற்காக மேற்காசிய வணிக அரசுகள் சார்பாக ஒரு குழு குஜராத் பகுதிக்கு அனுப்பப்பட்டுள்ளது. இந்தியாவில் புதிய உலோக சுரங்கங்களைக் கண்டுபிடிப்பதுடன் உலோகப் பொருளுற்பத்தித் திறனை அதிகப்படுத்துவதும் இந்தக் குழுவின் பணியாக இருந்துள்ளது. ஏற்கெனவே சிந்துவெளிப் பகுதியிலிருந்து அனுப்பப்படும் பொருட்கள் தங்கள் தேவையை நிறைவு செய்யாததால் இந்த முயற்சியை மேற்கொண்டுள்ளனர். மேற்காசியாவின் மத்தியதரைக்கடலோர வணிகக்குழுக்களின் சமூகத்தில் முழுநேர ஆய்வுகளில் ஈடுபட்ட சாகச ஆய்வுப்பயண (Adventure Expedition) முனிவர்கள் இருந்தனர். (இப்பொருள் குறித்து 'தமிழரைத் தேடி... (இரண்டாம் பாகம்)' நூலில் விரிவாகப் பார்ப்போம்). இந்த முனிவர்கள் ராஜஸ்தான் பகுதியில் புதிய சுரங்கங்களைக் கண்டுபிடித்துள்ளனர். சுரங்கப் பணிகள் மேற்கொள்வதற்கும் உலோகப் பட்டறைகளை உருவாக்குவதற்கும் வணிகக்குழுக்களின் பிரதிநிதிகளாக க-சி.ம. பண்பாட்டினர் குஜராத் பகுதிக்குக் குடியேற்றியுள்ளனர்.

கருப்பு-சிவப்பு மட்பாண்டத்தினரின் லோத்தல் குடியேற்றத்திற்கு முன் குஜராத், ராஜஸ்தான் பகுதிகளுக்கு சிந்துவெளிப் பண்பாட்டினர் குடியேறியிருக்கவில்லை என்பதைத் தொல்லியல் அறிஞர்கள் குறிப்பிடுகின்றனர். கி.மு. 2450 இல் கருப்பு-சிவப்பு மட்பாண்டங்கள் லோத்தல் பகுதியில் கிடைக்கின்றன. கி.மு. 2400 இல் லோத்தல் (Lothal) துறைமுகம் உருவாகிறது. மத்தியதரைக்கடலோர வணிகக்குழுக்களே சிந்துவெளி வணிகக்குழுக்களின் செயல்பாட்டை ராஜஸ்தான்,

குஜராத் பகுதிகளுக்கும் விரிவுபடுத்த ஊக்கப்படுத்தியுள்ளனர் எனத் தெரிகிறது. க-சி.ம. பண்பாட்டினரின் தொல்லியல் தடயங்களில் கிடைக்கும் பயன்பாட்டுப் பொருட்கள் அதிக அளவில் 'த்ராய்' (Troy) உள்ளிட்ட 'ஆசியா மைனர்' (Asia Minor) பகுதியின் தொல்லியல் தடயங்களுடன் பெரிதும் ஒத்திருக்கின்றன. ஆசியா மைனரில் செயல்பட்ட வணிக அரசுகள் 'அசுவா' (Assuwa) என்ற வலுவான கூட்டணி அரசை அமைத்திருந்தனர். இக்கூட்டணி தோன்றும் முன் அப்பகுதியில் செயல்பட்ட வணிக அரசுகளின் சார்பாக க.சி.ம. பண்பாட்டினர் குஜராத் பகுதிக்குக் குடியேறினர் என்றும் கூற முடிகிறது.

க-சி.ம. பண்பாட்டினர் தென்னிந்தியாவில் பரவியிருந்த புதியகற்காலக் குடிகளையும் தங்கள் வணிக நோக்கிற்குப் பயன்படுத்தியுள்ளனர். சிந்துவெளி நகரங்களின் அழிவிற்குப் பின்னரும் தங்கள் வணிக நடவடிக்கைகளைத் தொடர்ந்த க.சி.ம. பண்பாட்டினர் கி.மு. 700 வாக்கில் வட இந்தியாவில் ஏற்பட்ட அரசியல் நெருக்கடி காரணமாக முழுமையாகத் தென்னகம் குடியேறி தமிழ்ச் சமூகத்தில் ஓர் அங்கமாகிவிட்டனர்.

2. தென்னிந்திய புதியகற்காலக் குடிகளின் பரவுதல் (கி.மு. 3000 – கி.மு. 2500)

சிந்துவெளி நாகரிகம் மிக வளர்ந்த நிலையில் இருந்த கி.மு. 2500 – 3000 வாக்கில் புதியகற்காலப் பண்பாடு ஒன்று தென்னிந்தியா முழுவதும் பரவுகிறது. இப்புதியகற்காலப் பண்பாட்டுக்கூறுகள் முழுமையாக வளர்ச்சியடைந்தவை எனக் கூறும் வி.என்.மிஸ்ரா இதன் தொடக்கங்களையும் நிதானமான வளர்ச்சியையும் காட்டும் மங்கலான சிறு சான்று கூட இந்தியாவின் எந்த ஒரு புதியகற்காலத் தொல்லியல் தளத்திலும் கிடைக்கவில்லை என்கிறார்.[67] தென்னிந்திய புதியகற்காலப் பண்பாடு இந்தியாவின் இதற்கு முந்தைய கற்காலப் பண்பாடுகளிலிருந்து படிப்படியாக வளரவில்லை என்றும் முழு வளர்ச்சி அடைந்த நிலையிலேயே இந்தியாவிற்குப் பரவியுள்ளது என்றும் வி.என். மிஸ்ராவின் கருத்து தெளிவாக்குகிறது..

---

67 *Prehistory and protohistory of India; K. C. Jain, page – 105. (V.N.Misra also believes that this culture originates from the Neolithic culture which first developed in West Asia in about 7000 bce. According to him all the traits at all sites appears in their full fledged form and there is not a shred evidence to indicate the faint beginnings and patient growth of any of them at any site.)*

இப்பண்பாட்டுத் தளங்களில் கிடைத்த மனித எலும்புக்கூடுகளையும் சில புழங்கு பொருட்களையும் பரிசீலித்த தொல்லியல் அறிஞர்கள் பலர் இப்பண்பாடு ஈரான் பகுதியிலிருந்து பரவியிருக்கலாம் எனக் கருதுகின்றனர். இத்தளங்களில் கிடைத்த எலும்புக்கூடுகள் பெரும்பான்மையாக மத்தியதரைக்கடல் இனத்தையும் சிறு வீதத்தில் உள்ளூர் ஆதி-ஆஸ்திரலாய்டு இனத்தையும் (autochthonous Proto-Australoid) சேர்ந்ததாக தொல்லியல் அறிஞர்கள் குறிப்பிடுகின்றனர்.[68] (வெட்டாய்டு இனத்தையே உள்ளூர் ஆதி-ஆஸ்திரலாய்டு என தொடக்ககால தொல்லியல் அறிஞர்கள் அழைத்தனர். இன்றைய தொல்லியல் அறிஞர்கள் வெட்டாய்டு இனக்கூறினை ஆதி-மத்தியதரை இனம் (Proto-Mediterranean) எனவும் அழைக்கின்றனர். வெட்டாய்டு இனக்கூறும் மத்தியதரை இனக்கூறும் மிகவும் ஒப்புமையுடையதாக உள்ளதால் இவ்வாறு அழைக்கின்றனர். வெட்டாய்டு இனத்தினரிடம் நீள்தலை (Dolicochephalic) அதிக அளவில் காணப்படும். மத்தியதரை இனத்தில் நீள்தலை காணமுடியாது. மேலும், இலங்கை, இந்தியா, ஈரான், வடகிழக்கு ஆஃப்ரிக்கா போன்ற பகுதிகளில் பெருவாரியாக பூர்வீகமாக வாழ்கின்ற மக்களிடம் காணப்படும் இவ்வினக்கூறினை மத்தியதரை இனம் என அழைப்பது பொருத்தமானதல்ல. இது போன்ற வேறுபாடுகளைக் கொண்டு நாம் ஆதி-மத்தியதரை இனத்தை வெட்டாய்டு இனம் என அழைக்கிறோம்.

மத்தியதரை இனத்தில் பல பிரிவுகள் உள்ளன. இவற்றில் தென்னிந்திய புதியகற்கால மக்களிடம் பெருவாரியாகக் காணப்பட்ட இனக்கூறு வட இந்தியாவின் கருப்பு சிவப்பு மட்பாண்டத் தளங்களான நெவேசா (*Nevasa*), லோத்தல் (*Lothal*) போன்றவற்றிலும் தமிழகத்தின் ஆதிச்சநல்லூரிலும் காணப்பட்ட மத்தியதரை இனக்கூறுடன் ஒப்புமையுடையதாக உள்ளது என நரசிம்மையா குறிப்பிடுவது மிகுந்த கவனத்துக்குரியது[69].

நரசிம்மையா குறிப்பிடும் மூன்று பண்பாடுகளிலும் காணப்படும் மத்தியதரை இனக்கூறு உயரம் அதிகமாகவும்

---

68 B. Narasimhaiah, Neolithic and Chalcolithic cultures in Tamil Nadu, page – 86

69 இதுவுமது, பக். 87

நீள்தலையும் கொண்டுள்ளன. பாலஸ்தீனம்-துருக்கி பகுதியின் பூர்வீகக் குடிகளான நீள்தலை கொண்ட எத்தியோப்பிய-வெட்டாய்டு இனத்தையே இங்கு மத்தியதரை இனம் என அழைக்கின்றனர். இந்தியாவின் பூர்வீகக்குடிகளிடம் நீள்தலை இருந்தாலும் உயரம் குறைவாக இருப்பதைக் கணக்கில் கொண்டால் இப்புதிய இனக்கூறு கொண்ட மக்கள் இந்தியாவிற்கு வெளியிலிருந்தே குடியேறியிருக்க வேண்டும் என்று எளிதில் யூகிக்கலாம்.

பாலஸ்தீனம்-துருக்கி பகுதியின் பூர்வீகக் குடிகள் தான் கி. மு. 11000 வாக்கில் உலகின் முதல் கால்நடை வளர்ப்புக் குடிகளாகவும் அதன் தொடர்ச்சியாக உலகின் முதல் புதியகற்காலக் குடிகளாகவும் பரிணமித்தனர். தொல்லியல் அறிஞர் வி.என். மிஸ்ரா (V.N.Misra) தென்னிந்திய புதியகற்காலப் பண்பாடு மேற்காசியாவில் தோன்றிய முதல் புதியகற்கால பண்பாட்டின் ஒரு கிளையாக இருக்கலாம் எனக் கருதுவது இங்கு முக்கியத்துவம் வாய்ந்தது. உலகின் முதல் புதியகற்கால குடிகளிடம் காணப்பட்ட உடற்கூறும் கருவிகளின் வடிவங்களும் தென்னிந்திய புதியகற்கால குடிகளுடன் ஒத்து வருவதால் மிஸ்ரா இவ்வாறு கருதுகிறார். இப்புதியகற்கால குடிகளின் ஒரு கிளையினர் துருக்கியிலிருந்து ஈரான் வழியாக ஈராக் பகுதிக்குக் குடியேறி சுமேரிய நாகரிகத்தைப் படைக்கும் அளவிற்கு பண்பாட்டு வளர்ச்சியைப் பெற்றுவிட்டனர். பாலஸ்தீன பகுதியிலேயே தங்கிவிட்ட மற்றொரு கிளையினர் பழைய கால்நடை வளர்ப்புக்குடிகளாகவே தேங்கிவிட்டனர் என்று கூறமுடிகிறது. இவ்வாறு பண்பாட்டு வளர்ச்சியில் பின்தங்கிவிட்ட குடிகள் மூதாதை சுமேரியரால் மத்தியதரைக்கடலோரப் பகுதியில் தோற்றுவிக்கப்பட்ட துணைப் பொருளாதார மையங்களை சார்ந்து வாழத் தலைப்பட்டுள்ளனர். இவர்களில் ஒரு பிரிவினர் தான் தென்னிந்தியாவிற்கு புதியகற்கால குடிகளாக பரவியுள்ளனர்.

கி.மு. 3000 வாக்கிலேயே குறைந்த எண்ணிக்கையில் தென்னகம் குடியேறியிருந்த புதிய கற்காலப் பண்பாட்டினர்[70]

70 *Dating the Neolithic of South India: New Radiometric evidence for Key Economic, Social and Ritual Transformations, Authors: Dorian Q Fuller, Ravi Korisetter and Nicole Boivin.*

சுமேரிய சமூகத்துக்குத் தேவையான கட்டுமானப் பொருட்களை சிந்துவெளி வணிகர்கள் மூலம் அனுப்பியுள்ளனர். மத்தியதரைக்கடலோர வணிக அரசுகளின் சார்பில் க.-சி.ம. பண்பாட்டினர் குஜராத்தில் குடியேறிய பிறகு அவர்களின் சார்புக்குடிகளாகத் தென்னிந்திய புதியகற்காலக் குடிகள் செயல்பட்டுள்ளனர். இக்குடிகளிடம் பாலஸ்தீன-துருக்கி பகுதியின் பூர்வீகக் குடிகளிடம் பரிணமித்த 'J' மரபணு அதிக விழுக்காட்டில் இருந்திருக்கும். இன்றைய தமிழ்ச் சமூகத்தின் ஆயர் குடிகளிடமும் வேளாளரில் சில பிரிவினரிடமும் 'J' மரபணு பிற தமிழ்ச் சமூகங்களை விட அதிக விழுக்காட்டில் உள்ளதை மரபணு ஆய்வுகள் காட்டுகின்றன. இவ்விரு சமூகத்தினரும் தென்னிந்திய புதியகற்காலக் குடிகளிலிருந்து பரிணமித்தனரா என்பது ஆய்வுக்குரியது.

தென்னிந்திய புதிய கற்காலப் பண்பாட்டினர் ஆந்திர மாநிலம் பிக்லிகலில் பயன்படுத்திய மட்பாண்டங்கள்[71] செம்புப் பயன்பாட்டு மட்டத்தில் ஈரானின் ஷா மேட்டில் கிடைத்தவற்றையும் ஆந்திர மாநிலம் சிங்கனபள்ளியில் பயன்படுத்திய மட்பாண்டங்கள்[72] ஹரப்பன் பண்பாட்டில் இருந்தவற்றையும் கர்நாடக மாநிலம் மாஸ்கியில் பயன்படுத்திய உருளை முத்திரை[73] மெசொபொட்டாமியர்கள் பயன்படுத்தியதையும் ஒத்திருக்கின்றன. இப்பண்பாட்டினர் கர்நாடக மாநிலம் நரசிப்பூரில் பயன்படுத்திய தலைதாங்கி எகிப்தின் நைல் பள்ளத்தாக்கில் கிடைத்துள்ள தலைதாங்கிகளை ஒத்திருப்பதை அல்சின் (Allchin) குறிப்பிட்டுள்ளார்.[74] (காண்க: படம்)

---

71 *K. C. Jain, Prehistory and protohistory of India ; page – 104*

72 *S.R.Rao, IA 1967-68*

73 *Shereen Ratnagar - Understanding Harappa, Civilization in the Greater Valley –, page – 48*

74 *Allchin F. R., Neolithic Cultures of India; K.S. Ramachandran – Page- 19*

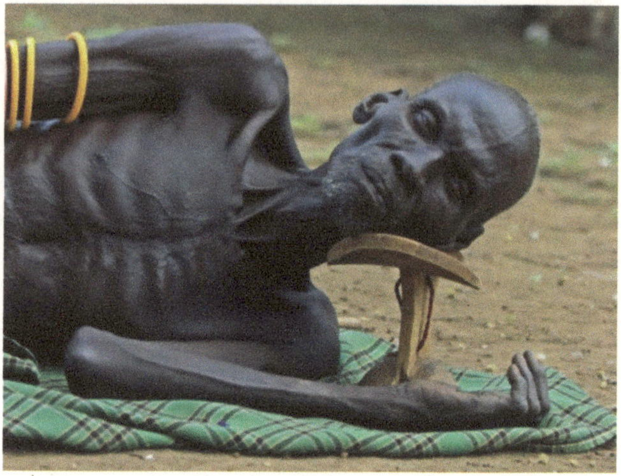

மேலும் தென்னிந்திய புதியகற்காலக் குடிகள் தங்க ஆபரணங்கள், செப்பு வளையங்கள், மதிப்புமிக்க இரத்தினக் கற்கள், மேக்னசைட், கிளிஞ்சல் சிப்பிகள் போன்ற இன்னபிறவற்றையும் பயன்படுத்தியுள்ளனர்.[75] இத்தகைய பொருள்களை வணிகப் பரிவர்த்தனை மூலமே இக்குடிகள் பெற்றிருக்க முடியும். புதியகற்காலப் பண்பாட்டு நிலையில் வாழ்ந்த குடிகள் நேரடியாக கடல் கடந்த வணிகத்தில் ஈடுபட்டிருக்க வாய்ப்பில்லை. குஜராத் பகுதியின் க-சி.ம. பண்பாட்டினர் மூலமாக வணிகப் பரிவர்த்தனையை மேற்கொண்டுள்ளனர் எனக் கூறுவதற்கான தரவுகள் உள்ளன. புதியகற்காலப் பண்பாட்டுத் தொல்லியல் தளங்களான பிரம்மகிரி (Brahmagiri), சங்கன்கல்லு (Sangankallu), தெக்கலகோட்டா (Tekkalakota), மாஸ்கி (Maski), பிக்லிகல் (Piklihal), உத்னூர் (Utnur), பிரகாஷ் (Prakash), பாகல் (Bahal), தைமாபாத் (Daimabad), சிரண்ட் (Chirand) போன்ற பல இடங்களில் க.-சி. மட்பாண்டங்கள் கிடைக்கின்றன.[76] க.-சி. மட்பாண்டங்களைத் தயாரிக்கிற தொழில்நுட்பம் மேம்பட்டது என்பதால் புதியகற்காலப் பண்பாட்டு நிலையில் வாழ்ந்த குடிகளால் அவற்றைத் தாங்களாகவே தயாரித்திருக்க முடியாது. குஜராத்தின் லோத்தல் பகுதியிலிருந்து வணிக நடவடிக்கைகளை

75 K.S.Ramachandran - page-XII

76 H.N.Singh; History and Archaeology of Black and Red Ware - 1982; பக்கம் - XXII

மேற்கொண்டிருந்த க.-சி.ம. பண்பாட்டினரிடமிருந்து வணிகப் பரிவர்த்தனையாக இம்மட்பாண்டங்களைப் பெற்றுள்ளனர்.

தென்னிந்தியாவின் வணிகப்பரிவர்த்தனைப் பொருட்களுக்கான தேடல்

சுமேரியாவின் 'ஊர்' நகரில் கி.மு. 3000 க்கு முந்திய கட்டடங்களின் இடிபாடுகளில் இந்திய தேக்கு மரத்துண்டு கிடைத்துள்ளது. இந்தத் தேக்கு மரம் தென்னிந்தியாவிலிருந்து சென்றிருக்கலாம் என்றும் குஜராத் மலைப் பகுதிகளிலிருந்து ஏற்றுமதி செய்யப்பட்டிருக்கலாம் என்றும் இருவேறு கருத்துகள் உண்டு. கி.மு. 3000 வாக்கிலேயே கர்நாடகப் பகுதிக்குக் குடியேறியிருந்த புதியகற்காலக் குடிகள் மூலம் சிந்துவெளி வணிகர்கள் தேக்கு மரங்களைப் பெற்றிருக்கலாம் எனக் கூறுவதற்கே வாய்ப்புகள் அதிகம் உள்ளன. புதியகற்காலப் பண்பாட்டினர் வணிக மதிப்புள்ள பொருள்களை சேகரிப்பதற்கு வாய்ப்பாக பெரும்பாலும் மலை அடிவாரங்களிலும், உயரமில்லாத மலைப் பகுதிகளிலுமே தங்கள் குடியிருப்புகளை அமைத்துக்கொண்டிருந்தனர்.[77]

புதியகற்காலக் குடிகளின் பரவுதலைத் தொடர்ந்து தென்னிந்தியாவில் கிடைக்கக்கூடிய கனிம வளங்களைத் தேடி மிக வலுவான வணிகக்குழு ஒன்று தென்தமிழகத்தில் குடியேறியது. இந்தக் குடியேற்றத்தின் தொல்லியல் தளமாக தூத்துக்குடி மாவட்டத்தின் ஆதிச்சநல்லூர் உள்ளது. ஆதிச்சநல்லூர் பண்பாட்டுடன் தொடர்புடைய சமகாலத்திய தொல்லியல் தளங்கள் எதுவும் இதுவரை இந்தியாவில் கிடைக்கவில்லை. ஆதிச்சநல்லூரின் காலம் கி.மு. 2000 க்கு முற்பட்டது எனக் கூறுவதற்கு போதிய சான்றுகள் உள்ளன. இப்பண்பாட்டுத் தளத்துடன் தொடர்புடைய பிற இடங்கள் கடல் கொண்ட தென்னாட்டுடன் தொடர்புடையதா என்பதும் ஆய்வுக்குரியது.

3. தென்பாண்டி பண்பாடு (ஆதிச்சநல்லூர்) (கி.மு. 2500 - கி.மு. 2200)

தமிழகத்தின் தென்பகுதியிலுள்ள தூத்துக்குடி மாவட்டத்தில் ஆதிச்சநல்லூர் என்ற இடத்தில் கருப்பு-சிவப்பு மட்பாண்டப் பண்பாட்டினரின் இடுகாடு ஒன்று உள்ளது. இத்தொல்லியல் தளத்தில் ஜகோர் (Dr.Jagor) என்ற ஜெர்மன் ஆய்வாளர் 1876

---

77 *B.Narasimhaiah – Neolithic and megalithic cultures in Tamil nadu, page – 30*

இல் சில அகழாய்வுகளை மேற்கொண்டார். ஜகோர் தான் ஆதிச்சநல்லூர் தொல்லியல் தளத்தை முதலில் கண்டுபிடித்து ஆய்வுகளை மேற்கொண்டவர். அவருடைய அகழ்வில் 50 க்கும் மேற்பட்ட மட்பாண்டங்களும் கணிசமான இரும்புக் கருவிகளும் சில எலும்புகளும் மண்டை ஓடுகளும் கிடைத்தன. ஜகோர், தான் சேகரித்த தொல்லியல் பொருட்களை ஜெர்மனிக்குக் கொண்டுசென்றுவிட்டார். இன்று இப்பொருட்கள் பெர்லின் அருங்காட்சியகத்தில் *(Berlin Museum)* உள்ளன.

இதன் பின் 1889 லிருந்து 1905 வரையிலான காலகட்டத்தில் தென்இந்திய தொல்பொருள் ஆய்வுத்துறையின் கண்காணிப்பாளராக இருந்த அலெக்ஸாண்டர் ரீ *(Alexander Rea)* தலைமையில் ஆதிச்சநல்லூரில் பல அகழ்வுகள் மேற்கொள்ளப்பட்டன. ரீயின் முதல் அகழ்வில் 1872 தொல்லியல் பொருட்கள் கிடைத்தன. பிறகு அவரே நடத்திய அகழ்வுகளில் மேலும் 4000 பொருட்கள் வரை சேகரித்தார். 1904 இல் லூயிஸ் லாப்பிக் *(Louis Lapique)* என்ற ஃப்ரான்ஸ் (France) நாட்டு ஆய்வாளரும் ஒரு அகழாய்வை மேற்கொண்டார்.

சுதந்திர இந்தியாவில் ஆதிச்சநல்லூரில் நடைபெற்ற முதல் அகழாய்வு

2004-05 ஆண்டுகளில் சென்னை தொல்லியல்துறை கண்காணிப்பாளர் சத்தியமூர்த்தி தலைமையில் மீண்டும் ஆதிச்சநல்லூரில் அகழ்வாராய்ச்சி மேற்கொள்ளப்பட்டது. இந்த அகழ்வில் அதிக எண்ணிக்கையில் தாழிகளும் சுமார் 200 மனித எலும்புக்கூடுகளும் கிடைத்தனவே தவிர அலெக்ஸாண்டர் ரீ அகழ்வாய்வு செய்த போது கிடைத்ததைப் போன்ற கல்லறைப் பரிசுப் பொருட்களோ பயன்பாட்டுப் பொருள்களோ அதிகம் கிடைக்கவில்லை. இப்போது கிடைத்தவற்றுள் 170 மனித எலும்புக்கூடுகளை உடற்கூறு மானிடவியல் ஆய்விற்காக ஆஸ்திரேலியாவின் கான்பெராவில் உள்ள ஆஸ்திரேலிய தேசிய பல்கலைக்கழக ஆய்வுக்கூடத்திற்கு *(Australian National university at Canberra)* அனுப்பிவைத்தனர். இப்பல்கலைக்கழகத்தில் உடற்கூறு மானிடவியல் விஞ்ஞானியாக உள்ள முனைவர் பத்மநாதன் ராகவன் *(Dr Pathmanathan Raghavan, Bio Anthropologist)* இந்த எலும்புக்கூடுகளை நவீன முறையில் ஆய்வு செய்துள்ளார். மொத்தமுள்ள 170 மனித

எலும்புக்கூடுகளில் காக்கசாய்டு (Caucasoid) 35%, மங்கோலாய்டு (Mongoloid) 30% நீக்ராய்டு (Negroid) 14%, ஆஸ்த்ரலாய்டு (Australoid) 5%, திராவிடாய்டு (Dravidian) 8% கலப்பு இனக்கூறுகள் 8% என்று அவர் குறிப்பிடுகிறார். இந்தத் தரவுகளைக் கொண்டு ஆதிச்சநல்லூரில் தற்சமயம் அகழப்பட்ட இடுகாடு வெளிநாட்டவருக்குரிய தனித்த ஒன்றாக இருக்கலாம் என்று குறிப்பிட்டு, அவர்களின் பூர்வீகம் பற்றி கீழ்க்கண்டவாறு குறிப்பிடுகின்றார்.

"ஆதிச்சநல்லூரில் கிடைத்த பெரும்பாலான மண்டையோடுகள் மத்தியக் கிழக்குப் பகுதி, மத்தியதரைக்கடல் பகுதி, தென்கிழக்காசியா மற்றும் இன்றைய வியட்னாம், கம்போடியா, சீனா, ஜப்பான் ஆகியவற்றை உள்ளடக்கிய தொலைகிழக்குப் (Far East) பகுதியைச் சேர்ந்தவையாகும். இம்மண்டை ஓடுகள் கடற்செலவு மேற்கொள்வோருக்கே உரிய தன்மையோடும் சத்துக்குறைபாடோடும் இருந்தன. அநேகமாக அவர்கள் பட்டுப்பாதை வழியே வந்திருக்க வேண்டும் என்பதோடு, அகழாய்வு செய்யப்பட்ட இடுகுழிகள் அநேகமாக வெளிநாட்டவர்க்குரிய தனித்த இடுகுழிகளாக இருக்கலாம். கடல் பயணிகளுக்கு அதிகளவில் வரக்கூடிய பாலியல் நோயால் இம்மண்டை ஓடுகளுக்குரியவர் பாதிக்கப்பட்டுள்ளதையும் காணமுடிகிறது."[78]

ஆனால் அலெக்சாண்டர் ரீ (Alexander Rea) நடத்திய அகழாய்வில் கிடைத்த எலும்புக்கூடுகளில் 75% வரை ஆதி-மத்தியதரை இனத்தை (Proto-Mediterranean) சேர்ந்ததாகவும் மற்றவை மத்தியதரை இனம் மற்றும் சித்தோ-ஈரானிய வகையையும் சேர்ந்தவையாகவும் இருந்தன. இன்றைய தமிழக மக்களிடம் அதிகம் காணப்படும் வெட்டாய்டு இனக்கூறை தொடக்கத்தில் ஆதி-மத்தியதரை இனம் என்றும் அழைத்தனர் எனப் பார்த்தோம். அதாவது ரீ அகழ்ந்தெடுத்த எலும்புக்கூடுகள் தமிழ்ச் சமூகத்துடன் அதிகம் தொடர்புடையவை. இந்த வேறுபாட்டை விளக்குவதற்கு ரீ அகழ்ந்தெடுத்த இடுகுழிகள் சமூகத்தின் தலைமக்களுக்குரியது என்றும் தற்போது அகழ்ந்தெடுக்கப்பட்டவை வணிகக் கப்பலின் பணியாளர்களுக்குரியவை என்றும் கருதுவது பொருத்தமானதாகும்.

78 *The Hindu, January 13, 2018, Article by M.kalyanaraman, "The ghosts of Adichanallur"*

இவ்வாறு கருதுவதற்கு இரு அகழாய்வுகளிலும் கிடைத்த கல்லறைப் பொருட்களின் வேறுபாடுகள் துணை நிற்கின்றன.

ரீ அகழ்ந்தெடுத்த கல்லறைகள் தலைமக்களுக்குரியது

ரீயின் அகழ்வுகளில் மிக அதிக அளவிலான கல்லறைப் பரிசுப் பொருட்கள் கிடைத்திருந்தன; இரும்பினால் தயாரிக்கப்பட்ட வாள்கள், ஈட்டிகள், திரிசூலம், குத்துவாள், மண்வெட்டிகள், விளக்குத் தூக்கிகள் (Lamp hangers), முக்காலிகள் (Tripods) போன்ற பொருட்களுடன் செம்பு, மற்றும் தங்கத்தினால் தயாரிக்கப்பட்ட பல பொருட்களும் கிடைத்தன. வெண்கலத்தில் வார்க்கப்பட்ட எருமை, ஆடு, கோழி, புலி, மான், யானை போன்ற விலங்குகளின் சிலைகளும் கிடைத்துள்ளன. மேலும் முருகன் வழிபாட்டுடன் தொடர்புடைய திரிசூலம், சேவல் சின்னம், வாய்ப்பூட்டு (Mouth Piece) போன்ற பொருட்களும் தங்கத்தினால் தயாரிக்கப்பட்ட நெற்றிப்பட்டங்களும் கிடைத்தது முக்கியத்துவம் பெறுகிறது.

தங்கத்தாலான நெற்றிப்பட்டம் பண்டைய நாகரிகங்களில் ஆட்சிக்குடிகளுக்குரியது. பட்டம்கட்டி, தலைப்பாக்கட்டி போன்ற பிற்கால பட்டங்கள் இதனுடைய தொடர்ச்சியாகயிருக்கலாம். ஆதிச்சநல்லூரில் கிடைத்த முருக வழிபாட்டுடன் தொடர்புடைய வாய்பூட்டு இன்றைக்கும் முருகனுக்குக் காவடி தூக்குபவர்கள் பயன்படுத்தும் வாய்ப்பூட்டை ஒத்திருப்பதை நீலகண்ட சாஸ்திரி குறிப்பிடுகிறார். முருக வழிபாடு தமிழரிடமே அதிகம் உள்ளதை அறிவோம். இத்தரவுகளை இணைத்துப் பார்க்கும் போது ரீ அகழ்ந்தெடுத்த இடுகுழிகள் தலைமக்களுக்குரியது என்றும் இத்தலைமக்கள் அன்றிலிருந்து இன்று வரை தமிழ்ச் சமூகத்துடன் தொடர்புடையவர்கள் என்றும் உறுதியாகக் கூறலாம்.

பணிமக்களுக்குரிய இடுகுழிகள்

தற்போது சத்தியமூர்த்தி தலைமையில் நடந்த அகழாய்வில் கிடைத்துள்ள எலும்புக்கூடுகளில் 84 % வரை வெளிநாட்டினருக்குரியது. இதனைக் கொண்டு இப்போது அகழ்ந்த இடுகுழிகள் வெளிநாட்டிலிருந்து வந்த கடல் மாலுமிகளுக்குரியது என ராகவன் கருதுவது ஏற்புடையதாவே உள்ளது. எலும்புக்கூடுகள் சிலவற்றின் மண்டை ஓடுகளில்

புருவங்களுக்கு மேலே நன்கு தெரியக்கூடிய குழிகள் உள்ளன. இது கடல் மாலுமிகளுக்கே வரக்கூடிய ஒருவகை நோயின் விளைவாக இருக்கலாம் என்று கருதுகிறார். இதற்கு ஆதரவாக ஆதிச்ச நல்லூர் களத்திலிருந்து 15 கி.மீ தொலைவில் கொற்கை என்ற பண்டைய துறைமுகம் இருந்ததை அவர் சுட்டிக்காட்டுகிறார். பண்டைய காலங்களில் வணிகர்கள் பிற நாடுகளில் தனி குடியிருப்புப் பகுதி அமைத்து அங்கேயே பொருளுற்பத்தியில் ஈடுபடும் வழக்கம் அதிகம் இருந்தது. சிந்துவெளி வணிகர்கள் இவ்வாறு ஈரானிலும் ஆஃப்கானிஸ்தானிலும் தனி குடியிருப்புப் பகுதிகளை உருவாக்கியிருந்தனர். பாண்டிச்சேரிக்கு அருகிலுள்ள அரிக்கமேட்டில் சங்ககாலத்தைச் சேர்ந்த ரோமானிய வணிகர்களின் குடியிருப்பு ஒன்று கண்டுபிடிக்கப்பட்டுள்ளது. இதே போன்ற வெளிநாட்டு வணிகக்குழுக்குரியதாக ஆதிச்சநல்லூரில் கிடைத்த எலும்புக்கூடுகளைக் கூறமுடியவில்லை. வணிகக் குழுக்களுக்குரிய பொருளாதார நிலையில் இம்மக்கள் வாழவில்லை. இவர்கள் புதைக்கப்பட்ட இடுகுழிகளில் மதிப்புமிக்க பொருட்கள் எதுவும் கிடைக்கவில்லை. இம்மக்கள் கடல் பயணத்திற்கான பணிமக்களாக ஆதிச்சநல்லூர் தலைமக்களால் வெளிநாடுகளிலிருந்து அழைத்துவரப்பட்டுள்ளனர் எனக் கூறுவது பொருத்தமாக உள்ளது.

ஆதிச்சநல்லூர் பண்பாடும் மத்தியதரைக்கடலோர வணிகக்குழுக்களும்

குஜராத்தின் லோத்தல் பகுதியில் குடியேறிய க-சி.ம. பண்பாட்டினர் மத்தியதரைக்கடலோர வணிக அரசுகளுடன் தொடர்புடையவர் எனப் பார்த்தோம். இதே போன்று க-சி. மட்பாண்டங்களைப் பயன்படுத்திய ஆதிச்சநல்லூர் பண்பாட்டினரும் அப்பகுதியின் வணிக அரசுகளுடன் தொடர்புடையவர்கள் என்பதற்கு பல சான்றுகள் உள்ளன.

ரீ காலத்தில் ஆதிச்சநல்லூரில் கிடைத்த நெற்றிப்பட்டம், வாய்ப்பூட்டு போன்ற பொருட்கள் அதே வடிவில் மத்தியதரைக்கடலோர வணிகக்குழுக்கள் செயல்பட்ட பாலஸ்தீனம், சைப்ரஸ், சிரியா போன்ற நாடுகளில் கி.மு.1200 க்கு முந்தைய காலகட்டங்களில் பயன்பாட்டில் இருந்ததாக

நீலகண்ட சாஸ்திரி கூறுகிறார். தொடக்கத்தில் ஆதிச்சநல்லூரின் காலத்தை கி.மு. 700 என காலக்கணிப்பு செய்திருந்தனர். மேற்காசியாவில் இதே மாதிரியான பொருட்கள் கிடைத்த காலத்திற்கும் ஆதிச்ச நல்லூரின் காலத்திற்கும் 500 ஆண்டுகளுக்கு மேல் கால இடைவெளி இருந்ததாக நீலகண்ட சாஸ்திரி உள்ளிட்ட அன்றைய வரலாற்றறிஞர்கள் கருதினர். இதன் காரணமாக ஆதிச்சநல்லூர் மக்கள் மேற்காசிய பகுதியிலிருந்து பரவியதாக உறுதியாகக் கூற முடியாது என வரலாற்றறிஞர்கள் கூறிவந்தனர். ஆதிச்சநல்லூருக்கு அருகிலுள்ள மற்றுமொரு க.சி.ம. பண்பாட்டு தொல்லியல் தளத்தின் காலம் கி.மு. 1150 என உறுதி செய்யப்பட்டுள்ளது. எனவே இப்போது மேற்காசிய பகுதியிலுள்ள வணிகக்குழுக்கள் குடியேறியதன் மூலம் ஆதிச்சநல்லூர் பண்பாடு தோன்றியதா என பரிசீலனை செய்வதற்கு தடையேதுமில்லை.

பாலஸ்தீனத்தில் கிடைத்துள்ள இரும்பு திரிசூலம் வியக்கத்தக்க அளவிற்கு ஆதிச்சநல்லூரில் கிடைத்ததுடன் ஒப்புமையுடையதாக உள்ளது என நீலகண்ட சாஸ்திரி குறிப்பிடுகிறார். ஆதிச்சநல்லூரில் கிடைத்த நெற்றிப்பட்டமும் மத்தியதரைக் கடல் பகுதி வணிக அரசுகளின் ஆட்சிக்குடிகள் அணிந்திருந்த நெற்றிப்பட்டமும் ஒரே மாதிரியாக உள்ளதைக் கீழே உள்ள படங்களில் பார்க்கலாம்.

ஆதிச்சநல்லூரில் கிடைத்த தங்கத்திலான நெற்றிப்பட்டம்

மினோயன் பண்பாட்டினர் பயன்படுத்திய தங்கத்திலான நெற்றிப்பட்டம்

மினோயன் அரசுடன் நெருக்கமான ஊடாட்டம் கொண்டிருந்த மாசிடோனிய நெற்றிப்பட்டம்

இதுபோன்ற பொருள் ஒப்புமைகளுடன் மத்தியதரைக்கடலோர மக்களுக்கும் சங்ககாலத் தமிழ்ச் சமூகத்திற்கும் பல பண்பாட்டு ஒப்புமைகளும் உள்ளன. மத்தியதரைக்கடலோர வணிகக்குழுக்கள் உலோகத் தாதுக்களைத் தேடி கி.மு.2500 – கி.மு.1450 காலகட்டத்தில் உலகின் பல பகுதிகளுக்கும் பரவியிருந்தனர். இந்தக் காலகட்டத்தில் தான் குஜராத்திற்கும் ஆதிச்சநல்லூருக்கும் வணிக அரசுகள் சார்பாக குடியேற்றங்கள் நடந்துள்ளன.

ஆதிச்சநல்லூர் பண்பாட்டினர் குடியேறிய காலம்

அலெக்சாண்டர் அகழாய்வுக்குப் பிறகு 2004 - 05 ஆண்டில் நடந்த அகழாய்வுகளைக் கொண்டு ஆதிச்சநல்லூரின் காலத்தை கி.மு. 900 வரை இந்திய தொல்லியல் துறை கணித்துள்ளது. இந்த அகழாய்வுக்கு தலைமையேற்றிருந்த தொல்லியல் துறை கண்காணிப்பாளர் சத்தியமூர்த்தி (T.Sathyamurthy) இதன் காலத்தை கி.மு.1500 எனக் குறிப்பிடுறார். ஆதிச்சநல்லூரின் பொருட்களை மணிப்பூர் பல்கலைக்கழகத்தில் ஆய்விற்கு உட்படுத்திய முனைவர் ராஜ் கிஷோர் கர்டியா (Dr. Raj Kishore Gartia) இதன் காலத்தை கி.மு. 1500 வரை கூறலாம் என்கிறார்.

இங்கு கிடைத்த எலும்புக்கூடுகளை ஆய்வு செய்த முனைவர் ராகவன் ஆதிச்சநல்லூரின் காலம் கி.மு. 2500 – கி.மு. 2200 வரை இருக்கலாம் என்று கருத்து தெரிவித்துள்ளார்[79]. ஆஸ்திரேலிய பழங்குடிகளிடம் வழங்குகிற தமிழ்ச் சொற்களும், அவர்களிடம் உள்ள வளைதடி போன்ற கருவியும் அங்கு வாழ்கிற டிங்கோ நாயும் ஆதிச்சநல்லூரின் காலம் கி.மு. 2000 க்கு முற்பட்டது என்பதை உறுதிசெய்கிறது.

ஆஸ்திரேலிய பழங்குடிகளின் மொழியில் தமிழ்ச் சொற்கள்

ஆஸ்திரேலிய பழங்குடிகள் 45 ஆயிரம் ஆண்டுகளுக்கு முன் அப்பகுதிக்குக் குடியேறியவர் என்பதை தொல்லியல் ஆய்வுகள் மூலம் ஏற்கெனவே நிறுவியிருந்தனர். இப்பழங்குடிகள் பேசும் மொழியில் சில தமிழ்ச் சொற்கள் கலந்துள்ளதை தமிழறிஞர்கள் நீண்ட காலமாகக் குறிப்பிட்டு வருகின்றனர். பக்லோவியர், டிராலுக்மிலா, சபோனஸ்கோவா போன்ற பழங்குடி மக்களின் பேச்சில் அதிகமான தமிழ்ச் சொற்கள் உள்ளன. நீரு (நீர்), ஏர்ரது (ஏறுகிறது), மகவு, பாம்பு, மின்னல் போன்ற பல தமிழ்ச் சொற்களை இப்பழங்குடிகள் பேசுகின்றனர். நீ, நீங்கள் என்பதை நீ, நிங்க என்றும் நான், நாங்கள் என்பதை நா, நாங்க என்றும் பேசுகின்றனர். ஐம்புலன்களில் ஒன்றாகிய ‘கண்’ இப்பழங்குடிகள் மொழியில் புலன் என்று உள்ளது. புவியியல் அறிஞர் சு.கி.ஜெயகரன் ‘அழிந்து வரும் ஆஸ்திரேலிய பழங்குடிகள்’ என்ற தமது கட்டுரையில் பல தமிழ்ச் சொற்கள் அப்பழங்குடிகளின் மொழியில் பயின்று வருவதைப் பட்டியலிட்டுள்ளார்.[80] அவற்றில் சிலவற்றைக் கீழே பார்க்கலாம்.

ஆஸ்திரேலியப் பழங்குடிச் சொல்	தமிழ்ச் சொல்/பொருள்
நாம்	நாம்
நானி	நான்
அங், உங்கை	அங்கு
இல்லா	இல்லை

79 *The Hindu, January 12, 2018, Article by M.kalyanaraman, “The ghosts of Adichanallur : Artifacts that suggest an ancient Tamil civilisation of great sophistication”*

80 *சு.கி.ஜெயகரன், தளும்பல்; உயிர்மை பதிப்பகம்- டிசம்பர் 2004*

இயோஇயோ	ஐயோஐயோ
நோக்குனா,	நோக்கு, பார்
எரா, எரம்பா	எறும்பு
காங்கா, கோவா	காக்கை, காகம்
தத்தா	தத்தை, கிளி
கோரா	கோரை (புல்)
கீரா	இலை (கீரை)
மூல்யா	(மார்பு) முலை
மரு	(பைன்) மரம்
கூடு	கூடு, கூடை
பியர, பிர்ர	பிறை
கொர்புள்	வயிறு, கொப்பூழ்
பெரி	ஏரி
மொகி	முகில், மேகம்
மூலா	மூலை

உலகின் முதல் மொழி தமிழ் என்பதால் மிக நீண்ட காலமாக பிற பகுதி மக்களிடம் தொடர்பற்று வாழ்ந்து வரும் ஆஸ்திரேலிய பழங்குடிகளிடம் இன்று வரை அந்த முதல் மொழியின் சில சொற்கள் நீடிக்கின்றன என்று தமிழ் ஆர்வலர்களில் சிலர் கூறிவருகின்றனர். மொழியியலின் படி ஒவ்வொரு ஆயிரம் ஆண்டுகளிலும் சொற்களின் உச்சரிப்பில் சிறுசிறு மாற்றங்கள் நிகழ்ந்து கொண்டேயிருக்கும். 45 ஆயிரம் ஆண்டுகளுக்கு முன்பே தொடர்புகொள்ள முடியாதவாறு பிரிந்துவிட்ட தமிழரிடமும் ஆஸ்திரேலியரிடமும் இவ்வளவு ஒப்புமையான சொற்கள் நீடித்திருப்பதற்கு வாய்ப்பில்லை.

இன்று அந்தமான் – நிக்கோபார் தீவுகளில் வாழும் பழங்குடி மக்களின் ஒரு கிளையினர் தான் ஆஸ்திரேலியாவிற்கும் பரவினர். அந்தமான் மக்களும் பிற குடிகளிடம் தொடர்பற்றே வாழ்ந்து வருகின்றனர். இம்மக்களிடம் இந்தியாவிற்கும் ஆஸ்திரேலியாவிற்கும் குடியேறிய முதல் மனித கூட்டத்திற்குரிய

C (M130) மரபணுவைத் தவிர வேறு மரபணு கலப்பு நடைபெறவில்லை. நம் தமிழ் ஆர்வலர்களின் நம்பிக்கை சரியாகும் பட்சத்தில் அந்தமான் மக்களின் மொழியிலும் சில தமிழ்ச் சொற்கள் பயன்பாட்டில் இருக்கவேண்டும் அல்லவா? ஆனால் அத்தகைய ஒப்புமையுடைய சொற்கள் ஏதும் அம்மக்களின் மொழியில் இல்லை.

ஆஸ்திரேலிய பழங்குடிகளை முதலில் சந்தித்த போது தனக்கு ஏற்பட்ட அனுபவத்தை சு.கி.ஜெயகரன் குறிப்பிடுகிறார்.

"'அபாரிஜினி'கள் என அழைக்கப்படும் ஆஸ்திரேலியாவின் மண்ணின் மைந்தர்களான பழங்குடியினர் தோற்றத்தில் தென்னிந்தியர் போலிருப்பர். மேற்கு ஆஸ்திரேலியாவில் ஒரு சமயம் என்னையும் இவர்களில் ஒருவராகக் கருதி, தங்கள் மொழியில் பேச ஆரம்பித்த போது நான் வியப்படையவில்லை. சற்றே தள்ளி நின்று இவர்கள் பேச்சைக் கேட்டபோது பேச்சில் உள்ள ஏற்ற இறக்கங்கள், உணர்வுகளைக் காட்டும் ஒலிகள் அவர்கள் தமிழில் பேசுகின்றார்களோ? என்ற சந்தேகத்தை எழுப்பியது. மேலும் அவர்கள் பாடல்களில் ராகம், தாளலயம் அவற்றைப் பாடும்விதம் சில தமிழ்நாட்டுப் பழங்குடியினரின் பாடல்களை நினைவுப்படுத்தின."[81]

தமிழ் மொழி அறிந்த மக்கள் கூட்டத்தினர் ஒரு சில ஆயிரமாண்டுகளுக்கு முன்னர் ஆஸ்திரேலியாவிற்குக் குடியேறி அங்கு பூர்வீகமாக வாழ்ந்து வந்த பழங்குடிகளிடம் கலந்திருந்தால் மட்டுமே இத்தகைய ஒப்புமைகளைக் காண முடியும்.

ஆஸ்திரேலியாவில் டிங்கோ (Dingo) நாயாக மாறிய தமிழக நாட்டு நாய்

ஆஸ்திரேலிய கண்டம் முழுவதும் டிங்கோ (Dingo) என அழைக்கப்படும் நாய்கள் பரவியுள்ளன. காட்டு விலங்காக வாழும் இந்நாய்கள் சுமார் 4000 ஆண்டுகளுக்கு முன்பு வரை வீட்டு விலங்காக வாழ்ந்து அதன் பின்னரே காட்டு விலங்காக மாறியுள்ளன என்பது மரபியல் ஆய்வுகள் மூலம் தெரியவந்துள்ளது.[82] இந்த நாய்கள் ஆசியாவிலிருந்து 4000

81 சு.கி.ஜெயகரன், தளும்பல்; உயிர்மை பதிப்பகம்- டிசம்பர் 2004

82 https://australian.museum/learn/animals/mammals/dingo/#:~:text=The%20Dingo%20is%20Australia's%20wild,2017).

ஆண்டுகளுக்கு முன் கடல் மாலுமிகளால் ஆஸ்திரேலியாவிற்குக் கொண்டுவரப்பட்டிருக்கலாம் என்பது ஆய்வாளர்களின் கருத்து. இந்த டிங்கோ நாய்களைக் கப்பலில் கொண்டு சென்றவர்கள் மூலம் தமிழ்ச் சொற்கள் பழங்குடிகளிடம் பரவியிருக்க வாய்ப்புள்ளது.

தமிழக நாட்டு நாய்கள் போன்ற தோற்றம் கொண்ட டிங்கோ நாய்கள்

ஆஸ்திரேலிய பழங்குடிகளிடம் 4200 ஆண்டுகளுக்கு முன் கலந்த தமிழரின் மரபணுக்கள்

இந்திய மக்களின் *DNA* க்கள் 4200 ஆண்டுகளுக்கு முன் ஆஸ்திரேலிய பழங்குடிகளிடம் கலந்துள்ளதை மாக்ஸ் ப்ளாங் ஆய்வுமையத்தினர் *(Max Planck Institute for Evolutionary Anthropology)* கண்டுபிடித்துள்ளனர்.[83] இந்த ஆய்வு மையத்தினர், ஆஸ்திரேலியாவிற்குப் பரவிய மக்கள் சிந்துவெளி நாகரிக மக்களாக இருக்கலாம் எனக் கருதுவதுடன் டிங்கோ நாயும், சிறுகற்கால கருவிகளும் இக்குடியேற்றத்துடன் ஆஸ்திரேலியா வந்தடைந்ததாகக் குறிப்பிடுகின்றனர். மாக்ஸ் ப்ளாங் ஆய்வு மையத்தினரின் ஆய்வுப்படி ஆஸ்திரேலிய பழங்குடிகளிடம் கலந்துள்ள இந்திய *DNA* க்கள் இந்தோனேசியா உள்ளிட்ட தென்கிழக்காசிய நாடுகளின் பழங்குடிகளிடம் கலக்கவில்லை. எனவே இந்தியாவிலிருந்து பயணித்தவர்கள் கப்பல் மூலம் நேரடியாக ஆஸ்திரேலியா வந்தடைந்துவிட்டனர் என்ற கருத்தை முன்வைக்கின்றனர். இந்தியாவிலிருந்து ஆஸ்திரேலியா

83 *https://www.abroadintheyard.com/indians-australian-aborigines-intebred-4200-years-ago-sharing-dna-and-dingoes/*

வரையிலான நீண்ட தூர கப்பல் பயணத்தை அக்காலகட்ட இந்தியாவில் வாழ்ந்த சிந்துவெளி பண்பாட்டினர் மட்டுமே மேற்கொண்டிருக்க முடியும் என்பது மாக்ஸ் ப்ளாங் ஆய்வு மையத்தினரின் கருத்து. இதன் பின்னர் நடைபெற்ற ஆய்வுகள் ஆஸ்திரேலியருடன் கலந்துள்ள மரபணுக்கள் தென்னிந்தியா மற்றும் இலங்கை மக்களுடன் தொடர்புடையது என உறுதி செய்துள்ளன[84].

எனவே கி.மு. 4000 க்கு முன் தென்னிந்திய குடிகள் கப்பல் மூலம் ஆஸ்திரேலியாவிற்குப் பயணித்தனரா என்பதை பரிசீலிக்க வேண்டியுள்ளது. தென்பாண்டி நாட்டின் ஆதிச்சநல்லூர் குடிகள் மத்தியதரைக்கடலோர வணிகக்குழுக்களுடன் தொடர்புடையவர் என்பதற்கும் இக்குடிகளே ஆஸ்திரேலியாவிற்குப் பயணித்தனர் என்பதற்கும் ஆஸ்திரேலியப் பழங்குடிகளிடம் புழக்கத்திலுள்ள வளைதடி சான்று பகர்கின்றது.

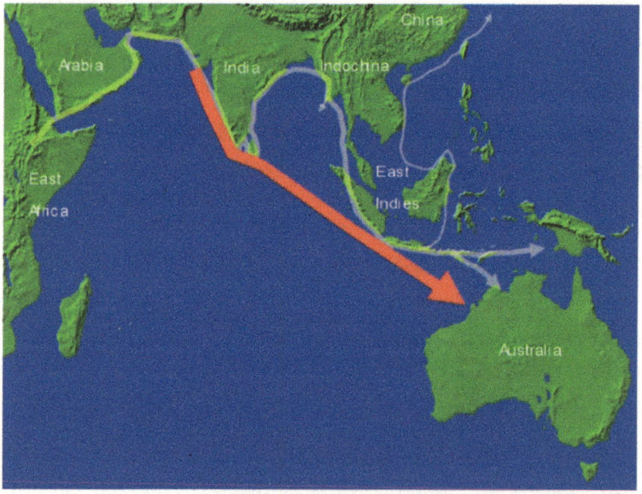

Maritime route to India to Australia 4,200 years ago Sources: Proceedings of the National Academy of Sciences and the BBC

வளைதடியும் மத்தியதரைக் கடலோர வணிகக்குழுக்களும்

ஐரோப்பியர் ஆட்சிக்காலம் வரை தென் தமிழகத்தில் வாழும் மறவர் குடிகளிடம் 'வளைதடி' என்ற கருவி பயன்பாட்டில்

84 *Science Direct, Current Biology; Vol 12, Issue 8, 16 April 2002, pages 673-677 - Gene Flow from the Indian Subcontinent to Australia: Evidence from the Y Chromosome*

இருந்தது. இதே போன்ற கருவியையே ஆஸ்திரேலிய பழங்குடிகள் பூமராங் என்ற பெயரில் பயன்படுத்துகின்றனர். இக்கருவியை, இலக்கை நோக்கி வீசினால் இலக்கைத் தாக்கி விழுந்துவிடும் அல்லது தாக்காவிட்டால் மீண்டும் வீசியவரிடம் திரும்பிவிடும். வளைதடி போன்ற கருவி சிந்துவெளி மக்களிடமோ வட இந்தியாவின் வேறு பழங்குடிகளிடமோ பயன்பாட்டில் இல்லை. வளைதடியை வேட்டுவக்குடிகளால் சுயமாக வடிவமைக்க முடியாது. வளைதடியின் பயன்பாடு மத்தியதரைக்கடலோர வணிகக்குழுக்கள் மூலம் தென் தமிழ்நாட்டை அடைந்து பின்னர் ஆஸ்திரேலியாவிற்கும் பரவியுள்ளது.

வளைதடி போன்ற கருவி உலகின் பல பகுதிகளிலும் பயன்பாட்டில் இருந்துள்ளன. வட ஆஃப்ரிக்காவில் இதே போன்ற கருவிகள் தொல் பழங்காலத்திலிருந்தே பயன்பாட்டில் இருந்தன. எகிப்தில் கி.மு. 2000 வாக்கில் பயன்படுத்திய வளைதடிகள் கிடைத்துள்ளன. இந்த வளைதடிகளைப் பற்றிய ஆய்வுகளில் கி.மு. 6000 வாக்கில் வட ஆஃப்ரிக்காவின் புதிய கற்கால மக்கள் மரத்தடிகளை ஆயுதமாக எறியும் வழக்கத்திலிருந்து வளைதடியின் முன்வடிவம் தோன்றியதாகக் கூறுகின்றனர். விங்க்ளர் (Winckler) என்ற ஆய்வாளர் மேற்காசியரிடமிருந்து 'பூமராங்' பயன்பாடு ஐரோப்பிய நாடுகளுக்குப் பரவியதை விரிவாக ஆய்வு செய்துள்ளார்.

போர்க் (Bork) என்ற அறிஞர் ஆஸ்திரேலிய பூமராங் பாபிலோனிய கடவுளர்களின் கையில் காணப்படும் ஆயுதத்திலிருந்து தோன்றியதாகத் தெரிகிறது என்று குறிப்பிடுகிறார். பாலஸ்தீனம், சிரியா, துருக்கி போன்ற பகுதிகளிலும் மத்தியதரைக்கடலின் சைப்ரஸ், கிரீத் போன்ற தீவுகளிலும் இயங்கிய வணிக அரசுகளின் அரசர்கள் தங்கள் உயர்தகுதியின் அடையாளமாக வளைதடிகளைக் கையில் வைத்திருந்தனர். ஆதிச்சநல்லூரில் கிடைத்த கல்லறைப் பொருட்கள் அதே வடிவில் இந்த வணிக அரசுளில் புழக்கத்திலிருந்ததையும் ஏற்கெனவே பார்த்தோம். பாண்டியன் உக்கிர பெருவழுதி தன் கையிலிருந்த வளைதடியை எறிந்து இந்திரனின் முடியை உடைத்தான் என திருவிளையாடல்

புராணம் சித்திரிப்பதை இங்கு பொருத்திப் பார்க்கலாம். இத்தரவுகளை சீர்தூக்கிப் பார்க்கும் போது மத்தியதரைக்கடலோர வணிக அரசுகள் சுரங்கப்பணிக்கான ஆய்வுப்பயண குழுக்களை தென்னிந்தியாவிற்கு அனுப்பியுள்ளனர் எனக் கூறமுடிகிறது. வட ஆஃப்ரிக்காவில் வடிவமைக்கப்பட்ட வளைதடி மத்தியதரைக்கடலோர வணிகக்குழுக்கள் மூலம் தமிழகம் பரவியதற்கு கீழே உள்ள படங்கள் சாட்சியாகின்றன.

கிழக்கு மத்தியதரைக்கடலோர வணிக அரசுகளின் சார்பாக சில குழுக்கள் கி.மு. 2000 க்கு முன் உலோகக் கனிமங்களைத் தேடி தென்தமிழகத்தில் குடியேறியுள்ளனர் என்ற நம் கருதுகோளை வளைதடியின் பரவுதலும் உறுதிப்படுத்துகிறது. மேலும் ஆஸ்திரேலிய பழங்குடிகளிடம் புழக்கத்திலுள்ள சிறுகற்கால கருவிகள் கப்பல் பயணிகள் மூலம் பரவியிருக்கலாம் என்பது மாக்ஸ் ப்ளாங் ஆய்வு மையத்தினரின் கருத்து. ஆதிச்சநல்லூர் புதைகுழிகளில் சிறுகற்கால கருவிகளும் கிடைக்கின்றன. மத்தியதரைக்கடலோர வணிகக்குழுக்களின் சுரங்கக்குழுவினர் தென்பாண்டி நாட்டில் பூர்வீகமாக வாழ்ந்த சிறுகற்கால குடிகளுடன் இரண்டறக் கலந்துள்ளனர் அல்லது பூர்வீகக்குடிகளுடன் ஊடாடி அவர்களிலிருந்தும் தலைவர்களை உருவாக்கியுள்ளனர் என்பதை இத்தரவு சுட்டுகிறது. இலங்கையின் பொம்பறிப்பு என்ற பெருங்கற்காலத் தளத்திலுள்ள கல்லறைப் பொருட்களிலும் உலோகக் கருவிகளுடன் சிறுகற்கால கருவிகள் கிடைக்கின்றன. இலங்கையின் மிகப் பழமையான பெருங்கற்காலத் தளம் பொம்பறிப்பு (கி.மு.1000) என்பது குறிப்பிடத்தக்கது. தென்னிந்தியாவிலும் இலங்கையிலும் பயன்படுத்திய சிறுகற்கால கருவிகளே ஆஸ்திரேலியாவிற்குப் பரவியுள்ளது.

ஆஸ்திரேலிய பழங்குடிகளிடம் தமிழ்ச் சொற்கள், வளைதடி, டிங்கோ நாய், இந்திய மரபணு, சிறுகற்காலக் கருவிகள் ஆகியன எவ்வாறு பரவின என்று எழும் வினாவிற்கு விளக்கம்: அக்காலகட்டத்தில் மிக வளர்ந்த நாகரிக மக்களான மத்தியதரைக்கடலோர வணிகக்குழுக்கள் தென்பாண்டி நாட்டில் கி.மு. 2000 க்கு முன்பே குடியேறிவிட்டனர் என்பது தான். அவ்வாறாயின் முனைவர் ராகவன் கருதுவது போல் ஆதிச்சநல்லூர் தொல்லியல் தளத்தின் காலம் கி.மு. 2200 - கி.மு.

2500 வரை இருப்பதற்கு வாய்ப்புகள் உள்ளது. இனி வரும் ஆய்வுகள் இதற்கு விடை அளிக்க வேண்டும்.

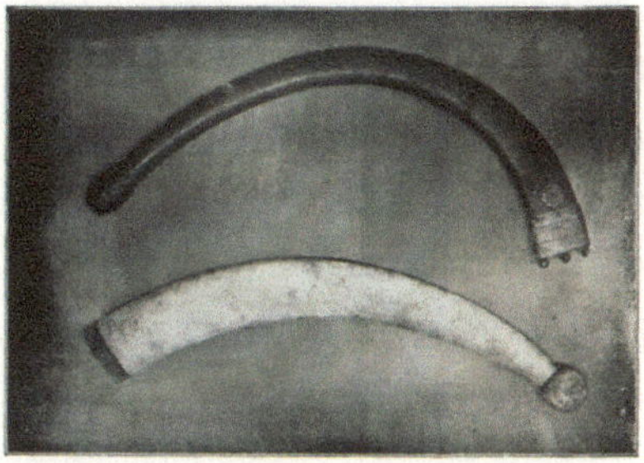

தமிழக வளைதடி

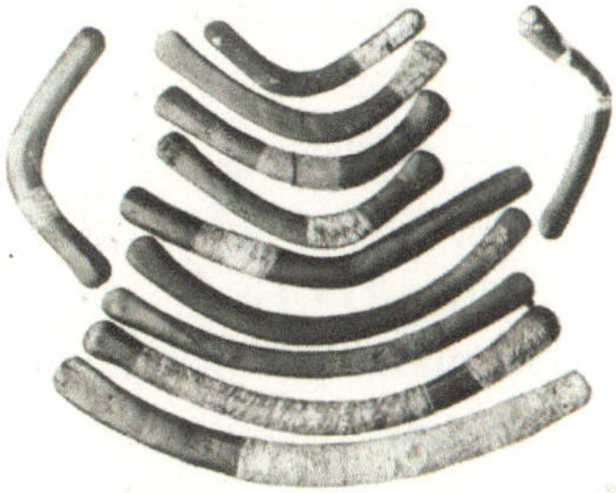

எகிப்திய வளைதடி

ஆஃப்ரிக்க பழங்குடி நடனத்தில் வளைதடி

ஆஸ்திரேலிய பழங்குடியிடம் வளைதடி

கப்பல் பணியில் யவனர்களும் ஆஸ்திரேலிய பழங்குடி மக்களும்

ஆதிச்சநல்லூரில் சத்தியமூர்த்தி தலைமையில் நடைபெற்ற ஆய்வுகள் கப்பல் பணிமக்களுக்குரிய புதைகுழிகளாக இருக்கலாம் எனப் பார்த்தோம். இந்தப் புதைகுழிகளில் கிடைத்த 170 மனித எலும்புக்கூடுகளில் காக்கசாய்டு (Caucasoid) 35% ,நீக்ராய்டு (Negroid) 14%, திராவிடாய்டு (Dravidian) 8% போன்ற இனக்கூறுளும் உள்ளன. முனைவர் ராகவனின் இனப்

பகுப்பில் காக்கசாய்டு மற்றும் திராவிடாய்டு ஆகிய இரண்டு தனித்தனி வகைகள் இடம்பெற்றிருப்பது சற்றுக் குழப்பத்தை ஏற்படுத்துகிறது. காக்கசாய்டு என்பது ஒரு பேரினமாகும். இவர் ஆதிச்சநல்லூர் எலும்புக்கூடுகளில் காணப்படுவதாகக் குறிப்பிட்டுள்ள இனங்களில் மங்கலாய்டு மற்றும் நீக்ராய்டு தவிர பிற அனைத்து இனங்களையும் காக்கசாய்டு இனத்தின் உட்பிரிவுகளாகப் பகுக்கும் முறையையே பலரும் பின்பற்றுகின்றனர். இன்று இந்தியாவில் ஒன்றுக்கொன்று போட்டியாக முன்நிறுத்தப்பட்டிருக்கும் ஆரிய மற்றும் திராவிட இனக்கூறுகளை காக்கசாய்டு இனத்தின் உட்பிரிவுகளாகவே பார்க்கின்றனர். ராகவனோ காக்கசாய்டு இனம் என்பதை மத்திய கிழக்கு *(Middle East)*, மற்றும் மத்தியதரைப் பகுதி *(Mediterranean region)* ஆகிய பகுதிகளில் வாழும் மக்களினம் எனக் குறிப்பிட்டுள்ளார். மேற்காசிய பகுதியை ஐரோப்பியரின் பாணியில் மத்தியக்கிழக்குப் பகுதி என ராகவன் குறிப்பிடுகின்றார். மத்தியதரைக்கடல் பகுதியிலுள்ள பாலஸ்தீனம், சிரியா, சைப்ரஸ், கிரீத் தீவு, கிரேக்கம், ஏஜியன், வடமேற்கு துருக்கி ஆகியவற்றை உள்ளடக்கிய பகுதியை மத்தியதரைப் பகுதி என ராகவன் குறிப்பிடுவதாகத் தெரிகிறது. இப்பகுதியில் தான் மூதாதை சுமேரியரால் தோற்றுவிக்கப்பட்ட வணிக அரசுகள் வலுவாக செயல்பட்டன.

கருப்புக் குடிகளாகிய மூதாதை சுமேரியரின் வணிகக் குழுக்கள் பாலஸ்தீன பகுதியின் பூர்வீகக்குடிகளையும் ஏஜியன் பகுதியின் பூர்வீகக்குடிகளையும் பணிமக்களாகப் பழக்கியுள்ளனர். இவற்றில் ஏஜியன் பகுதியின் பூர்வீகக்குடிகள் வெள்ளையின காக்கசாய்டு குடிகளாவர். இவர்களே பிற்காலத்தில் யவனர் என இந்தியாவில் அறியப்பட்டனர். ஆதிச்சநல்லூருக்குக் குடியேறிய ஆய்வுக்குழு இந்த யவனர்களை கப்பல் பணியாளர்களாக அழைத்து வந்துள்ளனர். இதன் காரணமாகவே ஆதிச்சநல்லூர் பணிமக்களின் கல்லறைக் குழிகளில் காக்கசாய்டு இனக்கூறுகளைக் கொண்ட எலும்புக்கூடுகள் %35 வரை காணமுடிகிறது.

அடுத்து ஆதிச்சநல்லூர் எலும்புக்கூடுகளில் நீக்ராய்டு மற்றும் திராவிடாய்டு இனக்கூறுகளும் சேர்ந்து %22 உள்ளது. ஆதிச்சநல்லூர் தொல்லியல் தளத்தில் கிடத்த மத்தியதரை இன

எலும்புக்கூடும் தென்னிந்திய புதியகற்காலப் பண்பாட்டுத் தளத்தில் கிடைத்த எலும்புக்கூடுகளும் எத்தியோப்பிய-வெட்டாய்டு என்ற ஒரே இனத்தைச் சேர்ந்தவை என்பதைப் பார்த்தோம். திராவிட மொழிகள் பேசும் மக்களிடம் நீள்தலை பெருவாரியாகக் காணப்படுவதால் எத்தியோப்பிய-வெட்டாய்டு இனக்கூறினை பிறரைப் போல் மத்தியதரை இனம் என அழைக்காமல் திராவிடாய்டு என ராகவன் குறிப்பிடுகிறார் போலும்.

பாலஸ்தீனம், சிரியா போன்ற பகுதியிலிருந்தே ஆதிச்சநல்லூர் ஆய்வுக்குழுவினர் குடியேறியிருக்கலாம் என்பதை தொல்லியல் தடயங்களைக் கொண்டு ஏற்கெனவே விவரித்தோம். அப்பகுதியின் பூர்வீகக்குடிகள் ஆதிச்சநல்லூர் பண்பாட்டினரின் கப்பல் பணிமக்களாக குடியேறினர் என்பது இயல்பானதே. ரீ காலத்தில் அகழ்ந்தெடுக்கப்பட்ட ஆதிச்சநல்லூர் தலைமக்களின் எலும்புக்கூடுகளிலும் இப்போது அகழ்ந்தெடுத்துள்ள பணிமக்களின் எலும்புக்கூடுகளிலும் எத்தியோப்பிய-வெட்டாய்டு இனக்கூறு காணப்படுகிறது. மத்தியதரைக்கடலோர வணிகக்குழுக்களாகிய மூதாதைய சுமேரியரிடமும் எத்தியோப்பிய-வெட்டாய்டு இனக்கூறு சிறு விழுக்காட்டில் இருந்துள்ளதால் இவ்விரு அகழ்வுகளிலும் இவ்வினக்கூறினைக் காண முடிகிறது.

ஆதிச்சநல்லூர் பண்பாட்டினரின் கப்பல் பணிமக்களாக ஆஸ்திரேலிய பழங்குடிகள்

அடுத்து ஆதிச்சநல்லூர் எலும்புக்கூடுகளில் 5% ஆஸ்திரேலிய ஆதிவாசிகளுடன் ஒத்துள்ளது என்றும் 30% வரை தென்கிழக்காசிய மக்களிடம் காணப்படும் மங்கலாய்டு இனக்கூறை ஒத்துள்ளது என்றும் முனைவர் ராகவன் குறிப்பிடுகின்றார். இவ்விரு இனக்கூறு கொண்ட மக்களும் ஆதிச்சநல்லூர் வணிகக்குழுவினரால் அவ்வப்பகுதிகளிலிருந்து கப்பல் பணிக்காக அழைத்து வரப்பட்டுள்ளனர் என்ற விளக்கம் இங்கு பொருந்துகிறது.

தமிழ் வணிகக்குழுக்கள் ஆஸ்திரேலியாவிற்கு குடியேறியதற்கான தொல்லியல் தரவுகளாக எதுவும் கிடைக்கவில்லையா என்ற வினா இங்கு உள்ளது. ஆஸ்திரேலியாவின் விக்டோரியா மாநிலத்தில் பழங்குடிகளின்

வாழ்விடங்களில் கற்களைக் கொண்டு உருவாக்கப்பட்ட சில அமைப்புகள் காணப்படுகின்றன. அவற்றில் உர்டி யுயாங் (Wurdi Youang) என்றழைக்கப்படும் கற்களால் உருவாக்கப்பட்ட அமைப்பு பெருங்கல் மரபினர் ஐரோப்பாவில் அமைத்துள்ளது போன்ற வானியல் நோக்காய்வகமாக அமைக்கப்பட்டிருக்கலாம் என ஆய்வாளர்கள் கருதுகின்றனர்[85]. இது போன்ற பிற அமைப்புகள் பழங்குடிகளின் வாழ்விடங்களில் அமைந்துள்ளதால் அவற்றைப் பற்றிய சரியான தரவுகளைக் கொடுக்கமுடியவில்லை என ஆய்வாளர்கள் கருத்து தெரிவிக்கின்றனர். மூதாதை சுமேரியரான மத்தியதரைக்கடலோர வணிகக்குழுக்களின் ஆய்வுப்பயண முனிவர்கள் தான் உலகில் தாங்கள் பயணித்த பகுதிகளிலெல்லாம் இது போன்ற வானியல் நோக்காய்வகங்கள் அமைக்கும் வழக்கத்தைக் கொண்டிருந்தனர். தமிழ் வணிகக்குழுக்களின் சார்பில் ஆஸ்திரேலியாவிற்குப் பயணித்த ஆய்வுப்பயண முனிவர்கள் இந்த அமைப்பைத் தோற்றுவித்தனர் என்று உறுதியாகக் கூறலாம். இந்த அமைப்பினை கீழே உள்ள படத்தில் காணலாம்.

இந்த அமைப்பு 10 ஆயிரம் ஆண்டுகளுக்கு முன் தோன்றியிருக்கலாம் என வட்டார ஆய்வாளர்கள் கருதுகின்றனர். தமிழ் வணிகக்குழுக்களின் ஆய்வுப்பயண முனிவர்கள் ஆஸ்திரேலியாவிற்குக் குடியேறிய காலத்தை அதிகபட்சமாக

85 *Science Alert, 14 October 2016, article by Josh Hrala; "This Australian Rock formation could be older than Stone Henge" & The Guardian, Thursday, 13 October 2016 – article by Melissa Davey*

கி.மு. 2500 என்றே கூறமுடியும். உர்டி யுயாங் (Wurdi Youang) அமைப்பும் கி.மு. 2500 க்குப் பிற்பட்டே தோன்றியிருக்க வேண்டும். வட்டார ஆய்வாளர்களின் ஊகம் தவறாகும்.

இப்போது ஆதிச்சநல்லூர் பணிமக்களுக்குரிய கல்லறைக் குழிகளில் கிடைத்துள்ள வெளிநாட்டு மக்களின் எலும்புக்கூடுகளுக்கான விளக்கம் கிடைத்துவிட்டது. ஆதிச்சநல்லூரின் காலம் கி.மு. 2500 – கி.மு. 2200 ஆக இருக்கலாம் என்ற முனைவர் ராகவனின் கருத்து மிகச் சரியாகவே உள்ளது.

4. மினோயன், அசுவா வணிகக்குழுக்களின் குடியேற்றம் (கி.மு. 1450 – கி.மு. 1200)

ஆதிச்சநல்லூர் பண்பாட்டினரும் குஜராத்திலிருந்து இயங்கிய க-சி.ம. பண்பாட்டினரும் கிழக்கு மத்தியதரைக்கடலோர வணிகக்குழுக்கள் சார்பாகக் குடியேறியுள்ளனர். இக்குடியேற்றம் சுமேரிய அரசுகளின் உலோகத் தேவை அதிகம் இருந்த காலகட்டத்தில் நடைபெற்றுள்ளது. இதன் பின் மேற்காசியாவில் ஏற்பட்ட அரசியல் பிரச்சினையில் கி.மு. 1450 இல் மினோயன் அரசும் கி.மு. 1430 இல் அசுவா (Assuwa) என்ற வணிக அரசுகளின் கூட்டணியும் ஆட்சிகளை இழக்கின்றன[86]. இதன் பின்னரும் மேற்காசியாவில் பாலஸ்தீனம், சிரியா, போன்ற பகுதிகளில் இயங்கிய வணிக அரசுகள் சைப்ரஸ்ஸிலுள்ள வணிக அரசின் தலைமையில் வலுவாக செயல்பட்டன. இந்த சூழலில் நாடிழந்த வணிக அரசுகளில் இடம் பெற்றிருந்த வணிகக்குழுக்கள் சைப்ரஸ் தலைமையிலான வணிகக்கூட்டணியின் ஊக்குவிப்புடன் பெருவாரியாகத் தமிழகத்தில் குடியேறியுள்ளனர். இக்குடியேற்றம் கி.மு. 1450 – கி.மு. 1200 காலகட்டத்தில் நடைபெற்றுள்ளது. இந்த வணிகக்குழுக்கள் ஏற்கெனவே தமிழகத்தில் சுரங்கப் பணியில் ஈடுபட்டிருந்த குழுவுடன் இணைந்து சைப்ரஸ் தலைமையிலான வணிகக்குழுக்களின் தேவையை நிறைவுசெய்யும் நோக்கத்தை முதன்மையாகக் கொண்டு செயல்பட்டன எனக் கூறலாம்.

மினோயன், அசுவா அரசுகள் பரவியிருந்த ஏஜியன் மற்றும் ஆசியா மைனர் பகுதிகளில் வாழ்ந்த பூர்வீகக் குடிகளை

86 *Eric H.Cline, "1177 The Year Civilization collapsed" – Princeton University Press, 2014 Pages 35 - 36*

பண்டைய கிரேக்கர்கள் பெலாஸ்கியன்கள் (Pelasgians) என அழைத்தனர். பழங்குடி வாழ்க்கையிலிருந்த கிரேக்கர்களை, பெலாஸ்கியன்களே நாகரிகப்படுத்தினர் என்பதை பண்டைய கிரேக்க அறிஞர்கள் எழுதியுள்ளனர். பெலாஸ்கியன் என்று கிரேக்கர்கள் குறிப்பிட்ட மக்களே தமிழ்ச் சமூக உருவாக்கத்தில் முதன்மைப் பங்காற்றிய மத்தியதரைக்கடலோர வணிகக்குழுக்களாவர். இவர்களுக்கும் தமிழருக்கும் மிகுந்த ஒப்புமைகள் உள்ளதை பல வரலாற்றறிஞர்கள் சுட்டிக்காட்டியுள்ளனர்.

மத்தியதரைக்கடலோர மக்களுக்கும் தமிழருக்குமான தொடர்புகளைப் பற்றி சுனீத் குமார் சட்டர்ஜி கீழ்காணுமாறு குறிப்பிடுகிறார்.

"கிரேக்கத்தின் பூர்வீக மக்கள் பேலஸ்ஜியன்ஸ் (Pelasgians). இப்பூர்வீகக் குடிகள் பால்கன், கிரேக்கம், அவற்றை ஒட்டிய தீவுகள், மேற்கு ஆசியா மைனர் பகுதிகள் ஆகிய இடங்களில் குடியிருந்தனர். அப்பூர்வீகக் குடிகளையே கிரேக்கர்கள் பெலாஸ்கியன்சு என்று அழைத்தனர்.... ."[87]

(சுனீத் குமார் சட்டர்ஜி குறிப்பிடும் பகுதிகள் மினோயன் மற்றும் அசுவா கூட்டணியினர் குடியிருந்த பகுதிகளுடன் அப்படியே பொருந்துவதைக் காண்க.)

"இனப்பார்வையில் பெலாஸ்ஜியன்ஸ் நடுநிலக் கடலோர இனத்தினர் ஆவர். ... ... ஏஜியன் என்று குறிக்கப்படும் நடுநிலக் கடலோர பெலாஸ்கியன்ஸ் நீண்ட தலையை உடையவராகவும், கருப்பு முடியை உடையவராகவும் சிறிய வடிவத்தினராகவும் குறிக்கப் பெறுகின்றனர்."[88]

"அவர்களிடம் (திராவிடர்களிடம்) உள்ள குறிப்பிட்ட மதக் கோட்பாடுகள் கருதத்தக்கவை. இம்மதக்கோட்பாடுகள் நடுநிலக்கடலோர மக்களான திராவிடர்களால் இந்தியாவிற்குக் கொண்டுவரப்பட்டவை. அவை இந்தியாவில் இந்து மத மரபுச்செல்வங்களாக இருந்துவருகின்றன. குறிப்பிடத்தக்க

87 சுனீத் குமார் சாட்டர்சியின் 'திராவிடர்' , வரலாற்று மானுட மொழியியல் நோக்கு இனவியலாய்வு, தமிழில் க.ப. அறவாணன் – பதிப்பு; 1990 பக். 46-45

88 இதுவுமது

வடிவமைப்புகளில் கைவினைப் பொருள்கள் செய்வது. கழுகு வழிபாடு பழைய கிரீத்திலும் இந்தியாவிலும் இருந்தது. கழுகு வடிவத்தை இந்திய புராணக் கதைகள் திருமாலின் வாகனமாகத் தொடர்புபடுத்துகின்றன. பெரும் தாய் – பிரக்ரீரி – சக்தி அல்லது சக்தி வழிபாட்டின் மூல இடம் நடுநிலக் கடலோரப் பகுதியே. தலைமைக் கடவுளாக பரமபிதாவாகக் கருதப்பெறும் சிவனும் நடுநிலக் கடலோரத்தில் தோன்றியவனே."[89]

பெலாஸ்கியன்ஸ் பற்றி பிரிட்டானிக்கா (Britannica) கீழ்க்காணுமாறு குறிப்பிடுகிறது.

"கி.மு. 12 ஆம் நூற்றாண்டுக்கு முன்னர் கிரேக்கத்தில் வாழ்ந்திருந்தவர்கள் பெலாஸ்கியன்கள் என்றும் பெலாஸ்கி என்றும் அழைக்கப்பட்டனர். பண்டைய கிரேக்கர்களால் மட்டுமே இப்பெயர் பயன்படுத்தப்பட்டது. இந்தப் பெலாஸ்கி என்போர் ஹோமர், ஹீரோடோட்டஸ், துசிடிடெஸ் உள்ளிட்ட பல கிரேக்க எழுத்தாளர்களால் குறிப்பான ஒரு மக்களாகக் குறிப்பிடப்பட்டுள்ளனர் என்பதோடு த்ரேஸ், அர்கோஸ், கிரீத், சால்சிடைஸ் போன்ற பல பகுதிகளில் வாழ்ந்தனர் என்று கூறப்படுகிறது. கி.மு. 5 ஆம் நூற்றாண்டில் தெரிந்தாற்போல் எஞ்சியிருந்த கிராமங்கள், கிரேக்கம் அல்லாத ஒரு பொதுமொழியைப் பாதுகாத்து வைத்திருந்தன. வேறெந்த பண்டைய மக்களும் தங்களை பெலாஸ்கி என்று தாமே கூறிக்கொண்டனரா என்பது உறுதியாகத் தெரியவில்லை. பிற்கால கிரேக்க வழக்கத்தில் அவர்களின் பெயர், "பூர்விக" ஏஜியன் மக்கள் அனைவருக்கும் பயன்படுத்தப்பட்டது."

கிரேக்கத்திலும் அதன் அண்டைப் பகுதிகளிலும் வாழ்ந்த பூர்வீகக் குடிகள் கி.மு. 1200 க்குப் பின் பெருமளவிற்கு மறைந்துவிட்டனர் என்பதை பிரிட்டானிகா குறிப்பிடுகிறது. இக்குடிகளில் பெரும் பகுதியினர் வணிகக் குழுக்களாக தமிழகத்தில் குடியேயுள்ளனர் என்ற கருத்தை நாம் முன்வைக்கின்றோம்.

ஆசியா மைனரில் செயல்பட்ட அசுவா கூட்டணியில் லிசியன் (Lycian) அரசும் ஒன்று. லிசியர்களைப் பற்றிய கே.கே. பிள்ளையின் குறிப்பு இவ்வணிகக் கூட்டணிக்கும் தமிழருக்குமான தொடர்பைச் சுட்டுகிறது.

---

89 இதுவுமது

"ஆசியா மைனரைச் சேர்ந்த லிசியர்களும் மத்தியதரைக்கடல் இனத்தைச் சேர்ந்தவர்கள். இவர்கள் "த்ரிம்ளை" (Trimmlai) எனவும் அழைக்கப்பட்டதாக இவர்களுடைய கல்வெட்டுகள் தெரிவிக்கின்றன. இச்சொல்லின் ஒலி "திரமிளம்", "தமிழ்" என்னும் சொற்களின் ஒலியுடன் ஓரளவு இணக்கமுற்றதாகக் காணப்படுகிறது."[90]

ஒன்றுக்கொன்று தொடர்பான நிலப்பரப்பில் மத்தியதரைக்கடலோர வணிக அரசுகள் செயல்பட்ட ஆசியா மைனர், ஏஜியன் கடல், மினோயன், சைப்ரஸ் ஆகியவற்றைக் காட்டும் படம்.

ஜேம்ஸ் ஹார்னல் கருத்துக்கள்

1) "கிழக்கு நடுநிலக்கடலோர நாடுகளுடன் திராவிடர் தொடர்புகள் கண்டறியப்பட்டுள்ளன. ஹெல்லன்ஸ் வருவதற்கு முற்பட்ட கிரீத் (Crete) கடல், கிரேக்கத் தீவு, ஆசியா மைனரில் உள்ள சில பகுதிகள் ஆகியன இங்கு கருதுவதற்கு உரியன."[91]

2) "உண்மையான திராவிடர்கள் நடுநிலக் கடலோர இனத்தைச் சேர்ந்தவர்கள். திராவிடர்களிடம் காணப்படும் பல பழக்கங்கள் நடுநிலக் கடலோர இனத்தோடு ஒத்துள்ளன. சான்றாக ஆறுகளில் பயன்படுத்தப்படும் படகுகளின் வடிவமைப்பும், அப்படகில் திசை திருப்பத்திற்காக

90 கே.கே.பிள்ளை, தமிழக வரலாறு: மக்களும் பண்பாடும், பக்கம்32- வெளியீடு உலகத் தமிழாராய்ச்சி நிறுவனம், 2011

91 சுனீத் குமார் சாட்டர்சியின் 'திராவிடர்' , வரலாற்று மானுட மொழியியல் நோக்கு இனவியலாய்வு, தமிழில் க.ப. அறவாணன் – பதிப்பு; 1990. பக். 35

அமைக்கப்பட்டுள்ள நான்கு சுக்கான் அமைப்பும், சங்கைப் பயன்படுத்தும் பழக்கமும் கூறலாம். பாப்புவாசியன் மக்களிடமும், போலினேசியா மக்களிடமும் இப்பழக்கம் உள்ளன."[92] (தமிழ் வணிகக்குழுக்கள் தொடர்பான ஆய்வுப் பயணக் குழுக்கள் பசிபிக் கடலிலுள்ள பல தீவுகளுக்கும் சென்றுள்ளனர். இதன் காரணமாகவே பாப்புவாசியன்களிடமும் போலினேசியரிடமும் இந்த ஒப்புமைகளைக் காணமுடிகிறது.)

3) "மூல மரபிலிருந்து அன்னார் (திராவிடர்) பிரிவதற்கு முன்னால் மெசொபொடாமியாவில் வாழ்ந்தனர். அங்கு வாழ்ந்த போது தான் வட்டப் பரிசலையும், பிரம்பால் செய்யப் பெறும் மிதவையையும் (Reed-Raft) அவர்கள் கடன் பெற்றிருத்தல் வேண்டும் அல்லது பயன்படுத்தியிருத்தல் வேண்டும். சூழ்நிலை நிர்பந்தங்களால் மெசொபொடாமியாவில் வாழ்ந்த இன மக்களின் பெரும் பகுதியினர் வேறு இடத்திற்குத் தள்ளப்பெற்றனர். வடமேற்கு அக்காட்ஸ் (Akkaads) பகுதியில் இருந்த அல்பைன் (Alpine) அல்லது மங்கோலாய்த் இன மக்கள், செமித்திக் இன மக்கள் ஆகியோரால் திராவிடர் கிழக்கு நோக்கித் தள்ளப் பெற்றனர்."[93]

மத்தியதரைக்கடலோரப் பகுதியிலிருந்து குடிபெயர்ந்து மெசொபொடாமியாவில் சிறிது காலம் தங்கிவிட்டு திராவிடர் இந்தியாவிற்குக் குடியேறினர் என்பது ஜேம்ஸ் ஹார்னலின் வாதம். மத்தியதரைக்கடலோர மக்கள் பயன்படுத்தாத வட்டப் பரிசலும் பிரம்பினால் செய்யப்பட்ட மிதவையும் திராவிடரிடமும் பயன்பாட்டில் இருப்பதற்கான விளக்கமாக இக்கருத்தை ஹார்னல் முன்வைக்கின்றார். கி.மு. 1200 க்குப் பின் நடைபெற்ற பெருங்கற்கல்லறைப் பண்பாட்டினரின் குடியேற்றத்துடன் சுமேரிய (Sumerians), ஏலமைட் (Elamites), குஷைட் (Kushites- எகிப்திய 'C' தொகுப்பு மக்கள்) போன்ற பண்டைய ஆட்சிக்குடிகளில் ஒரு பிரிவினரும் குடியேறியிருந்தனர். இதனால் தான் மத்திய தரைக் கடலோர மக்களின் பண்பாட்டுக் கூறுகள் மட்டுமின்றி சுமேரியர், ஏலமைட் (இன்றைய ஈரான்), வட ஆஃப்ரிக்கா ஆகிய பகுதிகளின் பண்டைய நாகரிகங்களின் பண்பாட்டுக் கூறுகளின் தாக்கமும் தமிழ்ச் சமூகத்தில் உள்ளன.

92 இதுவுமது. பக். 37

93 இதுவுமது. பக். 38

எஃப்.ஜே.ரிச்சர்டு குறிப்பிடும் திராவிடர்களுக்கும் மத்தியதரைக்கடலோர மக்களுக்கும் இடையிலான பண்பாட்டுத் தொடர்புகள்

1. நாட்டுப்புறக் கதைகளில் அடிக்கருத்துகளில் சில ஒப்புமைகள் காணப்படுகின்றன.
2. கூடுவிட்டுக் கூடு பாயும் கலை அல்லது மறுபிறப்பு இந்தோ-ஈரோப்பியர்களுடைய கொள்கை அன்று. இக்கொள்கை நடுநிலக் கடலோரத்தில் பிறந்து இந்தியாவிலும் கிரேக்கத்திலும் வளர்த்து எடுக்கப் பெற்றது. (கிரேக்கத்தில் இக்கொள்கையை பரப்பிய பித்தோகோரசு புத்தர் காலத்துக்கு மூத்தவர்)
3) கூட்டுக்குடும்ப முறை – தாத்தாவின் பெயரைப் பேரனுக்கு வைப்பது
4) எழுத்துக் கலை ஒற்றுமை. வரலாற்றுக்கு முற்பட்ட காலத்தில் இந்தியாவில் வழங்கப்பட்ட எழுத்துக் குறியீடுகள் (தென்னிந்திய பானை ஓடுகளில் காணப்படும் குறியீடுகள்) எத்துருஸ்கான் (Etruscan), கிரீத்தன் (Cretan), பழம் எகிப்து (Proto-Egyptian) எழுத்துக்களுடன் ஒற்றுமையுடையதாக உள்ளன.
5) மதச் சடங்கு சம்பிரதாயங்களில் இருவருக்கும் ஒப்புமைகள் உள்ளன. சான்றாகச் சிற்றூர்களில் வழங்கப்படும் சிறுதெய்வ வழிபாடு, மக்கள் கூட்டாக விலங்குகளைப் பலியிடுதல், விரதம் நோற்கும் பெண்கள் இலைகளாலான உடையை சடங்கு உடையாக அணிந்து கொள்ளுதல், நீர் நிலைகளை வணங்குதல் அதனோடு தொடர்புடைய சடங்குகள் போன்றவற்றைக் கூறலாம். இவற்றில் சில இந்தோ-ஈரோப்பியருக்கு முற்பட்ட நடுநிலக் கடலோரப் பரம்பரை வழக்கமாக பிரிட்டனில் இன்றும் வழக்கில் உள்ளது. (இப்பண்பாட்டுக் கூறுகள் முதல் சுமேரியர் மூலம் பிரிட்டனில் பரவியிருந்த பெருங்கல் மரபுடன் தொடர்புடையது)

மேலே கூறப் பெற்ற சமயப் பண்பாட்டு ஒற்றுமைகள், முரண்பாடுகள், ஒருமைப்பாடுகள் ஆகியவற்றை நாம் கருத்தில் கொண்டால் நடுநிலக் கடலோர மக்களும் இந்திய திராவிட மக்களும் மிக நெருக்கமான உறவை மிகப் பழங்காலத்தில்

பெற்றிருந்தனர் என்று நாம் ஊகிக்க இடமிருக்கிறது. நடுநிலக் கடலோர மக்களுக்கும் திராவிடருக்கும் இடையே உள்ள இயலக் கூடியது மட்டுமன்று இருந்திருக்கக் கூடியது ஆகவும் ஒப்புக்கொள்ளக் கூடிய முடிவாகவும் தோன்றுகிறது.[94]

சட்டர்ஜியின் பின்வரும் குறிப்பு மிகவும் முக்கியத்துவம் உடையது.

“எரோடட்டசு (Herodotus) என்ற வரலாற்று ஆசிரியர் தாம் எழுதிய வரலாற்று நூலில், எத்தியோகிரீட்டன்ஸ் (Eteocretans) என்ற கிரீத் தீவின் ஹெல்லனிற்கு முற்பட்ட இன மக்களைத் “தெர்மிலை” என்று அழைக்கிறார். ... ஒரே இன மக்களின் இரு வேறுபட்ட குழுவினர் லிசியன் மக்களும் கிரீத்தன் மக்களும் ஆவர். லிசியன் கல்வெட்டுகள் பல ஏசியா மைனரில் கிரேக்க எழுத்தை ஒத்த எழுத்துக்களில் பொறிக்கப்பட்டுள்ளமை கண்டுபிடிக்கப்பட்டுள்ளன. ஆனால் இக்கல்வெட்டுகளின் முழுப் பொருளையும் நம்மால் இன்னும் படித்து அறியமுடியவில்லை. ... ...

அடிப்படையில் இம்மொழி ஏஜியரும், லிசியரும், கிரீத்தரும் ஆக இருந்தவர்களின் ஏஜியன் மொழியைச் சார்ந்ததாகும். ஏஜியன், லிசியன், கிரீத்தன் ஆகிய மூன்றையும் ஒரே மொழி அமைப்பில் அடக்கிவிட முடியும். ஏஜியன் மக்களைப் போல எத்தியோகிரீட்டன்ஸ் தம்மை “தெர்மிலை” என அழைத்துக்கொண்டனர். லிசியன் மக்கள் தம் மொழிக் கல்வெட்டுகளில் தம்மை “த்ரிம்மிலி” (Trimmili) எனக் குறித்துக்கொண்டனர். ‘தெர்மிலை’ என்பதும் ‘த்ரிம்மிலை’ என்பதும் ஒரே பெயரின் வேறுபட்ட வடிவங்கள் ஆகும். குறிப்பிட்ட ஒரே குழுவைக் குறித்த மேற்கண்ட பெயர்கள் காலப்போக்கில் அனைத்து மக்களையும் அல்லது மக்களின் பெரும்பான்மைப் பகுதியையும் குறிப்பிடப் பயன்படுத்தப் பட்டிருக்கவேண்டும். இப்பெயர்கள் தமிழ் என்ற பழம் பெயரோடு இணைத்து நினைக்கத்தக்கவை.[95]”

---

94 சுனீத் குமார் சாட்டர்சியின் ‘திராவிடர்’ , வரலாற்று மானுட மொழியியல் நோக்கு இனவியலாய்வு, தமிழில் க.ப. அறவாணன் – பதிப்பு; 1990. பக். 42-41

95 சுனீத் குமார் சாட்டர்சியின் ‘திராவிடர்’ , வரலாற்று மானுட மொழியியல் நோக்கு இனவியலாய்வு, தமிழில் க.ப. அறவாணன் – பதிப்பு; 1990. பக். 54-53

மினோயன் மற்றும் அசுவா கூட்டணியினர் செயல்பட்ட ஏஜியன், லிசியன் (ஆசியா மைனர்), கிரீத்தன் (மினோயன்) ஆகிய பகுதி மக்களை பண்டைய கிரேக்கர் 'தெர்மிலை', 'த்ரிம்மிலை' என்று அழைத்ததாக எரோடட்டசு (Herodotus) குறிப்பிட்டுள்ளது மிகவும் முக்கியத்துவம் வாய்ந்தது. இப்பகுதியில் பூர்வீகமாக வாழ்ந்த வணிகக்குழுக்களின் மேட்டுக்குடியினர் வெளியேறிய பின்பும் அப்பகுதியில் தொடர்ந்து வாழ்ந்த எஞ்சிய மக்கள் பழைய பெயரிலேயே அழைக்கப்பட்டுள்ளனர். இந்தியாவிலும் 'தமிழ்' என்ற சொல்லை வட மொழியினர் 'த்ரவிட' என திரிந்த வடிவில் உச்சரித்ததை போலவே இந்தோ-ஐரோப்பிய மொழிக்குரிய கிரேக்கரால் திரிந்த வடிவில் உச்சரிக்கப்பட்டதா என்பது ஆய்வுகுரியது.

தென்னிந்திய பானை ஓடுகளில் மினோயன் எழுத்துக்கள்

தமிழக பானை ஓட்டுக் குறியீடுகளைப் பற்றி ஆய்வுகளை மேற்கொண்ட முனைவர் இராசு. பவுன்துரை, தமிழகக் குறியீடுகளுக்கும் பண்டைய சுமேரியர், எகிப்தியர், மினோயன் பண்பாட்டினர், அக்காடியர், மைசீனியர், கிரேக்கர் போன்றோர் பயன்படுத்திய குறியீடுகளுக்குமுள்ள ஒப்புமைகளை விரிவாக ஆய்வுசெய்துள்ளார்.[96] கி.மு. 2250 - 1500 காலகட்டத்தில் மினோயன் பண்பாட்டினர் பயன்படுத்திய 'லீனியர்-B' (Linear-B) எழுத்துக்கள் தென்னிந்திய குறியீடுகளுடன் அதிக ஒப்புமை உள்ளதைக் குறிப்பிடுகிறார்.[97]

ஹைதரபாத்தில் கற்குவைகளில் கிடைத்த மட்பாண்டங்களில் காணப்படும் குறியீடுகள் கிரீத் மினோயன் நாகரிகச் சின்னங்களில் காணப்பட்டவற்றுடன் முற்றிலும் ஒத்திருக்கின்றன என கில்பர்ட் சிலேட்டர் குறிப்பிடுகிறார் [98].

லீனியர் A மற்றும் லீனியர் B ஆகியவை கி.மு. 2000 ஆவது

96 இராசு. பவுன்துரை, பண்டைத் தமிழக வரைவுகளும் குறியீடுகளும், வெளியீடு: உலகத் தமிழாராய்ச்சி நிலையம் பக். 228

97 இதுவுமது. பக். 87

98 கில்பர்ட் சிலேட்டர், இந்திய நாகரிகத்தில் திராவிடப் பண்பு, (மொழிபெயர்ப்பு; கா. அப்பாத்துரை, பைரவி புக் ஹவுஸ், திண்டுக்கல், பதிப்பாண்டு, ஏப்ரல் 2020. – பக்கம் - 52

ஆண்டில் சில ஏஜியன் நாகரிகங்களில் பயன்படுத்தப்பட்ட வரிவடிவ எழுத்துகளாகும். லீனியர்-A எழுத்துக்களைப் பற்றி பிரிட்டானிக்கா (Britannica) குறிப்பிடுவதாவது:

“லீனியர் A, கிரீத்திலும் சில ஏஜியன் தீவுகளிலும் சுமார் கி.மு. 1850 - கி.மு. 1400 காலகட்டத்தில் பதிவாகியுள்ளது. இதற்கும் மினோவனின் சித்திர எழுத்துகள் என்று கூறப்படுவதற்குமான தொடர்பு நிச்சயமற்றது. இது இட - வலமாக எழுதப்பட்ட ஓர் அசை (ஒலி) எழுத்தாகும். லீனியர் A யில் பயன்படுத்தப்பட்ட பெரும்பாலான அசைக் குறியீடுகளின் தோராயமான ஒலி வடிவங்கள், லீனியர் Bயிலிருந்து தெரிகிறது என்றாலும் லீனியர் A யில் எழுதப்பட்ட மொழி எதுவென்று தெரியவில்லை. அநேகமாக அது மினோவன் கிரீத்தின் ஹெலெனிய காலத்திற்கு முற்பட்ட (pre-Hellenic) மொழியாகும். இதற்கும் கி.மு. முதல் ஆயிரமாவது ஆண்டின் எத்தியோகிரீத்தன் (Eteocretan) மொழியுடனான இறுதியான உறவும் கூட தெரியவில்லை.”

லீனியர் எழுத்துக்களைப் பயன்படுத்தியதாக பிரிட்டானிக்கா குறிப்பிடும் மினோயன் மற்றும் ஏஜியன் பகுதி மக்களையே கிரேக்கர்கள், த்ரிம்மிலி, தெர்மிலை என்று அழைத்தனர் என்பது குறிப்பிடத்தக்கது.

பெரும்பாலான மொழியியலாளர்களும் திராவிட மொழி பேசும் மக்களின் பூர்வீகத்தை மத்தியதரைக்கடலோர பகுதியாகவே கூறுகின்றனர். ஃப்ரான்ஸ் நாட்டைச் சேர்ந்த மொழியியலாளர் லஹோவரி (Dr.N.Lahovary) மத்தியதரைக்கடலோர நாடுகளின் பண்டைய மொழிகளுக்கும் திராவிட மொழிகளுக்கும் நெருங்கிய தொடர்புகள் உள்ளதை விரிவாக ஆய்வுசெய்துள்ளார். வட இந்தியாவின் இந்தோ-ஆரிய மொழிகளையும் வடக்கு-கிழக்கு ஐரோப்பாவின் இந்தோ-ஐரோப்பிய மொழிகளுடன் ஒரே குழுவாகப் பார்ப்பது போல் தென்னிந்தியாவின் திராவிட மொழிகள், இந்தோ-ஐரோப்பிய காலத்திற்கு முந்தைய மேற்காசியா மற்றும் மத்தியதரைப் பகுதிக்குரிய ஒட்டுநிலை மொழிகளின் குழுவுடன் தொடர்புடைவை என்கிறார்.

சிரியா, பாலஸ்தீனம், மெசொப்பொட்டாமியா, சிந்துசமவெளிப் பகுதி ஆகியவை முதல் நாகரீகத்தின் தொட்டில் என்றும் இப்பகுதியிலிருந்து திராவிடர் கிழக்கிற்கும் மேற்கிற்கும் பரவியுள்ளனர் என்றும் லஹோவரி கருதுகிறார். அதாவது முதல் நாகரிக மக்களின் ஒரு கிளையினமாக திராவிடர்களை லஹோவரி கருதுகிறார். இதற்கு ஆதரவாக இந்தோ-ஐரோப்பியர் குடியேறுவதற்கு முந்தைய ஐரோப்பாவிலும் மத்தியதரைக்கடலோர பகுதிகளிலும் காணப்படும் பெருங்கல் மரபு திராவிடர் வாழ்கின்ற இந்திய பகுதிகளிலும் பெருவாரியாக உள்ளதை லஹோவரி சுட்டிக்காட்டுகிறார். மேலும் திராவிடரைப் போல் மெசொப்பொட்டாமியாவிலும் மத்தியதரைக்கடலோரங்களின் சில பகுதிகளிலும் இறந்தோரை தாழியில் புதைக்கும் மரபு உள்ளதையும் சுட்டிக் காட்டுகிறார்.

வட மேற்கு ஆஃப்ரிக்காவை அடுத்துள்ள இன்றைய ஸ்பெயின் (Spain), போர்ச்சுக்கல் (Portugal) ஆகிய நாடுகளை உள்ளடக்கிய பகுதியை ஐபீரியா தீபகற்பம் (Iberian peninsula) என அழைப்பர். இப் பகுதியில் கி.மு. 4500 வாக்கில் தோன்றிய பெருங்கல் மரபு கி.மு. 3000 வாக்கில் ஐரோப்பா முழுவதும் பரவியிருந்தது. இப்பெருங்கல் மரபு கிழக்கு மத்தியதரைக்கடலோர நாடுகளிலிருந்து ஐரோப்பிய பகுதிக்குப் பரவிய வணிகக்குழுக்களுடன் தொடர்புடையதாகும். பெருங்கல் மரபு பரவிய பகுதிகளில் பேசப்பட்ட மொழிகளில் திராவிட மொழிக்கூறுகள் அதிகம் உள்ளதை ஆய்வாளர்கள் சுட்டிக்காட்டியுள்ளனர். இப்பண்டைய மொழிகளில் ஃப்ரான்ஸ் நாட்டிற்கும் ஸ்பெயின் நாட்டிற்கும் எல்லைப் பகுதியில் வாழும் மக்கள் பேசுகின்ற “பாஸ்க் (Basque)” மட்டுமே இன்று உயிர்ப்புடன் உள்ளது. ஏஜியன் மற்றும் ஆசியா மைனர் பகுதியில் பேசப்பட்ட பண்டைய மொழிகள் பாஸ்க் மொழியிலிருந்து வளர்ந்ததாக லஹோவரி கருதுகிறார்[99]. பாஸ்க் மொழி பேசும் மக்கள் பெருங்கற்கல்லறைப் பண்பாட்டுடன் தொடர்புடையவர் என்பது குறிப்பிடத்தக்கது.

டேவிட் ரீச் (David Reich) என்ற அமெரிக்க மரபியல் விஞ்ஞானி திராவிடர்கள் மத்தியதரைக் கடலின் கிழக்குக்கரைப்

---

99 *The Hindu, June 23, 2010, Article by Sirpi Balasubramaniyam – “The Mediterranean Connection”*

பகுதி மக்களுடன் தொடர்புடையவர் என்றும் ஆசியா மைனர், கிரீத் மற்றும் ஹெல்லெனிய காலத்திற்கு முந்தைய கிரேக்கர்களாகிய ஏஜியன்கள் ஆகியோருடைய இனத்தொகுப்பில் (Stock) சேர்த்து எண்ணத்தக்கவர்கள் என்றும் கருதுகிறார்.

மினோயன், அசுவா வணிகக்கூட்டணியினர் செயல்பட்ட பகுதிகளை அப்படியே குறிப்பிட்டு அப்பகுதிகளின் மக்களும் திராவிடர்களும் ஒரே இனத்தொகுப்பைச் (Stock) சேர்ந்தவர்கள் என ரீச்குறிப்பிடுகிறார்[100]. சிந்துவெளி பண்பாட்டுத் தலமான 'ரஹிகர்கி' (Rakhigarhi) என்ற இடத்தில் கிடைத்த மனித எலும்புக்கூட்டின் மரபணு ஆய்வறிக்கை பற்றிய தனது கருத்தில் இவ்வாறு ரீச் குறிப்பிட்டுள்ளார். மரபணு விஞ்ஞானியான டேவிட் ரீச்சின் கருத்து முக்கியத்துவம் வாய்ந்ததாக உள்ளது.

சங்ககாலத் தமிழ்ச்சமூகம் மத்தியதரைக்கடலோர வணிகக்குழுக்களால் உருவாக்கப்பட்டதால் அப்பகுதியின் பல பண்பாட்டுக் கூறுகளை பண்டைய தமிழ்ச் சமூகத்தில் காணமுடிகிறது.

ஐநூற்றுவரும் மினோயனும்

கிரீத் தீவிலிருந்த மினோயன் என்ற வணிக அரசின் அழிவின் மீது தான் கிரேக்க நகர அரசுகள் தோன்றின. இவற்றில் 'ஏதென்ஸ்' நகர அரசு மினோயன் மரபுகள் பலவற்றையும் உள்வாங்கித் தோன்றியிருந்ததாக ஆய்வாளர்கள் குறிப்பிடுகின்றனர். மினோயன் போன்றே ஏதென்ஸ் நகரமும் வணிகத்தை முதன்மையாகக் கொண்டிருந்தது. கிரேக்க நகர அரசுகளில் ஏதென்ஸ் நகரில் தான் தத்துவ விசாரணைகள் அதிகம் நடைபெற்றன. மினோயன் உள்ளிட்ட ஏஜியன் பகுதியின் வணிக அரசுகள் வளர்த்திருந்த தத்துவ மரபின் தொடர்ச்சியை ஏதென்ஸ் நகர அறிஞர்களிடம் காணமுடிகிறது.

ஏதென்ஸ் நகர ஆட்சிமன்றக்குழு 500 உறுப்பினர்களைக் கொண்டது. ஏஜியன் பகுதி வணிகக்குழுக்களிடமிருந்த 500 உறுப்பினர் கொண்ட சபை ஏற்படுத்தும் மரபை ஏதென்ஸ்

---

100 The pioneer, "Rakhigarhi What does the DNA sample prove" article by Roshen Dalal; Monday, 10 September 2018 {David Reich suggests that Dravidians are related to people from the eastern Mediterranean; they are thought to be of the same stock as the people of Asia Minor and Crete, and the pre-Hellenic Greeks (the Aegeans)}

நகரத்தினர் எடுத்துக்கொண்டுள்ளனர். 500 என்ற எண்ணிக்கையை அடையாளமாகக் கொண்ட வணிகக்குழுக்கள் இந்தியா முழுவதும் பரவியிருந்ததை அறியமுடிகிறது. புத்தரின் சாக்கிய குலம் இது போன்ற ஐநூற்றுவ வணிகக்குழுக்களின் துணைக்குடியாக வாழ்ந்ததால் தான் அவர் சென்ற இடங்களிலெல்லாம் ஐநூறு பிக்குகளுடன் சென்றதாகக் கூறும் மரபு இருந்தது. தமிழ்நாட்டிலும் ஐநூற்றுவ வணிகக்குழுவினர் வலுவாக செயல்பட்டுள்ளனர். புதுக்கோட்டைக்கு அருகில் உள்ள ஐநூற்றுவர் பேரேரி, திருவிடைமருதூரின் ஐநூற்றுவன் மண்டபம், போளூர் கலசப்பாக்கத்தில் உள்ள ஐநூற்றுவன் அம்பலம், சிவகங்கையில் ஐநூற்றுவக் காவனம், காரைக்குடி பிள்ளையார்பட்டியிலுள்ள ஐநூற்றுவப் பெருந்தெரு போன்றவை ஐநூற்றுவ வணிகக்குழுக்களுடன் தொடர்புடையதாகும். கல்வெட்டுகளில் 'திசை ஆயிரத்து ஐநூற்றுவர்' என இவ்வணிகக்குழு அழைக்கப்படுகிறது. ஆயிரம் திசைகளுக்கும் பயணிப்பவர் என்ற பொருளில் இவ்வாறு அழைக்கப்பட்டுள்ளனர்.

இந்தியாவின் வலுவான வணிக சமூகங்களில் ஒன்றான நாட்டுக்கோட்டை செட்டியார் சமூகத்தினரின் குடிமரபுக் கதைகள், அவர்களை ஐநூற்றுவர் எனக் குறிப்பிடுகின்றன. இச்சமூகத்தினரிடம் தாய்வழியில் கடத்தப்படும் மைட்டோகாண்ட்ரிய (mt Dna) 'U' மரபணு[101] 24.3% நபர்கள் வரை இருப்பதாக மரபணு ஆய்வறிக்கை ஒன்று குறிப்பிடுகிறது.[102] பிற பெரும்பாலான தென்னிந்திய சமூகங்களிடம் இம்மரபணு 10 - 6 % நபர்கள் வரை தான் உள்ளது என்பது குறிப்பிடத்தக்கது. இம்மரபணு வடஆஃப்ரிக்காவில் தோன்றி மத்தியதரைக்கடல் பகுதி வழியாக ஐரோப்பாவிற்கும் இந்தியாவிற்கும் பரவியுள்ளது. நாட்டுக்கோட்டை செட்டியார் சமூகத்தினருக்கும் மத்தியதரைக்கடல் பகுதிக்குமான தொடர்பினை இத்தரவு தெளிவாக உறுதிசெய்கிறது. கிரீத் உள்ளிட்ட ஏஜியன் பகுதியிலிருந்து இந்தியாவிற்குப் பரவிய வணிகக்குழுக்கள் குடும்பத்துடன் குடியேறியுள்ளனர். இதன் பின் இந்திய பூர்வீகக்குடிகளிலிருந்து பரிணமித்த வணிகக்குழுக்களும் ஐநூற்றுவர் குழுவில் இணைந்துள்ளனர்.

101 மரபணு ஆய்வுகள் மூலம் மனித குல பரவுதல்களை எவ்வாறு கண்டுபிடிக்கின்றனர் என்பதை 'மனித இனத்தின் தோற்றமும் பரவுதலும்' என்ற தலைப்பில் பார்க்க உள்ளோம்.

102 Indian Academy of Sciences, Genetic admixture studies on four *in situ* evolved, two migrant and twenty-one ethnic populations of Tamil Nadu, south India, Research article by G.Suhasini and others

மெசொப்பொட்டாமியாவின் சிரியா பகுதியில் தமிழ் வணிகக்குழுக்களின் தனித்த குடியிருப்புப்பகுதி ஒன்று அமைந்திருந்ததற்கான சான்றுகள் கிடைத்துள்ளன. யூப்ரடிஸ் சமவெளியில் உள்ள ஒரு தொல்லியல் களத்திலிருந்து வெண்கல காலத்தின் தொடக்கத்துக்கும் ரோமானிய காலத்தின் கடைக்கட்டத்துக்கும் (கி.மு. 2500 க்கும் கி.பி. 500 க்கும்) இடைப்பட்ட கால எலும்புக்கூடுகள் அண்மையில் அகழ்ந்தெடுக்கப்பட்டன. அவற்றின் மைட்டோகாண்ட்ரிய மரபணுக்களை எடுத்து ஆய்வுசெய்த விட்டாஸும் அவரது சகாக்களும், M65a, M49, மற்றும்/அல்லது M61 தொடர்புடைய மரபணுக்கள் இவ்வெலும்புக்கூடுகளில் உள்ளதைக் கண்டுபிடித்தனர். இந்த வகை மரபணுக்கள் பண்டைய சிரிய மக்களிடம் அறவே இல்லை. ஆனால் இவ்வகை மரபணுக்கள் இந்திய மக்களுடன் தொடர்புடையவை என்பதால் இந்த எலும்புக்கூடுகளுக்குரிய நபர்கள் இந்திய வணிகக்குழுக்களுடன் தொடர்புடையவராக இருக்கலாம் என ஆய்வாளர்கள் கருதினர். மேற்கொண்டு தொடர்ந்த விரிவான ஆய்வுகள் மூலம் இம்மரபணுக்களின் சந்ததியினர் தமிழகத்தின் திண்டுக்கல் மாவட்டத்தில் வாழ்வதைக் கண்டுபிடித்துள்ளனர்.[103]

மேலே குறிப்பிட்ட தரவு சிரியாவில் தமிழ் வணிகக்குழு குடியிருந்ததை உறுதிசெய்கிறது. சிரியாவிற்கும் தமிழ் வணிகக்குழுக்களுமான நெருங்கிய உறவுக்கு தமிழக 'உட்ஸ் ஸ்டீல்' ஆல் (Wootz Steel) தயாரிக்கப்பட்ட டமாஸ்கஸ் வாட்களும் சான்றாகும். 2000 ஆண்டுகளுக்கு முன்பே கேரளத்தில் குடியேறியதாகக் கூறப்படும் சிரியன் கிறிஸ்தவர்களும் இந்த உறவை மேலும் உறுதிசெய்கின்றனர். சிரியன் கிறிஸ்தவர்களிடம் ஐநூற்றுகார், எழுநூற்றுகார் என இரு பிரிவுகள் உள்ளதையும் இவர்கள் முறையே தறியாக்கள், மணிக்கிராமத்தார் என அழைக்கப்பட்டனர் என்பதையும் அறிஞர் நாகமையா குறிப்பிடுகிறார். திண்டுக்கல் மாவட்டம், நத்தம் வட்டத்திலுள்ள சமுத்திராபட்டியில் கிடைத்த வணிகக்குழுக்களின் கல்வெட்டு ஒன்றில் அவ்வணிகக்குழுவிற்கு பாதுகாப்புப் படைப்பிரிவாக

---

103 PLoS One. 2014; 9(10): e109331. Published online 2014 Oct 9. doi: 10.1371/journal.pone.0109331 Tamil Merchant in Ancient Mesopotamia Article by Malliya gounder Palanichamy and others

சேவை செய்த "கொங்குவாள் எழுநூறும்" என்ற படைப்பிரிவினரைக் குறிப்பிடுகிறது. சிரியன் கிறிஸ்தவர்கள் எழுநூற்றுகாரை மணிக்கிராமத்தார் என அழைப்பது போல் சமுத்திராபட்டி கல்வெட்டும் எழுநூற்றுவரை மணிக்கிராமத்தார் என அழைக்கின்றது. அவ்வாறாயின் 'ஐநூற்றுவர்' என்பது வணிகக்குழுவைக் குறிப்பது போல் எழுநூற்றுவர் என்பது வணிகர்களுக்குப் படை பாதுகாப்புக் கொடுக்கும் குழுவைக் குறிப்பதாகக் கூறமுடிகிறது. பண்டைய சேர நாட்டில் (கேரளத்தில்) வாழ்ந்த ஐநூற்றுவ வணிகர்களாகிய நாட்டுக்கோட்டை செட்டியார்கள் தங்களுடைய படைப்பிரிவினரான எழுநூற்றுவருடன் சிரியன் கிறிஸ்தவர்களாக மாறினரா அல்லது சிரியாவில் எழுநூற்றுவப்படையுடன் வாழ்ந்த ஐநூற்றுவ வணிகக்குழுக்கள் கிறிஸ்தவர்களாக மாறிய பின் கேரளம் வந்து சேர்ந்தனரா என்பது ஆய்வுக்குரியது.

உடலில் கத்தி போடும் சடங்கு

மத்தியதரைக்கடலோர வணிக அரசுகளின் கோயில் பூசாரிகள், விழாக்களின் போது கத்தியால் உடலில் அடித்து பலி பீடத்தைத் தங்கள் ரத்தத்தால் நனைப்பார்கள். இவ்வழக்கம் வணிகக்குழுக்களின் குடிகளிடமும் இருந்துள்ளது. பெருங்கல் பண்பாட்டினர் கி.மு. 1300 வாக்கில் தென் அரேபிய பகுதிக்குக் குடியேறிய போது இச்சடங்கு அரேபியரிடமும் பரவியுள்ளது. இன்று ஷியா முஸ்லிம் இளைஞர்கள் முஹர்ரம் விழாவில் முதுகில் கத்தியால் அடித்து ரத்தம் வரவைக்கும் சடங்கினை மேற்கொள்கின்றனர்.

தமிழகத்தின் தேவாங்கர் செட்டியார் சமூகத்தினரும் சௌடேஸ்வரி அம்மன் கோயில் விழாவின் போது தங்கள் உடலில் கத்தியால் அடித்து ரத்தம் வரவைக்கும் சடங்கினைச் செய்கின்றனர். இச்சமூகத்தினர் நான்காயிரம் ஆண்டுகளுக்கு முற்பட்ட மத்தியதரைக்கடலோர வணிகக்குழுக்களில் ஒன்று என உறுதியாகக் கூறலாம். தேவாங்கர் செட்டியார் ஆசியா மைனரில் செயல்பட்ட அசுவா கூட்டணியுடன் தொடர்புடைய வணிகக்குழுக்களாக இருக்கலாம். அசுவா கூட்டணியினர் பெரும்பாலும் கர்நாடகப் பகுதியின் புதியகற்காலப் பண்பாட்டினருக்குத் தலைமையேற்று செயல்பட்டுள்ளனர்.

சங்கராபுரத்தில் தேவாங்கர் இளைஞர்கள் கத்தி போடும் சடங்கு

முஸ்லிம் இளைஞர்கள் கத்தி போடும் சடங்கு

நன்றி: மாலைமலர்

இடையைச் சிறுக்க வைக்கும் மரபு

மினோயன்களும் தமிழர்களும் தங்கள் இடையை சிறுக்க வைக்கும் பழக்கத்தைக் கொண்டிருந்தனர் என கில்பர்ட் சிலேட்டர் குறிப்பிடுகிறார்.

“திராவிடர்கள் நேரடியாகவோ சுற்றுமுறையாகவோ கினாசசுடன் (Knossus) தொடர்பு கொண்டிருந்ததாகக் கூறலாம். தெய்வங்கள் சிவனைப் போல் ஆண்பாலாயினும் சரி, காளியைப் போல் பெண்பாலாயினும் சரி இரு பால்களுமே மிகைப்படுத்தப்பட்ட ஒடுங்கிய இடையுடையவராக அதுவும்

இடையை ஒடுக்குவதற்கேற்ற கருவி எதுவும் இல்லாதபடி இடை ஒடுங்கியவராகவே அமைக்கப்பட்டுள்ளனர். மினோவக் (கினாசசு) கலையில் இடை இன்னும் சிறிது. ஆண்களும் பெண்களும் இடையில் ஒட்டியாணம் அணிபவர்களாய்க் காட்டப்பட்டுள்ளனர். இது குழந்தைப் பருவத்திலேயே அணியப்பட்டு என்றும் அகற்றப்படாமலே இருந்ததாகத் தோன்றுகிறது."[104]

தமிழர்கள் குழந்தைப் பருவத்திலிருந்து கடைப்பிடிக்கும் "அரைஞாண் கயிறு" அணியும் வழக்கத்துடன் இது ஒப்புமையாக உள்ளது. தமிழரின் வசதியான வீட்டுக் குழந்தைகளுக்கு வெள்ளி உலோகத்திலும் அரைஞாண் கயிறு அணிவர். மினோயன்களும் இது போன்று உலோகத்தாலான அரைஞாண் கயிறு அணியும் வழக்கத்தைக் கொண்டிருந்தனர் என்பதை சுவர் ஓவியங்கள் மூலம் அறியமுடிகிறது.

மினோயன் பண்பாட்டில் ஏறு தழுவல்

மினோயன் பண்பாட்டினர் ஏறு தழுவுதலை மிக விருப்பமுடன் செய்தனர். இவ்விளையாட்டை சித்திரிக்கும் பல ஓவியங்களை கிரீத்தின் கட்டட சுவர்களில் பார்க்கமுடிகிறது. பாத்திரங்கள், முத்திரை மோதிரங்கள், வெண்கல உருவங்கள் என இவ்விளையாட்டை பல வகைகளிலும் சித்திரித்துள்ளனர். இந்த அளவிற்கு இவ்விளையாட்டு மினோயன் மக்களிடம் பிரபலமாக இருந்தது. மினோயன் வணிகக்குழுக்களின் குடியேற்றத்தின் விளைவாகவே சங்ககால வாழ்வியலில் ஏறு தழுவல் முல்லை நில வீரர்களின் முதன்மை வீர விளையாட்டாகத் திகழ்ந்துள்ளது. ஆயர் மற்றும் வேடர் குடிகளை ஏறு தழுவல் விளையாட்டிற்கும் அதைத் தொடர்ந்த ஆநிரை கவர்தல், மீட்டல் போன்ற போர் முறைகளைக் கற்றுக்கொள்வதற்கும் வணிக அரசுகளின் ஆசான் மரபினர் ஊக்கப்படுத்தியுள்ளனர். துணைக்குடிகளிலிருந்து சிறந்த போர்வீரர்களைத் தேர்ந்தெடுக்கும் உத்தியாக இதைச் செய்தனர். ஆநிரை கவர்தல் மூலம் போர்வீரர்களைப் பயிற்றுவிக்கும் இம்மரபு முந்து எகிப்து நாகரிகமான நகடா

---

104 கில்பர்ட் சிலேட்டர், இந்திய நாகரிகத்தில் திராவிடப் பண்பு, (மொழிபெயர்ப்பு; கா. அப்பாத்துரை, பைரவி புக் ஹவுஸ், திண்டுக்கல், பதிப்பாண்டு, ஏப்ரல் 2020. பக்கம் - 54

(Naqada) பண்பாட்டில் தோன்றி மினோயன் வழியாகத் தமிழகத்திற்கும் பரவியுள்ளது.[105]

ஏறு தழுவல் விளையாட்டைக் காட்டும் மினோயன் சுவரோவியம்

(இப்படத்திலுள்ள மூன்று நபர்களும் இடுப்பில் உலோக அரைஞாண் கயிறு அணிந்திருப்பதைப் பார்க்கலாம்)

மினோயன் முத்திரை மோதிரம் – ஏறு தழுவல்

---

105 இப்பொருள் குறித்து "தமிழரைத் தேடி.... இரண்டாம் பாகம்" நூலில் விரிவாகப் பார்க்கலாம்

மினோயன் வெண்கல உருவம் - ஏறு தழுவல்

ஏஜியன் பகுதியில் வேலன் வெறியாடல்

சுமேரியருடன் வணிகத்தொடர்பு கொண்டிருந்த மினோயன், ஏஜியன் பகுதிகளின் வணிகக்குழுக்களிடம் வேல்சானோஸ் (VelChanos) என்ற குமரன் தெய்வ வழிபாடு நிலவியது. சுமேரியரின் ‘பேல்’ தெய்வமே தமிழில் வேல்/வேலன் என்றாகியுள்ளது. கிரேக்க சீயஸ் (Zeus) கடவுளின் குழந்தை வடிவமாக (சேயோன்) இந்த வேல்சானோஸ் கருதப்படுகிறான். இவனை சிறுவன் சீயஸ் (Boy Zeus) (குமரன்) என்றும் அழைப்பர். முருகனுடன் சேவலை அடையாளப்படுத்துவதைப் போல் வேல்சானோஸ் அருகில் சேவல் நிற்பதாகக் காட்டுகின்றனர். முருகன் குன்றக் குறவர்களின் தலைவன். வேல்சானோசின் பாதுகாவலராக அவன் தாயால் குரேட்கள் (Kouretes) நியமிக்கப்பட்டனர். இளைஞர்களான இந்த குரேட்ஸ்கள் போரில் வல்லவர்கள். குரேட்ஸ்களின் தலைவனாகையால் வேல்சானோஸ், குரோஸ் அல்லது கௌரோஸ் (Kouros) என்றும் அழைக்கப்படுவான். சிறுவனாக இருக்கும் போது வேல்சானோஸ் என்றும் குமரன் ஆன பின் குரோஸ் என்றும் அழைக்கப்பட்டதாகச் சில ஆய்வாளர்கள் கருதுகின்றனர். விழாக் காலங்களில் குரேட்ஸ்கள் ஆவேசமாக நடனமாடும் போது குரோஸ்சும் நடனத்தில் பங்கு பெறுவான்

என்று புராணங்கள் குறிப்பிடுகின்றன. இதை இளைஞர் திருவிழா எனக் கூறுகின்றனர்.

குழந்தை குரோஸ்ஸை சூழ்ந்து நடனமாடும் குரேட்களின் (இளைஞர்) வெறியாடல்

ஏஜியன் பகுதியில் கி.மு. 900 க்குப் பின் தோன்றிய ஃபிரிஜியர்களிடமும் (Phrigians) குரோஸ் வழிபாடு இருந்தது. குன்று இருக்கும் இடமெல்லாம் குமரன் இருக்கும் இடம் எனக் கூறுவது போல் குரோஸ்சின் கோயில்கள் குன்றுகளிலேயே அமைந்திருந்தன. கிரீட்டின் ‘இடா’ (Ida) என்ற மலையில் மட்டும் இத்தெய்வத்தின் 100 சிலைகள் கண்டுபிடிக்கப்பட்டுள்ளன. கிரிட்டிலிருந்து ஐரோப்பா முழுவதும் குரோஸ் வழிபாடு பரவியுள்ளது. பண்டைய ஐரோப்பாவில் குரோஸ்சுக்குத் தான் அதிகமான சிலைகள் உள்ளன. குரோஸ்ஸின் சிலைகள் அனைத்தும் 20 வயது மதிக்கத்தக்க இளைஞனாக, நீண்ட தலைமுடியுடன் நிற்கும் நிலையில் உள்ளன.[106]

---

106 பா. பிரபாகர் – குமரிக்கண்டமா சுமேரியமா? – தமிழரின் தோற்றமும் பரவலும் – பக்கம் 109 – 106

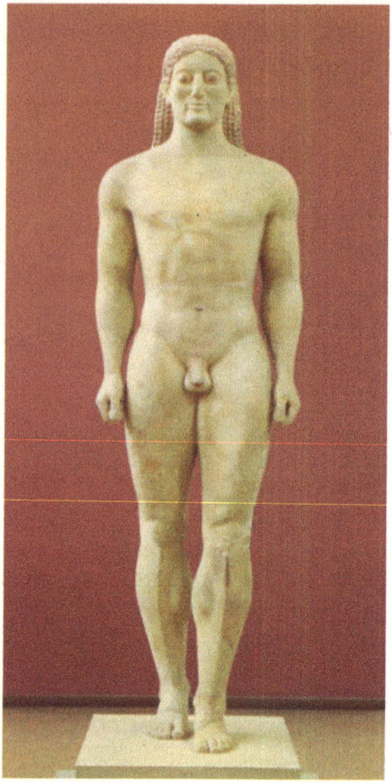

கௌரோஸ் (*Kouros*) சிலை

கிரேக்கக் கட்டடக் கலையில் இளைஞர் சிலைகளை குரோஸ் என்றே அழைப்பர். இன்றும் கிரேக்கம், ஹங்கேரி ஆகிய நாடுகளில் வேல்சானோஸ் திருவிழா என்ற பெயரில் இளைஞர்கள் திருவிழா கொண்டாடப்படுகிறது. வேல்சானோஸ் பற்றிய புராணங்கள், குரேட்கள் கைகோர்த்து ஆடுவதாக சித்திரிக்கின்றன. குரேட்களின் ஆட்டத்தை சங்ககாலக் குன்றக் குறவர்களின் வேலன் வெறியாட்டத்துடன் ஒப்பிடலாம். வேலன் வெறியாடலின் போது வேலனை வழிபட வந்த பெண்கள் கைகோர்த்துக் குரவைக் கூத்தாடினர்.

'சீர்மிகு நெடுவேள் பேணித் தழூஉம் பிணையூஉ
மன்று தொறும் நின்ற குரவை சேரிதொறும்
உரையும் பாட்டும் ஆட்டும் விரைஇ
வேறு வேறு கம்பலை வெறிகொள்பு மயங்கி''

(மதுரைக்காஞ்சி, வரிகள் 614 – 617)

கேரள மாநிலத்தின் (பண்டைய சேர நாடு) பகுதிகளான மலபார், காசர்கோடு பகுதிகளில் பழந்தமிழ் இலக்கியங்கள் கூறும் வேலன் வழிபாட்டு முறைகளைப் பின்பற்றும் பூசாரி இனத்தவர் இன்றும் வாழ்கின்றனர். அவர்கள் 'வேலன்மார்' என்று அழைக்கப்படுகின்றனர். குறிப்பிட்ட விழாக்களில் இவர்கள் வேலன் கோலம் அணிந்து ஆடுகின்றனர். அது வேலனாட்டம் அல்லது தெய்யம் (தெய்வம்) என்று அழைக்கப்படுகிறது.

ஏஜியன் பகுதியில் வெறியாடல் நிகழ்த்திய குரேட்கள் மலைப்பகுதியிலுள்ள காடுகளில் உறைபவர்களாகக் குறிப்பிடப்படுகின்றனர். ஈட்டியும் கேடயமும் ஏந்திய போர்வீரர்களாகத் திகழ்ந்த குரேட்கள் கால்நடை மேய்த்தல், வேட்டையாடுதல், தேன் எடுத்தல் போன்றவற்றுடன் உலோக வேலையும் தெரிந்திருந்தனர். மேற்காசிய வணிகக்குழுக்கள் உலோகங்களைத் தேடி தாங்கள் குடியேறிய பகுதிகளில் வாழ்ந்த வேட்டுவக்குடிகளை பல்வேறு பணிகளுக்குப் பயிற்றுவித்ததுடன் அவர்களில் போர் ஆர்வம் உள்ளவர்களை வீரயுகக் குடிகளாகவும் மாற்றினர் என்பதை விரிவாகப் பார்க்க உள்ளோம். வேட்டுவக்குடிகளை தொடக்கத்தில் குறிஞ்சி நிலத்தில் குடியேற்றி பயிற்றுவிப்பதே வணிகக் குழுக்களின் உலகளாவிய வழக்கமாகும். சங்க காலத் தமிழகத்தில் கூட குறிஞ்சி நிலத்தில் குடியமர்த்தப்பட்ட வேடர்கள் ஆநிரை கவரும் போரில் பயிற்றுவிக்கப்பட்டதைப் பார்க்கிறோம். கிரீத் மற்றும் ஏஜியன் பகுதிகளில் குடியேறிய வணிகக்குழுக்கள் அப்பகுதியில் வேட்டுவக்குடிகளாக வாழ்ந்த ஆரிய இனக்குழுக்களை இவ்வாறு வீரயுகக்குடிகளாகப் பழக்கியுள்ளனர்.

குழந்தை குரோசை (வேல்சானோஸ்) பாதுகாப்பதற்காக அவன் தாய் பேய்களையும் (rustic daimones) நியமிக்கின்றாள். இதன் மூலம் குரோசின் தாய் பேய்களைக் கட்டுப்பாட்டில் வைத்திருப்பவள் எனத் தெரிகிறது. தமிழ் இலக்கியங்கள் வேலனை கொற்றவையின் மகனாகக் கூறுகின்றன. கொற்றவையின் வடிவமான காளி பேய்களைக் கட்டுப்பாட்டில் வைத்திருப்பவள் என்பதும் இங்கு பொருந்துகிறது.

ஆதிச்சநல்லூர் பானையோட்டில் கொற்றவை

“சேயோன் மேய மைவரை உலகமும்” என்ற தொல்காப்பிய வரிக்கு, ‘முருகவேள் மேவிய மைவரை உலகமும்’ என்கிறார் உரையாசிரியர் இளம்பூரணர். சேயோன் என்றால் ‘சிறுவன்’ அல்லது ‘குழந்தை’ என்றே பொருள். குரோஸ், “குழந்தை ஜீயஸ்” என அழைக்கப்படுவது போன்றே வேலனும் குழந்தை என்று அழைக்கப்பட்டான். வேலன் குறிஞ்சி நிலமெங்கும் பரவியிருந்தான் என்றும் அத்தொல்காப்பிய வரிக்குப் பொருள் கொள்ளலாம். வேல்சானோசும் ஐரோப்பா முழுவதும் மலைகளில் (குறிஞ்சி நிலம்) குடிகொண்டிருந்ததுடனும் தொல்காப்பிய வரிகள் பொருந்துகின்றன.

இந்த வேலனை திருமுருகாற்றுப்படை “கொற்றவை சிறுவ”, “பழையோள் குழவி” என்று குறிப்பிடுகிறது. கொற்றவையே பிற்காலத்தில் காளி என அழைக்கப்பட்டுள்ளாள். திருமுருகாற்றுப்படை “வெல்போர்க் கொற்றவை சிறுவிழையணி சிறப்பிற் பழையோள் குழவி” எனக் குறிப்பிடுவதால் கொற்றவை போர்த்தெய்வமாகிறார். பிற்கால மரபில் காளி தமிழ் அரசர்களின் போர்த்தெய்வமாகும். தொடக்கத்தில் கொற்றவை குறிஞ்சி நில தெய்வமானதால் தான் அவள் மகன் முருகன் அந்நில தெய்வமானான் என்ற சில ஆய்வாளர்களின் கருத்தும் ஏற்புடையதாகவே உள்ளது. குறிஞ்சி திரிந்து பாலையாகிய போது கொற்றவை பாலை நில தெய்வமாகியிருக்கிறாள். வேல்சானோசின் தாய் ‘ரியா’ மலை அரசியாகக் கூறப்படுவதும் இங்கு பொருந்துகிறது. பெருங்கற்கால பண்பாட்டுத் தளங்களான பொற்பனைக்கோட்டை, பொருந்தல் போன்ற இடங்களிலுள்ள பழைமையான காளி கோயில்களை ‘மதுர காளி’ என அழைக்கின்றனர். இக்காளி கோயில்கள் நீர்நிலைகளை ஒட்டி உள்ளன. மருத நிலத்தில் உள்ள காளியை ‘மருத காளி’ என அழைத்து பின்னர் மதுர காளி என மறுவியதா என்பது ஆய்வுக்குரியது. பாலைக்குரிய கொற்றவையை மருத நிலத்தில் காளி என அழைத்தனரா என்பதும் ஆய்வுக்குரியது.

ஆதிச்சநல்லூர் பானை ஓடு ஒன்றில் தாய்த்தெய்வம் ஒன்றுடன் மானும் கோட்டுருவமாக வரையப்பட்டுள்ளது. நெற்கதிர், கொக்கு, முதலை போன்றவையும் இப்பானை ஓட்டில் வரையப்பட்டுள்ளன.

ஆதிச்சநல்லூரில் கிடைத்த பானை ஓடு

மான் கொற்றவையின் வாகனம். நெற்கதிர், கொக்கு, முதலை மருத நிலத்துக்குரியவை. இக்கோட்டுருவம் மருத நில கொற்றவையாகிய காளியைக் குறிக்கிறதா என்பது ஆய்வுக்குரியது. மான் 'ரியா'வுடன் தொடர்புடையதாக கிரேக்க தொன்மங்களில் இல்லை. ஐரோப்பாவின் பல தொன்மங்கள் 'வெள்ளை மான்' *(White Stag)* ஒன்றை தெய்வீகத் தன்மை கொண்டதாகப் புனைந்துள்ளன. சுமேரியரின் தெய்வீக மான் *(Great Stag – Daramah in Sumerian myth)* ஐரோப்பியரிடம் வெள்ளை மான் ஆகிவிட்டதாக ஆய்வுகள் உள்ளன. சுமேரியரின் மூத்த தெய்வங்கள் "அனுநாகி" எனப்பட்டனர். கி.மு. 3000 க்குப் பின் 'என்கி' உள்ளிட்ட அனுநாகிகள் கீழ் உலகிற்கு அனுப்பப்பட்டனர். கீழ் உலகம் சென்ற 'என்கி' (சுமேரிய திருமால்) மானாக உருமாறியுள்ளது. கீழ் உலகம் என்பது சிரியா, சைப்ரஸ் உள்ளிட்ட மத்தியதரைக்கடலோர பொருளுற்பத்தி மையங்களைக் குறிக்கும். தெய்வீக மானாக மாறிய என்கி கீழ் உலகின் அரசியாக விளங்கிய தாய் தெய்வத்துக்கு துணைநின்று உதவி செய்வதாகப் புனைந்துள்ளனர். காளி கீழ் உலகத்துடன் தொடர்புடையவள் என்பதும் இங்கு பொருந்துகிறது. என்கி, கீழ் உலகம் சென்ற பின் தெய்வீக மானாக மாறியது போல் சுமேரிய முருகனாகிய மர்டுக் கீழ் உலகில் வேலனாக (பேலாக) மாறிய நிகழ்வும் நடந்துள்ளது.

மர்டுக் – பேல் = முருகன் - வேலன் ஒப்புமை

சுமேரிய புராணங்களில் குறிப்பிடப்படுகிற 'மர்டுக்' (Marduk) என்ற தெய்வம் தமிழ் முருகனின் முந்து வடிவமாகும். மர்டுக் மலை அரசியான 'நின்குர்சாக்' என்ற தெய்வத்தின் மகனாவான். இத்தாய்த் தெய்வத்திற்கும் என்லிலுக்கும் (சுமேரிய சிவன்) மர்டுக் பிறந்ததாக பழைய சுமேரிய தொன்மங்கள் குறிப்பிடுகின்றன. பிந்தைய தொன்மங்கள் என்கிக்கும் (சுமேரிய திருமால்) மலை அரசிக்கும் மர்டுக் பிறந்ததாக புனைந்துள்ளன. மர்டுக்கிற்கு 'மகன்' என்ற பொருள் கொண்ட பெயரும் உண்டு. தமிழில் முருகனை சேயோன் என அழைப்பதுடன் இதை ஒப்பிடலாம். பழைய தாய்த்தெய்வத்திற்கு எதிரான போரில் மர்டுக் மும்மூர்த்திகளையும்[107] உள்ளடக்கிய சுமேரிய தெய்வங்களுக்குத் தலைமையேற்று அவளை வீழ்த்துகிறான். முருகனும் இது போன்று மும்மூர்த்திகளுக்கும் தலைமையேற்று அசுரர்களை வீழ்த்தியதை கந்த புராணத்தில் பார்க்கிறோம்.

சுமேரிய கோயில் வழிபாட்டு மரபில் பெருந்தெய்வங்களுக்கு பல பெயர்களில் அர்ச்சனை செய்வதுண்டு. இது அத்தெய்வத்துக்குரிய சிறப்புப் பட்டங்களாகவும் பிற பகுதிகளில் அழைக்கப்படும் பெயர்களாகவும் இருந்தன. மர்டுக்கிற்கு 60 க்கும் அதிகமான பெயர்கள் இருந்தன. இவற்றில் 'பேல்' (Bel) என்ற பெயர் 'மர்டுக்' என்ற பெயருக்கு இணையான முக்கியத்துவம் பெற்றிருந்தது. முருகனுக்கு பல பெயர்கள் இருந்தாலும் 'வேலன்' என்ற பெயரே சம முக்கியத்துவம் பெற்றிருப்பது போல் இதைக் கூறலாம். பிற்கால சுமேரியாவின் தலைமைத் தெய்வமாக ஏற்றம் பெற்ற மர்டுக்கிற்கு பழைய பெருந்தெய்வங்களுக்கு இணையான பெரிய கோயில்களைக் கட்டி சுமேரியர் வழிபட்டனர். மத்தியதரைக்கடலோரப் பகுதிகளில் 'பேல்' தெய்வ வழிபாடு சிறந்து விளங்கியது.

107 'என்லில்', 'என்கி' இவ்விருவரின் தந்தை 'அனு' (An or Anu) ஆகிய மூன்று தெய்வங்களுமே சுமேரிய தொன்மங்களில் தலைமைத் தெய்வங்களாக சித்திரிக்கப்படுகின்றன. தந்தை அனு இந்திய மரபில் விஷ்ணுவின் பிள்ளை பிரம்மனாக உருமாறியுள்ளது. என்லில் செயல்பாடுகளும் சிவன் செயல்பாடுகளும் அப்படியே ஒத்துள்ளன. அது போல் என்கியின் செயல்பாடுகளும் திருமால் செயல்பாடுகளும் அப்படியே ஒப்புமையாக உள்ளன. இவற்றைத் 'தமிழரைத் தேடி....2' நூலில் விரிவாகப் பார்ப்போம்.

இப்பகுதியின் வணிகக் குழுக்களைச் சார்ந்து வாழ்ந்த வேட்டுவக்குடிகளிடமும் கால்நடை வளர்ப்புக்குடிகளிடமும் 'பேல்' வழிபாடு முதன்மையாக இருந்தது.

சுமேரிய புராணங்கள் சில வேளைகளில் பேலையும் மர்டுக்கையும் தனித்தனி தெய்வங்களாகக் குறிப்பிடுவதும் உண்டு. பேல் தெய்வத்தை முனிவன் (சித்தர் - Sage) போன்ற தெய்வமாகவும் மர்டுக்கை அரசன் போன்ற தெய்வமாகவும் சித்திரிக்கின்றன. அரச அலங்காரங்களைக் கொண்ட முருகனுடன் மர்டுக்கும் வெறியாட்டத்திற்குரிய வேலனுடன் பேல் தெய்வமும் ஒத்திருப்பதை இங்கு பார்க்கிறோம். பேல் என்பது தமிழில் வேல் எனத் திரிந்ததா அல்லது சுமேரிய முந்து மொழியின் வேல் சுமேரிய மொழியில் பேல் என மறுவியதா என்பது ஆய்வுக்குரியது. மூதாதை சுமேரியராகிய அனுநாகிகளின் பரவுதல் மூலமே ஏஜியன் பகுதியின் வணிகக்குழுக்கள் பரிணமித்தன. இப்பகுதியில் 'பேல்' தெய்வத்தை 'வேல் சானோஸ்'' என்று அழைக்கின்றனர். அவ்வாறாயின் 'வேல்' என முந்து சுமேரிய மொழியில் அழைத்ததை பிற்கால செமித்திய மொழி தாக்கத்தில் 'பேல்' என அழைத்துள்ளனர். இந்த 'பேல்' வழிபாடு நிலவிய மத்தியதரைக்கடலோரப் பகுதிகளில் ஆதிச்சநல்லூரில் கிடைத்தது போன்ற வேலன் வழிபாட்டு சின்னங்கள் கிடைத்துள்ளன. அரசனாக விளங்கிய 'என்கி' கீழ் உலகம் சென்ற போது தெய்வீக மானாக (Great Stag) மாறியது போல் அரசனாகயிருந்து கீழுலகம் சென்ற 'மர்டுக்' சித்தர் மரபின் 'பேல்' ஆக மாறியிருக்கலாம்.

முருக வழிபாட்டின் பூர்வீகத்தை ஆய்வு செய்த கே.கே. பிள்ளை, ஆதிச்சநல்லூரில் கிடைத்தது போன்ற வாய்ப்பூட்டு (Mouth-pieces), வேல் போன்ற முருக வழிபாட்டு சின்னங்கள் அதே வடிவில் சைப்ரஸ் தீவின் என்கோமியில் (Enkomi) கிடைத்ததையும் பாலஸ்தீனத்தில் கசாவிலும் (Gaza) (கி.மு. 2000) கேராரிலும் (Gerar) (கி.மு. 1200) கிடைத்ததையும் சுட்டிக்காட்டுவதோடு சிரியாவிலும் பாலஸ்தீனத்திலும் கி.மு. 1200 காலத்திய தொல்லியல் தளங்களில் கோழிச் சின்னம், சூலம் போன்றவை கிடைத்ததையும் குறிப்பிடுகிறார்.[108] இத்தரவுகளைக்

108 *Dr.K.K.Pillai- Studies in the history of India with special reference to Tamilnadu ; page 66-54*

கொண்டு முருக வழிபாடு மத்தியதரைக்கடலோர வணிகக்குழுக்களின் பரவுதல் மூலம் தமிழகம் வந்தடைந்தது என உறுதியாகக் கூறலாம்.

மத்தியதரைக்கடல் பகுதியும் மறுபிறப்புக் கோட்பாடும்

தமிழரின் சிந்தனை மரபில் மறுபிறப்பு கோட்பாடு முக்கியமானது. ஆசீவகம், ஜைனம், பௌத்தம் போன்ற மதங்களில் மறுபிறப்புக் கோட்பாடு, தமிழர் தொடர்பினால் தோன்றியதாகும். மத்தியதரைக்கடலை ஒட்டிய நாடுகளில் தோன்றி உலகம் முழுவதும் இக்கோட்பாடு பரவியுள்ளது. உண்மையில் மறுபிறப்புக் கோட்பாடு மூதாதை சுமேரியருடன் தொடர்புடையது. முதலில் அவர்கள் தங்களை பிற மனிதர்களிலிருந்து வேறுபட்ட பிறவிகளாக நம்பினர். தங்களை தெய்வம் என அழைத்துக்கொண்டதோடு, தங்கள் சமூகத்தினர் நிபிரு (Nibiru) என்ற கிரகத்திலிருந்து வெளியேற்றப்பட்டு பூமியில் பிறந்தவர்கள் என்ற நம்பிக்கையைக் கொண்டிருந்தனர். தாங்கள் இறந்த பின் தங்கள் சொந்த வீடாகிய ‘நிபிரு’ கிரகத்திற்கு சென்று விடுவதாக நம்பினர். இந்நம்பிக்கையை இவர்களைச் சார்ந்து வாழ்ந்த நாகரிகம் குன்றிய மக்களும் அப்படியே நம்பினர்.

‘உபைது’ காலத்தில் நகர சமூகங்கள் முழுமையாக தெய்வபிறவிகளாகவே இருந்தனர். பிற குடிகள் நகருக்கு வெளியே நகரைச் சார்ந்து வாழ்ந்தனரேயன்றி நகருக்குள் நுழைவதில்லை. ‘ஊருக்’ காலத்தில் சார்புக்குடிகளை பணிமக்களாக மாற்றிய போது இக்குடிகளும் நகர சமூகத்தின் உறுப்பினராகினர். இப்போது பணிமக்கள் மரபினருக்கு தெய்வ சமூகத்தினரும் தங்களைப் போன்ற மனிதர்கள் தான் என்பது புரியத் தொடங்கியது. இதனால் தோன்றிய முரண்பாட்டைத் தீர்க்கின்ற நோக்கில் பணிமக்களும் அடுத்தடுத்த பிறவிகளில் மேல்நிலை பெற்று இறுதியில் தெய்வப் பிறவிகளாகப் பிறப்பர் என்ற புதிய கோட்பாட்டை உருவாக்கினர். இதன் பின்னரும் பணிமக்கள் மரபினரை திருப்திப்படுத்தமுடியாத சூழலில் சுமேரியாவில் தங்கள் ஆட்சி அதிகாரத்தை இழந்து மத்தியதரைக்கடலோரப் பகுதியின் வணிக அரசுகளை உருவாக்கினர். இப்பகுதியில் மறுபிறப்புக் கொள்கையை

மேலும் செம்மைப்படுத்தினர். இக்கொள்கை மத்தியதரைக்கடலோர ஐரோப்பிய பகுதிகளுக்கும் ஏஜியன் பகுதி மூலம் பரவியது.

மினோயன் பண்பாட்டின் அழிவின் மீது கட்டப்பட்ட கிரேக்க நாகரிகம் அப்பண்பாட்டின் பல கூறுகளை உள்வாங்கியிருந்தது. அவற்றில் மறுபிறப்பு நம்பிக்கையும் ஒன்று. கி.மு. 7 ஆம் நூற்றாண்டில் கிரேக்கரிடம் மறுபிறப்புக் கோட்பாட்டைக் கொண்ட ஆர்பிஸ்ம் (Orphism) என்ற சமயம் நிலவியது. இச்சமயக் கோட்பாட்டை இந்தியாவின் ஆசீவகக் கோட்பாட்டின் முந்து வடிவமாகக் கூற முடிகிறது. கிரேக்க ஆர்பிசத்திற்கும் முந்து வடிவமான விதிக் கோட்பாடு வணிகக் குழுக்கள் மூலம் தமிழகம் வந்தடைந்தது. (மறுபிறப்பு கோட்பாடு பரிணமித்த வழியையும் கிரேக்க ஆர்பிசத்திற்கும் தமிழக விதிக் கோட்பாட்டிற்கும் உள்ள ஒற்றுமைகளையும் 'தமிழரைத் தேடி...' இரண்டாம் பாகத்தில் விரிவாகப் பார்ப்போம்.) இந்தியாவில் குடியேறிய வணிகக்குழுக்கள் பெரும்பாலும் பெருங்கற் கல்லறை மரபிற்குரியவராக இருந்தனர்.

5. பெருங்கல் பண்பாட்டினரின் இந்திய குடியேற்றம்

மத்தியதரைக்கடலோரப் பகுதிகளில் பெருங்கற்கல்லறைப் பண்பாடுகளும் கருப்பு-சிவப்பு மட்பாண்டப் பண்பாடுகளும் ஒன்றை ஒன்று சார்ந்து அடுத்தடுத்தே வாழ்ந்தன. கி.மு. 1700 இல் பண்டைய சுமேரிய நகரங்கள் அனைத்தும் வெள்ளை நிற செமிட்டிக் மற்றும் ஆரிய இனக்குழுக்களின் ஆளுமைக்குள் சென்றன. சுமேரியருடன் நெருங்கிய உறவு கொண்டு செயல்பட்ட ஹறியன் (Hurrian) அரசு இந்தோ-ஐரோப்பிய மொழி பேசிய ஹிட்டைட் அரசாக மாறியது. இச்சூழலில் அரசிழந்த ஆட்சிக்குடிகள் பாலஸ்தீனத்தில் வணிக அரசுகள் பலவற்றைத் தோற்றுவித்தனர். இந்த வணிக அரசுகளின் கூட்டணியை 'கானான் தேசம்' என அழைத்தனர். இந்த வணிக அரசுகளில் தான் முதலில் பெருங்கல் மரபுடன் கருப்பு-சிவப்பு மட்பாண்டங்கள் இணைந்தன.

கானான் தேச உருவாக்கத்தில் ஹறியன் குடிகளின் பங்களிப்பு கணிசமாக இருந்ததாக தொல்வரலாற்றறிஞர்கள் கூறுவர்.

ஹறியன்கள், கருப்பு-சிவப்பு மட்பாண்டங்களுக்குரியவர் எனத் தொல்லியலாளர் குறிப்பிடுவர். ஹறியன் அறிஞர்கள் மொழியியலில் நிபுணர்களாகவும் தொன்மங்கள் படைப்பவர்களாகவும் இருந்தனர் என்பதும் இம்மரபினர் தான் தமிழரின் 'காப்பியத் தொல்குடி'யினராகவும் வட சமூகத்தின் சூத பௌராணிகராகவும் அறியப்பட்டனர் என்பதும் இந்நூலாசிரியரின் "மீண்டும் ஆரியரைத் தேடி..." நூலில் விரிவாக விவரிக்கப்பட்டுள்ளது. ஹறியன்கள் கானான் வணிகக்குழுக்களுடன் இணைந்த இக்கட்டத்தில் தான் கருப்பு-சிவப்பு மட்பாண்டங்களை பெருங்கல் மரபினர் பயன்படுத்தத் தொடங்கினர்.

கானான் வணிகக்குழுக்கள் ஓர் எழுத்துக்கு ஓர் உச்சரிப்பு என்று அமைந்த, எழுத்துக்களின் 'நெடுங்கணக்கு' முறையை உலகளவில் முதலில் அறிமுகப்படுத்தினர். இந்த நெடுங்கணக்கு முறையை அடியொற்றி தான் "தமிழி" நெடுங்கணக்கு முறை தோற்றுவிக்கப்பட்டது. தமிழியை அடிப்படையாகக் கொண்டு பிராகிருதம், சமஸ்கிருதம் உள்ளிட்ட இந்திய மொழிகள் அனைத்தும் தங்கள் எழுத்து முறைகளை உருவாக்கிக்கொண்டன.

இக்காலகட்டத்திற்குப் பின் கி.மு. 1500 வரை மேற்காசிய அரசியல் சூழல் ஓரளவிற்கு அமைதியாக சென்றுள்ளது. கி.மு.1500லிருந்து வணிகக் குழுக்களுக்கும் உள்நாட்டு அரசுகளுக்கும் அடிக்கடி போர்கள் நிகழ்ந்துள்ளன. இந்தச் சூழலில் தான் மினோயன் வணிக அரசும் அசுவா கூட்டணியும் தங்கள் நாடுகளை இழந்தன எனப் பார்த்தோம். கி.மு. 1450 இல் மினோயன் பண்பாடு முடிவிற்கு வந்த காலத்திலிருந்தே மத்தியதரைக்கடலோர வணிக அரசுகளுக்கும் ஹிட்டைட், அசிரியா, எகிப்து போன்ற உள்நாட்டு அரசுகளுக்குமிடையே தொடர்ச்சியாக முரண்பாடுகள் நிலவிக்கொண்டிருந்தன. வணிக அரசுகள் பண்டைய சுமேரியரின் தன்னாட்சியுடன் கூடிய கூட்டுவாழ்க்கை அரசியல் அமைப்பைக் கடைப்பிடித்தன. ஹிட்டைட்களும் அசிரியர்களும் மையப்படுத்தப்பட்ட அதிகாரம் கொண்ட அரசுகளை உறுதிப்படுத்த விரும்பினர். வணிக அரசுகளின் தன்னாட்சிப் பகுதிகளை உள்நாட்டு அரசுகளின் கட்டுப்பாட்டில் கொண்டு வர இந்த அரசுகள்

தொடர்ந்து முயற்சிகள் மேற்கொண்டனர். இதன் காரணமாக இவ்விரு தரப்பாரிடமும் தொடர்ச்சியான போர்ச்சூழல் நிலவியது.

அக்காலகட்டத்தில் மேற்காசியாவில் நிலவிய சூழலை தமிழகத்தில் களப்பிரர் ஆட்சி தோன்றிய சூழலுடன் ஒப்பிடலாம். சங்ககாலத்தின் இறுதியில் தன்னாட்சிப் பகுதிகளைக் கொண்டிருந்த வேளிரையும் வணிகப் பொருளுற்பத்தி மையங்களையும் வேந்தர்கள் தங்கள் நேரடிக் கட்டுப்பாட்டில் கொண்டு வர நடவடிக்கைகள் மேற்கொண்டனர். இதன் விளைவாக நடைபெற்ற உள்நாட்டுப் போரில் அரசுகள் அழிந்து அரசுகளற்ற ஒரு நிலை தமிழகத்தில் தோன்றியது. வேந்தர்கள் களப்பிரர் என்ற குடிகளிடம் ஆட்சிகளை இழந்ததாகக் கூறப்பட்டாலும் களப்பிரர்கள் எந்த ஒரு அரசையும் உருவாக்கியிருக்கவில்லை. களப்பிரர் காலமாகக் கருதப்படும் கி.பி. 250 - கி.பி. 550 வரையிலான 300 ஆண்டுகள் தமிழகத்தில் ஒருங்கிணைப்பில்லாத தன்னாட்சிப் பகுதிகள் மட்டுமே நிலவின. சுமேரிய பாணியில் தன்னாட்சிப் பகுதிகளின் ஒருங்கிணைப்பாளராகவும் தலைமையாகவும் செயல்பட்ட வேந்தர்களின் அரசுகள் போன்று களப்பிரர் காலத்தில் எதுவும் செயல்படவில்லை.

கி.மு. 1450 - கி.மு. 1200 காலகட்டத்தில் மேற்காசியாவில் ஏற்பட்ட அரசியல் நெருக்கடியில் மத்தியதரைக்கடலோர வணிக அரசுகள் மட்டுமல்லாமல் அசிரியா, ஹிட்டைட், பாபிலோனியா, ஏலம் போன்ற உள்நாட்டு அரசுகளும் அழிவைச் சந்தித்தன. இக்காலகட்டத்தில் பல வணிக நகரங்கள் எரியூட்டப்பட்டன. மத்தியதரைக்கடலோரப் பகுதியில் 60 நகரங்கள் வரை எரியூட்டப்பட்டன. இந்த அரசியல் நெருக்கடியைப் பற்றி பிரிட்டிஷ் மானிடவியல் அறிஞர் எரிக் எச். க்ளைன் (Eric H.Cline), "*1177 B.C.: The year civilization collapsed*" என்ற தனி நூலே எழுதியுள்ளார். மேற்காசியாவில் கி.மு. 1200 – கி.மு. 900 வரையிலான அரசியல் குழப்பம் மிகுந்த காலகட்டத்தில் மேற்காசியாவின் பெரும்பாலான வணிகக்குழுக்கள் இந்தியாவிற்குக் குடியேறினர். இவ்வணிகக் குழுக்கள்

பாண்டியர்[109] தலைமையில் இயங்கி வந்த வணிகக் கூட்டணியில் இணைந்து தங்களுடைய உலகளாவிய வணிகத்தையும் தொடர்ந்தனர். இக்குடிகள் கருப்பு-சிவப்பு மட்பாண்டங்களைப் பயன்படுத்தியதோடு புதிதாக பெருங்கல் மரபையும் இரும்புப் பயன்பாட்டையும் இந்தியாவில் அறிமுகப்படுத்தினர்.[110]

இப்புதிய குடியேற்றத்துடன் நீர்பாசன விவசாய நிபுணர்கள், ரசவாதிகள் (உலோகவியல்), கைவினைஞர்கள், புரோகிதர், மருத்துவர், காலக்கணிதர், காப்பியக்குடியினர், மொழியியல் அறிஞர்கள், போர்ப்பயிற்சி ஆசான்கள், முழு நேர படைப்பிரிவினர் எனப் பல்வேறு தரப்பட்ட மக்கள் கூட்டங்களும் பெரும் எண்ணிக்கையில் தென் இந்தியாவைப் (குறிப்பாக பண்டைய தமிழகத்தை) புகலிடமாகக் கொண்டு குடியேறினர்.

இந்திய பெருங்கல் பண்பாடு பற்றிய வரலாற்றறிஞர்களின் கருத்து

முனைவர் தி.சுப்பிரமணியன் இப்பண்பாடு பற்றி கீழ்க்காணும் கருத்துக்களைக் குறிப்பிடுகிறார்.

“மேலை நாடுகளில் காணப்படும் பெருங்கல் சின்னங்களுக்கும் தென்னிந்தியாவில் காணப்படும் பெருங்கல் சின்னங்களுக்கும்

---

109 இங்கு பாண்டியர் என்பது பெருங்கல் பண்பாட்டின் ஒரு பிரிவின் தலைவனைக் குறிப்பதாகும். தொன்ம மரபுப்படி மீனாட்சியின் வம்சத்தையே பாண்டியர் என்கிறோம். சங்க காலப் பாண்டிய குலம் மலையத்துவச பாண்டிய மன்னனின் மகளான மீனாட்சியை சோமசுந்தரேஸ்வரர் என்ற சிவன் திருமணம் செய்த பின் தோன்றியதாகும். இப்பொருள் குறித்து பின்னால் விரிவாகப் பார்க்க உள்ளோம்.

110 இரும்பினை அதன் தாதுவிலிருந்து உருக்கிப் பிரித்தெடுக்கும் தொழில்நுட்பத்தை கி.மு.1200 க்கு முன்பே இந்தியாவில் செயல்பட்ட வணிகக்குழுக்கள் தன்னிச்சையாகக் கண்டுபிடித்துவிட்டனர் எனக் கூறுவதற்கு தரவுகள் உள்ளன. இந்திய தொல்லியல்துறையினர் இத்தரவுகளை அதிகாரப்பூர்வமாக அறிவிக்கவில்லை. நாம் இந்நூலில் அதிகாரப்பூர்வமாக அங்கீகரிக்கப்பட்ட தரவுகளையே அதிகம் சார்ந்து ஆய்வு செய்கின்றோம். பிற்கால ஆய்வுகள் இரும்பு பயன்பாடு தமிழ் வணிகக்குழுக்கள் மூலம் உலகின் பிற பகுதிகளுக்குப் பரவியது என்றோ ஹிட்டைட்டுகளுக்கு முன்பே தமிழ் வணிகக்குழுக்களும் இரும்பினை தாதுவிலிருந்து உருக்கிப் பிரித்தெடுக்கும் தொழில்நுட்பத்தை தன்னிச்சையாகக் கண்டுபிடித்தனர் என்றோ உறுதிப்படுத்த வாய்ப்புள்ளது.

ஒற்றுமைகளும் வேற்றுமைகளும் காணப்பட்ட போதிலும் இவை இரண்டும் இறந்தவர்களைப் புதைக்கவும் அவர்களுக்கு மரியாதை செய்யவும் எடுக்கப்பட்டவை என்பது முக்கியமான நோக்கம். எனவே திராவிடர்கள் மேலை நாடுகளில் இருந்து அதாவது வட ஈரான், பாலஸ்தீனம் பகுதிகளில் இருந்து தென்னிந்தியாவிற்கு வந்தனர். இவர்கள் இரும்பின் பயனை தெரிந்தவர்களாக கி.மு. முதல் நூற்றாண்டில் இப்பகுதிக்கு வந்தனர் என்று குருராஜராவ் கூறுகிறார்.''

"கி.மு. 1500 ஐச் சார்ந்த பெருங்கற்கால சின்னம் எகிப்து நாட்டில் அகழாய்வு மேற்கொள்ளப்பட்டது. இந்த அகழாய்வில் இந்திய தொல்லியல் ஆய்வாளர்களும் கலந்துகொண்டனர். நூபிய பகுதியில் டூமஸ் என்ற இடத்தில் C தொகுப்பைச் சார்ந்த இடுகாட்டில் அகழாய்வு நடைபெற்றது. இங்குள்ள ஈமச்சின்னங்கள் தென்னிந்திய ஈமச்சின்னங்களில் ஒன்றான கற்குவையை ஒத்துக் காணப்பட்டன. ஆனால் டூமஸ் சின்னங்களில் முழுப்பிணங்கள் புதைக்கப்பட்டிருந்தன. தென்னிந்தியாவில் சில எலும்புகள் மட்டும் அடக்கம் செய்யப்பட்டுள்ளன. தென்னிந்தியாவில் படையல் பொருட்கள் கருப்பு-சிவப்பு மட்கலங்களில் வைக்கப்பட்டது போன்று அங்கும் கருப்பு-சிவப்பு மட்கலங்கள் வைக்கப்பட்டிருந்தன. இக்கருத்தை ஆய்வு செய்த பி.பி.லால் இதை எதிர்பாராதவிதமாகக் கிடைத்தது என்று கருதக்கூடாது. இவை இரண்டிற்கும் இடையே உள்ள காலம், இடைவெளியில் உள்ள தெற்கு அரேபியா, ஈரான் போன்ற பகுதிகளை ஆய்வு செய்து இக்கருத்துக்குத் தொடர்புடைய எச்சங்கள் கிடைக்கின்றனவா என்று ஆய்வு செய்யவேண்டி வற்புறுத்துகிறார்.

இதுவரை கூறப்பட்டவைகளில் இருந்து தெற்கு அரேபியா, ஈரான், பாலஸ்தீனம் ஆகிய இடங்களில் உள்ள ஈமச்சின்னங்களுக்கும் தென்னிந்தியாவிலுள்ள ஈமச்சின்னங்களுக்கும் இடையே ஒற்றுமைகள் உள்ளன என்றும் பெருங்கற்கால மக்கள் அங்கிருந்து தென்னிந்தியாவிற்கு இடம் பெயர்ந்தனர் என்றும் தெரியவருகிறது. "பாகிஸ்தானில் சிந்து மாநிலத்தில் கராச்சியை அடுத்துள்ள பகுதிகளில் கிடைக்கின்ற பெருங்கற்காலச் சின்னங்கள் தென்னிந்திய சின்னங்களைப் போன்று காணப்படுகின்றன என்று வால்டர் ஃபேர்ஸெர்விஸ் *(Walter Fairservis)* கருத்து கூறுகிறார்.

பெருங்கற்கால மக்கள் திராவிடர்கள் என்ற கருத்தை கார்டன் (D.H.Gorden) ஆதரிக்கின்றார். திராவிடர்கள் வியாபாரிகளாக தென்னிந்தியாவிற்கு மேற்குக் கடற்கரை வழியாகக் குடியேறினர் என்று கார்டன் கருதுகிறார்.

எலியட் ஸ்மித் (Elliot Smith); "முதன் முதலில் எகிப்தில் தான் குடைவரை அமைப்பதையும், கல்திட்டைகளை உருவாக்குவதையும் கண்டுபிடித்தனர். இது மத்தியதரைக்கடல் வரை பரவியது. இதைத் தொடர்ந்து தென் ஆப்ரிக்கா, பிரஸ்சியா வழியாக இந்தியாவிற்கு வந்து தென்னிந்தியா வழியாக இலங்கைக்கும் சென்றது என்று கூறுகின்றனர்."[111]

எகிப்திய தொல்லியல்துறை வெளியிட்ட இதழில் இடம் பெற்ற தனது கட்டுரையில் பி.பி.லால் (B.B.Lal) கீழ்க்கண்டவாறு குறிப்பிடுகிறார்.

"நூபியாவின் C தொகுப்பு மக்களுக்கும் தென்னிந்திய பெருங்கற்கல்லறை மரபிற்கும் தொடர்பிருப்பதை நிறுவ முடியாவிடினும் அதற்கான வாய்ப்புகள் உள்ளன எனக் கூறமுடிகிறது." [112]

இப்பண்பாட்டின் பூர்வீகத்தை ஆய்வு செய்யும் அறிஞர்களில் பலர் இதனுடன் தொடர்புடைய கருப்பு-சிவப்பு மட்பாண்டங்களின் பூர்வீகத்தைக் கவனத்தில் கொண்டு கருத்து தெரிவிக்கின்றனர். இந்தியாவில் தொடக்கக்கட்டத்தில் குடியேறிய க-சி.ம. பண்பாட்டு மக்களுடன் பெருங்கற்கல்லறை மரபினர் இணைந்திருக்கவில்லை. கி.மு. 1700 வாக்கில் தான் பாலஸ்தீனப் பகுதியில் க.சி.ம. வுடன் பெருங்கற்கல்லறை மரபு இணைகிறது. அதாவது மூதாதைய சுமேரியர் பெரும்பாலான அரசுகளை இழந்துவிட்ட சூழலில் க.-சி.ம. (BRW) பயன்பாட்டினைக் கொண்டிருந்த போர்க்குடிகளும் பெருங்கற்கல்லறை மரபினைக் (Megalithic) கொண்டிருந்த வணிகக்குழுக்களும் ஒன்றாக இணைந்துள்ளனர். இந்த இணைப்பு நடைபெற்ற பின் ஓமன் (Oman), தென் அரேபியா (South Arabia), சூடான் (Sudan) போன்ற பகுதிகளில் கி.மு.1300 வாக்கில் க.சி.ம.வுடன் இணைந்த பெருங்கற்கல்லறைகள்

111 முனைவர் தி.சுப்பிரமணியன் – தமிழகத்தில் பெருங்கற்கால பண்பாடு, பக்கம் 146

112 H.N.Singh, (அடிக்குறிப்பு 57)

கிடைக்கின்றன. இப்பகுதிகளிலிருந்து தான் இந்தியாவிற்குள் இப்பண்பாடு கி.மு. 1200 வாக்கில் பெருமளவில் பரவுகின்றது.

இந்தியாவிலும் உலகின் பிற பகுதிகளிலும் காணப்படும் பெருங்கல் சின்னாங்களின் ஒப்பீடு

சங்ககாலத் தமிழ்ச் சமூக உருவாக்கத்திலும் பின்வேத கால வட இந்திய பண்பாட்டுருவாக்கத்திலும் (க.-சி.ம.வுடன் இணைந்த) பெருங்கற்கல்லறைப் பண்பாட்டினரே முதன்மைப் பங்களிப்பு செய்தனர். பெருங்கற்கல்லறைப் பண்பாடு என்பது இறந்தோருக்கு பெரிய பெரிய கற்களைக் கொண்டு நினைவுச்சின்னங்களை அமைக்கும் முறையாகும். இதற்கு 'மெகாலித்திக்' (Megalithic) என கிரேக்க மொழி அடிப்படையில் பெயரிட்டுள்ளனர். கிரேக்க மொழியில் 'மெகா' என்றால் பெரிய, 'லித்திக்' என்றால் கல் என்ற பொருள்கள் வரும். பெரிய கற்களைக் கொண்டு இறந்தோருக்கான நினைவுச்சின்னங்களை தோற்றுவித்ததால் இதை 'மெகாலித்திக்' என்றனர். தமிழில் 'பெருங்கல்' என்கிறோம். தென்னிந்தியாவில் பின்வரும் வகையான பெருங்கல் சின்னங்களைக் காணமுடிகிறது.

முதுமக்கள் தாழி (Urn Burial)
ஈமப் பேழை (Coffin burial - Sarcophagus)
கல்பதுக்கை (Slab Cist)
கல்வட்டம் (Cairn Circle)
கற்குவை (Cairn heap)
குத்துக்கல் (Menhir)
தொப்பிக்கல் (Cap Stone / Umbrella Stone)
கல்திட்டை (Dolmonoid cist)

இந்தியாவில் பல பழங்குடிகளிடம் நினைவுச்சின்னமாக சிறிய கற்குவியல்களை வைக்கும் வழக்கம் இன்றும் உள்ளது. நீலகிரியில் வாழும் குறும்பர்கள் இறந்தவர் சார்பாக சிறு கற்களை எடுத்து ஒரே இடத்தில் குவித்து வைக்கின்றனர். கற்குவைகளுக்கும் குறும்பர்களிடமுள்ள வழக்கத்திற்கும் தொடர்பிருப்பதாகத் தெரிகிறது. குறும்பர்களிடம் 'குமாரதேவா' என்ற தெய்வம் தங்களுடனேயே வாழ்ந்ததாகக் கதை உள்ளது. பெருங்கற்கால ஆய்வுப்பயண முனிவரை குமாரதேவாவாகக் குறிப்பிடுகின்றனர். கோத்தகிரி அருகே அவர்கள் வாழ்விடத்திற்கு அருகில் பல கல்திட்டைகள் ஒரே இடத்தில் உள்ளன.

கல்திட்டைகளை அவர்கள் கோயிலாக வழிபடுகின்றனர். தமிழகத்திலுள்ள பெரும்பாலான பழைய கோயில்கள் பெருங்கல் சின்னங்கள் மீது எழுப்பப்பட்டவையே எனக் குறிப்பிடும் வெங்கட ரமணய்யா இதை விவரித்து தனி நூலே எழுதியுள்ளார்.[113]

சுமேரியர், எகிப்தியர், மத்தியதரைக்கடலோர வணிகக்குழுக்கள் போன்ற பண்டைய நாகரிக மக்கள் பல வகையான ஈமப்பெட்டிகளில் இறந்தோரைப் புதைக்கும் வழக்கத்தைக் கொண்டிருந்தனர். பொனீசியர் உள்ளிட்ட சில வணிகக்குழுக்களிடமும் தாழியில் புதைக்கும் வழக்கமும் இருந்தது. தென்னிந்திய பெருங்கற்கல்லறைப் பண்பாட்டினரிடம் தாழியில் புதைக்கும் வழக்கம் பெருவாரியாகவும் ஈமப்பெட்டியில் புதைக்கும் வழக்கம் சில இடங்களிலும் காணப்படுகின்றன.

பொனீசிய வணிகர்கள் பயன்படுத்திய தாழிகள்

ஆதிச்சநல்லூரில் 2005 இல் அகழ்வில் கிடைத்த தாழிகள்

113 *N.Venkata Ramanayya, An Essay on the origin of the South Indian temples; Asian education services (2007)*

சிவகளை - தாழியில் புதைத்தல்

இறந்தோரை தாழியில் புதைக்கும் வழக்கத்திலிருந்து பேழைகளில் வைத்துப் புதைக்கும் வழக்கம் தோன்றியிருக்கலாம். பாலஸ்தீனத்திலும் பேழைகளில் புதைக்கும் வழக்கம் இருந்தது. இன்றைய கிறிஸ்தவர்களின் சவப்பெட்டியில் புதைக்கும் வழக்கம் இதன் தொடர்ச்சியாகும்.

ஈமப் பெட்டி - பல்லாவரம்

ஈமப் பெட்டி – ஆந்திரம்

Glazed Coffins from Babylonia, in the British Museum.

பாபிலோனியாவின் ஈமப் பெட்டி

பண்டைய ஏதென்ஸ் நகரின் ஈமப் பெட்டி

கல் பலகைகளை மண்ணில் நட்டு அறை போன்று உருவாக்குவது கல்பதுக்கையாகும். உயரமான கல் பலகையை நட்டு வைப்பது ‘குத்துக்கல் (Menhir)› எனப்பட்டது. 8000 கி.மீ

தூரம் பிரிந்துள்ள கொடுமணலில் 1200 ஆண்டுகள் கழித்து இங்கிலாந்தில் உள்ளது போன்ற கல்பதுக்கையை தன்னிச்சையாக உருவாக்கியிருக்க முடியாது என்பதை கவனிக்க வேண்டும்.

கல்பதுக்கை, குத்துக்கல் – கொடுமணல் (கி.மு.600)

கல் பதுக்கை (*Slab Cist*) – இங்கிலாந்து (கி.மு.1800)

குத்துக்கல் (செக்கோஸ்லோவாக்கியா)

குத்துக்கல் - சுவிட்சர்லாந்து

குத்துக்கல் – *France*

குத்துக்கல் – தெலுங்கானா

Sorce : By Gzen92 - Own work, CC BY-SA 4.0, Author credited: News Letter, 29 nov, 2021- by Nimisha S Pradeep

https://commons.wikimedia.org/w/index.php?curid=93967433

சீயமங்கலம் – திருவண்ணாமலை

நன்றி, சேலம் A.T.மோகன்

பிரான்ஸ் - (Champ Dolent - France) 31 அடி

இறந்தோரைப் புதைத்த குழியைச் சுற்றி வட்ட வடிவில் பெரிய கற்களை அடுக்கும் முறை கல்வட்டம் (Cairns) எனப்படுகிறது. உலகம் முழுவதும் பெரும்பாலான வணிகக்குழுக்களிடம் இவ்வழக்கம் இருந்துள்ளது.

கல்வட்டம் - தமிழ்நாடு

பிரிட்டிஷ் தீவிலுள்ள கல்வட்டம்

நாக்பூர் அருகிலுள்ள ஜுனாபாணி (Junapani)

கல்வட்டம் நெதெர்லாந்து (Netherland) - கல்வட்டம்

Attribution: Stephen Keaveny

Surce: The Free Media, oct 18, 2021, Mrunalini Kohat

அயர்லாந்து (Ireland) கல்வட்டம் - Credit: timetravelturtle.com

கற்களை வட்டமாகக் குவிப்பதை கற்குவை (Stone heaps) என்கின்றோம். உலகின் பெரும்பாலான பகுதிகளில் இவ்வழக்கம் இருந்ததைக் காண முடிகிறது.

கற்குவை – திருவண்ணாமலை மாவட்டம்

கற்குவை - சோமாலியா

கற்குவை கொல்லிமலை

ஹவாய் தீவிலுள்ள கற்குவை

நன்றி: சேலம் A.T. மோகன்

கற்குவை – கனடா *(Canada)*

கற்குவை - இஸ்ரேல்

சுவிட்சர்லாந்து

கற்குவை – அமெரிக்க பழங்குடிகள்

தமிழ்நாடு (கல்வராயன் மலை)

நன்றி: சேலம் A.T.மோகன்

கல்திட்டை – கிருஷ்னகிரி மாவட்டம்

கல்திட்டை - பிரிட்டன்

கல்திட்டை – பிரான்ஸ் (France)

கல்திட்டை - கொடைக்கானல்

கல்திட்டை - ஸ்பெயின்
(பாஸ்க் மொழி பேசும் மக்கள் வாழும் பகுதி)

கல்திட்டை - சிசிலி (இத்தாலி)

கல்திட்டை – ஜெர்மனி

குடைக்கல் – கேரளம்

காளான் கல் (குடைக்கல்) – இங்கிலாந்து

இந்த முட்டுக்கல் அமைப்பு (இடது பக்கப் படம்) பிரிட்டனின் வேல்ஸ் *(Wales)* இல் உள்ளது. (வலது பக்கப் படம்) இந்தியாவின் ஜார்க்கண்டிலும் இதே போலுள்ளது. *Credit: The Heritage Trust. "Lean-Support Structure". Credit: Author.*

Credit: Author

(Left) Templebryan, County Cork. In Ireland such stones are called 'bullaun'. They are found at Neolithic sites both in Scotland and England. Rain waters collected in the indentation at the middle of the artefact are held sacred. Credit: G. T. Meaden.

(Right) Similar to "bullauns" of Ireland stones with depressions in the middle are found even in India. Such stones are considered to be mortars in India. Old villagers deem rain waters gathered in the dents in the middle of such relics to possess magical powers. Several scholars consider these to be vulva stones that were used in certain fertility rites in the past. Credit: Author.

(Left) A perforated/holed stone at Totterdown, near Avebury, in Britain. Credit: Author. (Right) A perforated/holed stone at the Punkri Burwadih megalithic complex, Jharkhand India. Credit: G. T. Meaden.

புதிர்நிலை வட்டம் (Labrinth)

லேபிரிந்த் (Labyrinth) என ஐரோப்பியரால் அழைக்கப்படும் புதிர்நிலை வட்டம் சில வணிகக்குழுக்களுடன் தொடர்புடையதாகத் தெரிகிறது. இப்புதிர்நிலை வட்டம் கிரீத் தீவின் மினோயன் பண்பாட்டினரிடம் முதலில் தோன்றியதாகவும் துருக்கியின் லிடியன் (Lydian), த்ராய் (Troy) போன்ற பகுதிகளிலிருந்து கிரீத் தீவிற்குப் பரவியதாகவும் ஆய்வாளர்களிடம் இருவேறு கருத்துக்கள் உள்ளன. கிரீத் தீவின் புகழ்பெற்ற அரசன் 'மினோயன்' (Minoan) என்பவன் இந்த அமைப்புடன் ஒரு வீட்டினைக் கட்டியிருந்ததாக கிரேக்கரிடம் செவிவழிக் கதை உள்ளது. இவ்வமைப்பு பெருங்கற்கல்லறைப் பண்பாட்டின் பரவுதலுடன் ஐரோப்பாவின் பல பகுதிகளுக்கும் பரவியுள்ளது.

ஆசியா மைனர், சிரியா, போன்ற கிழக்கு மத்தியத்தரைக்கடல் பகுதிகளிலும் அதிக அளவில் காணப்படும் இதேபோன்ற புதிர்நிலை வட்டங்கள் சேலம், கிருஷ்ணகிரி, தர்மபுரி மாவட்டங்களிலும் இந்தியாவின் பிற பகுதிகளிலும் காணப்படுகின்றன. கிரீத் உள்ளிட்ட ஐரோப்பிய பகுதிகளிலும் இந்தியாவிலும் காணப்படும் புதிர்நிலை வட்டங்களுக்குள்ளான ஒப்புமைகளைக் காணலாம்.

மினோயன் பண்பாட்டினரால் பாறையில் வெட்டப்பட்ட புதிர்நிலை வட்டம் (Labyrinth)

கிரீத்தில் (மினோயன்) கிடைத்த வெள்ளி நாணயம் *By AlMare - Own work, CC BY-SA 3.0,*

Source: https://commons.wikimedia.org/w/index.php?curid=5111302

Britain Rocky valley labyrinth, Early Bronze Age (1800 B.C -1400 B.C), Source: Britain Express

Galicia, Spain, around 2000 Bce

வேம்படிதாளம், தமிழ்நாடு, நன்றி : சேலம் A.T.மோகன்

இந்தியாவில் கோவா மாநிலத்தில் காணப்படும் பாறையில் செதுக்கப்பட்ட ‘புதிர்நிலை’.*Author Credited: Gajanan Khergamkar, Deccan Herald, June 2019 ,30*

மகாராஷ்ட்ர மாநிலத்தில் காணப்படும் பாறையில் செதுக்கப்பட்ட புதிர்நிலை, *Author Credited, Surce: IFL Science*

மேலே உள்ள படத்தில் ஆந்திர மாநிலம் கிழக்கு கோதாவரி மாவட்டம், கோலிமேரு கிராமத்தில் பெருங்கற்கால பாறையில் 'புதிர்நிலை' ஓவியத்தைக் காண்கிறோம். இந்த ஓவியத்தை கடியால வெங்கடேஸ்வர ராவ் (*Kadiyala Venkateswara Rao*) என்ற வட்டார தன்னார்வ ஆய்வாளர் கண்டுபிடித்துள்ளார்.

கி.மு.1400 வாக்கில் ஆட்சி அதிகாரத்தை இழந்த மினோயன் மற்றும் அசுவா கூட்டணியினரின் தென்னிந்திய பரவுதலுடன் இச்சின்னங்கள் இந்தியாவில் பரவியதா என்பது ஆய்வுக்குரியது. அசுவா கூட்டணியில் த்ராய் (*Troy*) அரசும் ஒன்று. த்ராய் அரசுக்கும் புதிர்நிலைச் சின்னத்திற்குமான தொடர்பை இத்தாலியில் கிடைத்த கி.மு. 7 ஆம் நூற்றாண்டைச் சேர்ந்த எத்ருஸ்கன் (*Etruscan*) மதுக்குடுவை ஒன்றில் உள்ள கீழ்க்காணும் படம் உணர்த்துகிறது.

இப்படத்தில் காணப்படும் இரு குதிரை வீரர்களுக்குப் பின்னால் புதிர்நிலை வட்டம் ஒன்று காணப்படுகிறது. அதில் உள்ள எழுத்து த்ராய் (TRVIA – TROY) என உள்ளது. இந்தச் சின்னத்தைப் பார்த்து அஞ்சிய குதிரை வீரர்கள் புறமுதுகிட்டு ஓடுகின்றனர் என ஆய்வாளர் ஜெஃப் சவார்ட் (Jeff Saward) இப்படத்திற்கு விளக்கம் அளிக்கின்றார். த்ராய் நகரத்தின் பாதுகாப்பை இப்படம் சுட்டுவதாகவும் இது போன்ற அமைப்புகளை அப்பகுதியின் அரசுகள் கொண்டிருந்திருக்கலாம் என்றும் சவார்ட் குறிப்பிடுகிறார். கிழக்கு மத்தியதரைக்கடலோர வணிக அரசுகள் இவ்வமைப்பின் வடிவில் அரண் சூழ்ந்த குடியிருப்புகளை ஏற்படுத்தியிருந்தனரா என்பது ஆய்வுக்குரியது. இவ்வளவு ஒப்புமையான வடிவில் இச்சின்னங்களை தொடர்பேயில்லாத மக்கள் குழுக்கள் தன்னிச்சையாக அவ்வப்பகுதிகளில் உருவாக்கியிருக்க வாய்ப்பில்லை.

கி.மு. 4000 வாக்கிலேயே உருவாக்கப்பட்டுவிட்ட இச்சின்னங்கள் தொடர்புடைய மக்கள் குழுக்களின் சமய நம்பிக்கையுடன் தொடர்புடையதாக உள்ளது. மேலும் இச்சின்னங்கள் காணப்படும் அனைத்துப் பகுதிகளிலும் வணிக நடவடிக்கைகளை மேற்கொண்ட மக்களின் பெருங்கல் சின்னங்களையும் காணமுடிகிறது. பெருங்கல் சின்னங்களின் பரவுதல் பற்றி கே.கே.பிள்ளை கருதுவது குறிப்பிடத்தக்கது.

பெருங்கற்கல்லறைப் பண்பாட்டின் பரவுதல் பற்றி கே.கே.பிள்ளையின் கருத்து

“ஆனால் மத்தியதரை மக்கள் அமைத்துக்கொண்டிருந்த புதைகுழிகளுக்கும் தென்னிந்திய குழிகளுக்குமிடையே பல இயைபுகள் உண்டு. இங்கிலாந்து, போர்ச்சுக்கல், ஸ்பெயின், பிரான்ஸ், ஜெர்மனி, சுவீடன், கருங்கடலின் கீழ்க்கரை நாடுகள், வடஆஃப்ரிக்கா, காக்கேசிய நாடுகள், பாலஸ்தீனம், ஈரான் ஆகிய இடங்களில் கிடைக்கும் பெருங்கற் புதைகுழிகள் அடுத்துத் தென்னிந்தியாவிற்குள் காணப்படுகின்றன. உலகில் வேறெங்குமே அவற்றைக் காணமுடியாது. இக்காரணத்தைக் கொண்டு மத்தியதரைக் கடல் மக்கள் தென்னிந்தியாவிற்குக் குடிபெயர்ந்து வந்தவர்கள் என ஊகிக்கலாம். மேக்ரான், பலூசிஸ்தான், சிந்து ஆகிய தரைப் பகுதிகளைக் கடந்தும், கடல் வழியாகவும் தென்னிந்தியாவிற்கு வந்து குடியேறியவர்

திராவிட இனத்தினர் என்று சில ஆய்வாளர்கள் கருதுகின்றனர். மேற்காசிய மக்களுக்கும் திராவிடருக்குமிடையே காணப்படும் பழக்கவழக்கங்களிலும் ஈரான், மெசொபொடாமியா ஆகிய நாட்டு ஊர் பெயர்களிலும் பல ஒற்றுமைகள் அமைந்திருப்பது இதற்கு சான்றாகக் காட்டப்படுகிறது. மக்கள் பெருவாரியாகக் குடிபெயரும் போது அவர்களுடைய நாகரிகமும் பண்பாடும் பழக்கவழக்கங்களும் அவர்களுடனே படர்வது இயைபு.

இருவேறு இனத்தினர் தமக்குள் வாணிகத் தொடர்பு கொண்டிருந்த காலத்தில் அவர்களுடைய நாகரிகங்களும் பண்பாடுகளும் ஓரளவு ஒன்று கலப்பதுண்டு. ஆனால், அவை ஒரேவிதமாக உருமாறிவிட முடியாது. வரலாற்றுக்கு முற்பட்ட பழங்காலத்தில், இக்காலத்தில் இருப்பதைப் போன்று விரிவான, விரைவான போக்குவரத்துத் தொடர்புகள் கிடையா. இருவேறு மக்களினம் தத்தம் பண்பாடுகள் ஒன்று கலந்து உருமாறும் அளவுக்கு வாணிபத் தொடர்பை நீடித்துவந்தனர் என்று கொள்வது பொருத்தமாகாது; எனவே மத்தியதரைக்கடல் மக்கள் தென்னிந்தியாவுடன் வாணிபத் தொடர்பைக் கொண்டிருந்தார்களோ அல்லரோ, பெருந்தொகையினர் தென்னிந்தியாவுக்குக் குடிபெயர்ந்து வந்து ஆங்காங்கு வாழலானார்கள் என்ற கருத்து இயைபுடையதாகத் தோன்றுகிறது."[114]

கே.கே.பிள்ளை கூறுவது போல் தென்னிந்தியாவிற்குள் பெரும் எண்ணிக்கையில் மத்தியதரைக்கடலோர மக்கள் குடியேறியுள்ளதை மரபணு ஆய்வுகளும் உறுதிசெய்கின்றன.

கே.கே.பிள்ளை மேற்காசியாவின் ஏலமைட் (Elamaite), ஹறியன் (Hurrian) மொழிகளுக்கும் தமிழுக்கும் தொடர்புள்ளதாகக் கூறி, ஹறியன் மொழியில் உள்ள பொருநன், எழினி, ஐயப்பா, அகத்தியா போன்ற தமிழ் ஆள் பெயர்களை ஒப்புமை காட்டுகிறார்.[115] இவற்றில் அகத்தியா (அக்குதேயா – Akku-teia in Hurrian) என்ற பெயர் ஹறியன்களிடம் அதிகம் காணப்பட்ட ஆள் பெயராகும். மொழியியலிலும் புராணங்களைப்

---

114 டாக்டர் கே.கே.பிள்ளை ; தமிழக வரலாறு மக்களும் பண்பாடும், பக்கம் – 33 ,32

115 Dr.K.K.Pillay, Studies in the history of India with special reference to Tamil Nadu - பக் 27,28

புனைவதிலும் ஹறியன் மொழி அறிஞர்கள் சிறந்து விளங்கினர். இவ்வறிஞர் குழுக்கள் பெருங்கல் பண்பாட்டுடன் இந்தியாவிற்குக் குடியேறி தமிழ் மொழி உருவாக்கத்தில் முதன்மைப் பங்களிப்பு செய்ததுடன் தமிழ்ச் சமூகத்தில் காப்பியத் தொல்குடியாக அறியப்பட்டனர். இதனால் தான் ஹறியன் பெயர்கள் சங்ககாலத் தமிழ் மொழியில் வழங்கி வந்துள்ளன. தமிழில் மொழி ஆராய்ச்சி, சித்த மருத்துவம், வானியல், போர்க்கலை போன்ற துறைகளின் உயர் ஆராய்ச்சிக்குரிய அடையாளமாக அகத்திய முனியைக் கூறுவது ஹறியன் தொடர்பினால் என்று கருதுவதற்கு இடமுள்ளது. ஹறியன் அறிஞர்கள் பற்றி இந்நூலாசிரியரின் "மீண்டும் ஆரியரைத் தேடி..." நூலில் விவரிக்கப்பட்டுள்ளது.

இதுவரை விவாதித்தவற்றை சீர்தூக்கிப் பார்க்கும் போது மத்தியதரைக்கடலோர பகுதியில் பரிணமித்த வணிகக்குழுக்கள் கி.மு.4000 லிருந்து ஐரோப்பாவின் பிற பகுதிகளுக்கும் கி.மு.1400 லிருந்து இந்தியாவிற்கும் பரவியதாகக் கூறமுடிகிறது.

பெருங்கல் சின்னமும் தமிழ் மொழியும்

உலகின் பல பகுதிகளிலும் உள்ள பெருங்கல் சின்னங்கள் அதே வடிவில் இந்தியாவிலும் உள்ளதைப் பார்த்தோம். 10,500 ஆண்டுகளுக்கு முன் தோன்றிய துருக்கியின் கோபெக்லி மேட்டுச் சின்னங்கள் (*Gobekli Tepe*) பெருங்கல் சின்னங்களின் முந்து வடிவமாகும். கி.மு. 5500 வாக்கில் எகிப்தின் தென்பகுதியில் தோற்றுவிக்கப்பட்ட பெருங்கல் சின்னங்களே பிற்கால வணிகக்குழுக்கள் பின்பற்றிய மரபின் தொடக்கக்கட்டமாகும். கி.மு. 5500 வாக்கில் தோன்றிய உபைது பண்பாடு (சுமேரிய பண்பாடு) தொடர்பான ஆய்வுப்பயணக் குழுக்களின் செயல்பாட்டுத் தளங்களில் ஒன்றாக இன்றைய சூடான், தென் எகிப்து ஆகிய பகுதிகள் இருந்தன. இப்பகுதிகளில் தான் 'நாப்டா ப்லயா' என்று அழைக்கப்படும் பண்பாடு தோன்றியது. இப்பண்பாட்டில் தான் ஆய்வுப்பயண முனிவர்களின் நினைவாக பெருங்கல் சின்னங்கள் அமைக்கும் மரபும் தோன்றியது.

நாப்டா ப்லயா (Napta Playa) – கல்வட்டம் (கி.மு. 5500)

நாப்டா ப்லயா – குத்துக்கல் (கி.மு. 5500)

கி.மு. 4500 லிருந்து சுமேரிய ஆய்வுப்பயணக் குழுக்களின் செயல்பாட்டுடன் பெருங்கல் மரபு ஐரோப்பாவிற்குப் பரவத் தொடங்கியது. கி.மு. 3000 க்குப் பிறகு மூதாதை சுமேரியர், மத்தியதரைக்கடலோர வணிகக் குழுக்களாக மாறிய பின் ஆய்வுப்பயணக் குழுக்களின் செயல்பாடுகள் ஐரோப்பிய பகுதிகளில் அதிகரித்தது. இதன் பிறகு தான் (கி.மு. 3000 – கி.மு. 2500 காலகட்டம்) ஐரோப்பாவின் பல பகுதிகளிலும் பெருமளவில் பெருங்கல் சின்னங்கள் அமைக்கும் மரபு

பரவியது. இந்தப் பரவுதல்களின் போது ஆய்வுப்பயணக் குழுக்கள் வேட்டுவக்குடிகளாக வாழ்ந்த ஐரோப்பிய குடிகளின் மொழியைத் தங்கள் மொழி இலக்கண அமைதியுடன் செம்மைப்படுத்தி முன்னிலை ஃபின்னோ-உக்ரியன் மொழியை உருவாக்கியுள்ளனர். ஐரோப்பாவில் புதிய கற்காலப் பண்பாடு பரவிய இடங்களிலெல்லாம் ஃபின்னோ-உக்ரியன் மொழியே பேசப்பட்டது. கால்டுவெல் பாதிரியார், கெல்டிக் இனத்தவர் (இந்தோ-ஐரோப்பியர்) ஐரோப்பாவில் பரவுவதற்கு முன் ஐரோப்பா முழுவதும் ஃபின்னோ-உக்ரியன் மொழியே (சித்திய மொழியே) பேசப்பட்டது என்கிறார்.

மத்தியதரைக்கடலோர வணிகக்குழுக்களின் மொழிக்கும் தமிழ் மொழிக்கும் நெருங்கிய உறவு இருக்கும் பட்சத்தில் அம்மொழி அறிஞர்களால் கட்டமைக்கப்பட்ட ஃபின்னோ-உக்ரியன் மொழிகளில் தமிழ் மொழித் தாக்கம் இருக்க வேண்டுமல்லவா? கால்டுவெல், 'திராவிட மொழிகளின் ஒப்பிலக்கணம்' *(Comparative Grammer of the Dravidian Languages)* என்ற ஆங்கில நூலில் திராவிட மொழிகளுக்கும் சித்திய, இந்தோ-ஐரோப்பிய, செமிட்டிக் மொழிகளுக்கும் உள்ள பல ஒப்புமைகளைக் குறிப்பிடுகிறார். இம்மொழிகளைப் பேசிய மக்களுடன் திராவிட மொழி பேசிய மக்கள் தொல்பழங்காலத்தில் அருகருகே வாழ்ந்து உறவாடியிருக்க வேண்டும் என்பது அவர் கருத்து.

"திராவிட மக்கள் வழங்கும் மொழியின் சொற்களோடும் இலக்கண அமைப்போடும் ஒருமைப்பாடுடைய சொல்லுருவங்களையும் இலக்கண அமைப்பு முறைகளையும் பனிமண்டல வட ஐரோப்பிய நாட்டவர் மொழியிலும் பனிமண்டல சைபீரிய நாட்டவர் மொழியிலும், காணல் எத்துணை வியப்பூட்டும் சிறப்புடைத்து! தென்னகத்தில், ஆரியர் வருகைக்கு முன் வாழ்ந்திருந்த, திராவிடர், வரலாற்றுச் செய்திகள் வாய்மூடிக் கிடப்பினும், வேறு வகை சான்றுகள் கிடைக்காது போயினும் அவர் தம் மொழிகள் அளிக்கும் விளக்கம் ஒன்றினாலேயே, ஜெர்மானிய இனத்தவரின் மூதாதையராகிய டியூட்டன் இனத்தவரும் கிரேக்க இனத்தவரின் மூதாதையாராகிய எல்லன் இனத்தவரும் வருவதற்குமுன், ஏன், கெல்ட் இனத்தவர் வருவதற்கும் முன்னர் ஐரோப்பாவில்

வாழ்ந்திருந்த பழங்குடியினரோடு உறவு கொண்டிருந்தனராக வெளியாவது எத்துணை வியப்பூட்டும் நிகழ்ச்சி!”[116]

“பேராசிரியர் போப் அவர்கள் திராவிடத்திற்கும், இந்தோ-ஐரோப்பிய மொழிகளுக்குமிடையே உள்ளனவாகக் காட்டும் உறவு, ஒருமைப்பாடு, தொடர்பு ஆகியவைகளை நானும் ஏற்றுக் கொள்கிறேன், ஏற்றுக்கொள்வதோடு நில்லாது இந்நூலில் ஆங்காங்கே சுட்டியும் செல்கின்றேன். இந்தோ-ஐரோப்பிய மொழி, சித்திய மொழி ஆகிய இரண்டனுள், திராவிட மொழிகள், முன்னதோடு கொண்டிருக்கும் உறவு முறையினும், பின்னதோடு கொண்டிருக்கும் உறவே நெருக்கம் வாய்ந்ததாகக் கூறினும், திராவிடம் அவ்விரு மொழிகளோடும் தொடர்பு கொண்டுள்ளது என்பதே என் கொள்கையுமாகும். திராவிடம் கெல்டிக் இனத்தோடு கொண்டிருக்கும் ஒருமைப் பாட்டினைப் பொறுத்தவரையில், இந்தோ-ஐரோப்பிய மொழிகள் அனைத்தினும், கெல்டிக் மொழியே, சித்திய மொழிகளோடு, அதிலும் சிறப்பாக, கெல்டிக் இனத்தவர் வருகைக்கு முன் ஐரோப்பா முழுவதும் வழங்கியிருந்த சித்திய இனமாகிய பின்னிஷ் மொழியோடு, மிகவும் நெருங்கிய, பரவிய தொடர்புடையதாகும் என்பது நினைவில் இருத்த வேண்டியதாகும். ஆகவே திராவிடம் கெல்டிக் இனத்தோடு கொண்டிருக்கும் ஒருமைப்பாடு ஒவ்வொன்றும், சித்திய ஒருமைப்பாடு அல்லவோ என்றே நினைக்கவும் காணவும் தூண்டுகிறது.”[117]

கால்டுவெல் குறிப்பிடும் சித்திய மொழிக் குடும்பத்தை இன்றைய மொழியியல் அறிஞர்கள் ஃபின்னோ-உக்ரியன் மொழி என அழைக்கின்றனர். கி.மு. 6500 லிருந்து கி.மு. 5000 காலகட்டத்தில் துருக்கி பகுதியிலிருந்து ஐரோப்பா முழுவதும் புதியகற்காலக் குடிகள் பரவினர். இக்குடியேற்றத்துடன் துருக்கி-பாலஸ்தீனப் பகுதியின் பூர்வீகக்குடிகளான உயரம் அதிகமான வெட்டாய்டு இன மக்கள் (எத்தியோப்பிய இனம்) பரவியுள்ளனர். இக்குடிகளின் பரவுதல் மூலம் எத்தியோப்பிய இன மக்கள் பேசிய முன்னிலை ஆஃப்ரிக்க-ஆசிய (Africo-Asiatic languages)

116 டாக்டர் கால்டுவெல்லின் திராவிட மொழிகளின் ஒப்பிலக்கணம்; தமிழாக்கம் புலவர் கா.கோவிந்தன், க.ரத்னம் - பக்கம்84-

117 இதுவுமது. பக். 86-85

மொழியின் தாக்கம் ஐரோப்பிய பூர்வீகக்குடிகளின் மொழியில் ஏற்பட்டதன் மூலம் ஃபின்னோ-உக்ரியன் மொழிகள் தோன்றியுள்ளன. அதன் பின் மத்தியதரைக்கடலோர பகுதியிலிருந்து கி.மு. 4500 – கி.மு. 2000 காலகட்டத்தில் ஐரோப்பா முழுவதும் பரவிய பெருங்கல் நினைவுச்சின்னங்கள் ஐபீரிய இனத்தவரின் பரவுதலுடன் தொடர்புடையது என்றும் இந்த ஐபீரிய இனத்தவர் கருப்பு நிறத்துடன் உயரம் குறைவான உடல் வாகையும் நீள்தலையையும் கொண்டவர் என்றும் ஐரோப்பிய வரலாற்றறிஞர்கள் குறிப்பிடுகின்றனர்[118]. ஈரானிய பகுதியின் பூர்வீகக்குடிகளாகிய உயரம் குறைவான வெட்டாய்டு இனமக்கள் இக்குடியேற்றத்துடன் தொடர்புடையவராக இருந்துள்ளனர்.

ஐரோப்பிய மொழிகளில் பெருங்கற்கல்லறை பண்பாட்டு வணிகக்குழுக்களின் மொழி ஏற்படுத்திய தாக்கத்தை திராவிட மொழித் தாக்கமாக கால்டுவெல் இனம் கண்டுள்ளார். அதாவது மத்தியதரைக்கடலோர பகுதியிலிருந்து ஐரோப்பாவிற்குப் பரவிய பெருங்கல் மரபினரின் மொழி திராவிட மொழிக்கூறுகளை அதிகம் கொண்டது என்று கால்டுவெல் அளித்துள்ள தரவு மூலம் முடிவிற்கு வரமுடிகிறது. ஈரானிய பகுதியின் பூர்வீகக்குடிகளின் மொழி முன்னிலை ஏலமோ-திராவிட மொழியாக இருக்கலாம் என்று பல தொல்லியல் அறிஞர்களும் கருதுகின்றனர். ஐரோப்பாவிற்குப் பரவிய பெருங்கற்கல்லறைப் பண்பாட்டுடன் ஈரானிய பூர்வீகக்குடிகளின் உடற்கூறு கொண்ட மக்களும் திராவிட மொழிக்கூறுகளும் பரவியுள்ளது இக்கூற்றுக்கு வலு சேர்ப்பதாக உள்ளது. மனித இனங்களின் பரவுதல் பற்றிய தொல்லியல் தரவுகள் சரியாகக் கிடைக்காத காலகட்டத்தில் கால்டுவெல் தனது மொழியியல் ஆராய்ச்சி மூலம் வியப்பூட்டும் கண்டுபிடிப்பை நிகழ்த்தியுள்ளார்.

கி.மு. 4500 – கி.மு. 1500 காலகட்டத்தில் கிழக்கு மத்தியதரைக்கடலோரப் பகுதிகளைத் தலைமையிடமாகக் கொண்டு ஐரோப்பா முழுவதும் பெருங்கல் பண்பாட்டினர் பரவியிருந்தனர். இதன் விளைவாக ஐரோப்பியக் குடிகளிடம் புதிதாகப் பரவியிருந்த மொழியும் பண்பாட்டுக் கூறுகளும்

118 *A.L.Morton, A People's history of England, Published by Victor Collancz LTD, Londan; Page 14 - 15*

தமிழருடன் தொடர்புடையவையாக உள்ளன. அதே போல் கி.மு. 1500 – கி.பி. 200 காலகட்டத்தில் தென்கிழக்காசிய நாடுகளுக்கும் பசிபிக் கடலிலுள்ள தீவுகளுக்கும் பரவிய பெருங்கல் பண்பாட்டினர் மூலம் அக்குடிகளிடம் பரவியிருந்த மொழியும் பண்பாட்டுக் கூறுகளும் தமிழருடன் தொடர்புடையவையாக உள்ளதை பல ஆய்வாளர்களும் சுட்டிக்காட்டியுள்ளனர். இத்தரவுகள் மூலம் மூதாதை சுமேரியராகிய மத்தியதரைக்கடலோர வணிகக்குழுக்களின் மொழி தமிழ் மொழியுடன் அதிகம் நெருக்கமாக இருந்தது என்பதும் சங்ககாலத் தமிழ்ச்சமூகம் அவ்வணிகக்குழுக்களின் நீட்சியாக உருவானது என்பதும் உறுதியாகிறது.

IV

தமிழ் மொழி பரிணமித்த வரலாறு

மத்தியதரைக் கடலோர வணிகக்குடிகள் தென்னிந்தியாவிற்குக் குடியேறி இங்கு வாழ்ந்த பூர்வீகக்குடிகளிடம் இரண்டறக் கலந்து தமிழ்ச் சமூகமும் தமிழ் மொழியும் பரிணமித்ததன. இக்குடிகள் மூன்று வெவ்வேறு அரசியல் பொருளாதாரக் காரணிகளுக்காகத் தமிழகத்தில் குடியேறினர். ஒவ்வொரு குடியேற்றக் கட்டத்திலும் தமிழ் மொழியும் குறிப்பிடத்தக்க மாறுதல்களை சந்தித்துள்ளது.

முதல் கட்டம் – உலோகக் கனிமங்களைத் தேடிய குடியேற்றம் (கி.மு. 2500 – கி.மு. 1450)

மேற்காசியாவில் துருக்கி, சிரியா, ஈராக் ஆகிய நாடுகளில் யூப்ரிட்டீஸ், டைக்ரீஸ் என்ற இரு நதிகள் பாய்கின்றன. இந்நதிகள் பாயும் பகுதிகளை மெசொப்பொட்டாமியா என அழைப்பர். இவற்றில் துருக்கி, சிரியா, வட ஈராக் ஆகியவை மேட்டுப்பாங்கான பகுதிகளாகும். தொடக்கத்தில் இந்த பகுதிகளிலும் இதை அடுத்துள்ள ஈரானின் சாக்ரோஸ் மலை அடிவாரத்திலும் மானாவாரி விவசாயக்குடிகள் வாழ்ந்தனர். கி.மு. 5500 வாக்கில் ஈரானில் வாழ்ந்த குடிகள் நீர்ப்பாசன விவசாயத்தைக் கற்றுக்கொண்டனர். சாக்ரோஸ் மலை அடிவாரத்தை அடுத்துள்ள தென் மெசொப்பொட்டாமிய பகுதி (*South Mesopotamia*) யூப்ரிட்டீஸ், டைக்ரீஸ் நதிகளின் வடிநிலப் பகுதியாகும். வண்டல்மண் நிறைந்த இப்பகுதி நீர்ப்பாசன விவசாயத்திற்கு மிகவும் ஏற்றதாக இருந்தது. நீர்ப்பாசன விவசாயத்தைக் கற்றுக்கொண்ட ஈரான் குடிகள் இப்பகுதியில் விவசாய விரிவாக்கம் மேற்கொள்ள முயற்சிப்பது இயல்பானது. ஆனால் இப்பகுதியில் மரம், உலோகம் உள்ளிட்ட கட்டுமானப் பொருட்கள் அறவே கிடைக்காதது இம்முயற்சிக்குத் தடையாக இருந்தது. இதற்குத் தீர்வாக கட்டுமானப் பொருட்களை பிற பகுதிகளிலிருந்து தருவிப்பதற்கான ஏற்பாட்டுடன் மெசொப்பொட்டாமிய

பகுதியில் விவசாய விரிவாக்கம் கி.மு. 5500 வாக்கில் நடைபெற்றது.

இந்த விவசாய விரிவாக்கத்தின் விளைவாக உபைது பண்பாடு என அழைக்கப்படும் சுமேரிய நகர நாகரிகம் தோன்றியது. சுமேரிய நகரங்களுக்குத் தேவையான கட்டுமானப் பொருட்கள், ஈரான், துருக்கி, சைப்ரஸ், சிரியா, சூடான் (வட ஆஃப்ரிக்கா) போன்ற பகுதிகளிலிருந்து தருவிக்கப்பட்டன. இப்பொருட்களை அனுப்பிவைப்பதற்கென்றே சுமேரியரிடம் ஒரு தனிக் குழு செயல்பட்டது. இந்தக் குழுவினர் அவ்வப்பகுதிகளில் இருந்த வட்டார வேட்டைக்குடிகளைப் பழக்கி அவர்களின் துணையுடன் கட்டுமானப் பொருள்களையும் பிற வணிக மதிப்புள்ள பொருள்களையும் சேகரித்து மெசொப்பொட்டாமியாவிற்கு அனுப்பிவைத்தனர். இவ்வாறு மருத நில வாழ்க்கையை முதன்மையாகக் கொண்டிருந்த சுமேரிய நகர சமூகம் அக சமூகமாகவும் அவர்களுக்குப் பொருள்களைச் சேகரித்து அனுப்பிய குழுக்களும் அவர்களால் பழக்கப்படுத்தப்பட்ட வட்டாரக்குடிகளும் சேர்ந்து புற சமூகமாகவும் செயல்பட்டன. வேட்டுவக்குடிகளிலிருந்து பல்வேறு பணிகளுக்குப் பழக்கப்படுத்தப்பட்ட வட்டாரக் குடிகளை **'துணைக்குடிகள்'** என அழைக்கலாம்.

கி.மு. 3200 வாக்கில் சுமேரிய ஆறுகளில் ஏற்பட்ட மிகப்பெரிய வெள்ளப்பெருக்கினால் சுமேரிய நகரங்கள் பலவும் அழிந்து, மிகப்பெரிய அரசியல் குழப்பம் ஏற்பட்டது. இந்தச் சூழலில் புற சமூகத்தின் துணைக் குடிகள் வட ஆஃப்ரிக்காவில் எகிப்து அரசையும் ஈரானில் ஏலமைட் அரசையும் கி.மு. 3000 வாக்கில் தோற்றுவித்தனர்.[119] சம காலத்தில் சுமேரிய நகரங்களும் வெள்ள அழிவிலிருந்து மீண்டு மறுகட்டமைப்புகளை மேற்கொள்ளத் தொடங்கியதால் நகர சமூகத்தினருக்கு அதிக அளவில் கட்டுமானப் பொருட்கள் தேவைப்பட்டன. ஆனால் கட்டுமானப் பொருட்களை அனுப்பி வைக்கும் புற சமூகத்திலும் புதிய அரசுகள் தோன்றிவிட்டதால் சுமேரிய நகரங்களுக்கான பொருள் வரத்து குறையத் தொடங்கியது. இச்சூழலில் சுமேரிய சமூகத்தின் ஊக்குவிப்புடன் கிரீத் தீவின் மினோயன்,

119 துணைக்குடிகளின் தோற்றமும் வளர்ச்சியும் பற்றி இந்நூலின் இரண்டாம் பாகத்தில் விரிவாகப் பார்க்க உள்ளோம்

இந்தியாவின் சிந்துவெளி போன்ற வணிக அரசுகள் கி.மு. 3000 வாக்கில் உருவாகின.

இதற்கிடையில் பெருவெள்ள அழிவினால் ஏற்பட்ட அரசியல் குழப்பத்தின் விளைவாக, சுமேரியாவின் பழைய ஆட்சிக்குடிகளாகிய மூதாதைய சுமேரியர் மத்தியதரைக்கடலோர பகுதிகளுக்குக் குடியேறி அப்பகுதிகளில் செயல்பட்ட பொருள் சேகரிப்பு மையங்களைச் சார்ந்து பல வணிக அரசுகளை நிறுவினர். இவ்வரசுகள் சுமேரிய நகரங்களுக்கான கட்டுமானப் பொருட்களை அனுப்பிவைக்கும் பணியை மேற்கொண்டதுடன் கடல் கடந்த வணிகத்தையும் மேற்கொண்டன. மூதாதை சுமேரியர் புறக்குடிகளாக மாறிய பின் கி.மு. 2500 வாக்கில் துருக்கி, சிரியா போன்ற புறப்பகுதிகளில் வட்டார அகநகர்கள் (Enclaves) பெரிதாக வளர்ந்திருந்தன. இந்த புதிய அகநகர்களின் கட்டுமானப் பொருட்களின் தேவையும் அதிகரித்ததால் சுமேரிய நகரங்களுக்குக் கட்டுமானப் பொருட்களின் வரத்து மீண்டும் குறைந்தது. இக்காலகட்டத்தில் சுமேரிய நகரங்களும் மிகப் பெரிதாக வளர்ந்திருந்தன. இச்சூழலில் கட்டுமானப் பொருட்களை அனுப்பிவைக்கும் மையங்களின் செயல்திறனை அதிகரிப்பதுடன் புதிய பகுதிகளைத் தேட வேண்டிய தேவையும் மத்தியதரைக்கடலோர வணிக அரசுகளுக்கு ஏற்பட்டது. வணிக அரசுகள் தன்னாட்சியுடன் செயல்பட்டாலும் சுமேரிய உலகின் ஒரு உறுப்பாகவே செயல்பட்டனர். சுமேரிய அகநகர்களின் பொருள் தேவையை நிறைவேற்றுவதன் மூலம் தங்கள் அரசின் வருவாயை ஈட்டினர்.

இப்போது சுமேரிய அகநகர்களுக்கு ஏற்பட்ட கட்டுமானப் பொருள் தட்டுப்பாட்டை தங்கள் வணிக வளர்ச்சிக்குரிய சூழலாக்கிக் கொண்டு அதிகப்படியான கட்டுமானப் பொருள்களைப் பெறுவதற்குத் தேவையான உத்திகளை வணிக அரசுகள் வகுத்தன. இவ்வணிக அரசுகள் சார்பாக கி.மு. 2500 வாக்கில் செம்புப் பயன்பாட்டு கருப்பு-சிவப்பு மட்பாண்டப் பண்பாட்டினர் (Chalcolithic BRW – க-சி.ம) குஜராத்தின் லோத்தல் பகுதிக்குக் குடியேறினர். இக்குடியேற்றத்தை ரோமிலா தாபரும் சுமேரியரின் வணிக நோக்கத்து। ன் தொடர்புபடுத்துகின்றார்.

சுமேரியரிடம் மிகவும் பிரபலமாக இருந்த மெலுஹ்ஹா (Meluhha), தில்முன் (Dilmun), மகன் (Makan) ஆகிய வணிக நகரங்கள் சிந்துவெளி பண்பாட்டு நகரங்களாக இருக்கலாம் என விரிவாக ஆய்வு செய்துள்ள ரோமிலா தாபர் லோத்தல் நகரை மெலுஹ்ஹாவுடன் தொடர்புப்படுத்துகிறார்[120]. கி.மு. 2315 - கி.மு. 2307 வரை சுமேரிய நகர அரசுகளின் கூட்டமைப்புக்குத் தலைமையாக விளங்கிய 'ஊர்' நகர அரசன் ரிமுஷ் (Rimush) மெலுஹ்ஹாவை வெற்றி கொண்டதாகக் குறிப்பு உள்ளது. இக்குறிப்பு ரிமுஷ் லோத்தலை வெற்றிகொண்டதாக இருக்கவேண்டும் என ரோமிலா தாபர் குறிப்பிடுகிறார். ஆனால் அக்காலகட்டத்தில் லோத்தலில் போர் நடந்ததற்கான எந்த தடயமும் இல்லை. இதற்கு விளக்கம் கொடுக்கும் ரோமிலா தாபர், இவ்வெற்றியானது ராஜதந்திர நடவடிக்கைகளின் மூலம் அப்பகுதியின் கச்சாப் பொருட்களைத் (Raw materials) தன் கட்டுப்பாட்டில் கொண்டு வந்ததைக் குறிப்பிடுவதாக இருக்கலாம் எனக் கூறுகிறார்[121].

நாம் கருதுவது போலவே குஜராத், ராஜஸ்தான் பகுதியின் உலோகக் கனிமங்களின் தேவையைக் கருதி க-சி.ம. பண்பாட்டினரின் குடியேற்றம் லோத்தலில் நிகழ்ந்ததாக ரோமிலா தாபரும் கருதுகிறார். ஆனால் ரிமுஷின் ஆட்சிக் காலத்திற்கு முன்பே கி.மு. 2450 வாக்கில் க.சி.ம. பண்பாட்டினர் லோத்தலில் குடியேறிவிட்டனர். அதே வேளையில் ரிமுஷ் காலத்துக்குப் பின் கி.மு. 2200 வாக்கில் ராஜஸ்தானின் அஹர் (Ahar) என்ற நகருக்கருகிலுள்ள மலையின் சுற்றுவட்டாரத்தில் 50 க்கும் மேற்பட்ட கருப்பு-சிவப்பு மட்பாண்டங்கள் கிடைக்கும் தொல்லியல் தளங்கள் உள்ளன என்பதையும் அம்மலையில் கிடைக்கும் செம்புத் தாதுக்களைப் பெறுவதற்காக இக்குடியேற்றங்கள் நடைபெற்றதாகவும் தொல்லியல் அறிஞர் சங்காலி குறிப்பிடுவதை ஏற்கெனவே பார்த்தோம். க.சி.ம. பண்பாட்டினர் ராஜஸ்தான் பகுதியில் கிடைக்கக்கூடிய செம்பு தாதுக்களின் சுரங்கங்களை முழுமையாக தங்கள் கட்டுப்பாட்டில் வைத்திருந்தனர்.

---

120 Romila Thapar; Cultural Pasts, Essays in Early Indian history: A possible Identification of Meluhha, Dilmun and Makan, Pages 271-309

121 இதுவுமது, Page 282

லோத்தலில் க.சி.மட்பாண்டங்கள் கிடைக்கும் காலமான கி.மு.2450 இல் சுமேரியாவில் ஊர் வம்சாவழி அரசின் இரண்டாம் கட்டம் (Ur dynastic period - II) ஊர் அரசன் நன்னி (Nanni) தலைமையில் தொடங்குகிறது. இவனுடைய காலத்தில் இந்திய உலோகங்களின் வரத்தை அதிகப்படுத்துவதற்கான ஊக்கத்தை வணிக அரசுகளுக்குக் கொடுத்துள்ளான். லோத்தலில் க.சி.ம. பண்பாட்டினர் குடியேறிய பின்னர் தான் லோத்தல் துறைமுகம் கி.மு.2400 வாக்கில் கட்டமைக்கப்பட்டு ஹரப்பன் பண்பாட்டினரின் குடியேற்றம் இப்பகுதியில் நடைபெற்றுள்ளது. மத்தியதரைக்கடலோர வணிக அரசுகளின் 'பதிலி'களான (Representatives) க.சி.ம. பண்பாட்டினரும் ஹரப்பன் வணிகக்குழுக்களும் ஒருங்கிணைந்து லோத்தல் துறைமுகத்தை உருவாக்கியுள்ளனர்; இவ்விரு தரப்பினரும் இணைந்து செயல்பட்டதில் ஊர் நகர அரசின் பங்களிப்பும் இருந்துள்ளது.

கி.மு. 2350 இல் சார்கோன் (Sargon) அக்காடிய அரசைத் தோற்றுவித்த பின் அவ்வரசிற்கும் சிந்துவெளி நகரங்களிலிருந்து அதிகப் பொருட்கள் சென்றுள்ளதாக ரோமிலா தாபர் குறிப்பிடுகிறார். இக்கட்டத்தில் ஊர் தலைமையிலான சுமேரிய அரசிற்கும் அக்காடிய அரசிற்கும் இந்திய பொருட்களைப் பெறுவதில் அதிகப் போட்டி நிலவியிருக்கலாம். இச்சூழலில் தான் ஊர் அரசன் ரிமுஷ் (கி.மு. 2315 - கி.மு .2307) வணிகப் பொருளுற்பத்தி மையமான மெலுஹ்ஹாவைத் தன் கட்டுப்பாட்டில் கொண்டு வந்துள்ளான். மெலுஹ்ஹாவை அரேபிய தீபகற்பத்தில் இருப்பதாகவும் பல ஆய்வாளர்கள் கருதுகின்றனர். இக்கருத்து சரி என்று ஏற்றுக்கொண்டாலும் அதிகப்படியான பொருள் தேவையைக் கருத்தில் கொண்டு வணிக அரசான மெலுஹ்ஹாவை ஊர் நகர அரசன் ரிமுஷ் தன் கட்டுப்பாட்டில் கொண்டுவந்துள்ளான் என்ற தரவு இங்கு கிடைத்துள்ளது. மெலுஹ்ஹாவை தங்கள் கட்டுப்பாட்டில் கொண்டுவந்தது போலவே 'லோத்தல்' நகரையும் கி.மு. 2200 வாக்கில் ஊர் நகர அரசன் தங்கள் கட்டுப்பாட்டிற்குக் கொண்டுவந்துள்ளான். இந்நிகழ்விற்குப் பின்னர் தான் அஹர் நகரை ஒட்டிய மலைப்பகுதியில் செம்புச் சுரங்கப் பணிகள் க.சி.ம. பண்பாட்டினரால் நேரடியாக மேற்கொள்ளப்பட்டுள்ளன.

இதன் பின் க.சி.ம. பண்பாட்டினர் ஏற்கெனவே தென்னிந்தியாவில் குடியேறியிருந்த புதியகற்காலக் குடிகளை, கட்டுமானப் பொருட்களையும் வாசனைப் பொருட்களையும் சேகரிப்பதற்குப் பயன்படுத்தினர்.

இதே காலகட்டத்தில் (கி.மு. 2500 – கி.மு. 2200) தென்பாண்டி நாட்டிலும் மேற்காசிய ஆய்வுப்பயணக் குழுக்கள் குடியேறி உலோகத் தாதுக்களுக்கான சுரங்கப் பணிகளை மேற்கொண்டதன் மூலம் ஆதிச்சநல்லூர் பண்பாடு தோன்றியது. உலோகத் தாதுக்களைப் பெறுவதற்கான முதல் கட்டக் குடியேற்றத்தின் போது வணிக அரசுகள் தோன்றுவதற்கானத் தேவை ஏற்பட்டிருக்கவில்லை. பாதுகாப்புப் படைப்பிரிவு இருந்திருக்கலாம்.

இரண்டாம் கட்டம் – தமிழ் வணிக அரசுகளின் தோற்றம் (கி.மு. 1450 – கி.மு. 700)

இக்கட்டத்தில் தங்கள் ஆட்சி அதிகாரத்தை இழந்த மினோயன், அசுவா கூட்டணி அரசுகளில் செயல்பட்ட பல வணிகக்குழுக்கள் இந்தியாவிற்குக் குடியேறி தமிழகத்தை தலைமையிடமாகக் கொண்டு செயல்பட்டன. மேற்காசிய வணிகக்குழுக்கள் குடியேறிய உலகின் அனைத்துப் பகுதிகளிலும் வணிக அரசுகளை (வேளாட்சிகள் - Chiefdoms) உருவாக்கிக் கொண்டன. இந்த வணிக அரசுகளில் கச்சாப்பொருள் சேகரித்து பொருளுற்பத்தியில் ஈடுபட்ட புறநிலையங்கள் (out posts), பாதுகாப்புப் படைப்பிரிவும் வணிகக்குழுக்களும் தங்கும் விடுதிகளைக் கொண்ட கடிகைத் தாவளங்கள் (Stations), வணிக நடவடிக்கைகளின் நிர்வாகத்தைக் கவனிக்கும் தலைமைச் செயலகமாக செயல்பட்ட அகநகர்கள் (Enclaves) என மூன்று பகுதிகள் உண்டு. இந்த மூன்று பகுதிகளும் இணைந்தது ஒரு வணிக அரசாகும். இவற்றில் அகநகர் வேளிரின் இருப்பிடமாகும். சுமேரிய சமூக விரிவாக்கத்தின் போது (Uruk Expansion) இது போன்ற மூன்று வகையான குடியிருப்புகள் தோன்றியிருந்ததை ஆய்வாளர்கள் அடையாளம் கண்டுள்ளனர்[122]. உலகம் முழுவதும் பெருங்கல் பண்பாடு பரவிய இடங்களில் எல்லாம் இது போன்ற அமைப்புகளைக் கொண்ட வணிக அரசுகள்

---

122 CHICAGO JOURNALS; Authors : Guillermo Algaze and 10 others

தோன்றியிருக்கும். சுமேரிய அக உலகிற்குப் புறத்தே இத்தகைய அமைப்புகள் உருவாக்கப்பட்டிருந்தன. இந்தோ-ஐரோப்பிய குடிகளால் தோற்றுவிக்கப்பட்டிருந்த ஹிட்டைட் அரசின் ஆவணங்களில் அகநகர், கடிகைத் தாவளம் ஆகிய அமைப்புகளை அடையாளம் காணக்கூடிய குறிப்புகள் உள்ளன.

பிதனா (Pithana) என்ற ஆரிய படைத்தலைவன் அரசதிகாரத்திற்கு வந்த வரலாற்றைக் குறிப்பிடும் களிமண் பலகை ஆவணம் ஒன்று கிடைத்துள்ளது. இந்த ஆவணத்தை பிதனாவின் மகன் அனிட்டா (Anitta) பதிவு செய்திருந்ததால் இதனை அனிட்டா ஆவணம் என அழைப்பர். இந்த ஆவணத்தின் படி அசிரிய அரசுப் பரப்புக்குள் குறுநில தன்னாட்சிப்பகுதியாக (வேளாட்சி) இருந்த நேசா (Nesa) என்ற அகநகரை பிதனா கைப்பற்றுகிறான். இந்த பிதனா, நேசா நகருக்கு அருகிலிருந்த குஸ்ஸரா என்ற வணிக வழித்தட நிலையத்தின் (கடிகைத் தாவளம் – Stations) காவல்படைத் தலைவனாவான்.

பிதனாவை குஸ்ஸராவின் அரசன் என அனிட்டா தனது ஆவணத்தில் குறிப்பிட்டுள்ளான். இதுவரை குஸ்ஸரா நகரை தொல்லியலாளர்களால் அடையாளம் காண முடியவில்லை. அசிரிய ஆவணங்களில் நேசா நகரைப் பற்றியும் அதன் அரசனைப் பற்றியும் பல குறிப்புகள் உள்ளனவேயன்றி குஸ்ஸரா என்றொரு நகரமோ பிதனா என்றொரு அரசனோ இருந்ததாக எந்தக் குறிப்பும் இல்லை. ஆனால் குஸ்ஸரா என்ற வணிகக் காவல்நிலையத்தைப் பற்றிய குறிப்பு ஆவணங்களில் உள்ளது. இரு வணிகவழிச் சாலைகள் சந்திக்கும் இடத்தில் அமைந்திருந்ததாகக் குறிப்பிடப்படும் இந்த காவல் நிலையத்தில் ஓர் அரண்மனை இருந்ததாகவும் குறிப்பிடப்பட்டுள்ளது. இதை வணிகக் குழுக்களும் அரசர்களும் பயணத்தின் போது ஓய்வு எடுக்கும் விடுதியாகக் கூறலாம். தமிழகத்தில் வணிக வழித்தடங்களில் தோன்றிய கடிகைத் தாவளங்களுடன் இதை ஒப்பிடலாம். இந்த நிலையங்களில் தங்கியிருக்கும் காவல்படையினர் வணிகர்களுக்கான காவல்பணியை ஒப்பந்த அடிப்படையில் மேற்கொள்வர். இது போன்ற வணிக வழித்தட நிலையங்களும் காவல்படைகளும் வணிகப்பொருள் போக்குவரத்தின் போது பெறப்பட்ட சுங்கத்திலிருந்து

பராமரிக்கப்பட்டன எனத் தெரிகிறது. இத்தகைய படைப்பிரிவினரும் நகர அரசுகளும் தன்னிச்சையாகவே செயல்பட்டன. அதனால் தான் பிதனா நேசா நகரைக் கைப்பற்றிக்கொண்ட போது அந்நடவடிக்கையில் எந்த அரசும் தலையிடவில்லை. அன்றைய மேற்காசிய அரசியலில் உள் அமைப்புகள் தங்களுடைய பிரச்சினைகளைத் தங்களுக்குள் தீர்த்துக் கொள்ளும் உரிமை இருந்தது. அசுவா கூட்டணியிலிருந்த வணிகக்குழுக்களின் செயல்பாட்டுப் பகுதிக்குள் நேசா நகரமும் குஸ்ஸரா காவல் நிலையமும் அமைந்திருந்தது குறிப்பிடத்தக்கது. இது போன்று ஒவ்வொரு அமைப்பும் தன்னாட்சியுடன் ஒருங்கிணைந்து செயல்படுவது தான் 'ஆசியபாணி உற்பத்திமுறை' என்ற அரசியல் பொருளாதார அமைப்பின் அடிப்படைத் தன்மையாகும்[123].

இத்தகைய காவல்படைத் தலைவனான பிதனாவை அனிட்டா ஆவணம் குஸ்ஸராவின் அரசன் எனப் பதிவு செய்துள்ளது. குறிப்பிட்டுச் சொல்லக்கூடிய ஓர் ஊரைக் கூட தோற்றுவிக்காத ஆரிய இனக்குழுத் தலைவர்களை ரிக் வேதத்தில் ரிஷிகள் அரசனாகக் குறிப்பிட்டதற்கு ஒப்பாக இதைக் கூறலாம். பிதனா போன்ற படைத்தலைவர்களையும் அவனுடைய படையையும் வணிகக்குழுக்களின் துணைக்குடிகளிலிருந்து படைப்பயிற்சி கொடுத்துத் தேர்வுசெய்வர். சங்க இலக்கியத்தில் துணைக்குடிகளை 'சிறுகுடி' என அழைத்தனர். சிறுகுடிகளிலிருந்து படைப்பயிற்சிக் கொடுத்து அமைக்கப்பட்ட படைப்பிரிவை துணைப்படை எனலாம். 'பிதனா' இந்தோ-ஐரோப்பிய மொழி பேசிய சிறுகுடியிலிருந்து உருவாகிய துணைப்படையின் தலைவனாவான். துணைப்படைத் தலைவன் ஒருவன் அசுர் என்ற வணிக அகநகரை கைப்பற்றியதன் மூலமே செமைட்டுகளின் அசிரிய அரசும் தோன்றியது. இது போன்ற துணைப்படையினரே அரண்மனைப் பணியிலும் அமர்த்தப்படுவர். இவர்களில் சிறப்பான படைப்பயிற்சி உள்ளவர்கள் அணுக்கப்பணியாளனாக (அடைப்பக்காரன்) ஆக்கப்படுவர். இவ்வாறான அணுக்கப்பணியாளனாக கிஷ்

123 இப்பொருள் குறித்து "தமிழரைத் தேடி.... இரண்டாம் பாகம்" நூலில் விரிவாக விவாதிப்போம்

(Kish) நகர அரசனிடம் இருந்த சார்கோன் என்பவன் கி.மு. 2350 வாக்கில் அக்காடியன் (Akkadian) என்ற செமைட்டுகளின் முதல் அரசைத் தோற்றுவித்தான். உலகம் முழுவதும் இது போன்று துணைப்படையாகச் செயல்பட்ட குடிகள் கால ஓட்டத்தில் அகநகரைக் கைப்பற்றித் தனியாட்சி செய்த வரலாறுகள் அதிகம் உள்ளன.

இங்கு பிதனா பணியாற்றிய குஸ்ஸரா கடிகைத் தாவளமாகும். நேசா நகரம் அகநகராகும். நேசா நகர அரசன் அசிரிய அரசுக்குட்பட்ட தன்னாட்சி உரிமை பெற்ற குறுநில ஆட்சியாளனாவான். இக்குறுநில அரசர்கள் சங்ககால வேளிரை ஒத்தவர்கள். இவ்விரு வகையான அமைப்புகளுடன் சில கச்சாப்பொருள் சேகரிப்பு மையங்களும் இணைந்தது ஒரு வணிக அரசாகும். கி.மு. 1400 லிருந்தே இந்தியாவிலும் இது போன்ற தன்னாட்சியுடன் கூடிய பல வணிக அரசுகள் இயங்கின. இவ்வணிக அரசுகளுக்கு பாண்டியர் தலைமை ஏற்று ஒருங்கிணைப்பாளராகச் செயல்பட்டனர். பெருங்கல் கல்லறைகளை இந்தியாவின் பல இடங்களில் பாண்டிக் குழி, பண்டுக் குழி என அழைக்கின்றனர். இவ்வாறு அழைக்கப்படுவதற்கும் வணிகக்கூட்டணிக்கு பாண்டியர் தலைமை ஏற்றதற்கும் தொடர்புள்ளதா என்பதும் ஆய்வுக்குரியது. பெருங்கல் பண்பாட்டினரின் தாக்கம் யஜூர் வேத உருவாக்கத்தில் இருந்திருக்கவேண்டும் என ரோமிலா தாப்பர் குறிப்பிடுகிறார். யஜூர் வேதம் புனையப்பட்டதாகக் கருதப்படும் கி.மு. 1000 க்கு முன்பே வணிக அரசுகளின் கூட்டணி உருவாகிவிட்டது என்ற நம்முடைய கருத்துக்கு ரோமிலா தாபரின் கூற்று வலு சேர்க்கிறது.

சுமேரியாவில் வெள்ளையின குடிகளின் எழுச்சியும் மூதாதை சுமேரியரின் வெளியேற்றமும்

மத்தியதரைக்கடல் நாடுகளில் வணிக அரசுகளைத் தோற்றுவித்து செயல்பட்ட மூதாதை சுமேரியர், சுமேரிய உலகின் ஓர் அங்கமாகவே வாழ்ந்தனர். அக்காலகட்டத்தில் மத்தியதரைக்கடல் பகுதியின் வணிக அரசுகளும் சுமேரிய நகர அரசுகளும் இணைந்து சுமேரிய உலகமாக அறியப்பட்டது. மூதாதை சுமேரியரும் இவர்களால் பணிமக்களாகப் பழக்கப்பட்ட

வெள்ளையின மக்களும் கலந்த கலப்பினத்தவர் சுமேரிய நகரங்களின் புதிய ஆட்சியாளர்களாக இருந்தனர். சுமேரிய நகர அரசுகள் தங்களுக்குள் ஒரு வலுவான நகர அரசனின் தலைமையில் கூட்டமைப்பாகச் செயல்பட்டனர். இதே போன்று மத்தியதரைக்கடல் நாடுகளில் இருந்த வணிக அரசுகளும் கூட்டணிகள் அமைத்து ஒருங்கிணைப்பாளர்களின் தலைமையில் செயல்பட்டனர்[124].

வணிக அரசுகளின் உலகத்தை கீழ் உலகம் (புற உலகம்) என சுமேரிய நகர சமூகத்தினர் (அக சமூகத்தினர்) அழைத்தனர். நகர அரசுகளின் ஆட்சிக்குடிகளும் வணிக அரசுகளின் ஆட்சிக்குடிகளும் கி.மு.1700 வரை அமைதியான முறையில் ஒத்திசைந்து செயல்பட்டனர். இவர்களுக்குத் துணையாக செயல்பட்ட கடிகைத் தாவளங்களும் (வணிக வழித்தட காவல் நிலையங்கள்) நேசா போன்று புறத்தே தோன்றிய அகநகர்களும் தன்னாட்சியுடன் செயல்பட்டன.

சுமேரிய உலகின் பணிமக்கள் மரபினராக வாழ்ந்த வெள்ளையின செமித்தியரும் (Semites) இந்தோ-ஐரோப்பியரும் கி.மு.1700 வாக்கில் சுமேரிய அக உலகின் பெரும்பகுதியை தங்கள் ஆட்சி அதிகாரத்திற்குள் கொண்டுவந்தனர்; நகர அரசுகளின் பழைய கலப்பின ஆட்சியாளர்களை அகற்றிவிட்டு தங்கள் பிரதிநிதிகளை ஆட்சியாளர்களாக நியமித்தனர். நகர அரசுகளின் தன்னாட்சி அதிகாரத்தை அழித்து மையப்படுத்தப்பட்ட அதிகாரத்தைக் கொண்ட மாற்று அரசியல் மரபை உருவாக்கினர். இக்காலகட்டத்தில் மத்தியதரைக்கடலோர வணிக அரசுகள்

124 பாலஸ்தீனத்தில் கி.மு.1700 இல் தோன்றிய கானான் தேசம் பல வணிக அரசுகளின் கூட்டணியாகும். இதே போன்று சிரியாவின் மாரி அரசு சைப்ரஸ் தீவில் இயங்கிய வணிக அரசின் தலைமையில் இயங்கியதற்கான குறிப்புகள் உள்ளன. இதே காலகட்டத்தில் ஆசியா மைனரை மையமாகக் கொண்டு அசுவா (Assuwa) கூட்டணியும் ஏஜியன் பகுதியில் கிரீத்தின் மினோயன் அரசை தலைமையாகக் கொண்ட வணிக அரசுகளும் என பல வணிகக் கூட்டணி அரசுகள் செயல்பட்டன. மினோயன் அரசின் தலைமையில் இயங்கிய வணிக அரசுகளின் செயல்பாட்டால் கிரேக்க உலகம் என்ற புதிய உலகம் ஐரோப்பாவில் கருக்கொண்டது. இவ்வணிக அரசுகள் ஐரோப்பாவிற்கும் சுமேரிய உலகிற்கும் வணிகப் பரிவர்த்தனைக்கான பாலமாக விளங்கினர்.

தங்களுக்கென வலுவான படைப்பிரிவுகளைக் கொண்டிருந்ததால் தங்கள் தன்னாட்சிப் பகுதிகளைத் தக்கவைத்துக் கொண்டன.

கி.மு. 2350 இல் செமைட்டுகளின் அக்காடிய அரசு தோன்றிய போது அவ்வரசு மட்டுமே வேற்று மரபினரின் அரசாக இருந்ததால் வணிக அரசுகளுக்கு பெரிய சிக்கல்கள் ஏற்படவில்லை. கி.மு. 2000 இல் அசிரிய அரசு தோன்றிய போது வணிக அரசுகளுக்கு நெருக்கடி தொடங்கியது. இதன் பின் பாபிலோனியா (Babylonia - கி.மு. 1850), ஹிட்டைட் (Hittite - கி.மு. 1750), காசைட் (Kassite - கி.மு. 1550), மிட்டானி (Mittani - கி.மு. 1500) போன்ற வெள்ளையின ஆட்சியாளர்களின் அரசுகள் ஒன்றன் பின் ஒன்றாகத் தோன்றின. இக்கட்டத்தில் வணிக அரசுகள் பெரும் நெருக்கடியைச் சந்தித்தன.

ஆசியா மைனர் (Asia Minor) என அழைக்கப்பட்ட வடமேற்கு துருக்கியில் செயல்பட்ட 22 வணிக அரசுகள் இணைந்து அசுவா (Assuwa) என்ற கூட்டணி அரசை வலுவானதாக உருவாக்கியிருந்தனர். ஹிட்டைட் ஆட்சியாளர்கள் தங்கள் அரசின் எல்லையில் செயல்பட்ட அசுவா (Assuwa) கூட்டணி அரசுகளின் தன்னாட்சிப் பகுதிகளை தங்களுடைய ஆட்சியின் நேரடிக் கட்டுப்பாட்டில் கொண்டுவர முயற்சி செய்தனர். ஹிட்டைட்டுகளுடனான தொடர் போர்களின் முடிவில் கி.மு. 1430 இல் அசுவா கூட்டணி அரசு முழுமையான தோல்வியைத் தழுவியது.[125] இந்தப் போரில் வெற்றி பெற்ற ஹிட்டைட் படையினர் அசுவா அரசன், அவன் மகன் ‘குக்குலி’ (Kukkuli) மற்றும் பிற அரசகுல உறுப்பினர்களை அவர்களின் குடும்பத்துடன் ஹிட்டைட் தலைநகர் ஹட்டுசாவிற்கு (Hattusa) கைதிகளாகக் கொண்டு சென்றனர். ஹிட்டைட் அரசன் துடாலியா (Thudaliya) குக்குலியை அசுவா அரசனாக மீண்டும் நியமித்து தனக்குக் கீழ் ’வாயிலாக’ச் (Vassals) செயல்படும்படி பணித்தான். ‘வேள்’ தகுதி (தன்னாட்சி தகுதி) இழந்து இவ்வாறு வாயிலாக செயல்படுவதை அசுவா கூட்டணி அரசுகள் தங்கள் இயல்புப்படி எதிர்த்தனர். இதன் காரணமாக குக்குலி மீண்டும் ஹிட்டைட்டுகளை எதிர்த்துப் போரிட்டான்.

125 Eric H.Cline, “1177 The Year Civilization collapsed” – Princeton University Press, 2014 Pages 35 - 36

இப்போதும் வெற்றி பெற்ற ஹிட்டைட்டுகள் குக்குலியை கொன்றுவிட்டு அசுவா அரசை அழித்துவிட்டனர்.

வணிக அரசுகள் மூதாதை சுமேரியரின் வழிவந்தவர்கள் என்பதால் தங்கள் அரசியல் நெறிப்படி தன்னாட்சி உரிமையை விட்டுக்கொடுக்க ஒப்பவில்லை. ஹிட்டைட்டுகள் அசுவா கூட்டணியின் செயல்பாட்டுப் பரப்பிற்குள் துணைப்படைத் தலைவனாக செயல்பட்ட பிதனாவின் வழிவந்தவர்கள். அவர்களிடம் அரசியல் முதிர்ச்சி இல்லாததால் தன்னாட்சிப் பகுதிகளை ஒழித்து வணிக நடவடிக்கைகளையும் தங்கள் அரசின் நேரடி கட்டுப்பாட்டிற்குள் கொண்டுவர முயற்சி செய்தனர். இதே போன்ற நடவடிக்கையை மைசீனிய அரசும் மேற்கொண்டது. இந்த இரு ஆரிய இனக்குழுக்களின் அரசுகளும் தங்கள் அரசுப் பரப்பிற்குள் செயல்பட்ட தன்னாட்சி அமைப்புகளை ஒழித்து மையப்படுத்தப்பட்ட அரசை உருவாக்க முயற்சித்தன. இம்முயற்சிக்கு மினோயன், அசுவா போன்ற வணிகக் கூட்டணி அரசுகள் தடையாக இருந்ததால் அவற்றைத் தங்கள் குறுநில ஆட்சிப் பகுதியாக மாற்ற முயன்றனர். அசுவா கூட்டணி அரசு ஒழிக்கப்பட்ட சம காலத்தில் மினோயன் அரசை மைசீனியர் கைப்பற்றினர்.[126] அசுவாவை அழிப்பதற்கும் ஹிட்டைட் அரசுக்கு மைசீனிய அரசு துணை நின்றுள்ளதை ஆய்வாளர்கள் சுட்டுகின்றனர்[127] அசுவா கூட்டணியைச் சேர்ந்த வணிகக்குழுக்களில் சில குழுக்கள் மினோயனின் கிரீத் தீவிலும் தங்கள் செயல்பாடுகளைக் கொண்டிருந்தன. அந்த அளவிற்கு கருப்பின மூதாதை சுமேரியரின் வழித்தோன்றல்களான அசுவா கூட்டணியினரும் மினோயன் கூட்டணியினரும் நெருங்கிய உறவுடன் செயல்பட்டுள்ளனர். இக்கூட்டணியை இரு ஆரிய அரசுகளும் இணைந்து அழித்துள்ளனர். ஆரியத்துக்கும் (மையப்படுத்தப்பட்ட அரசு) தமிழுக்குமான (தன்னாட்சி அரசுகளின் கூட்டமைப்பு) போட்டி மேற்காசியாவிலேயே தோன்றிவிட்டது எனக் கூற முடிகிறது. இந்த போட்டியை முதல் அக்காடிய அரசன் சார்கோன் தொடங்கி வைத்தான்.

தோல்வியைத் தழுவிய இரு வணிகக் கூட்டணிகளும் சைப்ரஸ் (Cyprus) தீவை தலைமையாகக் கொண்டு செயல்பட்ட

126 *Eric H.Cline, "1177 The Year Civilization collapsed" – Princeton University Press, 2014 – Page 20*

127 இதுவுமது – *Page 36*

வணிக அரசுகளுடன் நீண்ட காலமாக மிக நெருங்கிய தொடர்பில் இருந்தன. சைப்ரஸ்-கிரீத் பண்பாடு என இவ்விரு பண்பாடுகளையும் இணைத்து ஒரே பண்பாடாகப் பார்க்கும் தொல்லியல் ஆய்வுகளும் நடைபெறுகின்றன. இவ்வணிக அரசுகள் மூதாதை சுமேரியரால் தோற்றுவிக்கப்பட்டதால் இவைகளுக்குள் இந்த அளவிற்கு நட்புறவு நிலவியுள்ளது. அக்காலகட்டத்தில் சுமேரிய உலகிற்குத் தேவையான செம்பு உலோகம் பெருமளவு சைப்ரஸ் தீவிலிருந்து கிடைத்தது. மிகப் பழைமையான உலோக உற்பத்தி மையமான சிரியாவின் மாரி அரசும் சைப்ரஸ் தலைமையிலேயே இயங்கியது. இந்த வகையில் சைப்ரஸ் தலைமையிலான வணிகக்கூட்டணி மிக வலுவாக இருந்தது. அதனால் தான் இவ்வணிகக் கூட்டணி அரசை புதிய அரசுகளால் வெற்றிகொள்ள முடியவில்லை. தங்கள் ஆட்சி அதிகாரத்தை இழந்த மினோயன், அசுவா கூட்டணிகளில் செயல்பட்ட வணிகக்குழுக்கள் சைப்ரஸ் கூட்டணியினரின் ஊக்குவிப்புடன் தென்னிந்தியாவிற்குக் குடியேறியுள்ளனர். தென்னிந்தியாவின் புதியகற்காலக் குடிகளுடன் இணைந்த இவ்வணிகக்குழுக்கள் தென்பாண்டி நாட்டை தலைமையிடமாகக் கொண்டு செயல்பட்டுள்ளனர். இப்போது குடியேறிய வணிகக்குழுக்கள் வணிகப் பொருளுற்பத்தியிலும் ஈடுபட்டனர்.

அசுவா கூட்டணியும் மினோயன் அரசும் ஆட்சியிழந்த பின்பு எஞ்சியிருந்த வணிகக் கூட்டணிகளுக்கும் வெள்ளையினத்தவரின் அக அரசுகளுக்குமான முரண்பாடுகள் அதிகரித்தன. தொடர் நெருக்கடியான அரசியல் சூழல் இருந்ததால் வணிக அரசுகளின் போர்ப்பயிற்சி பெற்ற துணைப்படைகளும் கிளர்ச்சியில் ஈடுபட்டுள்ளனர். ஒரு கட்டத்தில் கிளர்ச்சி செய்த துணைபடையினர் கடல் கொள்ளையர்களாகவும் மாறினர். இக்கடல் கொள்ளையர்கள் கடற்கரையோரங்களின் வணிக அரசுகளையும் அகக் குடிகளின் நகரங்களையும் திடீர் தாக்குதல் நடத்தி சூறையாடினர். இப்போது அக அரசுகள், வணிக அரசுகள், கடற்கொள்ளையர்கள் என ஓயாத முத்தரப்புப் போர்கள் நடந்தன.

இந்த ஓயாத போர்களின் முடிவாக கி.மு. 1200 வாக்கில் வலுவான சைப்ரஸ் கூட்டணி உள்ளிட்ட அனைத்து வணிக

அரசுகளும், ஹிட்டைட், பாபிலோனியா, அசிரியா, ஏலமைட் போன்ற அனைத்து உள்நாட்டு அரசுகளும் முற்றிலும் அழிந்தன. சம காலத்தில் ஏஜியன் மற்றும் கிரேக்கப் பகுதியில் செயல்பட்ட அனைத்து அரசுகளும் எகிப்து அரசும் கூட அழிந்தன. கி.மு. 900 வரை 300 ஆண்டுகள் இவ்வரசுகள் அழிவிலிருந்து மீளவில்லை. வெண்கல கால பேரழிவு என வரலாற்றாய்வாளர்களால் அழைக்கப்படும் இந்த அழிவை நாகரிகத்தின் அழிவு (Civilization collapsed) என எரிக் எச்.க்ளைன் அழைக்கின்றார். விவசாய நாகரிகம் உருவான பின் மனித இனம் சந்திந்த மாபெரும் அழிவாக இதைக் கருதவேண்டும். ஹிட்டைட், மைசீனியா போன்ற ஆரிய அரசுகள் தங்கள் அரசியல் முதிர்ச்சியற்ற தன்மையால் தன்னாட்சிப்பகுதிகளை அழித்ததின் விளைவாக இந்த அழிவு ஏற்பட்டது.

இக்காலகட்டத்தில் நாடிழந்த வணிகக்குழுக்களும் ஏலமைட் போன்ற சில உள்நாட்டு ஆட்சிக்குடிகளும் அணி சேர்ந்து க-சி.ம. பெருங்கற்கல்லறைப் பண்பாடாக தென்னிந்தியாவிற்கும் வட இந்தியாவிற்கும் பல அலைகளில் குடியேறுகின்றனர். இவ்வணிகக்குழுக்களில் இடம் பெற்றிருந்த அறிஞர்களும் தொழில்நுட்ப வல்லுநர்களும் அன்றைய உலகில் மிக வளர்ந்த நிலையை அடைந்தவர்கள். கடல் கொள்ளையர்களால் (Sea people) சூறையாடப்பட்டு நாடிழந்த சூழலில் இந்தியாவிற்குள் குடியேறியதால் பொருளியல் வாழ்க்கையில் வலுவிழந்திருந்தனர். இக்குழுக்கள் ஏற்கெனவே தென்பாண்டி நாட்டைத் தலைமையிடமாகக் கொண்டு இயங்கிய வணிகக்கூட்டணியுடன் அணி சேர்ந்து செயல்பட்டுள்ளனர்.[128]

---

128 தென்பாண்டி நாட்டில் செயல்பட்ட உலோகத் தேடல் குழு சைப்ரஸ் கூட்டணி சார்பாகக் குடியேறினர் என்றும் குஜராத்தைத் தலைமையிடமாகக் கொண்டு செயல்பட்ட க.சி.ம. பண்பாட்டினர் அசுவா கூட்டணி சார்பாகக் குடியேறினர் என்றும் கூறுவதற்கு வாய்ப்புகள் உள்ளன. அசுவா கூட்டணியினர் இயங்கிய ஆசியா மைனரிலும் வட இந்திய க-சி.ம. பண்பாட்டின் தொல்லியல் தளங்களிலும் கிடைத்துள்ள பயன்பாட்டுப் பொருட்களுக்குள் ஒப்புமை உள்ளதை தொல்லியல் அறிஞர்கள் சுட்டிக்காட்டியுள்ளனர். அதே போல் ஆதிச்சநல்லூரில் கிடைத்துள்ளது போன்ற பயன்பாட்டுப் பொருட்களும் முருக வழிபாட்டுச்சின்னங்களும் சைப்ரஸ், சிரியா போன்ற பகுதிகளில்

மூன்றாம் கட்டம் - தமிழ் அக அரசுகளின் உருவாக்கக் காலம் (கி.மு. 700 – கி.மு. 500)

தமிழ்ச் சமூகத்தின் இரண்டாம் கட்டம் தொடங்கிய கி.மு. 1400 லிருந்து பாண்டியர் தலைமையிலான வணிக அரசுகள் பண்டைய இந்தியா முழுவதும் தங்கள் செயல்பாட்டைக் கொண்டிருந்தன. இதில் ஆஃப்கானிஸ்தான், பாகிஸ்தானும் அடங்கும். சம காலத்தில் ஹிட்டைட் அரசின் ஊக்குவிப்பால் மிட்டானி, காசைட் போன்ற ஆரிய அரசுகளின் பரப்பிற்குள் செயல்பட்ட ரிஷிகள் (அப்கல்லு மரபினர்) சிந்துவெளிப் பகுதியில் குடியேறி அங்கு நாடோடிகளாகத் திரிந்த ஆரிய இனக்குழுக்களை ஒருங்கிணைத்து கட்டுக்கோப்பான குடிகளாக மாற்றும் பணியை மேற்கொண்டனர் [129].

கி.மு. 1200 க்குப் பின் குடியேறிய பெருங்கல் மரபினர் இந்தியா முழுவதும் தங்கள் பொருளுற்பத்தி மையங்களை உருவாக்க முயன்றனர். இக்கட்டத்தில் வட இந்தியாவில் வாழ்ந்த ஆரிய இனக்குழுக்களை துணைக்குடிகளாகப் பயிற்றுவிக்கும் தேவை அவர்களுக்கு ஏற்பட்டது. அக்காலகட்டத்தில் வட இந்தியாவில் ஆரிய இனக்குழுக்களே பெரும் எண்ணிக்கையில் வாழ்ந்தனர். சிந்துவெளி நகரங்களின் அழிவிற்குப் பின் அந்நாகரிகம் தொடர்பான மக்கள் பெருமளவில் புதியகற்காலக் குடிகளுடன் தென்னிந்தியாவிற்கு குடிபெயர்ந்துவிட்டனர் எனத் தெரிகிறது. தமிழ் வணிகக்குழுக்களின் துணைக்குடிகளாக மாறியதிலிருந்து ஆரிய இனக்குழுக்கள் ரிஷிகளின் தலைமையில் செயல்பட்டவர்கள் ஒரு பிரிவாகவும் தமிழ் வணிகக்குழுக்களின் தலைமையில் செயல்பட்டவர் மற்றொரு பிரிவாகவும் மாறினர். ரிஷிகளின் தலைமையில் செயல்பட்டவர்களை 'வேத மக்கள்' என அழைக்கலாம். வேத மக்கள் தமிழ் வணிகக்குழுக்களின் துணைக்குடிகளை 'விராட்டியர்' என அழைத்தனர். விராட்டியரில் குஜராத்தை மையமாகக் கொண்டு செயல்பட்ட க.சி.ம.

கிடைத்தவற்றுடன் ஒப்புமையாக உள்ளன.

129 இப்பொருள் குறித்து இந்நூலாசிரியரின் "மீண்டும் ஆரியரைத் தேடி..." என்ற நூலில் விரிவாக விளக்கப்பட்டுள்ளது. ஆரிய இனக்குழுக்களும் ரிஷிகளும் வெவ்வேறு சமூகத்தினர் என்பதும் அந்நூலில் நிறுவப்பட்டுள்ளது.

பண்பாட்டுக்குரிய கண்ணனின் விருஷ்ணிகளும், புதிதாக துணைக்குடிகளாக மாறியிருந்த ஆரிய இனக்குழுக்களும் அடங்குவர்[130].

கி.மு. 900 க்குப் பின் மேற்காசிய அரசியல் குழப்பம் ஓரளவிற்குத் தெளிந்து அரசுகள் புனரமைக்கப்பட்டன. இப்போது இந்தியாவிலிருந்து செயல்பட்ட வணிகக்குழுக்கள் தங்கள் வணிகப் பொருட்களின் சேகரிப்பையும் உற்பத்தியையும் அதிகரிக்க வேண்டிய தேவை எழுந்ததால் உலோகத் தாதுக்களையும் பிற கனிமங்களையும் தேடி இந்தியாவின் பிற பகுதிகளுக்கும் பரவினர். சம காலத்தில் ரிஷிகளின் தலைமையிலான வேத மக்களும் கங்கை சமவெளிக்குப் பரவத் தொடங்கினர். தொடக்கத்தில் வேத மக்களுக்கும் குஜராத்தை மையமாகக் கொண்டு செயல்பட்ட கருப்பு-சிவப்பு மட்பாண்டப் பண்பாட்டினருக்கும் (இனி 'விருஷ்ணிகள்') முரண்பாடுகள் இருந்தன . வேத மக்களை பெருமளவில் துணைக்குடிகளாக மாற்றவேண்டியத் தேவை வணிகக்குழுக்களுக்கு இருந்ததால் விருஷ்ணிகளுக்கும் வேத மக்களுக்குமான முரண்பாடுகளை களைந்து இணக்கத்தை ஏற்படுத்தியுள்ளனர். இதன் விளைவாக இக்குடிகளுக்குள் நடைபெற்ற மணவுறவுகளை மகாபாரதக் கதை பதிவு செய்துள்ளது.

வணிகக்குழுக்களுடன் இணக்கமாக செல்ல ஆரம்பித்த பின் கி.மு. 900 வாக்கில் 'பின் வேத காலம்' (Late Vedic Period) தொடங்குகிறது. இக்கட்டத்தில் வேத மக்களை தமிழ் வணிகக்குழுக்களின் அறிஞர்கள் (தமிழ் அறிஞர்கள்) வழிநடத்தத் தொடங்கினர். தமிழ் அறிஞர்களுக்கும் வேத மக்களை வழிநடத்திய ரிஷிகளுக்கும் தொழில்நுட்ப அறிவில் மிகப் பெரிய இடைவெளி இருந்தது. வேத மக்களுக்கு தலைமையேற்றிருந்த ரிஷிகளை தொடக்கக் கல்வி ஆசிரியருடன் ஒப்பிடலாம். போர் பயிற்சியில் ஓரளவிற்குத் தேர்ச்சி பெற்றிருந்த ரிஷிகள் பிற அனைத்து அறிவியல் தொழில்நுட்ப துறைகளிலும் அரிச்சுவடிகளை அறிந்திருந்தனர். இத்தகைய ஆசிரியர்களை சுமேரியர் 'அப்கல்லு' என அழைத்தனர். அப்கல்லு மரபினர் சுமேரிய நகரங்களை அடுத்து வாழ்ந்த

130 *Romila Thapar, Ancient Indian Social history , some interpretations; (Puranic lineages and archaeological cultures) published by Orient Longman Limited, New Delhi Reprint 1990 , Pages 248-252*

கட்டுப்பாடற்ற நாகரிக வளர்ச்சி குன்றிய குடிகளை கட்டுப்பாடுடன் வாழ்வதற்கு பயிற்றுவித்ததுடன் அவர்களில் கட்டுப்பாடுடன் வாழப் பழகியவர்களை அகநகரங்களின் பணிமக்களாக மாறுவதற்கும் ஊக்கம் கொடுத்தனர். சுமேரிய அப்கல்லு மரபினரே 'ரிஷி' என்ற பெயரில் வேத மக்களுக்குத் தலைமையேற்று செயல்பட்டனர் என்பதை இந்நூலாசிரியரின் 'மீண்டும் ஆரியரைத் தேடி...' நூலில் விரிவாக விவரிக்கப்பட்டுள்ளது.

தமிழ் அறிஞர்களில் ரசவாதம் (உலோகவியல்), மருத்துவம், வானியல், மொழியியல், போர்கலை என ஒவ்வொரு துறை சார்ந்தும் தனித்தனி குழுக்கள் இருந்தனர். ஒவ்வொரு துறையிலும் இளங்கலைக் கல்வி ஆசிரியர்களான பண்டிதர்கள் (பார்ப்பார் (ஆயுள் வேத மருத்துவர்) பஞ்ச கம்மாளர், வேட்கோவர், நெசவு வினைஞர் போன்றோர்), முதுகலைக் கல்வி ஆசிரியர்களான ஆசான்கள் (பெருங்கணி, பெருந்தச்சன், போர்கலை ஆசான், சித்த மருத்துவர் போன்றோர்) உயர் ஆராய்ச்சியில் ஈடுபட்ட முனிவர்கள் என மூன்று நிலையிலான அறிஞர் குழுக்கள் இருந்தனர். இவ்வறிஞர் குழுக்களுடன் ஒப்பிடும் போது ரிஷிகளின் கல்வி நிலை மிக தொடக்கக்கட்டத்திலேயே இருந்தது. எனவே பெரும்பான்மையான ரிஷிகள் மிக விரைவில் தமிழ் அறிஞர் குழுவினரின் கட்டுப்பாட்டுக்குள் வந்தனர். ரிஷி வழி வந்தவர்களுக்கு பிற அறிவியல் துறை சார்ந்த கல்வி அறிவு இல்லாததால் இவர்கள் புரோகிதத்தை மட்டுமே கடைப்பிடிக்கும் பிராமணராக மாறினர். இவர்களுக்காக ரிக், ய்ஜுர், சாமம், அதர்வணம் என்றழைக்கப்படும் நான்கு வேதங்கள் தொகுக்கப்பட்டதுடன் கையேடாக பிராமணங்கள் உருவாகின. இப்போது வேதங்களை முறையாக மனப்பாடம் செய்யக் கற்றுக் கொண்ட வேத மக்கள் 'விராட்டியஸ்டோம' யாகம் மேற்கொண்டால் (*Vratyastoma*) விராட்டியராக மாறலாம் என்ற விதி உருவாக்கப்பட்டது. விராட்டியராக மாறுவது என்பது வணிகக்குழுக்களின் அகநகரின் பணி செய்வதற்கான உயர் கல்விக்கு தகுதி பெறுவது என்று பொருள் கொள்ளலாம். இப்பொருள் குறித்து விரிவாக 'சங்க கால தமிழ்ச் சமூக உருவாக்கம் என்ற தலைப்பில் பார்க்கலாம்'.

இதன் பின்னர் நடந்த சமூக இயங்களின் விளைவாக பல ஜன பதங்கள் உருவாகின. ஜனபதங்களின் போர்குடிகளை 'விராட்டிய சத்திரியர்' என வேத இலக்கியங்கள் சுட்டுகின்றன. புத்தரின்சாக்கிய குலம் உள்ளிட்ட லிச்சாவி, மல்லா போன்ற ஜனபதங்கள் தமிழ் வணிகக்குழுக்களின் வழிநடத்துதலுடன் பரிணமித்ததால் அவை விராட்டியர் என்றே சுட்டப்பட்டுள்ளன.[131] வேத மக்கள் பெருமளவில் தமிழ் வணிகக்குழுக்களின் கட்டுப்பாட்டிற்குள் வந்திருந்தாலும் அவர்களை தனித்து செயல்படுவதற்கான தூண்டுதலை ரிஷி வழி வந்த பிராமணர்கள் கொடுத்துக்கொண்டிருந்தனர். இதன் விளைவாக ஏற்பட்ட அரசியல் நெருக்கடியை மகாபாரதப் போராக புனைந்துள்ளனர்.

மகாபாரதக் கதையில் கற்பனைப் புனைவுகள் அதிகம் இருந்தாலும் இருவேறு அரசியல் மரபுகளுக்கிடையில் நடந்த மோதலைச் சிறப்பாக சித்திரிக்கிறது. கண்ணன், குரு குல அரசர்களை தமிழ் மரபுப் பக்கம் இழுக்க முயற்சி செய்தான்; சகுனி, ஆரிய மரபு பக்கம் இழுக்க முயற்சி செய்தான் என இம்மோதலுக்கான காரணியைச் சுருக்கமாகக் கூறலாம் . மகாபாரதப் போரில் கண்ணன் அணி வென்றதாகக் கூறப்பட்டிருந்தாலும் போரின் முடிவில் இரு அணிகளும் வலுவிழந்துவிட்டன. பாரதப் போருக்குப் பின் சில தலைமுறைகள் குரு குலத்தவரின் ஆட்சி நடந்தது. அதன் பின் குருகுலமும் யது குலமும் (விருஷ்ணிகள்) வட இந்திய அரசியல் அரங்கிலிருந்து மறைந்துவிடுகின்றன. இவ்வரச குலங்களுடன் தொடர்புடைய க-சி.ம. (BRW), சா-வ.ம. (PGW) [132] ஆகிய இரண்டுமே கி.மு. 700 – கி.மு. 500 காலகட்டத்தில் வட இந்தியாவிலிருந்து மறைந்துவிட்டதானது இவ்விதிகாசப் புனைவின் வரலாற்றுத் தன்மைக்கு ஆதரவாக உள்ளது.

மகாபாரதப் போரே நடக்கவில்லை என்றாலும் அக்கட்டத்தில் மிகப்பெரிய அரசியல் குழப்பம் ஏற்படாமல் இவ்விரு

131 *Romila Thapar, Ancient Indian Social history , some interpretations; (Puranic lineages and archaeological cultures) published by Orient Longman Limited, New Delhi Reprint 1990 , Pages 248-252*

132 கண்ணனுக்கும் சகுனிக்குமான முரண்பாடு தமிழ் மரபிற்கும் ஆரிய மரபிற்குமான முரண்பாடு என்பதை 'தமிழரைத் தேடி...'' இரண்டாம் பாகத்தில் விரிவாகப் பார்க்கலாம்.

மட்பாண்டப் பண்பாடுகளும் வழக்கொழிந்து போவதற்கு வாய்ப்பில்லை. இத்தகைய அரசியல் குழப்பம் ஏற்பட்ட கி. மு. 700 க்குப் பின் வட இந்தியாவிலிருந்து செயல்பட்ட பெரும்பாலான வணிகக்குழுக்கள் தென்னகம் குடியேறினர். இக்குடியேற்றத்துக்குப்பின் அன்றைய உலகின் மிகப் பெரிய ஆய்வு மையமாக (Research Hub) தமிழகம் மாறியது. இம்மாற்றத்தின் விளைவாக கடைச்சங்கத் தமிழ் உருவாகியதுடன் சங்க கால வாழ்வியலும் பரிணமித்தது

இனி இம்மூன்று கட்டங்களிலும் தமிழ் மொழி சந்தித்த மாற்றங்களைப் பார்ப்போம்.

முதல் சங்கத் தமிழ்

தமிழகத்தில் கி.மு. 2000 க்கு முன்பே தமிழ்மொழி உருவாக்கம் பெற்று அம்மொழியின் சொற்கள் ஆய்வுப்பயண முனிவர்கள் மூலம் ஆஸ்திரேலியப் பழங்குடிகள் மொழியில் கலந்துள்ளதைப் பார்த்தோம். மூதாதை சுமேரியரின் ஆய்வுப்பயணக் குழுக்கள் உலோகத் தாதுக்களைப் பெறுவதற்காக தமிழகத்திற்குக் குடியேறியதைப் போல் ஐரோப்பா உட்பட உலகின் பல பகுதிகளுக்கும் குடியேறியிருந்தனர். அங்கெல்லாம் அவ்வப்பகுதி மக்களை தங்கள் துணைக்குடிகளாக்கி அவர்கள் பேசிய மொழியை தங்கள் மொழி இலக்கண அடிப்படையில் செம்மைப்படுத்தி தொடர்புமொழியாகக் கொண்டு செயல்பட்டுள்ளனர். இவ்வாறு செம்மைப்படுத்தும் போது மூதாதை சுமேரியரின் மொழியிலிருந்து பல சொற்கள் அம்மொழிகளில் இயல்பாகவே உள்வாங்கப்பட்டிருக்கும். மூதாதை சுமேரியர் உலகின் பல பகுதிகளுக்குப் பரவியிருந்தாலும் அவர்கள் பேசிய மொழியின் சொற்களும் இலக்கண அமைப்புகளும் பரவியிருந்தனவேயொழிய அவர்கள் மொழி நேரடியாக அப்பகுதிகளில் பரவவில்லை. இதன் காரணமாகவே இன்று உலகில் பேசப்படும் எந்த மொழிக்குடும்பத்துடனும் சுமேரிய மற்றும் ஏலமைட் மொழிகளைச் சேர்த்துக் கூற முடியாமல் தனிமைப்பட்ட மொழிகளாகக் (Isolated Language) கூறும் நிலை உள்ளது.

கி.மு. 2500 – கி.மு. 2000 வாக்கில் தென்பாண்டி நாட்டில் குடியேறிய மூதாதை சுமேரியரின் சுரங்கப்பணிக் குழுக்கள்

அவர்கள் மரபுப்படி இப்பகுதியில் வாழ்ந்த முதல் இந்தியரின் தொல் இந்திய மொழியைச் செம்மைப்படுத்தி முதல் சங்கத் தமிழை உருவாக்கினர். தொல் இந்திய மொழி, வேட்டைக்குடிகளின் மொழியாகும். இம்மொழியின் பேச்சு வழக்கு முறையான இலக்கண அமைப்புகள் இல்லாமல் இருந்திருக்கும். மத்தியதரைக்கடலோர வணிகக்குழுக்களின் மொழி மிக வளர்ந்த நாகரிக மக்களின் மொழி. இம்மொழியின் இலக்கண அமைப்புகளையும் தேவையான சொற்களையும் தொல் இந்திய மொழியில் ஏற்றி முதல் சங்கத் தமிழ் தோன்றியுள்ளது. அப்பா, அத்த (அத்தன், அச்சன்), அம்மா (அம்ம) போன்ற உறவுப் பெயர்களும் மேலும் பல விவசாய நாகரிகத்திற்குப் பின் தோன்றிய சொற்களையும் மூதாதை சுமேரியரின் மொழியிலிருந்து இப்புதிய மொழி ஏற்றுள்ளது. ஆய்வுப்பயண முனிவர்கள் தலைமையிலேயே புதிய மொழி உருவாக்கத்திற்கான அமர்வு செயல்பட்டிருக்கும். தொடக்கக் கட்ட தமிழ் மொழி உருவாக்கத்தில் ஆய்வுப்பயண முனிவர்கள் பங்கு கொண்டதையே சிவன், முருகன் போன்ற தெய்வங்கள் முதல் சங்கத்தில் பங்கெடுத்ததாக தொன்மம் புனையப்பட்டுள்ளது.

தெலுங்கானா மாநிலம் ஹைதராபாத் பல்கலைக்கழகத்திற்கு அருகில் காணப்படும் பெருங்கல் கல்லறைகளில் கிடைத்த பானை ஓடுகளின் குறியீடுகள் ஏஜியன் பகுதியின் வணிக அரசுகள் பயன்படுத்திய குறியீடுகளுடன் ஒப்புமையாக உள்ளன. இத்தொல்லியல் தளத்தின் காலத்தை கி.மு. 2000 க்கு முற்பட்டதாகக் கணித்துள்ளனர்[133]. சமீபத்தில் கிடைத்த ஆய்வறிக்கையின் படி கிருஷ்ணகிரி மாவட்டம் ‘மயிலாடும்பாறை’ என்ற தொல்லியல் தளத்தின் காலத்தை கி.மு. 2200 ஆக தமிழக தொல்லியல்துறையினர் கணித்துள்ளனர். முதல் சங்கத் தமிழ் தோன்றிய கி.மு. 2500 காலகட்டத்தில் ஆதிச்சநல்லூர் பண்பாட்டினரின் செயல்பாடுகள் கிருஷ்ணகிரி மாவட்டத்திலும் தெலுங்கானா-ஆந்திர மாநிலங்களின் சில பகுதிகளிலும் இருந்துள்ளன என்பதையே இத்தரவுகள் சுட்டுகின்றன. இப்பகுதிகளின் துணைக்குடிகளும் முதல் சங்கத் தமிழையே பேசியிருப்பர். மத்தியதரைக்கடலோர நாடுகளில்

133 *Indiatale, December 23, 2019, “India’s oldest megalithic site in Hyderabad” – Article by Anuradha*

வாழும் போதே இம்மக்கள் 'தெர்மிலி', 'த்ரிம்மிலி' என இந்தோ-ஐரோப்பிய மொழிக்குரிய கிரேக்கரால் அழைக்கப்பட்டனர். தமிழ் என்ற அடையாளத்துடன் வாழ்ந்த மக்கள் தொகுப்பையே இந்தோ-ஐரோப்பிய மொழிக்குரிய திரிபுடன் இவ்வாறு அழைத்துள்ளனர். எனவே முதல் சங்ககாலத்தில் தோன்றிய மொழியை அக்காலத்திலேயே தமிழ் என்று தான் அழைத்திருப்பர்.

இடைச் சங்கத் தமிழ்

கி.மு. 1400 இல் குடியேறிய மினோயன், அசுவா அரசுகளின் வணிகக்குழுக்களுக்கு ஏற்கெனவே கூட்டணி அமைத்து செயல்பட்ட அனுபவம் கொண்டிருந்ததால் இந்தியாவிலும் இது போன்ற கூட்டணியை ஏற்படுத்திக்கொண்டனர். மினோயன் பொருள்களும் குறியீடுகளும் இந்தக் கட்டத்திலிருந்து தென்னிந்திய தொல்லியல் தளங்களில் கிடைப்பதைப் பார்க்கிறோம். மேலும் கி.மு. 2400 தொடங்கி குஜராத்தை மையமாகக் கொண்டு செயல்பட்ட விருஷ்ணிகளுக்கு (க-சி.ம. பண்பாடு) அசுவா கூட்டணியுடன் நெருங்கிய தொடர்பு இருந்தது._வட இந்திய க.சி.ம. பண்பாட்டு தொல்லியல் தளங்களில் கிடைத்த மட்பாண்டங்களும் பிற பொருட்களும் 'த்ராய்', 'லிசியன்', போன்ற அசுவா கூட்டணியினரின் அரசுகள் நிலவிய ஆசியா மைனரில் கிடைக்கும் பொருட்களுடன் ஒப்புமையாக உள்ளதை ஏற்கெனவே விவரித்துள்ளோம். எனவே க.சி.ம. பண்பாட்டினரும் இயல்பாக இக்கூட்டணியில் இணைந்தனர். கூடவே யது குலத்தினரின் தொடர்பிலிருந்த தென்னிந்திய புதியகற்காலக் குடிகளையும் இக்கூட்டணியில் இணைத்துக் கொண்டனர். கி.மு. 1400 லிருந்து புதியகற்காலப் பண்பாட்டுத்தளங்களில் பெருங்கல் சின்னங்கள் காணப்படுவது இக்கருத்துக்கு ஆதரவாக உள்ளன.

தமிழ் வணிக அரசுகளின் கூட்டணி கி.மு. 1400 வாக்கிலேயே தோன்றிவிட்டதற்கு ஹத்திக்கும்பா கல்வெட்டும் சான்றாக உள்ளது. இக்காலகட்டத்தில் இந்தியா முழுவதும், இந்திய எல்லைக்கு அப்பால் பாகிஸ்தான், ஆஃப்கானிஸ்தான், கொரியா, ஜப்பான் போன்ற நாடுகளிலும் இந்தக் கூட்டணியினர் தன்னாட்சி கொண்ட வணிக அரசுகளை உருவாக்கியிருந்தனர்.

இந்தியாவெங்கும் தமிழ் வணிக அரசுகள் உருவாகி கூட்டமைப்பாகச் செயல்பட்டதற்கு காரவேலனின் அத்திகும்பா கல்வெட்டு சான்று அளிக்கின்றது.

தமிழ் வணிக அரசுகளின் கூட்டமைப்பைக் குறிப்பிடும் அத்திகும்பா கல்வெட்டு

கி.மு. 2 ஆம் நூற்றாண்டில் ஒடிசாவின் கலிங்க நாட்டு அரசன் காரவேலன் புவனேசுவரம் அருகிலுள்ள உதயகிரியில் 17 வரிகளைக் கொண்ட ஒரு பிராமி மொழி கல்வெட்டைப் பொறித்துள்ளான். காரவேலனின் வெற்றிகளைக் குறிப்பிடுகிற இக்கல்வெட்டில் தமிழகம் தொடர்பான சில செய்திகள் உள்ளன.

1) ஆவா அரசர்கள் கட்டிய பிதும்டா என்ற வணிக நகரத்தைக் கழுதைகளைப் பூட்டிய ஏர்களால் உழுது அழித்தார்

2) பதின்மூன்று நூறு ஆண்டுகளாகத் தம் நாட்டுக்கு இடையூறாக இருந்து வந்த தமிர (தமிழ?) தேசக் கூட்டணியை (தமிர தேக சங்காத்தம்) முறியடித்தார்.

3) பாண்டிய மன்னனிடம் குதிரைகள், யானைகளோடு மாணிக்கங்களையும், முத்து, மணி, ரத்தினங்களையும் திறையாகப் பெற்றார்.

இக்கல்வெட்டில் குறிப்பிடப்படும் ஆவா அரசர்களின் பிதும்டா என்ற வணிக நகர் எது என்று இப்போது அடையாளம் காணமுடியவில்லை. சங்ககாலத் தமிழகத்தில் ஆவியர், ஆய் போன்ற அரச குலங்கள் ஆட்சி செய்தனர். இதில் ஏதோ ஓர் அரச குலத்தின் கிளைக்குலம் பிதுண்டா நகரை ஆட்சி செய்திருக்கலாம். ஆவா என்ற அரச குலம் தமிழரோடு தொடர்புடையது என்பதே பல வரலாற்றாய்வாளர்களின் கருத்தாகும்.

அடுத்து 1300 ஆண்டுகள் நீடித்திருந்து தம் நாட்டுக்கு இடையூறாக இருந்த தமிழ் தேசங்களின் கூட்டணியை காரவேலன் உடைத்தான் என்ற செய்தி பதிவாகியுள்ளது. இங்கு தமிழ் தேசங்களின் கூட்டணி என்பதை சேரர், சோழர், பாண்டியர் என்ற மூவேந்தர்களின் கூட்டணியைக் குறிப்பதாக ஆய்வாளர்கள் பலரும் கருதுகின்றனர். காரவேலனின் இக்கல்வெட்டு கி.மு. 165 இல் பொறிக்கப்பட்டுள்ளது. இதற்கு

1300 ஆண்டுகளுக்கு முன் தமிழ் மூவேந்தர்களின் அரசுகள் இருந்ததற்கான வாய்ப்புகள் ஏதும் இல்லை எனக் கருதும் பெரும்பாலான ஆய்வாளர்கள் இவ்வாண்டுக் குறிப்பை மாற்றி வாசிக்க வேண்டும் எனக் கூறுகின்றனர். இதை 113 = 100 + 13 என பெரும்பாலான ஆய்வாளர்கள் வாசிக்கின்றனர். ஆனால் பதிமூன்று நூறு ஆண்டுகள் என பிராகிருதத்தில் எழுதப்பட்டதை 1300 என்று வாசிப்பதே சரியானது. கல்வெட்டில் தமிழ் தேசங்களின் கூட்டணி எனக் குறிப்பிடப்பட்டுள்ளதேயன்றி மூவேந்தர்களின் கூட்டணி எனக் குறிப்பிடவில்லை.

தமிழ் வணிக அரசுகளின் கூட்டணியையே அத்திகும்பா கல்வெட்டு தமிழ் தேசங்களின் கூட்டணியாகக் குறிப்பிடுகிறது. இவ்வணிகக் கூட்டணி அசுவா-மினோயன் கூட்டணியின் வரவோடு கி.மு. 1400 வாக்கில் தோன்றியது. தமிழ் தேசங்களின் கூட்டணி தோன்றியதாக அத்திகும்பா கல்வெட்டு குறிப்பிடும் ஆண்டுக் கணக்குக்கும் இது பொருந்துகிறது.

அத்திகும்பா கல்வெட்டு, பாண்டியர் குதிரை, யானைகளோடு முத்து, ரத்தினம், மாணிக்கங்களையும் காரவேலனுக்குத் திறையாகச் செலுத்தியதாகக் குறிப்பிடுகிறது. இந்தத் திறைப் பொருள்களில் சேரர், சோழர்களின் பங்களிப்பும் இருந்திருக்கும். தமிழ் வணிக தேசங்களின் கூட்டணியின் ஒருங்கிணைப்பாளராகப் பாண்டியர் செயல்பட்டதால், வணிகக் குழுக்கள் சார்பில் திறை செலுத்தியுள்ளனர். இதன் மூலம் வணிகக் குழுக்களின் செயல்பாடுகள் மீண்டும் தடையின்றி தொடர்வதற்கு பாண்டியர் ஏற்பாடு செய்துள்ளனர் எனத் தெரிகிறது.

மூவேந்தர்களின் உலகமாக தமிழ் கூறும் நல்லுலகம் பிரிக்கப்பட்ட பின்பும் பாண்டியரின் தலைமை தொடர்ந்துள்ளது. "தமிழ்கெழு மூவர் காக்கும் மொழிபெயர்த் தேஎத்த பல் மலை இறந்தே" என்று அகநானூற்றுப் பாடல் குறிப்பிடுகிறது.[134] இதற்கு, வேற்று மொழி பேசிய நாடுகளில் அமைக்கப்பட்டிருந்த தமிழரின் வணிக நகரங்களை மூன்று வேந்தர்களின் கூட்டணி காத்து நின்றது என்று பொருளாகும். வணிக நகரங்களுக்கு தொடக்கத்தில் பாண்டியர் மட்டுமே செய்த படைப்பாதுகாப்பினை மூவேந்தர் ஆட்சி ஏற்பட்ட பின் மூவரும் இணைந்து

---

134 அகநானூறு, பாடல் 31.

ஏற்றுள்ளனர். பிதும்டா நகரைப் போன்று வேற்று மொழி பேசிய பகுதிகளில் தன்னாட்சியுடன் செயல்பட்ட மேலும் சில வணிக நகரங்கள் அடையாளம் காணப்பட்டுள்ளன.

கங்கைக் கரையில் தமிழரின் வணிக நகரங்கள்

புதுச்சேரி அருகேயுள்ள அரிக்கமேடு (Arikamedu), மேற்கு வங்கத்தின் கங்கை கரைகளில் உள்ள சந்திரகேதுகர் (Chandraketugarh), தம்லுக் (Tamluk) ஆகிய தொல்லியல் தளங்களில் கிடைத்த மட்பாண்டங்கள் ஒரே மாதிரியாக உள்ளதைத் தொல்லியல் அறிஞர்கள் கவனித்தனர். இம்மட்பாண்டங்கள் மேற்குவங்கத்தில் தயாரிக்கப்பட்டு அரிக்கமேட்டிற்கு வணிகப் பரிவர்த்தனை செய்யப்பட்டிருக்கலாம் என மேற்கு வங்க வரலாற்றாளர்கள் பலரும் கருதி வந்தனர். எவ்வாறாகிலும் இவை ஒரு பொது மூலத்திலிருந்து பரவியிருக்கவேண்டும் என்பதில் வரலாற்றறிஞர்களிடையே ஒருமித்த கருத்து நிலவியது. அண்மையில் இதன் பூர்வீகத்தை அறிவதற்காக இம்மூன்று இடங்களிலும் கிடைத்த மட்பாண்டங்களின் புவி வேதியியல் (geochemistry) தன்மையை அறியும் பொருட்டு விஞ்ஞானிகள் அவற்றை சோதனைக்கு உட்படுத்தினர். இப்பானைகள் தயாரிப்பதற்குப் பயன்படுத்திய மண், தமிழ்நாட்டின் புதுச்சேரியிலிருந்து நாகப்பட்டினம் வரை மிக அதிக அளவில் கிடைக்கிற அதே வேளையில் கங்கை சமவெளியில் அறவேயில்லை என்ற உண்மை தெரியவந்தது. எனவே இப்பானைகள் அரிக்கமேட்டில் தயாரிக்கப்பட்டு தம்லுக்கிற்கும் சந்திரகேதுகர்க்கிற்கும் அனுப்பி வைக்கப்பட்டுள்ளன என்பது உறுதியாகியுள்ளது.[135]

தமிழ் – தமிலு - தம்லுக் பெயர் ஒப்புமை கருதத்தக்கது. இவ்விரு வணிக நகரங்களும் தமிழ் வணிகக் குழுக்களின் கூட்டணியால் கட்டமைக்கப்பட்டுள்ளன என உறுதியாகக் கூறலாம். இந்நகரங்களின் காலத்தில் மேற்கு வங்கத்தில் குறிப்பிட்டு சொல்லும்படி வலுவான அரசு எதுவும்

---

135 *Article in Science of The Total Environment • December 2017; Provenance Study of Ancient Potteries from West Bengal and Tamil Nadu: Application of Major Element Oxides and Trace Element Geochemistry Supriyo Kumar Das, Santanu Ghosh, Kaushik Gangopadhyay, Subhendu Ghosh and Manoshi Hazra)*

தோன்றியிருக்கவில்லை. சங்ககாலத் தலைமக்கள் கங்கை நதிக்கரை வரை பொருள் தேடிப் பயணித்ததை “கங்கை வங்கம் போகும் கொல்லோ ” என்ற சங்கப் பாடல் மூலம் அறியமுடிகிறது.[136] தலைமகனின் பிரிவை எண்ணி வருந்திய தலைவியை தேற்றும் முகமாக தலைவன் மரக்கலம் ஏறி கங்கைக்குப் பயணிக்க மாட்டான், விரைவில் வந்துவிடுவான்' என்று தோழி கூறுவதாக இப்பாடல் வரி உள்ளது. கங்கைக்கரையில் அமைந்திருந்த ‘தம்லுக்’ (Tamluk), ‘சந்திரகேதுகர்க்’ (Chandraketugargh) போன்ற தமிழரின் வணிக நகரங்களுக்கு இத்தலைமக்கள் வணிக நோக்கில் பயணித்துள்ளனர். வங்க நாட்டில் கங்கை நதி கடலில் கலக்கும் இடத்தில் தாமிரலிப்தி என்ற பண்டைய துறைமுகம் உள்ளது. தமிழ் வணிகர்கள் கடல்வழியாக இத்துறைமுகத்தை அடைந்து பின்னர் கங்கை நதியில் தங்கள் கலங்களைச் செலுத்தி இந்நதிக்கரையிலுள்ள பல வணிக நகரங்களுக்கு சென்றுள்ளனர் என நரசய்யா குறிப்பிடுகிறார்.[137] இது போன்று இந்தியா முழுவதும் தமிழ் வணிகக்குழுக்கள் சங்க காலத்திற்கு முன்பிருந்தே வணிக நகரங்களை அமைத்துச் செயல்பட்டுள்ளனர். இத்தகைய வணிக நகரங்கள் தமிழ் வணிக அரசுகளின் அகநகர்களாகும். இந்த அகநகர்கள் ஒரு ‘வேள்’ தலைமையில் செயல்பட்டன.

மராட்டியம், ஒடிசா, வங்காளம் போன்ற பகுதிகளிலும் பல ஊர்ப் பெயர்கள் தமிழ் மொழி வேருடன் இருப்பதை பல ஆய்வாளர்கள் சுட்டிக்காட்டுகின்றனர். சிந்துவெளி நாகரிகம் பரவியிருந்த பாகிஸ்தான் உள்ளிட்ட பகுதியிலும் அதனை அடுத்துள்ள ஆஃப்கானிஸ்தானிலும் பல ஊர்ப்பெயர்கள் தமிழக இடப் பெயர்களுடன் ஒப்புமையாக உள்ளன. தமிழக வணிகக்குழுக்கள் இப்பகுதிகளில் தங்கள் வணிக அரசுகளை உருவாக்கி தங்கள் வணிக நடவடிக்கைகளை மேற்கொண்டதால் இத்தகைய ஊர்ப் பெயர் ஒப்புமைகளைப் பார்க்கமுடிகிறது. இப்பகுதிகளில் காணப்படும் பெருங்கல் சின்னங்கள் தமிழ் வணிகர்களுடன் தொடர்புடையது.

---

136 நற்றிணை - 189

137 நரசய்யா, கடல் வழி வாணிகம், பழனியப்பா பிரதர்ஸ் வெளியீடு, 2005, பக்கம் - 60-59

இதுவரை விவாதித்தவற்றிலிருந்து கி.மு. 1400 வாக்கில் தமிழ் வணிக அரசுகளின் கூட்டணி ஒன்று தோன்றி சங்க காலம் வரை செயல்பட்டுள்ளது உறுதியாகிறது. இவ்வணிகக் கூட்டணியில் கண்ணனின் க.சி.ம. பண்பாட்டினரும் தென்னிந்திய புதியகற்காலக் குடிகளும் இணைந்தனர் எனப் பார்த்தோம். இப்போது இக்குடிகள் பேசிய மொழியையும் உள்வாங்கி தமிழ் மொழியை மறுகட்டமைக்க வேண்டிய தேவை ஏற்பட்டது. இக்கட்டத்தில் தமிழ் மொழிக்கான இடைச்சங்கம் கூட்டப்பட்டுள்ளது. இடைச்சங்கத்தில் துவாரகையின் அரசன் கண்ணனும் (துவரைக்கோன்) பங்கு பெற்றதாக இறையனார் அகப்பொருளுரை குறிப்பிடுவது நம் கருத்துக்கு ஆதரவாக உள்ளது.

இடைச்சங்கத் தமிழ் தான் இன்றைய இந்திய மொழிகள் அனைத்துக்குமே இலக்கண அமைப்புகளைக் கொடுத்தது. இக்கட்டத்தில் அகத்தியமும் ஐந்திர அடிப்படையில் அமைந்ததாகக் கூறப்படும் தொல்காப்பியமும் இலக்கண நூல்கள் என இறையனார் அகப்பொருளுரை குறிப்பிடுகிறது. இடைச்சங்க காலத்தில் இரண்டு கட்டங்கள் இருந்ததாக இப்புனைவிற்குப் பொருள்கொள்ளலாம். அசுவா கூட்டணியும் மினோயன் வணிகக்குழுக்களும் குடியேறிய தொடக்கத்தில் உருவாக்கிய இலக்கணம் அகத்தியமாகும். இதன் பின் கி.மு. 1000 வாக்கில் பெருங்கற்கால பண்பாட்டினர் குடியேறிய சூழலில் தோன்றிய புதிய இலக்கண நூலை தொல்காப்பியம் என இறையனார் அகப்பொருளுரை குறிப்பிடுகிறது. நம் கருத்துப்படி 'தமிழி' எழுத்துக்களின் வரிவடிவத்தைக் கொடுத்த இன்றைய 'தொல்காப்பியம் கி.மு. 700 வாக்கில் எழுதப்பட்டிருக்கலாம். கி.மு. 1000 இல் தோன்றிய நூலின் இலக்கண கோட்பாடுகளை பெருமளவிற்கு உள்வாங்கி கடைச்சங்க காலத்தில் இன்றைய தொல்காப்பியம் இயற்றப்பட்டுள்ளது. வணிகக்குழுக்களின் மேட்டுக்குடியினரின் மொழிக்கான இலக்கணமாக அகத்தியம் இருந்தது. வெகுமக்களின் தொடர்புமொழிக்கான இலக்கணமாக ஐந்திர மரபில் இயற்றப்பட்ட தொல்காப்பியம் இருந்தது.

தமிழ் வணிகக்குழுக்கள், தென்னிந்திய புதியகற்காலக் குடிகளிடமும் கண்ணனின் க-சி.ம. பண்பாட்டினரிடமும்

இடைச்சங்கத் தமிழ் மொழியைத் தொடர்புமொழியாக்கினர். பிற பகுதிகளில் இயங்கிய வணிகக்குழுக்கள், தங்களுக்கிடையிலான தொடர்பு மொழியாகத் தமிழையும் துணைக்குடிகளிடம் ஊடாடுவதற்கு அம்மக்களின் மொழியையும் பயன்படுத்தினர். துணைக்குடிகளின் வளர்ச்சியடையாத நிலையிலிருந்த மொழியைத் தமிழ் மொழியின் இலக்கண அமைப்புடன் செம்மைப்படுத்தினர். இதற்கு எடுத்துக்காட்டாக நாம் கொரிய, ஜப்பானிய மொழிகள் தமிழிலக்கண அடிப்படையில் முறைப்படுத்தப்பட்டுள்ளதைக் காணலாம்.

கொரியாவின் பெருங்கல் சின்னங்களின் காலம் கி.மு. 1400 என்றும் ஜப்பானின் பெருங்கல் சின்னங்களின் காலம் கி.மு. 1000 என்றும் கூறுகின்றனர். இவ்விரு பகுதிகளிலும் தமிழ் வணிகக்குழுக்கள் பரவியிருந்ததை கீழ்க்காணும் பெருங்கல் சின்னங்களின் பரவுதல் உறுதி செய்கின்றன.

கல்திட்டை *(Dolmen)*, கொரியா *(Korea)*

கல்திட்டை, ஜப்பான் *(Japan)*

தமிழகத்தில் கி.மு. 2000 க்கு முன்பிருந்தே தமிழ் வணிகக்குழுக்களின் செயல்பாடுகள் இருந்தாலும் கி.மு. 500 வாக்கில் சங்ககால வாழ்வியல் தோன்றியது. அதே போல் கி.மு.1400 லிருந்தே ஜப்பானில் செயல்பட்ட பெருங்கற்கல்லறைப் பண்பாட்டினர் கி.மு. 500 – கி.பி. 200 காலகட்டத்தில் யாமாட்டோ (Yamato) யாயோய் (yayoi) என்ற பண்பாட்டைத் தோற்றுவித்தனர். இப்பண்பாடு ஜப்பான் நாட்டின் பல்வேறு புதிய தொடர்புகளையும் பண்பாட்டுக் கூறுகளையும் படைத்தளித்ததாக சுசுமு ஓனோ (Susumu Ohno) என்ற ஜப்பானிய ஆய்வாளர் குறிப்பிடுகிறார். இப்பண்பாட்டினரின் பயன்பாட்டுப் பொருட்கள் தமிழகப் பெருங்கல் பண்பாட்டுத் தளங்களில் கிடைப்பவற்றுடன் ஒப்புமையாக உள்ளன[138]. மேலும் இப்பண்பாட்டின் பானை ஓட்டுக் குறியீடுகளுக்கும் தமிழகப் பானை ஓட்டுக் குறியீடுகளுக்கும் தெளிவான உருவ ஒப்புமைகள் உள்ளன[139].

தமிழ் வணிகக்குழுக்கள் குடியேறிய போது கொரியாவிலும் ஜப்பானிலும் புதியகற்காலக் குடிகளும் வேட்டுவக்குடிகளுமே வாழ்ந்தனர். பெருங்கல் பண்பாட்டினரின் வழக்கப்படி இப்பகுதிகளின் பூர்வீகக்குடிகளை துணைக்குடிகளாகப் பயிற்றுவிக்கும் போது அம்மக்களின் மொழியைத் தொடர்புமொழியாக உருவாக்கியுள்ளனர். முதல்சங்கத் தமிழ் தோன்றிய போது இருந்த சூழலுக்கும் இது பொருந்தும். ஆய்வறிஞர்கள் இவ்விரு மொழிகளிலுமுள்ள தமிழ்ச் சொற்கள் மற்றும் இலக்கண அமைப்புகளின் ஒப்புமைகள் பற்றி விரிவாக ஆய்வு செய்துள்ளனர்.

சுசுமோ ஒனொ (Susumo Ono) 1980 லேயே ஜப்பான் மொழியிலுள்ள 350 சொற்களில் தமிழ் வேர் இருப்பதாகக் குறிப்பிட்டிருந்தார். சொல் ஒப்புமைகள் சிலவற்றைக் கீழே காணலாம்[140].

---

138 முனைவர் இராசு. பவுன்துரை, பண்டைத் தமிழக வரைவுகளும் குறியீடுகளும் – பக்கம் 230

139 இதுவுமது பக். 230

140 சு.கி.ஜெயகரன், தளும்பல் – 2004 டிசம்பர்

ஜப்பானிய சொல்	தமிழ்ச் சொல்
அம்மா, ஆமா	அம்மா
அயா	அய்யா -தந்தை
ஐயசி - சந்தேகத்திற்குரிய	ஐயம்
இறு	இறு - வடிகட்டு
உயே	உயர்
உறகு	உறங்கு
எய்	எய் (அம்பை எய்)
பிட்டை	பெட்டை-பெண்(மரியாதைக் குறைவான வழக்கு)
மண	மண்
மோதி- முழுநிலவு.	மதி - நிலவு
மய	மயக்கு
முகாஃபு	முகப்பு
வகு	வகு -பிரிப்பது
வரி	வரி
வெரவெர (வெலவெலத்துப் போதல்)	வெலவெல
கொமு	குமட்டு
கட்டு	கொட்டு
உரகோசி	உரை
முகு	முகம்
காயா (சிறிய வளைகுடா)	காயல்
கராய்	காரம்
சம்பா - படையலுக்குப் பயன்படுத்தப்படும் அரிசி	சம்பா - அரிசி

சாயா	சாயம்
ஸஂ்ஃபு	சப்பு
தட்டு	தட்டு (தடை)
தஂ்ஃபறு	தவறு
தாபு	தாவு
தோவு	தூவு
தூய - பிரகாசமான	தூய - புனிதமான
தொகி	துகிர்-பவளம்
தொம்போ	தும்பி
சிமிறு - குளிரால் மரத்துப்போதல்	திமிர் - (உணர்வற்றுப்போதல்)
மசி- குரங்கு	மந்தி- பெண் குரங்கு
நாறு	நாற்று
நிகு	நீங்கு
நயமு	நோய்
ஂ்ஃபசை -முதிர்ந்த நெல்	பச்சை
ஂ்ஃபரு	பறி
ஂ்ஃபாபு	பாம்பு
ஂ்ஃபிசிகு	பிசை
ஂ்ஃபொகெ	புகை

ஜப்பான் - தமிழ் மொழிகளின் சொல்லமைப்பில் கீழ்க்காணும் இலக்கண ஒற்றுமைகள் இருப்பதாகக் கூறுகிறார்.[141]

1) பழைய ஜப்பான் மொழி தமிழ் மொழி போல் ஒட்டு நிலை மொழி

141 ப.சண்முகசுந்தரம், “உலக மொழிகளில் தமிழ்ச் சொற்களும் இலக்கணக் கூறுகளும்” பக்கம். 82-81

2) பழைய ஜப்பான் மொழி பெயர் உரிச் சொற்களைப் பெயர்ச் சொல்லுக்கு முன் பயன்படுத்தியது

3) பழைய ஜப்பான் மொழி வினையுரிச் சொற்களை, வினைச் சொற்களுக்கு முன் உபயோகிக்கிறது.

4) ஜப்பான் மொழியின் பின்னொட்டுகள், இடைநிலைகள், துணை வினைகள் தமிழில் உள்ளது போல் இருக்கின்றன.

5) சுட்டுப் பிரதிபெயர்ச்சொற்கள் தமிழில் உள்ளது போல தூரத்திற்கேற்றபடி இருக்கின்றன.

6) ஜப்பான் மொழியிலும் தமிழ் மொழியிலும் காலம் முற்றுப்பெற்றது, முற்றுப்பெறாதது என்ற வகைகள் உண்டு.

7) ஜப்பான் மொழியிலும் தமிழ் வினையெச்சம் போன்ற வடிவம் உண்டு.

தமிழிலும் ஜப்பானிலும் வாக்கிய அமைப்பின் ஒப்புமையை ஒரு எடுத்துக்காட்டின் மூலம் புரிந்துகொள்ளலாம்.[142]

தமிழ்	**ஜப்பான்**
கண்ணன் தான் வந்தான்	கண்ணன் சொ கிதறு
கண்ணனே இங்கு வந்தான்	கண்ணன் ய கொக்கொனி கிதறு
கண்ணனும் இங்கு வந்தான்	கண்ணன் மொ கொக்கொனி கிதறு

தமிழருக்கும் ஜப்பானியருக்கும் இறப்புச் சடங்கில் காணப்படும் ஒப்புமைகள் குறிப்பிடத்தக்கதாக உள்ளன.

142 ப.சண்முகசுந்தரம், “உலக மொழிகளில் தமிழ்ச் சொற்களும் இலக்கணக் கூறுகளும்” . பக். 85

தமிழர்

1. எட்டு நாள்கள் துக்கம் கொண்டாடுவது. ஒப்பாரி வைப்பவர் வருவது.

2. சூனியக்கார ஆவிகள் இறந்தவரை நெருங்குவதாக நம்பிக்கை. பிரிந்த ஆவியை அவர்கள் பற்றாமல் இருக்க, விருந்திட்டு உணவு படைக்கப்படல்.

3. கடல் அல்லது ஆற்றங்கரையில் உணவு படைத்த பின், இறந்தவரின் உறவினர் ஒருவர் நீருக்குள் சென்று கல் ஒன்றை அடி மட்டத்தில் போடுகின்றார்.

4. இறந்தவரின் தீட்டுப்பட்டதால் மூன்று முறை முக்குளித்து தூய்மைப்படுத்திக்கொள்வது

ஜப்பானியர்

1. எட்டு நாள்கள் துக்கம் கொண்டாடுதல். ஒப்பாரி வைக்க ஆள் அமர்த்துவது.

2. கீழ் உலகு சென்ற ‘இசனாகி’ என்னும் கடவுளை எட்டு சூனியக்கிழவிகள் துரத்தியதாக ஐதீகம். இவர்களைத் திசைதிருப்ப, இசனாகி உணவை எறிந்தாராம்.

3. கீழ் உலகைவிட்டு மறுபடியும் மண்ணுக்கு வந்த இசனாகி, கீழ் உலகுக்கும் இவ்வுலகுக்கும் உள்ள வாயிலை ஒரு கல்லை வைத்து அடைத்தாராம்.

4. இசனாகி கீழ் உலகு சென்று வந்ததால் தன்னை மூன்று முறை குளித்துத் தூய்மைப்படுத்திக் கொண்டாராம்.

ஜனவரி மாதத்தின் மத்தியில் ஜப்பானியர் அடுத்தடுத்துக் கொண்டாடும் ‹டொன்டோயோகி, ‹கோஷோகாட்சு› திருவிழாக்களுக்கும், தமிழகத்திலும் இலங்கையிலும் தமிழர் கொண்டாடும் பொங்கல் திருவிழா சடங்குகளுக்கும் உள்ள ஒற்றுமை பற்றி சண்முகம் தம்பதியினர் விரிவாகத் தம் ஆய்வுக் கட்டுரையில் காட்டியுள்ளனர். இதன் சாராம்சம்

ஜப்பான் ஸெடான்டோயோக்கி ஜன.1	தமிழகம்/இலங்கை பொங்கல்
1. பழையன கழிதல்	1. பழையன கழிதல்
2. பழைய தொழுவத்தை எரித்த பின் புதிய தொழுவம் வேய்வது	2. பழைய தொழுவம் புதுப்பிக்கப்படல்
3. பட்டாசு வெடிப்பு. ஜன.15 கோஷோகாட்சு	3. பட்டாசு வெடிப்பு
4. அலங்காரத் தோரணங்கள் கட்டுதல்	4. அலங்காரத் தோரணங்கள் கட்டுதல்
5. ஆண்டின் தொடக்கத்தில் நல்ல நீர் இறைத்தல்	5. காலையில் நல்ல நீர் இறைத்தல்
6. வேகவைத்த குருணை அரிசியுணவுடன் அவரைக்கறி செய்து பறிமாறல்.	6. கைக்குத்தல் அரிசியால் செய்யப்பட்ட சர்க்கரைப் பொங்கல். அவரைக்கறி பரிமாறுதல்
7. 'ஹோங்கேரா' 'ஹோங்கேரா' என்று கூவி வீட்டை வலம் வருதல்	7. 'பொங்கலோ பொங்கல்' என்று கூவுதல்
8. காகத்திற்கு உணவு படைப்பது	8. காகத்திற்கு உணவு படைப்பது
9. பணியாளர்களுக்கு விடுமுறை	9. கொண்டாட்டங்கள், விடுமுறைகள்
10. அவர்களுக்குப் புத்தாடை வழங்கல்	10. புத்தாடைகள், பரிசுகள் வழங்கல்
11. வம்சாவழி வீட்டில் கூடுவது, உறவினர் கூடுதல், சமாதிக்குச் செல்வது	11. வம்சாவழி வீட்டில் இறந்துபட்ட முன்னோர்களுக்குப் படையல்
12. குதிரைகளுக்கும் மாடுகளுக்கும் தீவனம் போடுதல்	12. மாடுகளைக் குளிப்பாட்டி வர்ணத் திலகமிட்டு தீவனம் போடுதல்
13. ஆட்டபாட்டம், நடனம், விளையாட்டு	13. கேளிக்கை, சல்லிக்கட்டு, உள்ளிட்ட வீர விளையாட்டுகள்.
14. பட்டம் விடுதல்	14. பட்டம் விடுதல்

ஜப்பான் மொழி போன்று கொரிய மொழியிலும் அதிகமான தமிழ் வேர்ச்சொற்கள் இருப்பதுடன் பல இலக்கண அமைப்புகளும் ஒப்புமையுடன் உள்ளன. தமிழ் வணிகக்குழுக்கள் ஜப்பானிய, கொரிய மொழிகளைத் தமிழ் மொழியின் இலக்கண அமைதியுடன் வளர்த்தெடுத்தனர் என உறுதியாகக் கூற முடிகிறது.

அதே போன்று வட இந்தியாவில் தமிழ் வணிகக்குழுக்களின் துணைக்குடிகளாக வாழ்ந்த ஆரிய இனக்குழுக்களின் மொழிகளையும் தமிழ் மொழியின் இலக்கண அமைப்புடன் உருவாக்கியுள்ளனர். இதன் மூலம் பிராகிருத மொழியின் பல கிளைகளும் பாலி மொழியும் தோன்றின. இதன் காரணமாகவே பிராகிருத, பாலி மொழிகள் சமஸ்கிருதத்தை விட தமிழ்மொழிக்கு நெருங்கிய இலக்கண அமைப்புடன் உள்ளன. இம்மொழிகளில் ஐரோப்பாவில் பேசப்படும் இந்தோ-ஐரோப்பிய மொழிகளில் இல்லாத வேர்ச்சொற்கள் அதிகம் உள்ளன. இச்சொற்கள் பெரும்பாலும் மூதாதை சுமேரிய மொழியிலிருந்து இடைச்சங்கத் தமிழ் வழியாக வடமொழிக்கு சென்றுள்ளன. எடுத்துக்காட்டாக, துர்கம் என்ற சொல்லை கோட்டை என்ற பொருளில் வட மொழியில் பயன்படுத்துகின்றனர். இச்சொல் ஐரோப்பாவில் பேசப்படும் இந்தோ-ஐரோப்பிய மொழிகளில் இல்லை. சுமேரிய மொழியில் துர்க் என்ற சொல் கோட்டையைக் குறிக்கும். இச்சொல் தொடக்கத்தில் தமிழிலும் இருந்திருக்கும். கடைச்சங்க காலத்தில் தமிழிலிருந்த வர்க்க எழுத்துக்கள் நீக்கப்பட்டு தரப்படுத்தப்பட்டதால் இச்சொல் வழக்கொழிந்தது. ஆனால் பிற திராவிட மொழிகள் இச்சொல்லை தக்கவைத்துள்ளன. இதுபோன்ற சொற்கள் பழந்தமிழிலிருந்து வடமொழிக்கு சென்றுள்ளனவே தவிர வடமொழியிலிருந்து திராவிட மொழிகளுக்கு வரவில்லை.

தமிழுக்கும் பிராகிருதத்திற்கும் நெருங்கிய தொடர்பு இருக்கிறது எனவும் இலக்கண அடிப்படையில் இவை இரண்டும் சமஸ்கிருதத்திலிருந்து வேறுபடுகின்றன எனவும் கூறும் ப.சண்முகசுந்தரம் கீழ்க்காணும் ஒப்புமைகளைக் குறிப்பிடுகின்றார்.[143]

---

143 ப.சண்முகசுந்தரம், “உலக மொழிகளில் தமிழ்ச் சொற்களும் இலக்கணக் கூறுகளும்” பக்கம்23-

1) பிராகிருதத்தில் தமிழ் போல் அ, ஆ, இ, ஈ, உ, ஊ, எ, ஏ, ஒ, ஓ உயிரெழுத்துக்கள் உள்ளன. வட மொழிக்குரிய புலதம், விசர்க்கம் இல்லை. ரு, ரூ, லு, லூ, போன்றவையும் இல்லை. ங, ஞ, ஸ, ஷ போன்ற மெய்யெழுத்துக்களும் இல்லை. (தமிழிலுள்ள ள, ற வும் இல்லை)

2) கூட்டெழுத்துக்களின் அமைப்பு தமிழ் மரபை ஒட்டியிருக்கிறது.

3) வடமொழியில் ஒருமை, இருமை, பன்மை என மூன்று எண்கள் உள்ளன. பாலி, பிராகிருத மொழிகளில் திராவிட மரபுப்படி ஒருமை, பன்மை என்ற இரு எண்களே உள்ளன.

4) சமஸ்கிருதத்தின் பல்வேறு விகுதிகள் பிராகிருதத்தில் இல்லை. தமிழ் எ, ஒ போன்ற குறில்கள் பிராகிருதத்தில் உண்டு.

5) சொல் உச்சரிப்பு முறையில் பிராகிருதம் சமஸ்கிருதத்திலிருந்து மாறுபட்டு தமிழோடு ஒத்துள்ளது.

இடைச்சங்க காலத்தில் தமிழ் வணிகக்குழுக்களால் பிராகிருத மொழிகள் உருவாக்கப்பட்டதால் இத்தகைய ஒப்புமைகள் காணப்படுகின்றன. சிந்து சமவெளியில் நிலைகொண்டிருந்த ஆரிய இனக்குழுக்களைத் தமிழ் வணிகக் குழுக்களே கங்கைச் சமவெளியில் குடியேற்றியுள்ளனர். இந்தக் கட்டத்தில் தான் வேதங்களை வியாசர் தொகுத்ததாகக் கூறுகின்றனர். பெருங்கல் பண்பாட்டு அறிஞர் குழுக்களை 'வியாசர்' என்ற பாத்திரமாகப் புனைந்துள்ளனர்.[144]

அந்தமான்-நிகோபார் தீவுகளின் பழங்குடிகள் தவிர்த்து, தமிழ் வணிகக்குழுக்களுடன் ஊடாட்டம் கொள்ளாத எந்தப் பழங்குடியும் இந்திய எல்லையில் இல்லை என்றே கூறலாம். இந்தியப் பழங்குடிகளில் பெரும்பான்மையோர் தொல் இந்திய மொழியைப் பேசினர். இக்குடிகளை துணைக்குடியாக்கிய போது அவர்கள் பேசிய தொல் இந்திய மொழியை முதல்சங்கத் தமிழைப் போல் உருவாக்கினர். அதாவது தொல் இந்திய

144 இப்பொருள் குறித்து "மீண்டும் ஆரியரைத் தேடி..." நூலில் விரிவாகப் பார்க்கலாம்

மொழிச் சொற்களைத் தமிழ் மொழியின் இலக்கண அமைப்பில் ஒழுங்கமைத்து இம்மொழிகள் உருவாகியுள்ளன. புதிதாக பரிணமித்த இப்பழங்குடிகளின் மொழி முதல் சங்கத் தமிழுக்கும் தொல் இந்திய மொழிக்கும் மிக நெருக்கமாக இருந்திருக்கும். இப்பழங்குடிகளின் மொழிகளையே இன்று வட திராவிட, நடு திராவிட மொழிகளாகப் பார்க்கிறோம். முண்டா இனக்கூறு கொண்ட பழங்குடிகளையும் தமிழ் வணிகக்குழுக்கள் துணைக்குடிகளாகப் பயன்படுத்தினர். இதன் காரணமாகவே முண்டா மொழிகளிலும் தமிழ்மொழித் தாக்கம் அதிகம் உள்ளது.

இடைச்சங்கக் காலத்தில் (கி.மு. 1400 – கி.மு. 1000) இந்தியா முழுவதும் வாழ்ந்த நாகரிகக்குடிகளும், வேட்டைக்குடிகளும் தமிழ் வணிகக்குழுக்களின் தொடர்புக்குள் வந்துவிட்டனர். இக்கட்டத்தில் இந்தியா முழுவதும் பேசப்பட்ட தொல் இந்திய மொழியும் சிந்துவெளி மக்களின் மொழியும் முழுமையாக உள்வாங்கப்பட்டு பல விதமான திராவிட மொழிகளாக பரிணமித்துவிட்டன. எனவே தான் திராவிட மொழிக் குடும்பத்தின் முன்னிலை மொழியாக இன்றைய இந்தியாவில் எம்மொழியையும் கூறமுடியவில்லை. சமீபத்தில் ‘மாக்ஸ் ப்ளாங் ஆய்வு நிறுவன’த்தின் மானிடவியல் (Max Planck Institute for the science of human history) குழுவினர் மேற்கொண்ட ஆய்வில் திராவிட மொழிகள் 4500 ஆண்டுகளுக்கு முன் தோன்றின என்றும் 4000 – 4500 ஆண்டுகள் வாக்கில் பல கிளைகளாகப் பிரியத் தொடங்கின என்றும் குறிப்பிடுகின்றனர். மேம்படுத்தப்பட்ட புள்ளியியல் முறைகளைப் பயன்படுத்தி இந்தக் காலக்கணிப்பை இந்த ஆய்வுக்குழுவினர் செய்துள்ளனர். இக்குழுவினருடைய ஆய்விலிருந்து 4500 ஆண்டுகளுக்கு முன் திராவிட மொழிகளின் முன்னிலை மொழிகள் எதுவும் இந்தியாவில் இருக்கவில்லை என்ற முடிவிற்கு வரவேண்டியுள்ளது.

அதாவது 5000 ஆண்டுகளுக்கு முன்பே தோன்றிவிட்ட சிந்துவெளி பண்பாட்டினரின் மொழியின் தொடர்ச்சியாக இன்றைய திராவிட மொழிகள் எதையும் கூறமுடியவில்லை. இடைச்சங்கத் தமிழ் தோன்றும் போது சிந்துவெளி மக்களில் மொழி உள்வாங்கப்பட்டுவிட்டதால் மொழி ஆய்வில் இது

போன்ற ஒரு மயக்கம் ஏற்பட்டுள்ளது எனலாம். தலைச்சங்கத் தமிழும் சிந்துவெளி மொழியும் கலந்த கலவையாக இடைச்சங்கத் தமிழ் பரிணமித்த போது அம்மொழி சிந்துவெளி மக்களின் மொழியிலிருந்து தேவையான சொற்களை மட்டும் உள்வாங்கி, தலைச்சங்கத் தமிழின் இலக்கணக் கூறுகளை அடிப்படையாகக் கொண்டு கட்டமைக்கப்பட்டுள்ளது. சிந்துவெளி மொழியின் இலக்கணக் கூறுகளை விட தலைச்சங்கத் தமிழின் இலக்கண கூறுகள் மிக வளர்ந்த நிலையில் இருந்ததால் இவ்வாறு நிகழ்ந்துள்ளது. மேலும் சிந்துவெளி மக்களின் நகரக்குடிகள் (மேட்டுக்குடிகள்) பெரும்பாலும் மேற்காசிய பகுதிக்குக் குடியேறி மத்தியதரைக்கடலோர வணிகக்குழுக்களுடன் இணைந்திருக்க வேண்டும் என்பது நம் கணிப்பு. சிந்துவெளி நகரங்களை சார்ந்து வாழ்ந்த 'துணைக்குடிகள்' (கிராமக்குடிகளும் உலோக வேலைகளில் ஈடுபட்ட குடிகளும்) இந்தியாவில் தொடர்ந்து வாழ்ந்து தமிழ் வணிகக்குழுக்களுடன் இணைந்துள்ளனர். இப்பொருள் குறித்து இந்நூலின் இணைப்பிலுள்ள 'சிந்துவெளி பண்பாட்டு மக்களும் தமிழ்ச் சமூகமும்' என்ற தலைப்பில் பார்க்கலாம்.

சிந்துவெளி பண்பாட்டினரின் மொழி இடைச்சங்கத் தமிழில் கலந்துவிட்டது என்பதற்கு பெருங்கற் பண்பாட்டுடன் அப்பண்பாட்டினர் பயன்படுத்திய குறியீடுகளின் பரவுதல்கள் சான்றாக உள்ளன. சிந்துவெளி குறியீடுகள் கி.மு.1100 – கி.மு. 800 காலகட்டத்தில் குஜராத், இராஜஸ்தான், மத்தியப் பிரதேசம், உத்திரப் பிரதேசம், பீகார், மேற்கு வங்காளம், பஞ்சாப், மகாராஷ்டிரம், கர்நாடகம், ஆந்திரம், தமிழ்நாடு, கேரளம் ஆகிய பகுதிகளில் பரவியிருந்ததை முனைவர் இராசு.பவுன்துரை குறிப்பிடுகின்றார்[145]. இப்பகுதிகளில் சிந்துவெளி குறியீடுகளின் பரவுதல் பெருங்கற்கல்லறைப் பண்பாட்டின் பரவுதலுடன் தொடர்புடைதாக உள்ளது. அவ்வாறாயின் பெருங்கற் கல்லறை வணிகக்குழுக்களுடன் சிந்துவெளி பண்பாடு தொடர்பான மக்களில் சிலரும் இணைந்து இந்தியா முழுவதும் பரவியுள்ளனர் எனக் கூறமுடிகிறது. சிந்துவெளிப் பகுதியின் கைவினைஞர் போன்ற பிரிவினர் இவ்வாறு வணிகக்குழுக்களுடன்

145 முனைவர் இராசு. பவுன்துரை, பண்டைத் தமிழக வரைவுகளும் குறியீடுகளும் – பக்கம் – 249-248

இணைந்திருக்கலாம்[146]. இக்குறியீடுகளைப் பயன்படுத்திய பெருங்கற்கல்லறைப் பண்பாட்டு வணிகக்குழுக்கள் நேரடியாக சிந்துவெளிப் பண்பாட்டுடன் தொடர்புடையவர் அல்ல என்பதையும் கவனத்தில் கொள்ள வேண்டும்.

தொகுத்துக் கூறுமிடத்து, தெலுங்கு மொழி உள்ளிட்ட தென் மத்திய திராவிட மொழிகள் தலைச்சங்கத் தமிழுடனும் தமிழ், மலையாளம் தவிர்த்து கன்னடம், துளு தோடர் மொழி, கோத்தர் மொழி போன்ற தென் திராவிட மொழிகள் இடைச்சங்க தமிழுடனும் நெருக்கமானவை என்று கூறலாம். மலையாளம் கடைச் சங்கத் தமிழிலிருந்து கிளைத்துள்ளது. முதல் சங்கத் தமிழ் தோன்றும் போதே தமிழ் என அழைக்கப்பட்டுள்ளதால் இம்மொழியிலிருந்து கிளைத்த மொழிகளை 'திராவிட மொழிக்குடும்பம்' என அழைப்பதற்குப் பதிலாகத் 'தமிழ் மொழிக்குடும்பம்' என அழைப்பதே பொருத்தமாக இருக்கும். திராவிட மொழிக்குடும்பம் என அழைப்பது தென்னிந்திய சமூக வரலாற்றைக் குழப்புவதாகவே உள்ளது. தலைச் சங்கத் தமிழிலில் வட மொழித் தாக்கம் ஏற்பட்டு தெலுங்கு மொழி பரிணமித்துள்ளது. தலைச் சங்கத் தமிழுடன் சிந்துவெளி மக்களின் மொழி உள்வாங்கப்பட்டு பரிணமித்த இடைச் சங்கத் தமிழில் வட மொழி தாக்கம் ஏற்பட்டு கன்னடம், துளு போன்ற தென் திராவிட மொழிகள் பரிணமித்துள்ளன.

விராட்டியர் என அழைக்கப்பட்ட தமிழ் வணிகக்குழுக்கள்

தமிழ் வணிகக்குழுக்கள் இந்த அளவிற்கு வட இந்தியாவில் செல்வாக்குடன் வாழ்ந்திருந்த நிலையில் வடமொழி இலக்கியங்களில் இவர்களைப் பற்றிய பதிவுகள் இல்லையே

---

146 சிந்துவெளி நகரங்கள் காலி செய்யப்பட்ட பின் அப்பண்பாட்டின் தலைமக்களும் தொழில்நுட்ப வல்லுநர்களும் பெருமளவில் கானான் தேச உருவாக்கத்தில் பங்கு பெற்றிருக்கலாம் என்ற கருத்து 'மீண்டும் ஆரியரைத் தேடி..' நூலில் விவாதிக்கப்பட்டிருந்தது. இப்போது நடைபெற்றுள்ள ஆய்வுகளின் படி கி.மு.1650 வாக்கில் எரிமலைகளின் சீற்றத்தால் மினோயன் பண்பாட்டு நகரங்களில் ஏற்பட்ட மிகப் பெரிய அழிவுகளை மறுகட்டமைப்பு செய்த பணியில் சிந்துவெளி தொழிநுட்ப வல்லுநர்களின் பங்கு இருக்கலாம் என்ற கருத்தை சில ஆய்வாளர்கள் முன்வைக்கின்றனர். இப்பொருள் குறித்து 'தமிழரைத் தேடி.... இரண்டாம் பாகத்தில்' பார்க்கலாம்.

என்ற வினா இங்கு எழலாம். வட இலக்கியங்கள் 'விராட்டியர்' என்ற ஒரு வகைப் பண்பாட்டு மக்களைப் பற்றி விரிவாகக் குறிப்பிடுகின்றன. பெருங்கல் பண்பாட்டினரே விராட்டியர் என அழைக்கப்பட்டதாக விளக்கி ஃபின்லாந்து நாட்டைச் சேர்ந்த தொல்வரலாற்றறிஞர் அஸ்கோ பர்போலா தனி நூலே எழுதியுள்ளார்.

வட மொழி இலக்கியங்கள் நாடோடியாகத் திரியும் துறவிகளை விராட்டியர்களின் அடையாளமாக சித்திரிக்கின்றன. இவர்களை மாய மந்திரங்களில் சிறந்தவர்களாக அதர்வ வேதம் குறிப்பிடுகிறது. பிராமணங்கள் இக்குடிகளின் முதன்மை தெய்வமாக ருத்ரனைக் (சிவன்) குறிப்பிடுவதுடன் எப்போதும் போதை நிலையில் சுற்றித் திரிவர் எனக் குறிப்பிடுகின்றன. தங்களுக்கென தனித்த வழிபாட்டுப் பாடல்களைக் கொண்டிருந்த இத்துறவிகள் மருத்துவத்தில் சிறந்தவர்களாக இருந்ததுடன் உண்மையைப் பாதுகாப்பவர்கள் எனக் குறிப்பிடுகின்றது. வேத சமயத்தின் வழிபாட்டுச் சடங்குகளைப் பின்பற்றாமல் தங்களுக்கென்று தனித்த சிக்கனமான ரகசிய வழிபாட்டுச் சடங்குகளைக் கொண்டிருந்தனர். தமிழ்ச் சமூகத்தின் சித்தர் மரபினருடன் இத்துறவிகள் ஒப்புமையாக உள்ளனர். தமிழ் வணிகக்குழுக்களின் ஆய்வுப்பயண முனிவர்களை இவ்வாறு நாடோடித் துறவிகள் என வேத இலக்கியங்கள் சித்திரிக்கின்றன. விரோதம் காரணமாக தங்களிடமிருந்து பிரிந்து சிறு தற்காலிக குடியிருப்புகளில் வாழ்ந்த ஆண்கள் கூட்டத்தையும் விராத்தியர் என அழைக்கின்றது[147]. இந்த ஆண்கள் கூட்டம் தமிழ் வணிகக்குழுக்களின் துணைக்குடியாக மாறியவர்களாக இருக்கலாம். ரிக் வேதம் தோன்றியதாகக் கருதப்படும் கி.மு.1300 க்கு முன்பிலிருந்தே தமிழ் வணிகக்குழுக்களின் செல்வாக்கிற்குள் ஆரிய இனக்குழுக்களின் ஒரு பகுதியினர் வந்துவிட்டனர் என்பதையே ரிக் வேத குறிப்புகள் சுட்டுகின்றன.

விராட்டியர்கள் பரவியதாக வட மொழி இலக்கியங்கள் குறிப்பிடும் இடங்கள் அப்படியே பெருங்கல் பண்பாட்டு வணிகக்குழுக்களின் செயல்பாட்டுத் தளங்களுடன் பொருந்தி வருவதைப் பார்க்கலாம். கங்கை நதிக்கரையில் விராத்தியர்

---

147 *Vratya, Indian ascetic - Britannica*

பரவிய பகுதிகளில் க-சி.ம. பண்பாடும் சா.வ.ம. பண்பாடும் அடுத்தடுத்து காணப்படுகின்றன. க.சி.ம. பண்பாடு கண்ணனின் விருஷ்ணிகளுடன் (யது குலம்) தொடர்புடையது என்பதை ஏற்கெனவே பார்த்தோம். மகாபாரதம் விருஷ்ணிகளை விராட்டியர் என சுட்டுவது குறிப்பிடத்தக்கது. லிச்சாவி, மல்லா, போன்ற ஆரிய குடிகளை விராட்டிய சத்திரியராக வேத இலக்கியங்கள் குறிப்பிடுகின்றன. தமிழ் வணிகக்குழுக்களின் சிறுகுடிகளாக (துணைக்குடிகள்) வாழ்ந்ததால் இக்குடிகள் இவ்வாறு விராட்டியர் என அழைக்கப்பட்டுள்ளனர்.

விராட்டியர்கள் பலவிதமான மணிகளை ஆபரணங்களாக அணிவர் என்ற குறிப்புகள் உள்ளன. இது போன்று நாகர்கள் பலவிதமான மணிகளை உடைமையாகக் கொண்டிருந்ததுடன் அவற்றை அணிகலன்களாக அணியும் வழக்கத்தினர் என தொன்மக் கதைகள் சுட்டுகின்றன. வணிகக்குழுக்களின் பொருளுற்பத்தி மையத்தின் பணிமக்கள் மரபினராக நாகர்கள் இருந்ததால் அம்மையங்களில் உற்பத்தி செய்யப்பட்ட மணிகளாலான அணிகலன்களை அணிந்திருந்தனர் என நாம் கருதுகிறோம்[148]. டாக்டர் அம்பேத்கர் வரலாற்றுக் காலத்திற்கு முன் இந்தியா முழுவதும் 'நாகர்கள்' என்ற இனத்தினர் வாழ்ந்தனர் என்றும் இவர்கள் திராவிட (தமிழ்) மொழியை பேசினர் என்றும் குறிப்பிடுவது இங்கு ஒப்புநோக்கத்தக்கது. ஆரிய இனக்குழுக்களின் தோற்றுவாய் காலத்தில் அவர்கள் இந்தியா முழுவதும் செயல்பட்ட தமிழ் வணிகக்குழுக்களை எதிர்கொண்டனர் என்பதே சரியானதாகும்.

கடைச் சங்கத் தமிழ்

கி.மு. 700 க்குப் பின் மிகப்பெரிய எண்ணிக்கையிலான வணிகப் பொருளுற்பத்தி மையங்கள் தென்னிந்தியாவில் (குறிப்பாக பண்டைய தமிழகத்தில்) உருவாகியது. தமிழகத்தில் நூற்றுக்கணக்கான பெருங்கல் தொல்லியல் தளங்கள் உள்ளன. இவை ஒவ்வொன்றும் ஒரு வணிகக்குழுவுடன் தொடர்புடையது. இப்போது வணிகக்குழுக்களுக்கு அதிக அளவிலான திறன் உழைப்பாளர்கள் தேவைப்பட்டனர். திறன் உழைப்பாளர்களைப்

---

148 விராட்டியர் மற்றும் நாகர்கள் பற்றி விரிவாக 'தமிழரைத் தேடி ...' இரண்டாம் பாகத்தில் பார்க்கலாம்.

பயிற்றுவிப்பதற்கு எழுத்தறிவை வெகுமக்களிடம் கொண்டுசெல்ல வேண்டிய தேவை ஏற்படுகிறது. இக்கட்டம் வரை தமிழ் மொழி வணிகக்குழுக்களின் மேட்டுக்குடியினரிடமே அதிகம் புழக்கத்திலிருந்தது. இப்போது வெகுமக்கள் மொழியாக மாற்றுவதற்கு மொழியை எளிமைப்படுத்த வேண்டிய தேவை ஏற்படுகிறது.

வணிகப் பொருளுற்பத்தி மையமாக தமிழகம் மாறிய பின் தமிழகத்தில் பல துறைகளிலும் மிகச்சிறந்த ஆய்வுகள் நடைபெற்றன. உலோகவியல் (ரசவாதம்), வானியல், மருத்துவம், கணிதம், தத்துவம் போன்ற துறைகளில் அன்றைய உலகின் சிறப்பான ஆய்வுகள் தமிழகத்தில் நடைபெற்றன. இத்துறைகளில் தமிழர் சாதித்தவற்றை விரிவாக 'தமிழரைத் தேடி... இரண்டாம் பாக'த்தில் பார்க்க உள்ளோம். இத்தகைய பின்புலம் கொண்ட தமிழகத்தில் மொழியியலிலும் அதிக அளவிலான ஆய்வுகள் விஞ்ஞானப் பூர்வமாக நடைப்பெற்றுள்ளன. இந்த ஆய்வுகளின் விளைவாக 'தொல்காப்பியம்' என்ற இலக்கண நூல் படைக்கப்பட்டது. "மயங்கா மரபின் எழுத்துமுறைக் காட்டி" என்ற வரி தொல்காப்பியம் வெகுமக்களும் குழப்பமடையாத எழுத்துமுறையை அறிமுகப்படுத்தியுள்ளதைச் சுட்டுகிறது. ஒரு எழுத்துக்கு ஒரு உச்சரிப்பும் அவ்வுச்சரிப்பின் கால அளவும் மிகத் தெளிவாக வகுக்கப்பட்ட 'தமிழி' எழுத்துமுறையை தொல்காப்பியம் அறிமுகப்படுத்துகின்றது. இது பண்டைய தமிழ்ச்சமூகத்தில் மொழியியல் ஆராய்ச்சியில் ஈடுபட்ட அறிஞர்களின் நீண்டகால முயற்சிக்குப் பின் கிடைத்த வெற்றியாகும். இவ்வளவு செம்மையான எழுத்து முறை பண்டைய சமகால மொழிகளில் இல்லை. இதிலிருந்து தமிழ்ச் சமூகத்தில் நடைபெற்ற மொழியியல் ஆராய்ச்சியின் உயர்நிலையை அறிந்துகொள்ளலாம்.

தமிழியா பிராமியா?

கி.மு. 3 ஆம் நூற்றாண்டில் பொறிக்கப்பட்ட அசோகனின் பிராமி கல்வெட்டுக்களின் எழுத்தமைதியை விட தமிழி பொறிப்புகள் நன்கு திருந்திய எழுத்தமைதியைக் கொண்டுள்ளன. எனவே பிராமி எழுத்துக்களைத் திருத்தி தமிழி எழுத்துக்களை உருவாக்கினர் என்ற கருத்தே வட இந்திய ஆய்வாளர்களிடம்

மேலோங்கியுள்ளது. தமிழகத்தில் சில தமிழி பொறிப்புகள் கி.மு. 5 ஆம் நூற்றாண்டின் தொடக்கத்தைச் சேர்ந்தவை என நிறுவப்பட்ட பின்பும் தமிழி எழுத்துக்களின் காலத்தை கி.மு. 2 ஆம் நூற்றாண்டிற்குப் பிற்பட்டதாகவே ஐராவதம் மகாதேவன் உள்ளிட்ட தமிழ் ஆய்வாளர்களும் நிர்ணயிக்கின்றனர். கிடைத்துள்ள தரவுகளை அடிப்படையாகக் கொண்டு தான் வரலாறு எழுத முடியும். இவ்விடத்தில் மகாதேவன் போன்றோர் தமிழி எழுத்துக்களின் காலத்தை கி.மு. 5 ஆம் நூற்றாண்டு என ஏற்றுக்கொண்டு பிராமி எழுத்துக்கள் இதற்கும் முற்பட தோன்றி ஓலைச்சுவடிகளில் மட்டுமே எழுதப்பட்டிருந்ததால் சான்று கிடைக்கவில்லை என்று கூட விளக்கம் அளிக்கலாம். ஆனால் அறிவியல்பூர்வமாக உறுதிசெய்யப்பட்ட காலக்கணிப்பை இவ்வாய்வாளர்கள் நிராகரிப்பது வியப்பாக உள்ளது.

ஒலிப்பு அடிப்படையிலான எழுத்து முறையை (Phonetic Alphabet) முதலில் கானான் நாட்டின் (பண்டைய பாலஸ்தீனம்) வணிகக்குழுக்கள் தான் கண்டுபிடித்தனர். கருப்பு-சிவப்பு மட்பாண்டத்திற்குரிய கானான் வணிகக்குழுக்களில் ஒரு பகுதியினர் தமிழ் வணிகக்குழுக்களாக மாறிவிட்டனர். கானான் வணிகக்குழுக்கள் உருவாக்கியிருந்த எழுத்துக்களின் வரிவடிவத்தை அடிப்படையாகக் கொண்டே ‘தமிழி’ எழுத்துக்கள் வடிவமைக்கப்பட்டுள்ளன[149]. கானான் நெடுங்கணக்கு முறை செமிட்டிக் மொழிகளுக்கானது. செமிட்டிக் மொழிகளில் இவ்வெழுத்துக்களின் ஒலிப்புகள் அதே எழுத்துக்களின் தமிழி எழுத்து ஒலிப்புகளுடன் பொருந்தவில்லை. தமிழ்ச் சமூகத்தின் மொழியியல் அறிஞர்கள் கானான் எழுத்தின் வரிவடிவங்களுக்கு தமிழ் மொழியின் தேவைக்கேற்றவாறு ஒலிப்புகளை மாற்றியமைத்துள்ளனர். ஒலிப்பு நெடுங்கணக்கினை உருவாக்கிய கானான் மொழியியல் அறிஞர்கள் ஹறியன் அறிஞர்களின் தொடர்ச்சியாக இருக்கலாம் என்பது இந்நூலாசிரியரின் ‘மீண்டும் ஆரியரைத் தேடி...’ நூலில் விரிவாக விவரிக்கப்பட்டுள்ளது. கானான் மொழியியல் அறிஞர்களின் தொடர்ச்சியாக தமிழ்ச் சமூகத்தின் மொழியியல் அறிஞர் குழாமான ‘காப்பியத் தொல்குடியினர்’ உருவாகியிருக்கலாம்.

---

149 இப்பொருள் குறித்து இந்நூலாசிரியரின் ‘மீண்டும் ஆரியரைத் தேடி....’ நூலில் விரிவாகப் பார்க்கலாம்.

பல வரலாற்றாய்வாளர்களும் சிந்துவெளி குறியீடுகளை அடிப்படையாகக் கொண்டு ‘தமிழி’ அல்லது ’பிராமி’ எழுத்துக்கள் உருவாக்கப்பட்டிருக்கலாம் என கருத்து தெரிவிக்கின்றனர். பேராசிரியர் கா.ராஜன் தென்னிந்திய பானை ஓடுகளில் காணப்படும் குறியீடுகளிலிருந்து ‘தமிழி’ எழுத்துக்கள் தோன்றியிருக்கலாம் எனக் குறிப்பிடுகிறார். சிந்துவெளி மக்கள் பயன்படுத்திய குறியீடுகளும் மேற்காசியாவில் ஏலமைட், சுமேரியன், ஏஜியன், ஜப்பான், ஈஸ்டர் தீவு, வட ஆஃப்ரிக்கா போன்ற பகுதிகளில் பயன்படுத்திய குறியீடுகளும் ஒப்புமையுடையதாகவே உள்ளன. கி.மு. 3400 வாக்கில் சுமேரியர் வடிமைத்த குறியீடுகளையே ஏலமைட் (ஈரான்), சிந்துவெளி நகரங்கள், மினோயன் உள்ளிட்ட ஏஜியன் பண்பாடுகள் பயன்படுத்தின. இதன் பின்னர் சுமேரியர் கி.மு. 2700 வாக்கில் ஆப்பெழுத்துக்களை (cuneiform) வடிவமைத்தனர். இவ்வெழுத்துக்களை எலமைட், செமிட்டிக், ஹறியன் மொழிகளுக்குரிய அக அரசுகள் பயன்படுத்தின. சிந்துவெளி நகரங்கள், ஏஜியன் உள்ளிட்ட மத்தியதரைக்கடலோர வணிகக்குழுக்கள் குறியீடுகளையே தொடர்ந்தனர். கானான் தேசம் மத்தியதரைக்கடலோர பகுதிகளில் செயல்பட்ட பல வணிகக்குழுக்களின் கூட்டணியாக உருவாகியது. இக்கூட்டணியில் சிந்துவெளி வணிகக்குழுக்களில் ஒரு பிரிவினரும் இணைந்திருக்கலாம் என்பது நம் யூகம். இந்த வகையில் ‘தமிழி’ நெடுங்கணக்கிற்கு அடிப்படையாக அமைந்த கானான் எழுத்துக்களின் உருவாக்கத்தின் போது சிந்துவெளி எழுத்துக்களும் அடிப்படையாக இருந்துள்ளதாகக் கூறலாம்.

கி.மு.1177 இல் ஏற்பட்ட நாகரிகங்களின் அழிவிற்குப் பின்னர் இந்தியாவிற்குள் குடியேறிய பெருங்கற்கல்லறை பண்பாட்டினரில் கானான் வணிகக்குழுக்களும் அடங்குவர். இவ்வணிகக்குழுக்கள் புதிய நெடுங்கணக்கு முறையை அறிந்திருந்தாலும் அதற்கு முன் இந்தியாவிலிருந்து செயல்பட்ட வணிகக்குழுக்கள் குறியீடுகளைப் பயன்படுத்தி வந்ததால் அதையே தாங்களும் தொடர்ந்துள்ளனர். புதிய நெடுங்கணக்கு முறையை தமிழ் மொழிக்கேற்றவாறு மாற்றி அமைத்து தங்களுக்குள் ஓலைச்சுவடிகளில் எழுதிப் பயன்படுத்தி வந்துள்ளனர். இதனை ‘முந்து தமிழி’ எனலாம். கி.மு.-750கி.மு.700 காலகட்டத்தில் வட இந்தியாவிலிருந்து

பெரும்பாலான வணிகக்குழுக்கள் தென்னகம் குடியேறிய சூழலில் மிகப்பெரும் அளவில் திறன் உழைப்பாளர்களைப் பயிற்றுவிக்க வேண்டிய தேவை ஏற்பட்டது. இதற்காக தமிழ் மொழியை எளிமைப்படுத்தும் பணியை அன்றைய மொழியியல் அறிஞர்களில் சிறப்பானவராக விளங்கிய தொல்காப்பியரிடம் ஒப்படைத்துள்ளனர். புதிதாக எழுத்தைக் கற்பவர்களுக்கு குறியீடுகளை விட ஒலிப்பு நெடுங்கணக்கு (Phonetic Alphabet) முறை எளிதானது. ஏற்கெனவே பெருங்கல் பண்பாட்டு அறிஞர்களிடம் பயன்பாட்டில் இருந்த 'முந்து தமிழியை' செம்மைப்படுத்தி மயங்கா மரபின் எழுத்துமுறையை தொல்காப்பியர் அறிமுகப்படுத்தினார். எழுத்தறிவை வெகுமக்களிடமும் கொண்டு செல்ல வேண்டிய தேவை இருந்ததால் கடினமான ஒலிப்புகளைக் கொண்ட வர்க்க எழுத்துக்கள் நீக்கப்பட்டுள்ளன.

தமிழ் வணிகக் கூட்டணி போன்ற வலுவான பொது அமைப்பு வட மொழி பேசும் மக்களிடையே கி.மு. 500 வரை தன்னிச்சையாக எதுவுமே இருந்ததில்லை. சிந்துவெளி நகரங்களின் புறக்குடிகளாக வாழ்ந்த ஆரிய இனக்குழுக்களுக்கு கி.மு. 1500 வாக்கில் ரிஷிகள் தலைமையேற்று கட்டுப்பாடான குடிகளாக மாற்றினர். எனினும் கி.மு.1000 வரை ஆரிய இனக்குழுக்கள் குறிப்பிட்டு சொல்லும்படியான ஒரு ஊரைக் கூட தோற்றுவித்திருக்கவில்லை. இதன் பின்னர் தமிழ் வணிகக்குழுக்களின் முன்முயற்சியால் ஆரிய இனக்குழுக்களின் ஜனபதங்கள் உருவாகின. இந்த ஜனபதங்களின் குடியிருப்புகள் சுட்ட செங்கலால் உருவாக்கப்படவில்லை; களிமண் சுவர்களும் வெயிலில் உலர வைத்த களிமண் செங்கல்களைப் பயன்படுத்திய சுவர்களுமே வீட்டுக் கட்டடங்களில் காணப்படுகின்றன. தமிழ் வணிகக்குழுக்களின் துணைக்குடிகளாக மாறிய பின் இது போன்ற எளிமையான குடியிருப்புகளை அமைக்கும் அளவிற்கு வளர்ந்திருந்தனர். இவ்வளவு எளிய பொருளியல் வாழ்க்கையைக் கொண்டிருந்த இக்குடிகளிடம் கி.மு. 600 வரை ஒருங்கிணைந்த ஒரு அரசியல் அமைப்பு இருந்திருக்க எந்த வாய்ப்பும் இல்லை.

கி.மு. 5 ஆம் நூற்றாண்டில் மகத ஜனபதம் மையப்படுத்தப்பட்ட பேரரசு உருவாக்கத்தை மேற்கொண்டது. இக்கட்டத்தில் வடமொழிக்கான பாணினியின் இலக்கண நூல்

தோன்றிவிட்டதாகக் கூறப்படுகிறது. மகத அரசின் மொழியாக மாகதி இருந்தது. பிராகிருதத்தின் ஒரு கிளையாகக் கூறப்படும் இம்மொழி சமஸ்கிருதத்திலிருந்து வேறுபட்டது. மகத அரசர்கள் சமஸ்கிருதத்திற்கும் வைதீகத்திற்கும் எதிராகவே இருந்தனர். எனவே பாணினி சமஸ்கிருத மொழிக்கு இலக்கண நூல் எழுதுவதற்கான ஊக்குவிப்பை மகத அரசர்கள் கொடுத்திருக்க வாய்ப்பில்லை. தொல்காப்பியம் பாண்டியரின் அவையில் அரங்கேற்றப்பட்டதாக அந்நூலுக்கான சிறப்புப் பாயிரம் தெளிவாகக் குறிப்பிடுகிறது. ஆனால் பாணினியின் 'அஷ்டாத்யாயி' எங்கு அரங்கேற்றப்பட்டது என்ற குறிப்பு எதுவும் இல்லை. கி.மு. 520 – கி.மு. 460 காலகட்டத்தில் காந்தாரம் (இன்றைய ஆஃப்கானிஸ்தான்) பகுதியில் பாணினி வாழ்ந்ததாகக் கூறுகின்றனர். அக்காலக்கட்டத்தைய காந்தார அரசு, மொழி ஆராய்ச்சிக்கான அவையம் அமைக்கும் அளவிற்கு வளர்ந்திருக்கவில்லை.

மொழியியல் அறிவு அதிகம் இல்லாத பாணினி சிவன் அசரீரியாகக் கூறியதையே 'அஷ்டாத்யாயி' என்ற இலக்கண நூலாக எழுதியதாக புராணமரபுக் கதை உள்ளது. மொழியியல் அறிவில் சிறந்திருந்த தமிழ் வணிகக்குழுக்களின் முனிவர் ஒருவர் கூறியதைப் பாணினி எழுதியுள்ளார் என இக்கதைக்கு விளக்கம் அளிக்கலாம். முற்றும் துறந்த முனிவர்கள் நிறைந்த அறிவைப் பெற்றிருந்தாலும் தாங்களாகவே எந்த நூலும் எழுதுவதில்லை; இத்தகைய முனிவர்கள் சொல்லச்சொல்ல பிறர் எழுதி நூலாக்கிக் கொள்வதே அன்றைய தமிழ் மரபு.

பாணினியின் இலக்கணத்தை அடியொற்றியே தமிழ் மொழிக்கு மட்டுமல்லாமல் பிராகிருத மொழிக்கும் இலக்கணம் வகுக்கப்பட்டதாக பலரும் நம்பி வருகின்றனர். கி.மு. 5 ஆம் நூற்றாண்டிலிருந்தே தமிழி மற்றும் பிராமி எழுத்துக்கள் கிடைக்கின்றன. இந்தியாவில் சிந்துவெளி பண்பாட்டுக் கட்டத்திலிருந்து குறியீடுகள் மட்டுமே பயன்பாட்டிலிருந்த நிலையில் திடீரென கி.மு. 5 ஆம் நூற்றாண்டில் தமிழி, பிராமி எழுத்துக்கள் புழக்கத்திற்கு வந்துள்ளன. இவ்வெழுத்துக்கள் ஒன்றைப் பார்த்து மற்றது உருவாக்கப்பட்டது என்பதில் மொழியியல் வல்லுநர்களிடம் மாற்றுக் கருத்து இல்லை. உலகம் முழுவதும் புழக்கத்திலுள்ள எழுத்து வடிவங்கள் ஒரு

வளர்ந்த சமூகத்தினரால் வடிமைக்கப்பட்டு பிற மொழிகளுக்குப் பரவின என்பது தான் வரலாறு. இந்தியாவிலும் ஆரிய இனக்குழுக்களை விட மிக வளர்ந்த நிலையிலிருந்த தமிழ்ச் சமூகத்தினர் மொழிக்கான இலக்கணத்தையும் எழுத்துக்களையும் உருவாக்கி பிற மொழிகளுக்குக் கொடுத்துள்ளனர் என்பதே சரியானது.

உலகளவில் எழுத்துக்கள் பரவிய வழிமுறை

சுமேரிய நகர அரசுகளின் கூட்டணியினர் கி.மு.3400 வாக்கில் மொழியியல் அறிஞர்களின் அவையத்தைக் கூட்டி குறியீடுகளை உருவாக்கியிருந்தனர். இந்தக் குறியீடுகளை அடியொற்றி ஏலமைட், சிந்துவெளி, மினோயன், எகிப்து போன்ற பண்டைய நாகரிகங்கள் தங்கள் மொழிகளுக்கான குறியீடுகளை வடிவமைத்துக் கொண்டனர். கி.மு. 2700 வாக்கில் சுமேரியர் ஆப்பெழுத்து என்ற புதிய எழுத்துமுறையை அறிமுகப்படுத்தினர். இவ்வெழுத்துமுறையை உருவாக்குவதற்கும் மொழியியல் அறிஞர்களின் அவையம் அரசு ஆதரவுடன் செயல்பட்டிருக்க வேண்டும். இவ்வெழுத்துமுறையை சுமேரியாவை அடுத்துள்ள ஏலமைட், அக்காடியன், ஹறியன், ஹிட்டைட், மிட்டானி போன்ற மொழிகளுக்கும் பயன்படுத்தினர். இவ்வாறு ஏற்கெனவே ஒரு மொழிக்காக அவையம் அமைத்து வடிமைக்கப்பட்ட எழுத்துக்களை பிற மொழிக்காக மாற்றி அமைப்பதற்கு அரசு ஆதரவிலான அமர்வுகள் தேவைப்படுவதில்லை; தனிப்பட்ட மொழியியல் அறிஞர்களே தங்கள் மொழிக்கேற்ற மாற்றங்களை செய்து கொள்வர்.

இதன் பின் பாலஸ்தீனத்தில் கி.மு. 1700 வாக்கில் புதிதாக உருவாகிய கானான் வணிக அரசுகள் ஒரு எழுத்துக்கு ஒரு உச்சரிப்பு என்ற நெடுங்கணக்கு (Alphaphet) எழுத்துமுறையை உருவாக்கினர். இவ்வெழுத்து முறை பொனீசிய வணிகக்குழுக்கள் மூலம் கிரேக்கம், லத்தீன் மொழிகளுக்கும் பரவியது. எனினும் மத்தியதரைக்கடலோர வணிகக்குழுக்களிடமும் மினோயன் உள்ளிட்ட ஏஜியன் பகுதி வணிக அரசுகளிடமும் குறியீடுகளே பயன்பாட்டில் இருந்தன. எனவே தான் மேற்காசிய வணிகக்குழுக்களின் முதல் இரண்டு கட்ட இந்திய குடியேற்றங்களில் குறியீடுகளே பரவியிருந்தன. புதிய

இந்நெடுங்கணக்கு முறையை உருவாக்கிய பாலஸ்தீனத்தின் வணிகக்குழுக்கள் கி.மு. 1200 க்குப் பின் இந்தியாவிற்கு கருப்பு-சிவப்பு மட்பாண்ட பெருங்கல் பண்பாடாகக் குடியேறினர். பெருங்கல் பண்பாட்டினர் புதிய நெடுங்கணக்கு முறையை அறிந்தவர்களாக இருந்தாலும் இந்தியாவில் குடியேறியிருந்த பழைய வணிகக்குழுக்களின் தலைமையை ஏற்றிருந்ததால் அவர்கள் ஏற்கெனவே இந்திய மொழிகளுக்காகப் பயன்படுத்திய குறியீடுகளையே பயன்படுத்திக் கொண்டனர்.

தமிழி எழுத்துக்களின் வரிவடிவங்கள் பாலஸ்தீன பகுதியின் கானான் வணிகக்குழுக்களால் உருவாக்கப்பட்டு பொனீசியன், சேபியன் (தென் அரேபியா), போன்ற பிற செமிட்டிக் மொழிகளும் பயன்படுத்திய எழுத்துக்களை ஒத்துள்ளன. எனினும் தமிழி எழுத்துக்களின் ஒலிப்புகள் செமிட்டிக் மொழி எழுத்துக்களின் ஒலிப்புகளிலிருந்து வேறுபடுகின்றன. தமிழ் வணிகக்குழுக்களின் அறிஞர்கள் கானான் எழுத்துக்களின் வரிவடிவங்களைப் பயன்படுத்தி தமிழ் மொழிக்கேற்றவாறு ஒலிப்புகளை மாற்றியுள்ளனர். மேலும் செமிட்டிக் நெடுங்கணக்கு முறையில் ஒரு எழுத்து இடத்திற்கு ஏற்றவாறு பல ஒலிப்புகளைக் கொடுக்கும். இத்தகைய மயக்கமில்லாமல் ஒரு எழுத்துக்கு ஒரு ஒலிப்பு என்ற முறையிலமைந்த உலகின் முதல் நெடுங்கணக்கு முறையாக 'தமிழி' உருவாக்கப்பட்டது. இது மொழியியலின் மிகப் பெரிய முன்னேற்றமாகும். இதை சாதிப்பதற்கு மொழியியல் அறிஞர்களின் கூடல்கள் அதிக காலம் நடைபெற்றிருக்கும். இக்கூடல்களைப் பாண்டியர்கள் புரவலர்களாக இருந்து செயல்படுத்தியுள்ளனர்.

'தமிழி' நெடுங்கணக்கு முறையில் எழுத்துக்களின் ஒலிப்புகளுக்கு துல்லியமான கால அளவு (மாத்திரை) நிர்ணயிக்கப்பட்டது மேலும் சிறப்பானதாகும். மாத்திரையின் காலத்தை வரையறை செய்வதற்கும் நிபுணர்கள் குழு செயல்பட்டதை தொல்காப்பியம் சுட்டுகின்றது[150]. இவ்வாறு தமிழி நெடுங்கணக்கு உருவான பின் பிராகிருதம் உள்ளிட்ட மொழிகள் இவ்வரிவடிவத்தை எளிதில் பயன்படுத்திக் கொண்டன.

150 கண்ணிமை நொடியென வவ்வே மாத்திரை நுண்ணிதி நுணர்ந்தோர் கண்டவாறே (தொல்; எழுத்ததிகாரம் – 7)

இவ்வளவு சிறப்பான எழுத்துருவை இந்தியாவின் அனைத்துப் பகுதிகளிலும் ஒரே நேரத்தில் பயன்படுத்தினர் என்றால் இவ்வெழுத்துக்களின் வரிவடிவத்தையும் ஒலிக்கவேண்டிய கால அளவையும் தெளிவாக வரையறுத்த இலக்கண நூல் ஒன்று இருந்திருக்க வேண்டும். இக்காலகட்டத்தில் பிராகிருதத்திற்கான இலக்கண நூல் எதுவும் தோன்றியிருக்கவில்லை. சமஸ்கிருத மொழிக்காக உருவான 'பாணினி' தான் வட மொழிகளில் தோன்றிய மிகவும் முற்பட்ட இலக்கண நூலாகும். பாணினியின் இலக்கண நூலில் எழுத்துக்கான இலக்கணம் இல்லை. தொல்காப்பியம் தமிழ் மொழிக்கான 247 எழுத்துக்களின் வரிவடிவங்களையும் அவற்றை ஒலிக்க வேண்டிய கால அளவையும் (மாத்திரை) அறிமுகப்படுத்தியுள்ளது. தொல்காப்பியம் தமிழ் மொழிக்காக உருவாக்கப்பட்ட எழுத்து வடிவங்களை வடமொழி அறிஞர்கள் தங்கள் மொழிக்கேற்றவாறு மாற்றியமைத்துள்ளனர் என்ற விளக்கமே இங்கு பொருத்தமாக உள்ளது.

தமிழி எழுத்து வடிவம் கானான் எழுத்து வடிவங்களை சார்ந்து உருவானது என்பதில் ஆய்வாளர்களிடையே மாற்றுக்கருத்து இல்லை. கி.மு. 1700 இல் செமிட்டிக் மொழிக்குடும்பத்திற்காக உருவாக்கப்பட்ட இவ்வெழுத்துக்களை கி.மு. 1200 இல் பல செமிட்டிக் மொழிகளுக்கும் பயன்படுத்தத் தொடங்கினர். இவற்றை வட செமிட்டிக், தென் செமிட்டிக் என இரண்டு முக்கிய கிளைகளாகப் பகுக்கின்றனர். இவ்விரு கிளைகளில் எந்தக் கிளையின் வரிவடிவத்தை சார்ந்து தமிழி எழுத்துக்கள் உருவாகின என்பதில் தான் ஆய்வாளர்களிடையே மாற்றுக்கருத்துக்கள் உள்ளன. சில ஆய்வாளர்கள் கானான் எழுத்துக்களின் மூல வடிவிலிருந்து தமிழி எழுத்துக்கள் தோன்றியதாகவும் கருதுகின்றனர். இவ்வெழுத்து வரிவடித்தைப் பயன்படுத்திய பண்பாட்டினர் அனைவரும் பெருங்கல் சின்னங்களையும் கருப்பு-சிவப்பு மட்பாண்டங்களையும் பயன்படுத்தினர் என்பது இங்கு கவனத்துக்குரிய முக்கியமான விசயமாக உள்ளது. கானான் எழுத்துப் பரவுதலுடன் தொடர்புடைய இவ்விரு பண்பாட்டுக்கூறுகளும் தமிழரின் தொல்லியல் அடையாளமாக உள்ளனவேயன்றி ஆரிய இனக்குழுக்களுடன் எந்த வகையிலும் தொடர்புடையவை அல்ல.

இப்போது அசோகன் கால 'பிராமி' எழுத்துக்களுக்கு முன்பே உருவாகிவிட்ட 'தமிழி' எழுத்துக்கள் திருத்தமுடன் இருப்பதற்கான காரணம் விளக்கப்பட வேண்டும். கி.மு.700 க்குப் பின் வட இந்திய சமூகம் தொழில்நுட்ப வளர்ச்சியில் தேங்கிவிட்டதும், தமிழ் சமூகம் மிகப்பெரிய தொழில்நுட்ப ஆய்வு மையமாக விளங்கியதும் இதன் காரணமாகும். இப்பொருள் குறித்து தமிழரைத் தேடி .... இரண்டாம் பாகம் நூலில் விவாதிக்கவுள்ளோம்.

இடைச்சங்க நூல்கள் அழிந்த வரலாறு

முதல் இரு சங்கங்களின் காலங்களிலும் சில இலக்கியங்கள் தோன்றியிருந்ததாகத் தமிழ்த் தொன்மங்கள் குறிப்பிடுகின்றன. கடல்கோள்களால் பாண்டிய நாடு அழிந்த போது இந்நூல்கள் அழிந்துவிட்டதாகப் பலரும் கருதுகின்றனர். முதல் சங்கக் கட்டத்தில் மேற்காசிய ஆய்வுப்பயணக் குழுக்கள் வட்டார வேட்டைக்குடிகளின் மொழியைத் திருத்தமாகப் பேசுவதற்குத் தகுந்தவாறு மாற்றியுள்ளனரே தவிர இலக்கியங்கள் தோன்றுவதற்கான சமூகச் சூழலோ தேவையோ அப்போது இருந்திருக்கவில்லை. முதல் சங்கத் தமிழ், தொல் இந்திய மொழியின் திருந்திய வடிவம் எனக் கூறுவது பொருத்தமாக இருக்கும். இதே போன்று தான் இடைச்சங்க காலத்தில் வட மற்றும் நடு திராவிட மொழிகள் தொல் இந்திய மொழியின் திருந்திய வடிவமாகப் பரிணமித்தன. இந்த வகையில் தென் திராவிட மொழி அல்லாத பிற திராவிட மொழிகள் முதல் சங்கத் தமிழுக்கு நெருக்கமானவையாகின்றன. இடைச்சங்கம் தான் முறையான கூடல்கள் மூலம் தோன்றியுள்ளது. இடைச்சங்க நூல்கள் இன்று நம்மிடம் இல்லை. இந்நூல்கள் அழிந்த விதத்தையும் கடைச்சங்க நூல்கள் பாதுகாக்கப்பட்டு தொகுக்கப்பட்ட விதத்தையும் பார்ப்போம்.

சங்ககாலத்தில் செயல்பட்ட மொழி ஆராய்ச்சி அவையங்கள்

சங்ககாலத்தில் தமிழ்ப் புலவர்கள் (அறிஞர்கள்) அளவளாவும் கூடல்கள் அடிக்கடி நடைபெற்றுள்ளன. இது போன்ற கூடல்கள் பற்றி சங்க இலக்கியங்களில் குறிப்புகள் உள்ளன.

தொல்லாணை நல்லாசிரியர்
புணர் கூட்டுண்ட புகழ்சால் சிறப்பின்
நிலந்தரு திருவின் நெடியோன்

(மதுரைக்காஞ்சி, வரிகள் 63-761)

புலவர்கள் கூடிய அவையில் புதிதாகப் படைக்கப்பட்ட இலக்கியங்கள் புலவர்களின் பார்வைக்கு வைக்கப்பட்டு அவை திறனாய்வு செய்யப்பட்டதை இப்பாடல் குறிப்பிடுகிறது. இது போன்ற இலக்கியக் கூடல்களை கலித்தொகையும் குறிப்பிடுகிறது.

"புதுமொழி கூட்டுண்ணும் புரிசைசூழ் புனலூர்"

(கலித்தொகை – பா. 68) என்ற வரியும்

நிலன் நாவில் திரிதரூஉம் நீண்மாடக் கூடலூர்
புலனாவிற் பிறந்தசொற் புதிதுண்ணும் பொழுதன்றோ?"

(கலித்தொகை பா. 35)

என்ற வரிகளும் புது இலக்கியங்களைத் திறனாய்வு செய்த கூடலைச் சுட்டுகின்றன. வேந்தனும் பங்குபெற்ற இது போன்ற அவைக்கு அரசரல்லாத ஒரு புலவர் தலைமை ஏற்றுள்ளார். புலவர்கள் கூடிய அவையின் தலைவனாக மாங்குடி மருதனார் வீற்றிருந்ததைப் புறநானூற்றுப் பாடல் ஒன்று குறிப்பிடுகிறது.

ஓங்கிய சிறப்பின் உயர்ந்த கேள்வி
மாங்குடி மருதன் தலைவனாக
உலகமொடு நிலைய பலர்புகழ் சிறப்பின்
புலவர் பாடாது வரைக என் நிலவரை (புறம்72-)

நிலந்தரு திருவின் பாண்டியனின் இத்தகைய ஒரு அவையில் தான் தொல்காப்பியம் திறனாய்வு செய்யப்பட்டு ஏற்றுக்கொள்ளப்பட்டுள்ளது.

பாயிரம் என்பது நூலின் முன்னுரையாகும். பொதுப் பாயிரம், சிறப்புப் பாயிரம் என இருவகை உண்டு. பாயிரம், நூலின் சாரத்தை எடுத்துக்கூறும். தொல்காப்பியத்திற்குச் சிறப்புப் பாயிரம் உள்ளது. அதை எழுதியவர் பனம்பாரனார். இவர் தொல்காப்பியருடன் ஒரே பள்ளியில் பயின்றவர் என்று கூறுகின்றனர். சங்ககால பாயிர மரபு தான் இன்று நூலுக்கான முன்னுரையாக (Foreword) மாறியுள்ளது. அன்றைய காலகட்டத்தில் தொல்காப்பியத்திற்கு இணையான அறிவியல்

பூர்வமான மொழியியல் நூல் உலகளவில் எதுவும் இல்லை. இத்தகைய சிறப்பான ஒரு இலக்கண நூலை திறனாய்வு செய்து தணிக்கை செய்யும் தகுதி கொண்ட மொழியியல் அறிஞர்கள் பலர் தமிழ்ச்சமூகத்தில் அன்று இருந்துள்ளனர் என்பது கூடுதல் கவனத்துக்குரியது.

பழந்தமிழ் இலக்கியங்கள் தொகுக்கப்பட்ட முறை

வாய்மொழி இலக்கியங்கள் தொழில்முறைப் பாடகர்களான பாணர்களால் வாய்மொழியாகவே கடத்தப்பட்டு பின்னர் தொகுக்கப்பட்டுள்ளன. ரிக் முதலிய வேத சூத்திரங்களை புரோகிதர்கள் வாய்மொழியாகவே கடத்தி வந்துள்ளனர். எழுத்து அறிமுகமான பின் இவை தொகுக்கப்பட்டுள்ளன. ரிஷிகள் தாங்கள் வழிநடத்திய குலத்தின் நன்மைக்காக தெய்வங்களை வேண்டிப் பாடிய போற்றிப் பாடல்களே ரிக் வேதமாகத் தொகுக்கப்பட்டுள்ளன. இப்பாடல்களை தொடர்புடைய குலம் சார்ந்த புரோகிதர்கள் தலைமுறைதலைமுறையாக மனப்பாடமாக மந்திரச் சடங்காகப் பாடி வந்துள்ளனர்.

இன்று நீலகிரி மாவட்டத்தில் வாழ்கிற தோடர் பழங்குடிகளின் பூசாரிகள் கோயில் வழிபாட்டில் தலைமுறை தலைமுறையாக ஒரே மாதிரியான மந்திரங்களை உச்சரித்து வருகின்றனர். இம்மந்திரங்களை பூசாரிகள் கமுக்கமாக வைத்துள்ளனர். கிரீஸ் நாட்டு இளவரசர் பீட்டர் (Prince Peter) என்பவர் ஆய்வுநோக்கில் தோடர்களின் மந்திரங்களைத் தெரிந்துகொள்ள விரும்பினார். இதற்காக அவர் தோடர் இனப் பூசாரியை தம் இருப்பிடத்திற்கு அழைத்து மது மயக்கத்தில் அவரை மந்திரப் பாடல்களைப் பாட வைத்தார். இப்பாடல்களில் ஓன் (சுமேரிய அன் - An), என்லில் (Enlil), இஸ்தார் (Ishtar), நின்குர்சாக் (Ninkurshag – மலை அரசி)), நின்லில் (Ninlil), உடு (utu) உள்ளிட்ட 11 சுமேரிய தெய்வங்களின் பெயர்கள் இடம்பெற்றதைக் கேட்டுப் பதிவுசெய்துள்ளார்[151]. தோடர்களின் வாழ்விடங்களை அடுத்துள்ள பெருங்கல் கல்லறைகளில் கிடைத்த வெண்கலக் கும்பா ஒன்று அப்படியே சுமேரியர்கள் பயன்படுத்தியதை ஒத்திருக்கிறது. தோடர்களின் வீடுகளும் அப்படியே சுமேரிய சதுப்புநில

151 *Possible Sumerian Survivals in Toda Rituals : H.R.H. Prince Peter of Greece*

வாசிகளின் குடில்கள் போல் உள்ளன (காண்க: படம்). தோடர்கள் சுமேரியர் தொடர்பான குடிகள் என்பதற்கு மரபணு ஆய்வுகளும் துணைநிற்கின்றன.[152]

தோடர்களின் குடில் (நீலகிரி மாவட்டம்)

ஈராக் - சதுப்பு நிலத்தில் கட்டப்பட்ட குடில்கள்

(இன்று ஈராக்கின் சதுப்பு நிலத்தில் கட்டப்பட்டுள்ள குடில்கள் மேலே உள்ள படத்தில் காட்டப்பட்டுள்ளன. சுமேரிய நாகரிகத்தில் தொடக்க காலத்திலிருந்தே சதுப்பு நிலத்தில் இதே போன்ற குடில்கள் கட்டப்பட்டு வருவதாக ஆய்வாளர்கள் குறிப்பிடுகின்றனர்.)

152 தோடர்களிடம் ஆண்வழி J2a1 (M47) மரபணு 38.46% வரை உள்ளது. இம்மரபணு தமிழகத்தில் வன்னியரிடம் 9% வரையும் வேறு இரு சாதிகளிடம் 1% மட்டும் உள்ளது. பிற சாதிய சமூகங்களிடம் அறவே இல்லை என்பது குறிப்பிடத்தக்கது. ஈராக்கின் சதுப்புநிலக் குடிகளிடம் இம்மரபணு அதிக அளவில் காணப்படுகின்றது.

தோடர்கள் இந்தியாவிற்குக் குடியேறிய பின்பும் சுமேரிய தெய்வங்களையே வணங்கியுள்ளனர். தோடர்களின் தலைமைத் தெய்வமான ‘ஓன்’ சுமேரிய தந்தை தெய்வமான ‘அன்’ (An) உடன் பொருந்துகிறது. சுமேரிய மும்மூர்த்தி தெய்வங்களான என்லில் (Enlil), என்கி (Enki), அன் (An) ஆகியவை இந்திய புராண மரபில் சிவன், விஷ்ணு, பிரம்மா என மாறிய பிறகும் தோடர்களிடம் அம்மாற்றங்கள் சென்றடையவில்லை. கடைச்சங்க காலத்திலிருந்து தான் சுமேரிய தெய்வங்கள் இந்தியமயமாக்கப்பட்டுள்ளனர். இடைச்சங்க காலத்திலிருந்து தோடர்கள் தனிமைப்பட்டு வாழ்வதால் அவர்களிடம் சுமேரிய தெய்வப் பெயர்களே நீடித்துவருகின்றன. தோடர் இனப் பூசாரிகள் 3000 ஆண்டுகளுக்கு முன் சுமேரிய தெய்வங்களை வேண்டிப் பாடிய போற்றிப் பாடல்களை தலைமுறைதலைமுறையாகக் கடத்தி வந்துள்ளதால் தான் அத்தெய்வங்களின் பெயர்கள் இன்றுவரை அவர்கள் மந்திரங்களில் உச்சரிக்கப்படுகின்றன. இது போலவே ரிக் வேத ரிஷிகள் பாடிய போற்றிப் பாடல்களை ரிஷிகளைத் தொடர்ந்த குல புரோகிதர்கள் தலைமுறைதலைமுறையாகக் கடத்தியுள்ளனர்.

சூழ்நிலைக்கேற்பப் பாடப்பட்ட கடைச்சங்க பாடல்களோ இவ்வாறு தலைமுறைதலைமுறையாக கடத்தப்பட வேண்டிய பாடல்கள் அல்ல. எடுத்துக்காட்டாக, கபிலர் இருங்கோவேள் அவைக்குச் சென்று அவன் குடிமரபுக் கதையைப் பாடுகிறார். பின்னர் பாரி மகளிரை மணம் முடிக்கும்படி வேண்டுகிறார். மூவேந்தர்களின் முற்றுகையால் பாரி இறந்த நிலையில் அவன் மகளிருக்குத் தகுதியான துணை தேடும் பொறுப்பை கபிலர் ஏற்றிருந்தார். சூழலுக்கேற்றவாறு பாடப்பட்ட இப்பாடலை கபிலரின் மாணாக்கர் மரபினரோ அவருடைய ரத்த உறவு வாரிசுகளோ தலைமுறைதலைமுறையாக கடத்த வேண்டிய தேவையில்லை. இதே போன்று தான் சங்கப் பாடல்கள் அனைத்தும் தன்னிச்சையாக சூழலுக்கேற்றவாறு பாடப்பட்டு உள்ளன. இப்பாடல்கள் எழுத்தில் இருந்திருந்தால் மட்டுமே சில நூற்றாண்டுகள் கழித்து அவற்றைத் தொகுத்திருக்க முடியும்.

ஓர் அரசனையோ வேறு தலைமக்களையோ சந்திக்க செல்லும் போது மரியாதை நிமித்தமாக கவிதை ஒன்றை வாசிப்பது சங்ககாலப் புலவர்களின் வழக்கமாக இருந்துள்ளது.

இதற்காகப் புலவர்கள் புதிய கவிதைகளை ஓலைச் சுவடிகளில் எழுதி அதைப் பல படிகளும் எடுத்துள்ளனர். அரசனிடமும் அவையில் முன்னிலை வகித்தவர்களிடமும் கவிதைகளின் படியைக் கொடுத்துவிட்டு பின்னர் தங்கள் கவிதையை வாசித்துள்ளனர். இவ்வழக்கம் இன்றும் கருத்தரங்குகளில் கட்டுரை வாசிப்போர் அவையில் முன்னிலை வகிப்பவர்களுக்குக் கட்டுரையின் பிரதியைக் கொடுக்கும் வழக்கமாகத் தொடர்கிறது. இக்கவிதைகளை தொடர்புள்ள அரசர்கள் தங்கள் ஆவணக் காப்பகத்தில் சேமித்துள்ளனர். ஓலைச்சுவடிகளை நன்கு பராமரித்தாலும் 300-350 ஆண்டுகள் வரையே இற்றுப்போகாமல் நீடிக்கும். எனவே சேமிக்கப்பட்ட சுவடிகளை காலமுறையாகப் படி எடுத்து வந்துள்ளனர்.

குடி பதிப்பெயர்ந்த சுட்டுடை முது பாழ்
கயிறு பிணிக் குழிசி ஓலை கொண்மார்
பொறி கண்டு அழிக்கும் ஆவணமாக்களின் (அகம்.77)

இந்த அகநாநூற்றுப் பாடல் ஆவணமாக்கள் என்ற அரசு அதிகாரிகளைக் குறிப்பிடுகிறது. ஓலைச்சுவடிகளில் எழுதும் மரபு சங்க காலத்திலேயே இருந்ததற்கு இப்பாடலில் இடம் பெற்றுள்ள ‘கயிறு பிணி குழிசி ஓலை’ - ஒரு சான்றாகும். இனி, தொலைந்து போன பழந்தமிழ் இலக்கியங்களுக்கு வருவோம்.

கடைச்சங்கத்திற்கு முன்பு வரை குறியீடுகள் எழுத்தாகப் பயன்படுத்தப்பட்டன. குறியீடுகளில் எழுதப்பட்ட சுவடிகளை இடைச்சங்க காலம் வரை படி எடுப்பதில் சிரமம் இருந்திருக்காது. கடைச்சங்க காலத்தில் ‘தமிழி’ எழுத்து வழக்கிற்கு வந்த பின் குறியீடுகளைக் கற்பவர்கள் அருகியிருப்பர். புதிய ‘தமிழி’ எழுத்துக்களைக் கற்றவர்களுக்குத் தான் வேலை வாய்ப்பு அதிகம் கிடைக்கும் எனும் சூழல் ஏற்பட்ட போது தொழில்முறையாக குறியீடுகளைக் கற்பவர்கள் ஒரு கட்டத்தில் இல்லாமல் போயுள்ளனர். இதன் காரணமாக குறியீடுகளில் எழுதப்பட்டிருந்த பழந்தமிழ் நூல்கள் படி எடுக்கமுடியாமல் போனதால் அந்நூல்கள் செல்லரித்து அழிந்திருக்கும் என்ற விளக்கத்தை தொல்லியல் அறிஞர். எஸ். ராமச்சந்திரன் தனிப்பட்ட கலந்துரையாடலில் கூறினார். இக்கருத்தை ஆய்வுலகம் பரிசீலிக்க வேண்டும்.

தனித்தன்மையுடன் நிலைப்படுத்தப்பட்ட மொழியாகப் பரிணமித்த தமிழ் மொழி

ஒரு குறிப்பிட்ட மொழியில் ஒரே காலகட்டத்தில் தோன்றிய இலக்கியங்கள் பல கிளைமொழிகளில் தோன்றுவதும் ஒரே நிலைமொழியில் தோன்றுவதும் அம்மொழி சார்ந்த நாடுகளின் அரசியல் வளர்ச்சி தொடர்பானது. ஒரு பகுதியில் வாழ்ந்த ஒரு குறிப்பிட்ட மொழி பேசிய மக்கள் கூட்டம், மக்கள் தொகைப் பெருக்கம் போன்ற காரணங்களால் பிரிந்து, அதிகத் தொடர்பற்று வாழத் தலைப்படுவர். இவ்வாறு பிரிந்த கூட்டங்கள் ஒன்றாக வாழ்ந்த போது பேசிய பழைய மொழியை சிறிய மாற்றங்களுடன் பேசுவர். இவற்றை ஒரு முந்து மொழியின் கிளைமொழிகள் எனலாம்.

இத்தகைய கிளைமொழிகளைப் பேசிய மக்கள் ஒரே அரசியல் அமைப்பிற்குள் வர நேரிடும் போது இக்கிளைமொழிகளிலிருந்து ஒரு பொது மொழி தோற்றுவிக்கப்படும். இந்தப் பொதுமொழி தொடக்க கட்டத்தில் பெரும்பாலும் அரசு அலுவல் மொழியாகப் பயன்படுத்தப்படும். பின்னர் அரசு ஆதரவுடன் தோற்றுவிக்கப்படும் சமயம் சார்ந்த இலக்கியங்களும் இப்பொதுமொழியில் தோன்றும். இதன் பின் இம்மொழியை வெவ்வேறு வட்டார கிளைமொழிகளைப் பேசிய பரந்துபட்ட மக்கள் கற்றுக்கொண்ட போது இம்மொழியில் பொது உலகியல் விசயங்களைக் கூறும் இலக்கியங்கள் தோன்றும். இதையே நிலைப்படுத்தப்பட்ட மொழி என்கிறோம்.

கிரேக்க மொழி நிலைப்படுத்தப்பட்ட வரலாறு

கிரேக்கரிடையே பல கிளைமொழிகள் வழக்கிலிருந்ததைத் தொடக்ககால இலக்கியங்கள் வாயிலாக அறிகிறோம். இந்தோ-ஐரோப்பிய மொழி பேசிய மக்கள் கிரேக்கத்திற்குள் கி.மு. 2500 லிருந்து வெவ்வேறு காலகட்டங்களில் குடியேறி தங்களுக்குள் அதிகத் தொடர்பற்று வாழ்ந்துள்ளனர். இதன் காரணமாக இம்மக்களிடையே முந்து இந்தோ-ஐரோப்பிய மொழியின் மாறுபட்ட பேச்சு வழக்குகள் தோன்றி பல கிளைமொழிகள் உருவாயின. கி.மு. 500 இல் கிரேக்க நகர அரசுகள் மிக வலுவான பொருளியல் அடித்தளத்துடன் இருந்த நிலையிலும் இவர்களிடையே ஒரு பொதுமொழி தோன்றியிருக்கவில்லை.

அக்காலகட்டத்தில் கிரேக்கத்தில் 30 க்கும் அதிகமான கிளைமொழிகள் இருந்துள்ளன.[153] கிரேக்க மொழியில் தோன்றிய பண்டைய இலக்கியங்களிலும் கல்வெட்டுகளிலும் கிளைமொழிக் கூறுகளைக் காணமுடிகிறது. இவற்றில் அயோலிக் (Aeolic), அயோனிக் (Ionic), டோரிக் (doric) அட்டிக் (Attic) என்ற நான்கு கிளைமொழிகளில் பண்டைய கிரேக்க இலக்கியங்கள் தோன்றியிருந்தன. மிகவும் புகழ் பெற்ற ஹோமரின் இலக்கியங்களும் ஹிரோடோட்டஸ் என்ற புகழ்பெற்ற வரலாற்றாசிரியனின் நூலும் அயோனிக் மொழியில் தோன்றியிருந்தன. கிரேக்க நகர அரசுகளை ஒருங்கிணைத்து ஒரு மையப்படுத்தப்பட்ட அரசோ அமைப்போ தோன்றியிருக்கவில்லையாதலால் பொதுமொழி ஒன்று தோன்றுவதற்கு தேவையும் வாய்ப்பும் ஏற்படவில்லை.

கி.மு. 6 ஆம் நூற்றாண்டிலிருந்து கிரேக்கத்தின் வட கிழக்குப் பகுதியில் அமைந்திருந்த நகர அரசுகள் பாரசீகப் பேரரசின் கட்டுப்பாட்டில் இருந்தன. கி.மு. 5 ஆம் நூற்றாண்டின் தொடக்கத்தில் இந்த நகர அரசுகள் பாரசீகத்தின் ஆளுமைக்கு எதிராகக் கலகம் செய்தன. இவ்வாறு கலகம் செய்த நகரங்களுக்கு ஏதென்ஸ் உதவிக்கரம் நீட்டியது. இக்காலகட்டத்தில் ஏதென்ஸ், ஸ்பார்ட்டா போன்ற நகர அரசுகள் பாரசீக ஆட்சிப் பகுதிக்கு வெளியில் சுதந்திர அரசுகளாக இருந்தன. கலகம் செய்த நகரங்களை அடக்குவதற்குப் பாரசீகம் அதன் படையை அனுப்பிய போது ஏதென்ஸ் நகர அரசும் போரில் குதித்ததுடன் கிரீஸின் பிற நகரங்களையும் ஓர் அணியாக நின்று இப்போரில் ஈடுபட வைத்தது. இப்போரில் கிரேக்க நகரங்களின் ஒருங்கிணப்பாளராக ஏதென்ஸ் நகரம் செயல்பட்டது. ஏதென்ஸிடம் அடிக்கடி மோதிக்கொண்டிருந்த ஸ்பார்ட்டா நகரம் கூட இப்போரில் கிரேக்கக் கூட்டணிக்கு உதவுவதாக உறுதியளித்திருந்தது. ஆனால் பாரசீகப் படை வந்த போது ஸ்பார்ட்டா பின்வாங்கி விட்டது. இப்போர் கடுமையாக நடந்த, கி.மு.492 இல் தொடங்கி கி.மு.449 வரை ஏதன்ஸ் நகரம் பல இழப்புகளை சந்தித்தது. ஏதென்ஸ் மக்கள் தங்கள் நகரை முழுவதுமாகக் காலி செய்து வெவ்வேறு பகுதிகளுக்குச் சென்று

153 டாக்டர் ச. அகத்தியலிங்கம் உலக மொழிகள்-முதல் பகுதி, இந்தோ-ஐரோப்பிய மொழிகள் – I; பக்கம்- 56-53

குடியேறிய நிகழ்வும் நடந்தது. இறுதியில் ஸ்பார்ட்டாவும் போரில் கலந்து கொண்டு பாரசீகத்தைத் தோற்கடித்தனர்.

இந்தப் போரில் ஏதென்ஸின் ஊசலாட்டமில்லாத உறுதியான செயல்பாடுகள் அந்நகருக்கு கிரீஸ் முழுவதும் வாழ்ந்த அனைத்து நகர மக்களிடமும் பெரும் மதிப்பை ஏற்படுத்திக்கொடுத்தது. ஏதென்ஸின் அட்டிக் மொழி கிரீஸ் மக்களிடையே பெருமை பெறத் தொடங்கியது. வணிக நகரமாக விளங்கிய ஏதென்ஸிற்கு கிரீசின் பல பகுதி களிலிருந்தும் வெளிநாடுகளிலிருந்தும் அறிஞர்களும் தத்துவ ஞானிகளும் இலக்கிய மேதைகளும் அடிக்கடி வந்து தங்கினர். கி.மு. 5, 4 ஆம் நூற்றாண்டு காலப்பகுதியில் கிரேக்கத்தின் பிற பகுதி அறிஞர்களும் அட்டிக் மொழியில் இலக்கியங்கள் படைக்கத் தொடங்கினர். சாக்ரட்டீஸ், பிளாட்டோ, அரிஸ்ட்டாட்டில் போன்ற கிரேக்கத்தின் புகழ்பெற்ற அறிஞர்கள் அட்டிக் மொழியிலேயே இலக்கியம் படைத்தனர். இக்காலகட்டத்தை அட்டிக் மொழியின் பொற்காலம் என்கின்றனர்.

இந்தச் சூழலில் கி.மு. 4 ஆம் நூற்றாண்டில் மாசிடோனிய *(Macedonia)* அரசன் அலெக்ஸாண்டரின் *(Alexander The great)* தந்தை ஃபிலிப் *(King Philip)* கிரேக்க நகர அரசுகளின் மீது மேலாண்மை பெறுகிறான். இப்போது கிரேக்கம் முழுவதையும் இணைக்கும் பொது ஆட்சி மொழிக்கான தேவை ஏற்படுகிறது. ஃபிலிப்பும் அவன் மகன் அலெக்ஸ்ஸாண்டரும் கிரேக்க மக்களிடம் நன்மதிப்பைப் பெற்றிருந்த அட்டிக் மொழியை தங்கள் அரசின் ஆட்சி மொழியாக முன்னிறுத்தினர். கிரேக்கத்தின் ஒரு தனி அரசாக இருந்த மைசீனியாவிற்கென்று ஒரு தனி கிளைமொழி இருந்தது. இம்மொழி ஸ்பார்ட்டாக்களின் டோரிக் மொழியுடன் நெருங்கிய ஒப்புமையுடையது. எனினும் ஏற்கெனவே அட்டிக் மொழி கிரேக்கம் முழுவதும் வாழ்ந்த அறிஞர்களிடமும் மக்களிடமும் செல்வாக்கு பெற்றுத் திகழ்ந்ததால் அம்மொழியையே பொது மொழியாக இவ்வரசர்கள் முன்னிறுத்தினர். இதன் பின்னர் கி.பி. 6 ஆம் நூற்றாண்டு வரை அட்டிக் மொழியே கிரேக்கம் முழுமைக்கும் பொது அரசு அலுவல் மொழியாக விளங்கியது.

அட்டிக் மொழியில் வட்டாரக் கிளைமொழிக் கூறுகள் பெருவாரியாக உள்வாங்கப்பட்டு அவ்வப்பகுதியின் பேச்சு மொழிகள் உருவாகின. இவ்வாறு தோன்றிய பேச்சு மொழிகளுக்கும் ஒரு பொதுத்தன்மை உருவாக்கப்பட்டது. இதனை பேச்சுக் *கொய்னி* (பொதுமொழி) என அழைத்தனர். இந்தோ-ஐரோப்பிய மொழிக்கூறுகள் அதிக அளவில் உள்வாங்கப்பட்டு பேச்சு வழக்கில் பல்வேறு கிளைமொழிகள் வழங்கிய வட நாட்டில் இவற்றின் பொது பேச்சு மொழியாக ஹிந்தி மொழி தோற்றுவிக்கப்பட்டதுடன் பேச்சுக் கொய்னியின் தோற்றத்தை ஒப்பிடலாம்.

ஒவ்வொரு கிளைமொழியிலும் அட்டிக் மொழித் தாக்கம் பெற்ற தனித்தனி இலக்கிய மொழிகளும் தோன்றின. இந்த இலக்கிய மொழிகளுக்கும் ஒரு பொதுத்தன்மையை உருவாக்கி அதை 'இலக்கியக் கொய்னி' என அழைத்தனர். பண்டைய வட இந்தியாவில் தோன்றிய பிராகிருத மொழியுடன் இதை ஒப்பிடலாம். இலக்கியக் கொய்னியில் அட்டிக் மொழித் தாக்கம் அதிகமாகவும் வட்டார கிளைமொழிகளின் கூறுகள் குறைவாகவும் கலந்திருக்கும். பேச்சுக் கொய்னியிலோ வட்டார கிளை மொழிக்கூறுகள் அதிகமாகவும் அட்டிக் மொழி தாக்கம் குறைவாகவும் இருந்தது. இவ்வாறு அட்டிக் மொழியில் ஒரே நேரத்தில் பேச்சுக் கொய்னி, இலக்கியக் கொய்னி என்ற இரு கிளை மொழித் தொகுப்புகள் தோன்றிவிட்டன.

இவ்வளவு முயற்சிகள் நடைபெற்ற பின்னரும் கூட கிளைமொழிகள் பேச்சு வழக்கிலும் இலக்கியத் தளத்திலும் தொடரவே செய்தன. பொதுமொழி பயன்பாட்டிற்கு வந்த பின் இலக்கியத் தளத்தில் கிளைமொழிகளின் தாக்கம் இல்லாத நிலை தோன்றும் போதே மொழி நிலைப்படுத்தப்படுதல் முழுமை பெறும். ஆனால் அட்டிக் மொழி அல்லாது அயோலிக், அயோனிக், டோரிக் போன்ற வலுவான கிளைமொழிகளிலும் தொடர்ந்து இலக்கியங்கள் படைக்கப்பட்டன. கிரேக்கத்தில் பொதுமொழிக்கான முயற்சிகள் தொடர்ந்து மேற்கொள்ளப்பட்டு வந்த நிலையில் 15 ஆம் நூற்றாண்டில் இன்றைய நவீன கிரேக்கம் தோற்றுவிக்கப்பட்டு பொதுமொழி முன்னிறுத்தப்பட்டது. இப்போதும் வட்டாரக் கிளைமொழிகள் பேச்சு வழக்கில் தொடரவே செய்தன. 18 ஆம்

நூற்றாண்டில் தோன்றிய தேசிய இயக்கம் பிற கிளைமொழிகளை அழித்து நவீன கிரேக்க மொழியை நிலைநிறுத்தியது. இவ்வாறு கிரேக்க மொழியில் கி.மு. 5 ஆம் நூற்றாண்டில் தொடங்கிய பொதுமொழிக்கான முயற்சி 2000 ஆண்டுகள் கடந்து கி.பி. 18 ஆம் நூற்றாண்டில் தான் முழுமையாக வெற்றி பெற்றது.

சீன மொழி அநுபவம்

பண்டைய சீன மொழியிலும் பல கிளைமொழிகள் உண்டு. தொடக்கக் காலத்திலிருந்தே சீனத்தின் பல கிளை மொழிகளில் இலக்கியங்கள் படைக்கப்பட்டன. இந்த கிளைமொழிகளும் காலத்துக்கு காலம் பெரும் மாறுதல்களை சந்தித்தன. கி.மு. 500 வரை இருந்த கிளைமொழிகளின் தொகுப்பை முன்னிலை சீனம் என்றும் கி.மு. 500 லிருந்து கி.பி. முதல் நூற்றாண்டு வரையிலான மொழிகளின் தொகுப்பை பழஞ்சீனம் என்றும் அதன் பின் கி.பி. 1000 வரையிலான மொழிகளை இடைக்கால சீன மொழி என்றும் வகை செய்கின்றனர். கி.பி. 11 ஆம் நூற்றாண்டிலிருந்து தான் இன்றைய நவீன சீன மொழி தோன்றுகிறது. அப்போதும் கூட சீன மொழியில் கிளைமொழிகள் இன்று வரை தொடர்கின்றன.

தமிழிலோ முதல் இலக்கியங்களே நிலைப்படுத்தப்பட்ட ஒரு பொதுமொழியில் உருவாகியுள்ளதைப் பார்க்கிறோம். பண்டைய கிரேக்க இலக்கியங்களை இன்றைய கிரேக்கர்கள் எளிதில் புரிந்துகொள்ள முடியாது. ஒவ்வொரு காலகட்டங்களிலும் இம்மொழி பல மாறுதல்களை சந்தித்துள்ளது. கி.மு. 800 இல் இலக்கியங்கள் தோன்றிய சீன மொழியில் இன்று வரை ஏழு முக்கிய கிளைமொழிகள் உள்ளன. சீன எழுத்து முறையும் வட்டாரத்துக்கு வட்டாரம் வேறுபட்டது. முன்னிலை சீனத்துக்கும் பழஞ்சீனத்துக்கும் பெரிய வேறுபாடு இருந்தது. பழஞ்சீனத்துக்கும் இடைக்கால சீனத்துக்கும் குறிப்பிடத்தக்க வேறுபாடுகள் இருந்தன. நவீன சீனம் மேலும் அதிக மாற்றங்களைக் கொண்டிருந்தது. மேலும் முன்னிலை சீனம் என்பதும் ஒரு பொதுமொழியல்ல; பல கிளைமொழிகளை ஒரே தொகுப்பாக்கி முன்னிலை சீனம் என்கின்றனர். இதே போல் ஒவ்வொரு கட்டத்திலும் பல கிளைமொழிகள் தொடரவே செய்தன.

இன்றைய சீனர்கள் தங்கள் மொழியில் தோன்றிய பண்டைய இலக்கியங்களை எளிதில் வாசிக்க முடியாது. இன்றைய இந்தி, மராட்டி, பெங்காலி, ஒரியா போன்ற மொழிகள் பிராகிருதத்தின் கிளை மொழிகளாகும். இன்று இம்மொழிகளைப் பேசும் மக்களுக்கு பண்டைய பிராகிருத மொழியில் தோன்றிய இலக்கியங்கள் வேற்று மொழி இலக்கியங்கள் போலவே தோன்றும். 16 ஆம் நூற்றாண்டில் துளசிதாசர் எழுதிய இந்தி ராமாயணத்தைக் கூட இன்றைய இந்தி பேசும் மக்களால் வாசித்திட முடியாது. இதே போன்று பிற மொழிகளும் காலத்துக்கு காலம் பல மாறுதல்களைச் சந்தித்ததால் அவற்றில் தோன்றிய பண்டைய இலக்கியங்களை அம்மொழியின் இன்றைய அறிவு கொண்டு எளிதில் வாசிக்க முடியாது.

தமிழ் மொழியோ இலக்கியத் தளத்தில் கி.மு. 300 லேயே மிக நேர்த்தியான இலக்கண வரையறைகளுடன் நிலைப்படுத்தப்பட்டுவிட்டதால் பழைய இலக்கியத் தமிழுக்கும் இன்றைய இலக்கியத் தமிழுக்கும் அதிக வேறுபாடு இல்லாததைக் காணலாம். இன்றைய தமிழர் சிறு முயற்சி செய்து வாசித்தால் 2 ஆயிரம் ஆண்டுகளுக்கு முன் தோன்றிய தமிழ்க் கவிதைகளைக் கூட வாசித்துப் பொருள் விளங்கிக்கொள்ள முடிகிறது.

எடுத்துக்காட்டாக *"யாதும் ஊரே யாவரும் கேளிர்"* என்ற கணியன் பூங்குன்றனின் சங்ககாலப் பாடல் வரிக்கான பொருள், எல்லா ஊரும் நம் ஊரே, அனைத்து மக்களும் நம் உறவினரே என்பதாகும். இதில் கேளிர் என்ற சொல் உறவினர், விருந்தினர் என்ற பொருளில் பயன்படுத்தப்பட்டுள்ளது. கணியன் பூங்குன்றனின் வரியில் கேளிர் தவிர பிற சொற்கள் அனைத்தும் இன்றும் நாம் பயன்படுத்துபவை தான்.

இவர் யாரென் குவை யாயின் இவரே
ஊருடன் இரவலர்க் கருளித் தேருடன்
முல்லைக் கீத்த செல்லா நல்லிசைப்
படுமணி யானைப் பறம்பின் கோமான்
நெடுமாப் பாரி மகளிர் யானே
தந்தை தோழன் இவரென் மகளிர்
அந்தணன் புலவன் கொண்டு வந்தனனே"

(புறம்; -201 வரி 7-1)

இப்புறநானூற்றுப் பாடலின் பொருளை சிறிது முயற்சி செய்தால் எளிதில் அறிந்துகொள்ளலாம். சங்க இலக்கியங்களில் மேற்கணக்கு நூல்களில் பயன்படுத்தப்பட்ட பல சொற்கள் இப்பொழுது வழக்கொழிந்துவிட்டன. எனவே அப்பாடல்களை சிறு முயற்சியுடன் வாசிக்கவேண்டும். கி.பி. 3 ஆம் நூற்றாண்டுக்குப் பின் தோன்றிய திருக்குறள் உள்ளிட்ட கீழ்க்கணக்கு நூல்களிலும் சிலப்பதிகாரம், மணிமேகலை போன்ற காப்பியங்களிலும் உள்ள பாடல்கள் வாசிப்பதற்கு மேலும் எளிமையானவை.

கற்க கசடறக் கற்பவை கற்றபின்
நிற்க அதற்குத் தக. (குறள் - 391)
ஆவின் கடைமணி உகுநீர் நெஞ்சுசுட, தான் தன்
அரும்பெறல் புதல்வனை ஆழியில் மடித்தோன்
பெரும்பெயர் புகார் என் பதியே, அவ்வூர்
ஏசாச் சிறப்பின் இசைவிளங்கு பெருங்குடி
மாசாத்து வாணிகன் மகனை ஆகி
வாழ்தல் வேண்டி ஊழ்வினை துரப்ப
சூழ்கழல் மன்னா நின் நகர் புகுந்து இங்கு
என் கால் சிலம்பு பகர்தல் வேண்டி, நின்பால்
கொலைக்களப்பட்ட கோவலன் மனைவி
கண்ணகி என்பது என் பெயரே என-
(சிலப்பதிகாரம் ; வழக்குஉரைகாதை - வரி 63-54)

மேலே உள்ள பண்டைய தமிழ்ப் பாடல்களை வாசித்துப் பொருள்கொள்ள முடியும். இப்பாடல்கள் 1500 ஆண்டுகளுக்கு முன் தமிழில் இயற்றப்பட்டவை என்பதைக் கவனத்தில்கொள்ள வேண்டும்.

நாம் ஏற்கெனவே விவாதித்தவாறு அரசுருவாக்கம் நடைபெற்று 2000 ஆண்டுகள் கழித்து தான் கிரேக்க மொழி ஒரு நிலைத்தன்மையைப் பெற முடிந்தது. சீன மொழியும் நிலைப்படுத்தப்பட 1500 ஆண்டுகள் தேவைப்பட்டது. பிராகிருத மொழிக்கு கி.மு.600 லிருந்து தொடர்ச்சியாக வலுவான அரசுகளின் ஆதரவு இருந்தும் அம்மொழி நிலைமொழியாகப் பரிணமிக்கவில்லை. மராட்டி, குஜராத்தி, பெங்காலி, ஒரியா, இந்தி போன்ற மொழிகள் இன்று வரை பேச்சு வழக்கிலுள்ள பிராகிருதத்தின் கிளைமொழிகளாகும்.

தமிழின் முதல் இலக்கியங்கள் அனைத்தும் ஒரே நிலைமொழியில் இயற்றப்பட்டுள்ளதுடன் தெளிவான திணை இலக்கண வரையறைகள் கடைப்பிடிக்கப்பட்டுள்ளதைக் காண முடிகிறது. தொண்டை நாட்டில் வாழ்ந்த புலவனும் நாஞ்சில் நாட்டில் வாழ்ந்த புலவனும் கேரளப் புலவனும் வியக்கத்தக்க அளவிற்கு ஒரே நிலைமொழியில் கவிதை புனைந்தனர். இது உலகில் வேறு எந்த மொழியிலும் காணப்படாத தனிச் சிறப்பாகும். இக்கவிதைகள் தோற்றம் கொண்ட கி.மு. 3 ஆம் நூற்றாண்டுக்கு மிக நீண்ட காலத்திற்கு முன்பே தமிழகத்தில் அரசியல் அல்லது வணிகத் தேவையைக் கருதி ஒரு மையப்படுத்தப்பட்ட அமைப்பு செயல்பட்டிருந்தால் மட்டுமே தமிழ் மொழி இத்தகைய நிலைப்படுத்தப்பட்ட தன்மையை அடைந்திருக்க முடியும்.

சங்க இலக்கியங்களின் காலம்

சங்கப் பாடல்களில் இடம்பெற்றுள்ள வட அரச குலங்கள் பற்றிய குறிப்புகளிலிருந்து இப்பாடல்கள் இயற்றப்பட்ட காலத்தைக் கணிக்க முடிகிறது. சங்ககால இலக்கியங்களான அகநானூற்றிலும் புறநானூற்றிலும் மோரியர் என்ற வட இந்திய அரச குலத்தைப் பற்றிய குறிப்புகள் மூன்று பாடல்களில் உள்ளன. மகதத்தை ஆண்ட மௌரியரையே மோரியர் என்ற பிராகிருத வடிவத்தில் பழந்தமிழ் இலக்கியங்கள் குறிப்பிடுகின்றன என மார்க்சிய வரலாற்றறிஞர் நா. வானமாமலை குறிப்பிடுகிறார். மௌரியரை மோரியர் என அழைக்கும் தமிழ் வடிவத்தையே பிராகிருதம் பின்பற்றுகிறது எனக் கூறுவது சரியாக இருக்கலாம். டி.டி.கோசாம்பி போன்ற வட இந்திய ஆய்வாளர்கள் இக்குறிப்புகள் மௌரியரைப் பற்றிய கேள்வி ஞானத்திலிருந்து பிற்காலத்திய தமிழ்ப் புலவர்களால் எழுதப்பட்டவை எனக் கருதுகின்றனர். இக்கருத்தை மறுத்து இப்பாடல்கள் மௌரியரின் சம காலத்துக் குறிப்புகள் என வானமாமலை காட்டியுள்ளார். மௌரியர் பற்றிய சங்க இலக்கியக் குறிப்புகளை முதலில் பார்ப்போம்.

எந்தை! வாழி: ஆதனுங்க! என்

என் யான் மறப்பின், மறக்குவென் – வென் வேல்

வின் பொரு நெடுங் குடைக் கொடித் தேர் மோரியர்
திண் கதிர்த் திகிரி திரிதரக் குறைத்த
உலக இடைகழி அறை வாய் நிலைஇய
மலர் வாய் மண்டிலத்து அன்ன, நாளும்
பலர் புரவு எதிர்ந்த அறத்துறை நின்னே. (புறம் – 175)

இப்பாடலில் ஆத்திரையனார் என்ற புலவர் தன்னை ஆதரிக்கும் குறுநில மன்னனாகிய ஆதனுங்கனைப் புகழ்ந்து, உனது அறத்துறை மோரியரது ஆட்சியின் கீழுள்ள அறத்துறை போன்றது எனப் பாடுகிறார். இப்புலவர் ஆதனுங்கனையும் மோரியரையும் நிகழ்காலத்திலேயே குறிப்பிடுகிறார். அதாவது மோரியர் காலத்தில் ஆதனுங்கன் வாழ்ந்தான். மாமூலனார் என்ற சங்கப் புலவரின் இரு பாடல்கள், மோரியரைப் பற்றியும் நந்தர்களைப் பற்றியும் குறிப்பிட்டுள்ளன.

நந்தன் வெறுக்கை எய்தினும், மற்று அவண்
தங்களர் – வாழி – தோழி - ……
………………………………………………………..
மாகெழு தானை வம்ப மோரியர்
புனைத்தேர் நேமி உருளிய குறைத்த
(அகம்; 251, வரி : 13-12 &6-5)

பல்புகழ் நிறைந்த வெல்போர் நந்தர்
சீர்மிகுப் பாடலிக் குழீஇ, கங்கை
நீர்முதல் கரந்த நிதியம் கொல்லோ?
(அகம்; 265, வரி : 7 – 4)

மௌரியருக்கு முன்னர் பாடலிபுத்திரத்தைத் தலைநகராகக் கொண்டு நந்தர்கள் ஆட்சிசெய்தனர். நந்த வம்சத்தைச் சேர்ந்த ஓர் அரசன், தான் சேர்த்த பெரும் செல்வத்தை கங்கை நதிக்கடியில் மறைத்து வைத்தான் என்ற கதை ஒன்று நிலவியுள்ளது. நந்தர்களைத் தோற்கடித்து பாடலிபுத்திரத்தில் ஆட்சியில் அமர்ந்த மௌரியர் காலத்தில் இக்கதை வழக்காற்றில் இருந்துள்ளது. கங்கைக் கரையிலுள்ள பல முக்கிய நகரங்களுக்கு சென்று வணிகத்தில் ஈடுபட்டிருந்த தமிழ் வணிகர்கள் மூலம் இக்கதை தமிழகத்திலும் பரவலாகப் பேசப்பட்டுள்ளது.

அகநானூறு 251 ஆம் பாடலில் பொருள் தேடிப் பிரிந்துசென்ற தலைவன் இனி கங்கைக்கடியில் புதைந்துள்ள நந்தனின் பொருள் கிடைக்கும் என்றாலும் அவ்விடத்துத் தங்க மாட்டான்; விரைவில் வந்துவிடுவான் எனத் தோழி பாடுகின்றாள். அகநானூறு, பாடல் 265 இல் பொருள் தேடி தம்மைப் பிரிந்த தலைவன் பெறப்போவது இமய மலையினும் பெரிதோ அன்றி நந்தனின் புதையலினும் பெரிதோ எனத் தலைவி தோழியை நோக்கி வினவுவதாக புலவர் பாடுகிறார். இவை இரண்டும் கூறப்படும் பாங்கிலிருந்து நந்தனின் புதையல் பற்றிய நிகழ்வு இப்பாடல்கள் பாடப்பட்ட காலத்தை ஒட்டி நடந்திருப்பதாக பாடியதாகவே கூற முடிகிறது.

அகநானூறு 251 ஆம் பாடலில் வம்ப மோரியர் புனைத்தேர் நேமி உருளிய என்ற வரி இடம்பெறுகிறது. இதில் வம்ப என்றால் புதிய என்று பொருளாகும். மாமூலனார் காலத்தில் மௌரியர்கள் மறைந்து போன பழைய அரச குலமாக இருந்திருந்தால் அவர்களின் கீர்த்தியைப் பாடும்போது புதியவர் என்று குறிப்பிட்டிருக்கமுடியாது. மேலும் கங்கையில் புதைக்கப்பட்ட நந்தர்களின் செல்வம் அவர்களை ஆட்சியிலிருந்து நீக்கிய மௌரியர் காலத்தில் தான் பிரபலமாகப் பேசப்பட்டிருக்கும். நந்தர்களின் புதையல் பற்றிய செய்தியைக் குறிப்பிடும் அதே பாடலில் (அகம் 251) மௌரியரை புதிய மோரியர் எனப் புலவர் குறிப்பிடுகின்றார். நந்தர்கள் ஆட்சியை இழந்து மௌரியர் ஆட்சி அதிகாரத்திற்கு வந்த புதிதில் இப்பாடல் இயற்றப்பட்டது என உறுதியாகக் கூறலாம்.

கி.மு. 268 – கி.மு. 232 வரை மௌரியப் பேரரசை ஆட்சி செய்த அசோகரின் நான்கு கல்வெட்டுகள், அவருடைய ஆட்சி அதிகாரத்திற்குள் அடங்காத அண்டை நாடுகளைக் குறிப்பிடும் இடத்தில் சேரர், சோழர், பாண்டியர் போன்ற தமிழ் அரசர்களுடன் ‘சத்யபுத’ என்ற அரசனையும் குறிப்பிடுகின்றன. தமிழ் அரசர்களுடன் சேர்த்துக் கூறப்பட்ட சத்யபுத என்ற அரசன் குறித்த தேடல் ஆய்வாளர்களிடையே இருந்தது. மொழியியல் அறிஞர் பர்ரோ, தகடூரை ஆண்ட அதியமானின் தொல் திராவிட வடிவமே சதியமான் என்றும் அதுவே தமிழில் ‘அதியமான்’ என்று மாறியது என்றும் தொல் திராவிட வடிவே

அசோகன் கல்வெட்டுகளில் இடம்பெற்றுள்ளது என்றும் ஆராய்ந்தெழுதினார்[154]

சதியபுதோ என அதியமான் அரசன் ஒருவனைக் குறிப்பிட்டுள்ள தமிழி கல்வெட்டு ஒன்று திருக்கோவிலூருக்கு அருகில் உள்ள 'சம்பை' என்ற இடத்தில் கிடைத்துள்ளது. சம்பை கல்வெட்டின் வாசகம் சதியபுதோ அதியந் நெடுமாந் அஞ்சி ஈத்த பளி என உள்ளது. சதியபுத்திரன் அதியமான் நெடுமான் அஞ்சி ஈத்த பாளி என்று இதைத் திருத்தமாக வாசிக்கலாம். அசோகன் கல்வெட்டில் குறிப்பிடப்படும் சத்யபுத என்ற அரசர்கள் அதியமான்களே என்பதை இக்கல்வெட்டு உறுதிசெய்கிறது. சங்ககாலத்தில் திருக்கோவிலூரைத் தலைநகராகக் கொண்டு மலையமான்கள் ஆட்சிசெய்தனர். அதியமான்கள் தகடூரைத் (இன்றைய தர்மபுரி) தலைநகராகக் கொண்டு ஆட்சிசெய்தனர். சம்பை என்ற ஊர் மலையமான்களின் ஆட்சிப்பகுதிக்குள் அமைந்துள்ளது. மலையமான்களின் நாட்டிற்குள் தகடூரை ஆண்ட அதியமானின் கல்வெட்டு எப்படி இடம் பெற்றது என்ற வினா இங்கு எழலாம். இதற்கும் சங்கப் பாடல் ஒன்று விடை தருகின்றது.

அதியமான் நெடுமான் அஞ்சியை மிகப் பெரும் வெற்றியாளனாக புறநானூற்றுப் பாடல்கள் சித்திரிக்கின்றன. புறநானூற்றில் 104 – 87 வரை தொடர்ச்சியான 18 பாடல்கள் அதியமான்களைப் பற்றி பாடப்பட்டுள்ளன. அவற்றில் 16 பாடல்கள் நெடுமான் அஞ்சியைப் பற்றியும் இரு பாடல்கள் அவன் மகன் பொகுட்டெழினியைப் பற்றியும் பாடப்பட்டுள்ளன. திருக்கோவிலூரை ஆண்ட மலையமான் அரசனை நெடுமான் அஞ்சி போரில் வென்ற நிகழ்வை பரணர் (புறம். 99) பாடியுள்ளார். திருக்கோவிலூரைக் கைப்பற்றிய பின் அந்நாட்டிற்குள் அடங்கிய சம்பையில் ஒரு சமண பாளியை நெடுமான் அஞ்சி அமைத்துக் கொடுத்துள்ளான் எனத் தெரிகிறது. இந்தக் கொடையையே சம்பை கல்வெட்டு குறிப்பிடுகிறது.

இத்தகைய வெற்றிவீரனாகத் திகழ்ந்து பல புலவர்களுக்கும் புரவலராக திகழ்ந்த அதியந் நெடுமான் அஞ்சி மூவேந்தருக்கும்

---

154 தமிழ் – பிராமி கல்வெட்டுகள்; தமிழ்நாடு அரசு தொல்லியல் துறை – 2006; பக்கம் – 66

இணையான பலத்துடனும் புகழுடனும் இருந்துள்ளான். எனவே தான் அவனுடைய சம காலத்தில் தமிழகத்தில் பல வேளிரும் ஆட்சியாளர்களாக இருந்தனரெனினும், ஆந்திரத்திற்குத் தெற்கேயிருந்த அரசுகளை நட்பு நாடுகளாகக் குறிப்பிட விரும்பிய அசோகன் மூவேந்தர்களுடன் அதியமான் நெடுமானஞ்சியை மட்டும் சேர்த்துள்ளான். சதியபுதோ நெடுமான் அஞ்சியைப் பற்றிய குறிப்புகளைக் கொண்ட சம்பை கல்வெட்டு, சத்யபுத என்ற தமிழ் அரசனைக் குறிப்பிட்டுள்ள அசோகனின் கல்வெட்டு, அதியமான் நெடுமான் அஞ்சியைக் குறிப்பிடும் பரணரின் புறநானூற்றுப் பாடல் ஆகிய மூன்றும் ஒரே காலகட்டத்தைச் சேர்ந்தவை என்பது உறுதி.

மாமூலனார் பாடல்கள் மௌரியர் காலத்தில் பாடப்பட்டவை என்பதைப் பார்த்தோம். அதியமான்களைப் பாடிய பாடல்கள் அசோகன் காலமாகிய கி.மு. 3 ஆம் நூற்றாண்டைச் சேர்ந்தவை என்பதையும் இணைத்துப் பார்க்கும் போது சங்கப் பாடல்கள் குறைந்தது கி.மு. 3 ஆம் நூற்றாண்டிலேயே பாடப்பட்டுவிட்டன என்பது உறுதியாகிறது.

தமிழகத்தில் பாறைக் கல்வெட்டுகள், நாணயப் பொறிப்புகள், முத்திரை மோதிரங்கள், நடுகற்கள், பானை ஓடுகள் போன்றவற்றில் தமிழி எழுத்துக்கள் காணப்படுகின்றன. தமிழிப் பொறிப்புகளில் காணப்படும் நெடுஞ்செழியன், (மாக்)கோதை, சதியபுதோ, சாத்தன், ஆதன் போன்ற பெயர்கள் சங்கப் பாடல்களிலும் காணப்படுகின்றன. எனவே, இப்பொறிப்புகளின் காலத்தில் சங்க இலக்கியங்கள் தோன்றிவிட்டன என்பது உறுதி. தமிழி எழுத்துக்களின் காலம் கி.மு. 5 ஆம் நூற்றாண்டிலிருந்து தொடங்குவதாகத் தொல்லியல் அறிஞர்கள் முனவர் கா.ராஜன், முனைவர் ராஜவேலு போன்றோர் தெளிவாக நிறுவுகின்றனர். சமீபத்திய கீழடி காலக்கணிப்பு தமிழி எழுத்துக்களின் காலத்தை கி.மு. 6 ஆம் நூற்றாண்டு வரை கூறுவதற்கான வாய்ப்பைக் கொடுத்துள்ளது.

கி.மு. 6 ஆம் நூற்றாண்டில் புத்தரின் சமகாலத்தில் அஜித கேசகம்பாளர், பக்குடக் காச்சாயனர், மற்கலி கோசாலர், பூரண காயபர், வர்த்தமான மகாவீர், சஞ்சய பேலட்ட புத்தன் ஆகியோர் வட நாட்டில் பிரபலமாக இருந்த தத்துவ

ஞானிகளாவர். இவர்களில் அஜித கேசகம்பாளர், பக்குடக் காச்சாயனர், மற்கலி கோசாலர் ஆகிய மூவரையும் தமிழர்கள் எனப் பேராசிரியர் க.நெடுஞ்செழியன் விளக்கியுள்ளார். பேராசிரியருடைய ஆய்வுகள் மறுக்க முடியாதவையாக உள்ளன. நரிவெரூஉத் தலையார் என்ற சங்கப் புலவர் தான் அஜித கேசகம்பாளர் என்ற அவருடைய முடிவு ஏற்புடையதாகவே உள்ளது[155].

இந்தத் தரவுகளை இணைத்துப் பார்க்கும் போது கி.மு. 6 ஆம் நூற்றாண்டிலேயே தமிழில் முதல் கவிதைகள் தோன்றிவிட்டன எனக் கூற வாய்ப்புள்ளது. எப்படிப் பார்த்தாலும் அசோகன் காலமாகிய கி.மு. 3 ஆம் நூற்றாண்டில் பழந்தமிழ்க் கவிதைகள் தோன்றிவிட்டன என்பது உறுதி. சங்கப் பாடல்கள் அனைத்தும் வட்டார பேச்சுவழக்கின் மாறுபட்ட தன்மைகளின் தாக்கம் இல்லாமல் ஒரே நிலைப்படுத்தப்பட்ட மொழியில் உள்ளதைப் பார்க்கமுடிகிறது. இப்பாடல்கள் தோன்றிய கி.மு. 300 க்கும் வெகு காலத்திற்கு முன்பே தமிழ் மொழியை செம்மைப்படுத்தும் முயற்சிகள் மேற்கொள்ளப்பட்டிருந்தால் மட்டுமே இத்தகைய நிலைப்படுத்தப்பட்ட மொழி பரிணமிக்க முடியும்.

குமரி நில நீட்சியான கடல் கொண்ட தென்னாட்டில் உலோகச் சுரங்கங்கள்

முதல் சங்க காலத்தில் உலோகத் தாதுக்களைப் பெறுவதற்கான சுரங்கப் பணியே முதன்மையாக நடந்தது. சுரங்கப்பணி நடைபெற்ற மையங்களில் ஆய்வுப்பயணக் குழுக்களே தலைமையேற்று செயல்பட்டிருப்பர். அகநகர்கள் தோன்றுவதற்கான தேவை அப்போது ஏற்படவில்லை. இன்றைய ஆதிச்சநல்லூரின் காலக் கணிப்பினை கி.மு. 900 வரை தான் தொல்லியல் துறையினரால் கூறுகின்றனர். ஆதிச்சநல்லூர் தொல்லியல் களத்தில் கைவிடப்பட்ட சுரங்கக் குழிகளை இடுகுழிகளாகப் பயன்படுத்தியுள்ளனர். இறந்தோரைப் புதைக்கும் முன் இக்குழிகளில் குறைந்தது 500 ஆண்டுகள் வரை சுரங்கப்பணி நடைபெற்றிருக்கலாம் என ராகவன் கருதுகிறார். அவ்வாறு கணக்கிட்டாலும் கி.மு. 1400 வரை தான் இக்களத்தின்

155 க.நெடுஞ்செழியனின், ஆசீவகமும் ஐயனார் வரலாறும், பதிப்பாசிரியர் முனைவர் இரா.சக்குபாய், பாலம் வெளியீடு 2014

காலத்தைக் கூறமுடிகிறது. ஆதிச்சநல்லூருக்கு அருகிலுள்ள சிவகளை தொல்லியல் தளத்தில் கிடைத்துள்ள நெல்மணிகளின் காலத்தை கி.1150 என கணித்துள்ளனர். மொத்தத்தில் இன்றைய தென்பாண்டி நாட்டின் தொல்லியல் தளங்கள் இரண்டாம் கட்டக் குடியேற்றத்துடன் பொருந்தி வருகின்றன.

ஆனால் தென்பாண்டி நாட்டில் கப்பல் மூலம் ஆஸ்திரேலியா வரை பயணிக்கக்கூடிய பண்பாட்டினர் கி.மு. 2000 க்கு முன்பே நிலைபெற்றிருந்தனர் எனப் பார்த்தோம். ஒருவேளை ஆதிச்சநல்லூர் தளம் கி.மு. 2000 க்கு முற்பட்டது என்ற கணிப்பு பிற்காலத்தில் கிடைத்தாலும் மொழி வளர்ச்சிக்கான அமர்வைக் கூட்டுவதற்கு இந்த ஒரு தளத்திற்காக வட்டார மக்களின் மொழியை செம்மைப்படுத்த வேண்டிய தேவை ஏற்பட்டிருக்காது. கி.மு. 2500 – கி.மு. 2000 காலகட்டத்தில் சுமேரிய சமூகத்தின் நுகர்வுக்காக செம்பு, தகரம் (Tin) ஆகிய உலோகங்களைத் தேடிய பயணம் தான் முதன்மையாக இருந்தது. ஆதிச்சநல்லூருக்கு அருகிலுள்ள கிருஷ்ணாபுரத்தில் செம்புத்தாது வெட்டி எடுக்கப்பட்டு உருக்கும் வேலை நடைபெற்றுள்ளது.

கலித்தொகையும் சங்கங்கள் பற்றிய தொன்மங்களும் குறிப்பிடும் கடல்கொண்ட தென்னாட்டில் மிகப் பெரும் அளவிற்கு சுரங்கப்பணி நடைபெற்றிருந்தால் மட்டுமே வட்டார மக்களின் மொழியை வளர்த்தெடுக்க வேண்டிய தேவை ஏற்படும். மத்தியதரைக்கடலோர ஆய்வுப்பயணக் குழுவினர் தென்னிந்திய வட்டாரக்குடிகளிடம் ஊடாட்டத்தைக் கொண்டிராமல் நேரடியாகப் பயணித்தார்கள் என்றும் அவர்கள் மொழியிலுள்ள சொற்கள் ஆஸ்திரேலிய பழங்குடிகளிடமும் தமிழரிடமும் பரவியுள்ளது எனவும் கூற வழியில்லை. அவ்வாறாயின் ஆஸ்திரேலிய பழங்குடிகளிடம் தொல் தென்னிந்தியருக்குரிய மரபணுக்கள் கலந்துள்ளதற்கு விளக்கம் இல்லாமல் போய்விடும். கலித்தொகைக் குறிப்பிடும் கடல்கொண்ட தென்னாட்டில் 4000 ஆண்டுகளுக்கு முன்பிருந்தே சுரங்கப் பணி நடைபெற்றிருந்தால் மட்டுமே இம்முரண்களுக்கு விளக்கம் கிடைக்கும். இதற்கு மறைமுக சான்றுகள் தேவையான அளவிற்கு உ:ள்ளன.

டேராடூனிலுள்ள நேவல் ஹைடிரோகிராபிக் (Naval Hydrographic) அலுவலகம் தயாரித்த வரைபடங்களைப் பயன்படுத்தி கடந்த 15 ஆயிரம் ஆண்டுகளில் தமிழகக் கடற்கரைகளில் ஏற்பட்ட மாற்றங்களை சு.கி.ஜெயகரன் தனது "குமரி நில நீட்சி" என்ற நூலில் விரிவாக விவரிக்கின்றார்.

ஏறத்தாழ பதினைந்தாயிரம் ஆண்டுகளுக்கு முன் தமிழகக் கடல் மட்டம் இப்போது உள்ளதை விட 100 மீ. தாழ்வாக இருந்தது. இன்றைய பாக் நீரிணைப் (Palk Strait) பகுதியில் வடகிழக்காக 250 கி.மீ. நீளமும் தென்மேற்காக 150 கி.மீ. அகலமும் கொண்ட நிலப்பரப்பு கடலுக்கு மேல் இருந்தது. அன்று தென்னிந்தியாவையும் இலங்கையையும் ராமேஸ்வரம் பகுதியிலிருந்து இணைத்த நிலப்பரப்பு ஏறத்தாழ 36,000 சதுர கி.மீ. ஆகும். இது போக கன்னியாகுமரிக்கு அப்பால் கிழக்கேயும் தெற்கேயும் மேற்கேயும் 80 கி.மீ. தள்ளி கடல் அமைந்திருந்தது. அதாவது கன்னியாகுமரிக்குத் தெற்கே இன்று கடலுக்குள் மூழ்கியிருக்கும் பகுதியில் ஏறத்தாழ 6500 சதுர கி.மீ. அளவிற்கு 15 ஆயிரம் ஆண்டுகளுக்கு முன் நிலப்பரப்பாக இருந்தது.

சுமார் பத்தாயிரம் ஆண்டுகளுக்கு முன்னர் தமிழக கடல்மட்டம் இன்றிருப்பதைவிட 50 மீட்டர் தாழ்ந்து இருந்தது. இன்றைய இராமேஸ்வரம் - மன்னார் இணைந்த நிலப்பகுதிக்கு அப்பால் மன்னார் வளைகுடா பகுதியில் ஏறத்தாழ 2500 சதுர கி.மீ. பரப்பளவு கொண்ட நிலப்பரப்பு கடல்மட்டத்திற்கு மேல் உயர்ந்திருந்தது. இந்த நிலப்பரப்பில், ஒரு பெரும் ஆறு தென்கிழக்காக பாய்ந்து பாக் நீரிணையாக மாறியுள்ள நிலப்பரப்பில் ஓடி ஏறத்தாழ இன்றைய இந்திய-இலங்கை சர்வதேச எல்லைக்கோட்டுப் பகுதியில் சில துணைநதிகளுடன் இணைந்து வடகிழக்காக ஓடியிருக்கலாம். இந்த ஆறு, சமதரையில் முதிர்ச்சியடைந்த, அகன்ற ஆறாக ஓடியிருக்க வேண்டும் என்று கருதுவதுடன், இந்த ஆறு தான் குமரி ஆறு என குறிக்கப்பட்டிருக்கலாமா? என்ற அனுமானத்தையும் ஜெயகரன் முன்வைக்கின்றார். இதே காலத்தில் குமரி முனைக்குத் தெற்கே 25 கி.மீ. தூரம் வரையிலும் மேற்கிலும் கிழக்கிலும் 40 கி.மீட்டர் வரையிலும் நிலப்பரப்பு அகன்றிருந்தது. குமரி முனைக்குத் தெற்கே இன்றிருப்பதைவிட 1000 சதுர கிலோ

மீட்டர் நிலம் கடலுக்குள் நீட்சி பெற்றிருந்தது. இவ்வாறு நீட்சி பெற்றிருந்த நிலப்பரப்புகள் கி.மு. 6000 வாக்கில் முழுமையாக கடலுக்குள் மூழ்கிவிட்டதாக கடலடி ஆய்வுகள் குறிப்பிடுகின்றன.

இக்காலகட்டத்தில் கடல் மட்டம் இன்றைய நிலையை அடைந்திருந்தாலும் நீட்சிப் பகுதியில் சிறுசிறு பகுதிகள் மூழ்காமல் தீவுகளாக எஞ்சியிருந்துள்ளன. அவ்வாறு எஞ்சியிருந்த தீவுகளில் கடைசியாக கடல்கோளால் மூழ்கியவற்றையே கலித்தொகைக் குறிப்பிடுகிறது.

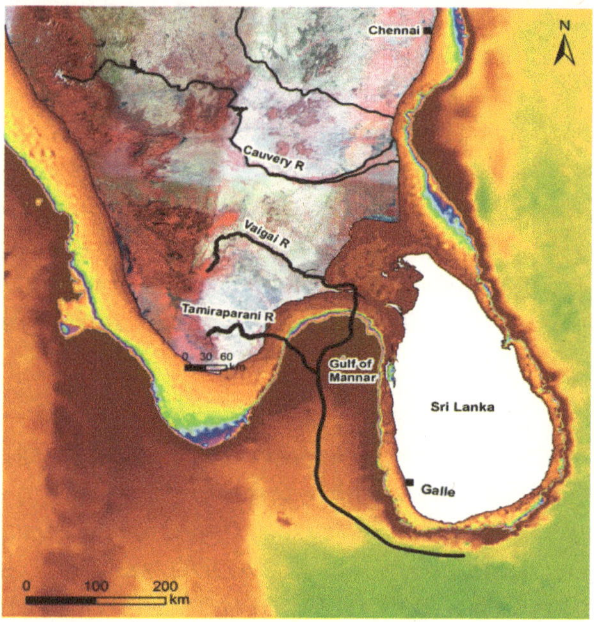

10 ஆயிரம் ஆண்டுகளுக்கு முன் இந்தியக் கடற்கரையின் நிலநீட்சியைக் காட்டும் படம்

ஆதிச்சநல்லூரிலிருந்து 15 கி.மீ. தொலைவிலுள்ள கொற்கை துறைமுகம் செல்லும் வழியில் தாமிரபரணி ஆற்றுக்கு வடபகுதியில் சிவகளை தொல்லியல் தளம் அமைந்துள்ளது. இதைத் தேரிக்காடு என அழைப்பர். அதேபோல் ஆற்றுக்குத் தென்பகுதியிலும் கடற்கரை வரை செம்மண் தேரிக்காடு உள்ளது. தேரிக்காடு போன்ற செம்மண் காடும் செம்புத்தாது நிறைந்த செம்மண் பாறைகளும் கடலைத் தாண்டி இலங்கைப் பகுதிகளிலும் உள்ளன.

இலங்கை, குதிரைமலை (செம்மண் காடு)

குதிரைமலை – செம்மண் பாறை

தூத்துக்குடி மாவட்ட தேரிக்காடு

பண்டைய காலத்தில் பாண்டிய நாட்டுத் தலைநகரங்கள் இருமுறை கடல்கோள்களால் அழிந்துவிட்டதாக முச்சங்க தொன்மம் குறிப்பிடுகிறது. பாண்டிய நாட்டின் ஒரு பகுதி கடல்கொள்ளப்பட்ட நிகழ்வை கலித்தொகை பதிவு செய்கிறது. பாண்டி நாட்டின் பகுதிகள் பலமுறை கடல் கோள்களால் அழிந்திருப்பதற்கு வாய்ப்புகள் உள்ளன. இந்த கடல் கொண்ட பகுதியில் செம்புத்தாதுவை வெட்டி எடுக்கும் சுரங்கங்கள் செயல்பட்டிருக்கலாம்.

கடல்வழி இலங்கைக்குப் பயணித்த விஜயன் புயலில் சிக்கி குதிரைமலை என்ற இடத்தில் இறங்கினான். இங்கு அவன் கண்ட குவெய்னி என்ற யக்சர் குல இளவரசியை திருமணம் செய்து கொண்டான். விஜயனின் காலம் தோராயமாக கி.மு. 500 எனக் கொள்ளலாம். விஜயனின் காலத்திற்கு முன்பே குதிரைமலைப் பகுதியிலும் அதற்கு தெற்கேயுள்ள பொம்பறிப்பு தளத்திலும் செம்புச்சுரங்கப் பணி நடைபெற்றுள்ளது. குதிரைமலை சுற்றுவட்டாரப் பகுதி இன்று 'வில்பட்டு தேசியப் பூங்கா'வாக பராமரிக்கப்படுகிறது. இப்பூங்கா பகுதியில் 43 கருப்பு-சிவப்பு மட்பாண்டத் தளங்கள் கண்டுபிடிக்கப்பட்டுள்ளன. பொம்பறிப்பு தளத்தின் காலத்தை கி.மு. 900 எனக் கணித்துள்ளனர். குதிரைமலையிலும் சம காலத்தில் சுரங்கப்பணி நடைபெற்றிருக்கலாம். குவெய்னி துணி நெய்து கொண்டிருந்ததாக மகாவம்சம் கூறுகிறது. அவ்வாறாயின் குவெயினியின் சமூகம் விவசாய நாகரிகத்துக்குரியது என்றாகிறது. விஜயன் வரும் முன்பே இப்பகுதியில் தமிழ் வணிகக்குழுக்கள் சுரங்கப்பணியில் ஈடுபட்டுள்ளனர் என்பது உறுதியாகிறது.

இதன் பின்னர் விஜயன் பாண்டிய இளவரசியை மணம் முடித்து குதிரைமலைக்கு வடக்கிலுள்ள பகுதியில் தன் அரசை உருவாக்கினான். விஜயனின் அரசை தம்மப்பன்னி என அழைக்கின்றனர். தாமிரம் (செம்பு) நிறைந்த பகுதி என்ற பொருளில் இப்பெயர் வைக்கப்பட்டுள்ளது. பாக் நீரிணையிலும் கன்னியாகுமரிக்குத் தெற்கேயிருந்த நில நீட்சியிலும் இது போன்ற செம்மண் காடுகளும் பாறைகளும் இருந்துள்ளன. இப்பகுதி ஒவ்வொரு முறை கடல் கொண்ட போதும் அடுத்துள்ள செம்புக்கனிமக் களங்களில் குடியேறியுள்ளனர்.

பாண்டிய மன்னன் கடற்கோளால் தான் இழந்த பகுதிக்கு ஈடாக சோழ நாட்டிலும் சேர நாட்டிலும் சில இடங்களைக் கைப்பற்றிக் கொண்டதாக கலித்தொகைக் குறிப்பிடுகிறது.

மலிதிரை யூர்ந்து தன் மண்கடல் வௌவலின்,
மெலிவின்றி, மேல்சென்று, மேவார் நாடு இடம்பட,
புலியொடு வில் நீக்கி, புகழ்பொறித்த கிளர்கெண்டை,
வலியினான் வணக்கிய, வாடாச்சீர் தென்னவன்

- (கலித்தொகை; 4-1 ;104)

தன் நாட்டின் ஒரு பகுதியைக் கடல்கொண்ட நிலையிலும் உறுதியிழக்காத பாண்டியன், புலிக் கொடியையுடைய சோழனையும், வில் கொடியையுடைய சேரனையும் வென்று தன் மீன் கொடியை நாட்டி அரசாண்டான் என்பது இப்பாடல் வரிகளின் பொருளாகும். கடல்கோளால் பாண்டியனுக்கு ஏற்பட்ட இழப்பிற்கு ஈடாக சோழ நாட்டின் முத்தூற்றுக் கூற்றமும் சேர நாட்டின் குண்டூர் கூற்றமும் பாண்டியனால் வென்று இணைத்துக்கொள்ளப்பட்டதாக நச்சினார்க்கினியர் இப்பாடலுக்கான உரையில் குறிப்பிடுகின்றார். கலித்தொகை குறிப்பிடும் கடல்கோள் நிகழ்வு தமிழ்ச் சமூகத்தில் வழக்காறாக பேசப்பட்டு வந்திருக்க வேண்டும். தன் காலத்திற்கு முன்பே நடந்து வழக்காற்றிலிருந்த தரவுகளையே கலித்தொகைப் பாடலைப் பாடிய சோழன் குறிப்பிடுகிறான். பாண்டியன் கைப்பற்றிய இடங்களை இப்பாடலில் சோழன் குறிப்பிடவில்லை. எனினும் வழக்காற்றிலிருந்து பாண்டியன் கைப்பற்றிய கூற்றங்களை நச்சினார்க்கினியர் குறிப்பிட்டுள்ளார் எனக் கூற முடிகிறது. முத்தூற்றுக் கூற்றம் புதுக்கோட்டை மாவட்டத்தில் பாக் நீரிணையை அடுத்து உள்ளது. பாக் நீரிணைப் பகுதியில் தான் இழந்த பகுதிக்கு ஈடாக முத்தூற்றுக் கூற்றத்தில் பாண்டியன் குடியேறியுள்ளான்.

ஆதிச்சநல்லூர், சிவகளை, கொற்கை போன்ற தொல்லியல் தளங்கள் இவ்வாறு கடல்கொண்ட தென்னாட்டுப் பகுதியிலிருந்து குடிபெயர்ந்த குழுவினருக்குரியதாகவோ அல்லது கி.மு.1450 க்குப் பின் நடைபெற்ற இரண்டாம் கட்ட குடியேற்றத்துடன் தொடர்புடையதாகவோ இருக்கலாம். இலங்கையின் தம்மப்பன்னி என்ற நாட்டுப் பெயரும் கன்னியாகுமரி

மாவட்டத்தின் தாமிரபரணி என்ற ஆற்றின் பெயரும் ஒரே மூலத்தைக் கொண்டதாகத் தெரிகிறது. தம்மபன்னி என்பது போன்ற ஒரு நிலப்பகுதியோ அல்லது ஆறோ கடல்கொண்ட குமரி நிலப்பரப்பில் இருந்து அழிந்திருக்கலாம். இன்று கடலுக்குள் மூழ்கியிருக்கும் பாக் நீரிணையிலும் கன்னியாகுமரிக்குத் தெற்கிலும் சுரங்கப்பணி நடந்ததற்கான தடயங்கள் கடலடி ஆய்வுகள் மூலம் தேடினால் கிடைப்பதற்கு வாய்ப்புள்ளது.

பின்னிணைப்பு

சிந்துவெளி பண்பாட்டு மக்களும் தமிழ்ச் சமூகமும்

சிந்துவெளி நகர நாகரீகம் அழிந்த பின் அப்பண்பாட்டு மக்கள் என்ன ஆனார்கள் என்பது மிகப்பெரும் வினாவாக உள்ளது. சிந்துவெளி நகரங்கள் எதிரிகளால் தரைமட்டமாக அழித்தொழிக்கப்படவில்லை. நகரங்களில் வாழ்ந்த மக்கள் அவற்றைக் காலிசெய்துவிட்டு வேறு பகுதிகளுக்குக் குடிபெயர்ந்துள்ளனர். மக்கள் நகரங்களைக் காலி செய்ததற்கான காரணமாக 'ஆரிய படையெடுப்பு' என்ற கருத்தாக்கத்தை தொடக்ககட்ட ஆய்வாளர்கள் முன்வைத்தனர். தற்கால ஆய்வாளர்கள் பருவமழை பொய்த்ததன் காரணமாக விவசாயம் பாதிக்கப்பட்டு மக்கள் குடிபெயர்ந்ததாகக் கருதுகின்றனர்[156].

சுமேரியா, எகிப்து, மத்தியதரைக்கடலோர வணிக அரசுகள் ஆகியவற்றுடனான வணிகத்தினை முதன்மையாகக் கொண்டு இயங்கிய சிந்துவெளி நகரங்கள் கி.மு. 2600 வாக்கில் மிக வளர்ந்த நிலையை அடைந்தன. கி.மு. 1900 லிருந்து சிந்துசமவெளிப் பகுதியில் பருவமழை பொய்க்கத் தொடங்கிய சூழலில் இந்நகரங்கள் சிறிதுசிறிதாக காலிசெய்யப்பட்டுவிட்டன. இதன் பின்னர் கி.மு. 1300 வரை ஹரப்பன் பண்பாட்டுக் குடியிருப்புகள் கிராமியக்குடியிருப்புகளாக மாறியிருந்ததுடன் இக்குடிகள் இமயமலை அடிவாரத்தை நோக்கிக் குடிபெயர்ந்ததாக ஆய்வாளர்கள் குறிப்பிடுகின்றனர். பருவமழை பெய்யும் இடமாற்றத்திற்கேற்றவாறு இக்குடியிருப்புகள் மாறியுள்ளன. இதனைப் பின் ஹரப்பன் பண்பாடு (Late Harappan) என அழைக்கின்றனர்.

---

156 *https://www.science.smith.edu/climatelit/decline-of-the-indus-river-valley-civilization-c-1300-3300-bce/*

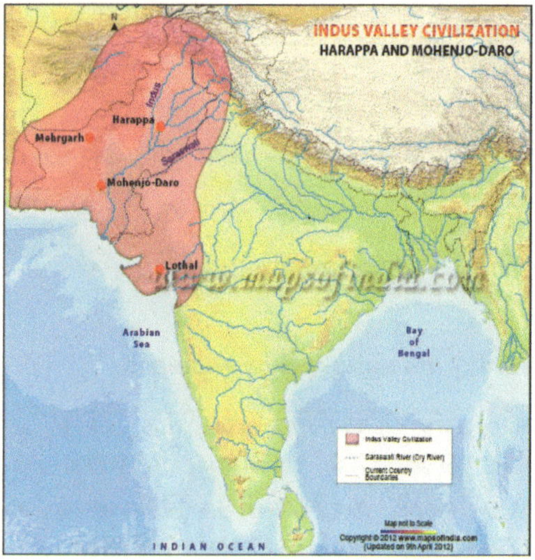

வளர்ந்த ஹரப்பன் பண்பாட்டுப் பகுதியைக் காட்டும்

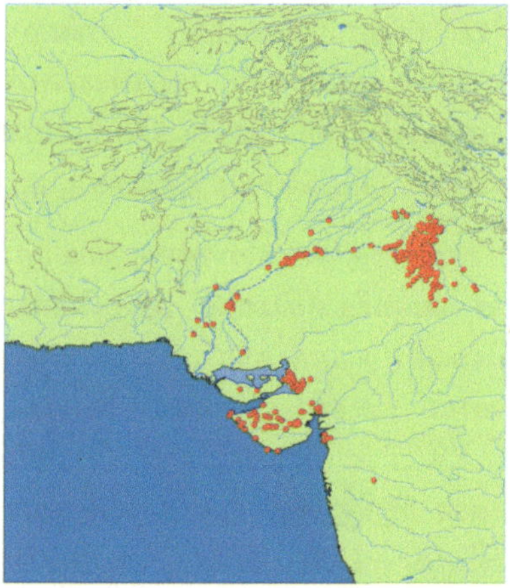

படம் பின் ஹரப்பன் குடியிருப்புகளைக் காட்டும் படம்

கி.மு. 1700 லிருந்து சிந்துவெளி நகரங்களுக்கும் சுமேரியா, எகிப்து, கிழக்கு மத்தியதரைக்கடலோர வணிக அரசுகள் போன்ற அரசுகளுக்கும் நடைபெற்று வந்த வணிக நடவடிக்கைகள் முடிவிற்கு வந்திருந்தன. பருவமழை பொய்த்தது மட்டுமல்லாமல் இதே காலகட்டத்தில் மேற்காசிய அரசியலிலும் அதிக மாற்றங்கள் நிகழ்ந்து மெசொப்பொட்டாமிய பகுதியின்

பெரும்பாலான அரசுகள் வெள்ளையினக் குடிகளின் ஆளுமையின் கீழ் சென்றதை ஏற்கெனவேப் பார்த்தோம். இவ்வரசியல் மாற்றம் வணிகத்தைப் பாதித்ததும் சிந்துவெளி நகரங்களின் அழிவிற்குக் காரணமாகியிருக்கலாம்[157].

இவையல்லாமல் பஞ்சம் பிழைப்பதற்காக சிந்துவெளி நகரங்களை அடுத்து வாழ்ந்த ஆரிய இனக்குழுக்களில் கணிசமான எண்ணிக்கையினர் இரவுநேரக் கொள்ளையில் ஈடுபட்டதும் ஒரு காரணமாக இருக்கலாம். கிழக்கு ஐரோப்பாவின் 'பாண்டிக்' புல்வெளி'ப் பகுதியில் பூர்வீகமாக வாழ்ந்த ஆரிய இனக்குழுக்கள் கி.மு. 2000 – கி.மு. 1500 காலகட்டத்தில் பல அலைகளில் இந்தியாவிற்குள் குடியேறினர். மத்திய ஆசியா வழியாக நடைபெற்ற இக்குடியேற்றத்தையும் அதன் காலகட்டத்தையும் மரமணு ஆய்வுகள் உறுதிப்படுத்துகின்றன. இக்குடிகள் பாண்டிக் புல்வெளியில் வேட்டைக்குடிகளாக வாழ்ந்த போது அப்பகுதியின் விவசாயக்குடிகளின் உடைமைகளை இரவு நேரங்களில் கொள்ளையடித்துள்ளனர். கட்டுப்பாடற்று வாழ்ந்த இக்குடிகளை விவசாயக்குடிகள் தங்களுக்குத் தேவையான சேவைத்தொழிலுக்குப் பழக்கியதன் மூலம் கொள்ளைத் தொழிலை மட்டுப்படுத்தினர். இதன் பின்னர் சுமேரிய சமூகம் தொடர்பான 'அப்கல்லு' மரபினர்'[158] (ரிஷிகள்) பாண்டிக் புல்வெளிப் பகுதிக்குக் குடியேறி இக்குடிகள் கட்டுப்பாடாக செயல்பட செய்வதற்கு அவர்களிலிருந்தே பாதுகாப்புப் படைப்பிரிவைத் தோற்றுவித்தனர். இப்படைப்பிரிவினர் ஐரோப்பா முழுவதும் பரவி இந்தோ-ஐரோப்பிய மொழியைப் பரப்பினர்; சேவைத் தொழிலிலும் இரவுநேரக் கொள்ளையிலும் தொடர்ந்து ஈடுபட்டு வந்த பிரிவினர் சுமேரிய மற்றும் சிந்துவெளி நகரங்களை அடுத்துக் குடியேறினர்[159]. இத்தகைய கட்டுபாடற்ற குடிகளை 'பாலை நிலக்குடிகள்' என சங்ககாலத் தமிழ்ச்சமூகத்தினர் அழைத்தனர்.

157 இந்நூலாசிரியரின் 'மீண்டும் ஆரியரைத் தேடி....' நூலில் இப்பொருள் குறித்து விரிவாக விவாதிக்கப்பட்டுள்ளது.

158 இப்பொருள் குறித்து இந்நூலாசிரியரின் 'மீண்டும் ஆரியரைத் தேடி....' நூலிலும் 'ஆரியர் யார்' என்ற தலைப்பில் வெளிவர உள்ள நூலிலும் விரிவாகப் பார்க்கலாம்.

159 இதுவுமது

'பாண்டிக்' புல்வெளியில் சுமேரிய அப்கல்லு மரபினர் குடியேறி கட்டுபாடற்ற ஆரிய இனக்குழுக்களிலிருந்து போர்க்குடிகளை உருவாக்கியது போன்று சிந்துவெளி பகுதிக்கும் கி.மு.1350 க்குப் பின் 'அப்கல்லு' மரபினர் குடியேறி ஆரிய இனக்குழுக்களை கட்டுப்பாடுள்ள குடிகளாக மாற்றும் முயற்சியை மேற்கொண்டனர். இம்முயற்சியின் விளைவாக உருவாகிய ஆரிய குலங்களையே 'ரிக்' வேத பாடல்களில் பார்க்கிறோம். ரிக் வேத காலத்தில் ஆரிய குலங்கள் 'பணி' என்ற குடிகளின் கால்நடைகளை இரவு நேரத்தில் கொள்ளையடித்தனர் என்பதற்கு சான்றுகள் உள்ளன[160]. எனவே ஆரிய இனக்குழுக்கள் குடியேறிய தொடக்கக்கட்டத்தில் சேவைத்தொழிலுடன் இரவுநேரக் கொள்ளையிலும் அதிக அளவில் ஈடுபட்டனர் என உறுதியாகக் கூறலாம். ஏற்கெனவே பருவ மழை பொய்த்ததுடன் மேற்காசியாவில் உருவான அரசியல் சூழலும் சேர்ந்து வணிகம் பாதிக்கப்பட்டு சிந்துவெளி நகர மக்கள் நிலைகுலைந்திருந்தனர். இச்சூழலில் கட்டுப்பாடற்ற பாலைநில வாழ்க்கையைக் கொண்டிருந்த ஆரிய இனக்குழுக்கள் நகரங்களை அடுத்து அதிக எண்ணிக்கையில் குடியேறியதானது நகர மாந்தர் இப்பகுதியில் வாழ முடியாத அளவிற்கான நெருக்கடியை ஏற்படுத்தியது எனலாம்.

இத்தகைய நெருக்கடிச் சூழலில் சிந்துவெளி நகரங்களைக் காலிசெய்துவிட்ட குடிகள் என்ன ஆனார்கள் என்ற வினா நம்மிடையே உள்ளது. சிந்துவெளி நாகரீகம் பரவியிருந்த பகுதிகளின் ஊர்ப் பெயர்களில் பலவும் தமிழக ஊர்ப்பெயர்களைக் கொண்டுள்ளதை பல ஆய்வாளர்கள் சுட்டிக்காட்டியுள்ளனர். ஆர்.பாலகிருஷ்ணன் என்ற ஆய்வாளர் ஊர்ப் பெயர் ஒப்புமைகளை மிக விரிவாக ஆய்வு செய்துள்ளார். தமிழ் மொழியில் 'மேல்' என்ற சொல் உயரமான, மேற்கு திசை ஆகிய இரண்டையும் 'கீழ்' என்ற சொல் பள்ளமான, கிழக்கு திசை ஆகிய இரண்டையும் குறிக்கின்றது. சிந்துவெளி

160 பாண்டிக் புல்வெளியில் உருவான போர்க்குடிகள் கூட தொலைவிலுள்ள பகுதிகளுக்கு குதிரைகளில் பயணித்து திடீர் கொள்ளையில் ஈடுபட்டனர் என்பதற்கு சான்றுகள் உள்ளன. ரிக் வேத ஆரிய குலங்கள் எதிர்கொண்ட 'பணி' என்ற குடிகள் வணிகக்குடிகளாக இருக்கலாம் என்பது பெரும்பாலான ஆய்வாளர்களின் கருத்து. அவை தமிழ் வணிகக்குழுக்களாக இருக்கலாம் என்பது நம் கருத்து.

நகரங்களில் மேற்கு திசை உயரமாகவும் கிழக்கு திசை பள்ளமாகவும் அமைந்துள்ளதை எடுத்துக்காட்டி சிந்துவெளி மக்களின் மொழியிலும் மேற்கு, கிழக்கு திசைகள் மேல், கீழ் என்ற பொருள் கொண்டிருக்க வேண்டும் என வாதிடுகின்றார்[161]. இவ்வாதம் ஏற்புடையதாகவே உள்ளது.

ஊர்ப் பெயர் ஒப்புமைகளைக் கூறும் ஆய்வாளர்கள் சிந்துவெளி நாகரிகத்தின் அழிவிற்குப் பின் அப்பண்பாட்டு மக்கள் தென்னகம் குடியேறிவிட்டனர் என்று கருதுகின்றனர். பெருங்கற்காலப் பானை ஓடுகளில் காணப்படும் குறியீடுகள் சிந்துவெளி முத்திரைகளில் காணப்படும் குறியீடுகளுடன் ஒப்புமையுடைதாக இருப்பதும் இக்கருத்தாக்கத்திற்குத் துணையாக உள்ளது. அண்மைக் காலங்களில் நடைபெற்ற மரபணு ஆய்வுகளை அடிப்படையாகக் கொண்டு சிந்துவெளி மக்கள் கிழக்கு நோக்கியும் தெற்கு நோக்கியும் குடிபெயர்ந்துள்ளதாக ‘டோனி ஜோசப்’ (Doni Joshep) என்ற ஆய்வாளர் குறிப்பிடுகிறார்[162]. தமிழ்நாட்டில் நீலகிரி மாவட்டத்தில் வாழ்கின்ற ‘இருளர்’ பழங்குடியினரின் மரபணுக்கூறுகள் சிந்துவெளிப் பண்பாட்டு மக்களின் மரபணுக்கூறுடன் அதிக ஒப்புமையுடன் உள்ளதை மரபணு ஆய்வுகள் உறுதிசெய்துள்ளன. மேலே விவாதித்த தரவுகள், சிந்துவெளி மக்கள் தென்னகம் குடியேறியிருக்கலாம் எனக் கருதுவதற்கு வாய்ப்பளிக்கின்றன. அதேவேளையில் சிந்துவெளிப் பண்பாட்டினர் பயன்படுத்திய பயன்பாட்டுப் பொருட்களும் தொழில்நுட்பங்களும் தென்னகத்திற்குப் பரவவில்லை என்ற தரவு இக்கருத்தாக்கத்திற்கு முரணாக உள்ளது.

தமிழக வணிகக்குழுக்களுடன் தொடர்புடைய ஊர்ப் பெயர் ஒப்புமைகள்

ஆய்வாளர் ஆர்.பாலகிருஷ்ணன் இடப்பெயர் ஒப்புமைகளுக்கு சில சான்றுகளைக் கீழ்க்காணுமாறு கொடுத்துள்ளார்.

“தமிழ்நாட்டிலுள்ள ஆமூர், கள்ளூர், காலூர், கொற்கை, மைலம், மானூர், நாகல், நள்ளி, பாகூர், தள்ளி, தொண்டி,

---

161 ஆர்.பாலகிருஷ்ணன், சிந்துவெளி பண்பாட்டின் திராவிட அடித்தளம்

162 Tony Joseph, Early Indians – Page 187

ஊரல், கண்டிகை போன்ற இடப்பெயர்கள் இன்றைய பாகிஸ்தானில் (பண்டைய சிந்துவெளி நாகரிகம் பரவியிருந்த பகுதி) உள்ளன. தமிழ்நாட்டிலுள்ள ஆலூர், ஆசூர், படூர், இஞ்சூர், குந்தா, நாகல், செஞ்சி போன்ற இடப்பெயர்கள் தற்போதைய ஆப்கானிஸ்தானிலும் (இப்பகுதிகளில் பிராகுயி (Brahui) என்ற திராவிட மொழி இன்றுவரை பேசப்படுகிறது) உள்ளன. (இது முழுப் பட்டியல் அல்ல; ஒருசோற்றுப் பதம் போன்ற அறிமுகச் சான்று தான்)"[163]

இந்தப் பெயர் ஒப்புமைகள் கவனத்தை ஈர்ப்பதாகவே உள்ளன. சிந்துவெளிப் பண்பாடு நிலவிய காலத்திலேயே வடமேற்குப் பகுதியின் இவ்வூர்கள் உருவாகியிருந்தனவா என்பது அறியப்பட வேண்டும். அதற்கு இத்தகைய பெயர்களைக் கொண்ட ஊர்களில் கி.மு. 1700 க்கு முற்பட்ட குடியிருப்புகள் தொல்லியல் எச்சங்களாகக் கிடைக்க வேண்டும். கி.மு. 1450 க்குப் பின் மத்தியதரைக்கடல் பகுதிகளிலிருந்து பரவிய தமிழ் வணிகக்குழுக்கள் வடமேற்குப் பகுதியில் தங்கள் செயல்பாட்டைக் கொண்டிருந்ததால் இது போன்ற ஊர்ப் பெயர் ஒப்புமைகள் உள்ளன என்ற கருத்தாக்கத்தை இந்நூலில் நாம் முன்வைத்துள்ளோம். கி.மு. 1500 – கி.மு. 1200 காலகட்டத்தில் ஆரிய இனக்குழுக்கள் 'பணி' என்ற வணிகக்குழுக்களுடன் ஊடாட்டம் கொண்டு வாழ்ந்ததை ரிக் வேத பாடல்கள் பதிவுசெய்துள்ளன. இப்'பணி'கள் சிந்துவெளி நகரங்களின் அழிவிற்குப் பின் மேற்காசியாவிலிருந்து குடியேறிய புதிய வணிகக்குழுக்கள் என்பது நமது கருத்து.

சிந்துவெளிப் பண்பாட்டு மக்களின் மூன்று வகையான குடிகள்

இந்தியா முழுவதும் பூர்வீகமாக வாழ்ந்த முதல் இந்தியருடன் கி.மு. 12 ஆயிரம் வாக்கில் ஈரானிலிருந்து பரவிய வேட்டைக்குடிகளும் கலந்த கலப்புக்குடிகள் வடமேற்கு இந்தியாவில் வாழ்ந்தனர். இக்கலப்புக்குடிகளில் ஒரு பிரிவினர் சிந்துவெளி நகரக்குடிகளாகப் பரிணமித்தனர். மற்ற பிரிவினர் சிந்துவெளிப் பண்பாட்டு நகரக்குடிகளுடன் ஊடாடி அப்பண்பாட்டின் துணைக்குடிகளாக மாறினர். சிந்துவெளிப்

---

163 ஆர்.பாலகிருஷ்ணன், சிந்துவெளி பண்பாட்டின் திராவிட அடித்தளம், பக்கம் - 28

பண்பாட்டுடன் தொடர்புடைய குடிகளை மூன்று வகையாகப் பிரிக்கலாம்.

1) நகரங்களில் வாழ்ந்த குடிகள். (வணிகர்கள், கைவினைஞர்கள், பிற பணிமக்கள்.)

2) நகருக்கு வெளியில் விவசாயம் மேற்கொண்டு வாழ்ந்த கிராமக்குடிகள். (துணைக்குடிகள்)

3) வணிகப் பரிவர்த்தனைக்கான கனிமங்கள் சேகரிப்பிலும் உலோகப் பட்டறைகளிலும் வேலை செய்த குடிகள். (துணைக்குடிகள்)

இம்மூன்று வகை குடிகளில் நகரக்குடிகளே சிந்துவெளிப் பண்பாட்டுக்கு தலைமையாக இருந்தனர். கிராமக்குடிகளும் கனிமங்கள் சேகரிப்பில் ஈடுபட்ட குடிகளும் வேட்டைக்குடிகளிலிருந்து துணைக்குடிகளாகப் பழக்கப்படுத்தப்பட்ட குடிகளாவர். இம்மூன்று வகைக் குடிகளும் ஒரே இனத்தொகுப்பை (முதல் இந்தியர் + ஈரானிய வேட்டைக்குடிகள்) சேர்ந்தவர்கள் என்பதால் அவர்களின் மரபணுக்கூறுகளும் ஒரே மாதிரியாகவே இருக்கும். இவற்றில் நகரக்குடிகளின் பரவுதலையே சிந்துவெளிப் பண்பாட்டு மக்களின் பரவுதலாகக் கூற முடியும். ஆனால் துணைக்குடிகளின் மூலமும் சிந்துவெளி மக்களுடன் தொடர்புடைய மரபணுக்கூறுகள் பரவுவதற்கு வாய்ப்புகள் உள்ளன.

தோனி ஜோசப் (*Tony Joseph*) மரபணுக்கூறுகளின் பரவுதலை அடிப்படையாகக் கொண்டு சிந்துவெளி மக்கள் கிழக்குற்கும் தெற்கிற்கும் பரவியதாகக் குறிப்பிடுகிறார். சிந்துவெளிப் பகுதியில் பருவமழை பொய்த்து வறட்சி நிலவிய 'பின் ஹரப்பன்' காலத்தில் (கி.மு. 1700 – கி.மு. 1300) கிராமக்குடியிருப்புகள் கிழக்கு நோக்கி பெயர்ந்ததை ஏற்கெனவே பார்த்தோம். இக்குடிகளின் பரவுதலை சிந்துவெளிப் பண்பாட்டினரின் கிழக்கு நோக்கிய பரவுதலாக தோனி ஜோசப் அடையாளம் கண்டுள்ளார். இன்றைய வடகிழக்குப் பகுதியில் வாழ்கின்ற திராவிட மொழி பேசும் பழங்குடிகளிடம் சிந்துவெளி மக்களின் மரபணுக்கூறுகள் அதிக விழுக்காட்டில் இருப்பதற்கு வாய்ப்புகள் உள்ளன. தென்னிந்தியாவில்

மலைப்பகுதிகளில் வாழ்கின்ற பழங்குடிகளிடமே இம்மரபணுக்கூறுகள் அதிக விழுக்காட்டில் உள்ளன. தமிழ்நாட்டின் நீலகிரி மாவட்டத்தில் வாழ்கின்ற ‘இருளர்’ பழங்குடிகளின் மரபணுக்கூறுகள் சிந்துவெளி மக்களுடன் மிக அதிக அளவில் ஒப்புமையுடையதாக உள்ளதை ஆய்வறிக்கை ஒன்று சுட்டுகின்றது[164].

இந்தியா முழுவதும் பூர்வீகமாக வாழ்ந்த குடிகளின் மரபணுக்கூறு தொகுப்பை ‘தென்னிந்திய மூதாதையர்’ (Ancestral South Indian - ASI) என அழைக்கின்றனர். ASI மரபணுக்கூறு தொகுப்புடன் ஈரானிய வேட்டைக்குடிகளின் மரபணுக்கூறுகளும் கலந்த மரபணுத் தொகுப்பை சிந்துவெளி பண்பாட்டினரின் மரபணுத் தொகுப்பாக குறிப்பிடுகின்றனர். தொடக்கத்தில் இக்கலப்பு மரபணுத் தொகுப்பு ஆஃப்கானிஸ்தான், பாகிஸ்தான், வடமேற்கு இந்தியா ஆகிய பகுதிகளில் காணப்பட்டுள்ளன. சிந்துவெளிப் பண்பாட்டின் காலத்தில் தென்னிந்தியாவிலும் வடகிழக்கு இந்தியாவிலும் ASI மரபணுத் தொகுப்பினைக் கொண்ட குடிகளே வாழ்ந்தனர்.

சிந்துவெளி நகரங்களின் அழிவிற்குப் பின் நகரக்குடிகள் தென்னிந்தியாவில் குடியேறியிருந்தால் சிந்துவெளிப் பண்பாட்டு மக்களுக்குரிய மரபணுத் தொகுப்பு இப்பகுதியின் சாதிய சமூகங்களிடம் அதிக விழுக்காட்டிலும் பழங்குடிகளிடம் சிறுவீதத்திலும் காணப்பட்டிருக்கும். சிந்துவெளிப் பண்பாட்டுக் காலத்தில் மலைப்பகுதிகளில் கனிமங்கள் சேகரிப்பிலும் உலோக வேலைகளிலும் ஈடுபடுத்தப்பட்டிருந்த பழங்குடிகள் (துணைக்குடிகள்) அதே பணிக்காக பெருங்கற்கால பண்பாட்டுடன் தென்னிந்தியாவிற்கும் வடகிழக்கு இந்தியாவிற்கும் குடியேறியுள்ளனர். இதன் காரணமாகவே தென்னிந்திய பகுதிகளில் சிந்துவெளி மக்களின் மரபணுத் தொகுப்பு பழங்குடிகளிடம் அதிக விழுக்காட்டில் காண முடிகிறது. இப்பழங்குடிகளின் வாழ்விடங்களில் வணிகக்குழுக்களுடன் தொடர்புடைய பெருங்கற்காலச் சின்னங்களின் பரவுதலையும் காணமுடிகிறது. மேலும் இந்தியாவின் பல பழங்குடிகள் உலோக வேலைகள்

164 Scroll.in, Tuesday, July 5th 2022, Article by Girish Shahane on Sept 06, 2018 & The Better Academy, Article by Ahmed Sherrif, Sept 03, 2018

அறிந்தவர்களாக உள்ளதும் நம் கருத்துக்கு வலு சேர்ப்பதாக உள்ளது. பெருங்கல் பண்பாட்டினரின் ஊக்குவிப்புடன் சிந்துவெளிப் பண்பாட்டில் சுரங்கப் பணிகளிலும் உலோக வேலைகளிலும் ஈடுபட்ட துணைக்குடிகள் தென்னிந்தியாவிற்குப் பரவியுள்ளனர் என உறுதியாகக் கூறமுடிகிறது. சிந்துவெளி நகரங்களின் வீட்டுப் பயன்பாட்டுப் பொருட்கள் தென்னிந்திய பெருங்கற்கல்லறைகளில் கிடைக்கவில்லையாதலால் நகரக்குடிகளின் பரவுதல் நடைபெற்றதாகக் கூற முடியவில்லை. சிந்துவெளி கிராமக்குடிகளும் பயன்படுத்திய தந்தூரி அடுப்புகள் தென்னகம் பரவவில்லையாதலால் அத்தரப்பினரும் தென்னகம் குடியேறியதாகக் கூறமுடியவில்லை.

சிந்துவெளிப் பண்பாடு, தென்னிந்திய பெருங்கற்கல்லறைப் பண்பாடு, வட ஆஃப்ரிக்கா மற்றும் மேற்காசியாவில் தொல்லியல் தளங்களில் கிடைக்கும் பொருட்களை ஒப்பிட்டுப் பார்ப்பதன் மூலம் பெருங்கற்கல்லறைப் பண்பாடு சிந்துவெளி பண்பாட்டுடன் தொடர்புடையது அல்ல என்பதைத் தெரிந்து கொள்ளலாம்.

சிந்துவெளிப் பண்பாட்டினர் பயன்படுத்திய மட்பாண்டங்கள்

Harappa Burial Pottery

Jar with Bulls

தென்னிந்திய பெருங்கற்கல்லறைப் பண்பாட்டினர் பயன்படுத்திய மட்பாண்டங்கள்

கீழடி

ஆதிச்சநல்லூர்

வட ஆஃப்ரிக்கா மற்றும் மத்தியதரைக் கடலோர நாடுகளில் பயன்பாட்டிலிருந்த மட்பாண்டங்கள்

நகடா (முன் எகிப்து)

நகடா

நகடா அல்லது படாரியன் (*Naqada or Badarian – 4000 bce*)

சைப்ரஸ் (*Cyprus*)

மேலே கொடுக்கப்பட்டுள்ள மட்பாண்டங்களில் சிந்துவெளி மக்கள் பயன்படுத்தியவை தமிழகத் தொல்லியல் தளங்களில் கிடைப்பவற்றை விட அதிகம் மாறுபட்ட வடிவத்தில் உள்ளதைப் பார்க்கலாம். தென்னிந்திய பெருங்கற் கல்லறைப் பொருட்களில் கும்பா (*Bowl*) வடிவிலான மட்பாண்டங்கள் அதிகம் கிடைக்கின்றன. இதே வடிவிலான மட்பாண்டங்கள் முந்து எகிப்திலும், மத்தியதரைக்கடலோர நாடுகளிலும் கிடைக்கின்றன.

முக்காலி பானைகள் - மயிலாடும்பாறை (கி.மு. 2200)

கிரீத் – கி.மு. 2200

மேலே உள்ள படத்தில் மினோயன் பண்பாட்டினரின் சமையல் முறையை கிரீத் மாணவர்கள் செய்து காட்டுகின்றனர். இதில் மயிலாடும்பாறை தொல்லியல் தளத்தில் கிடைத்தது போன்ற 'முக்காலி பானை'கள் பயன்படுத்தப்பட்டுள்ளதைப்

பார்க்கிறோம். இந்த சமையல் முறை தமிழகக் கோயில்களில் பொங்கல் வைக்கும் முறையை ஒத்துள்ளதையும் காணலாம். சிந்துவெளி மக்களின் அடுப்பு வகை முற்றிலும் மாறுபட்டது.

உழவுக்குப் பயன்படுத்தும் 'ஏர்'களின் (கலப்பை) ஒப்புமை

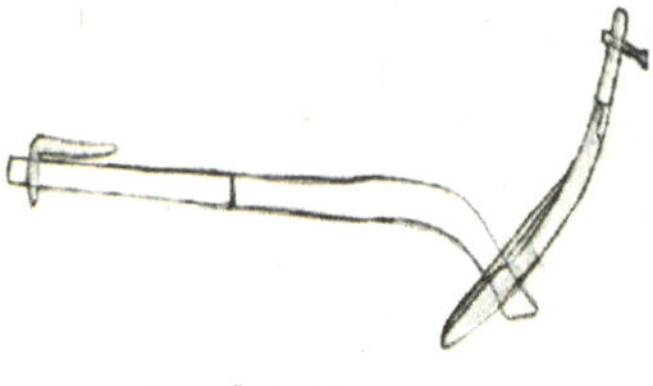

மேலே உள்ள படத்தில் மேற்காசிய புதியகற்காலக் குடிகள் முதலில் உருவாக்கிய ஏரின் முன்வடிவம் (Digging Stick - Ard) உள்ளது. மனிதனாலோ விலங்குகளாலோ இழுக்கப்பட்டு மண்ணில் கீறல் ஏற்படுத்த இதைப் பயன்படுத்தியுள்ளனர். இங்க்லிஷ் மொழியில் இதை ஆர்ட் (Ard) என அழைக்கின்றனர். இதிலிருந்து தான் மண்ணைக் கிளறிப் புரட்டிப் போடும் தற்கால 'ஏர்'கள் உருவாகியுள்ளன. சுமேரிய மொழியில் கலப்பையைக் குறிக்கும் 'ஆர்' என்ற சொல் ஐரோப்பிய மொழிகளில் 'ஆர்ட்' என்றும் தமிழ் மொழியில் 'ஏர்' என்றும் வழங்கப்படுகின்றன. தமிழிலுள்ள 'கலப்பை', 'நாஞ்சில்' ஆகிய சொற்களை சிந்துவெளி மக்களின் மொழியிலிருந்து தமிழ் மொழி உள்வாங்கியிருக்கலாம்.

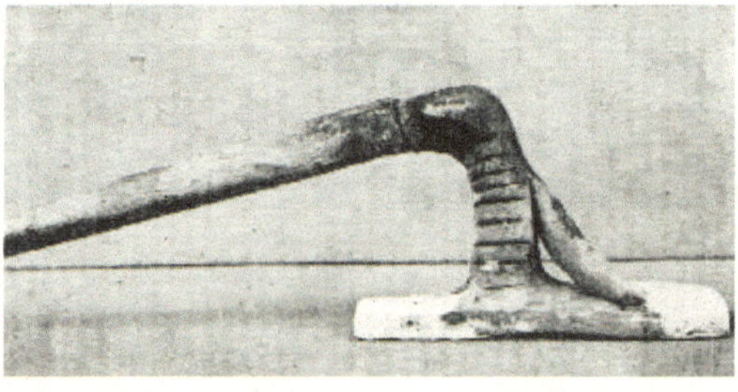

சிந்துவெளி பண்பாட்டினர் பயன்படுத்திய 'ஏரின்' மாதிரி

A Toy Plough

Harappan plough, uploaded by *Md. Shahinur Rashid*

பண்டைய சுமேரியர் பயன்படுத்திய 'ஏர்'

சுமேரிய ஏர் உழுதலை சித்திரிக்கும் முத்திரை

பண்டைய எகிப்தியர் ‘ஏர்’ உழும் காட்சி

Public Domain, https://commons.wikimedia.org/w/index.php?curid=154346 Painting from the burial chamber of Sennedjem, c. 1200 BC

பண்டைய கிரீஸ்ஸின் ‘ஏர்’

இன்றைய இந்தியர் பயன்படுத்தும் 'ஏர்'

பண்டைய சுமேரியர், எகிப்தியர், கிரீஸ் மக்கள் ஆகியோர் பயன்படுத்திய கலப்பைகள் இன்றைய இந்தியர் பயன்படுத்துவதுடன் ஒப்புமையாக உள்ளதையும் சிந்துவெளி மக்கள் பயன்படுத்திய கலப்பை தொடக்ககால மண்ணைக் கீறும் கருவியுடன் பொருந்துவதையும் காணலாம்.

மட்பாண்டங்களில் எழுத்துக்களை பதிக்கும் வழக்கம்

மட்பாண்டங்களில் கீறல் எழுத்துக்களை பதிக்கும் வழக்கம் சிந்துவெளி பண்பாட்டினரிடம் காணப்படவில்லை. பெருங்கற்கல்லறைப் பண்பாட்டு தொல்லியல் தளங்களில் கீறல் எழுத்துக்கள் உள்ள நூற்றுக்கணக்கான பானை ஓடுகள் கிடைத்துள்ளன. இதே போன்று கீறல் எழுத்துக்களை மட்பாண்டங்களில் பதிக்கும் வழக்கம் மத்தியதரைக் கடலோரப் பண்பாடுகளிலும் காண முடிகிறது.

கீறல் எழுத்துக்களைக் கொண்ட பானை ஓடு - கீழடி

கீறல் எழுத்துக்கள் கொண்ட பானை – சைப்ரஸ்

'தந்தூரி அடுப்பு'ம் கோதுமை ரொட்டியும்

கோதுமையை முக்கிய உணவுத் தானியமாகக் கொண்டிருந்த சிந்துவெளி பண்பாட்டினர் கோதுமை ரொட்டி தயாரிப்பதற்கு ஏற்றவாறு கி.மு. 2600 வாக்கில் தந்தூரி அடுப்பினை வடிவமைத்தனர். இதன் பின் கோதுமை பயன்பாட்டைக் கொண்டிருந்த சுமேரியர், மத்தியதரைக்கடலோர நாடுகள், எகிப்து, காக்கசஸ் பகுதி, மத்திய ஆசியா என உலகின் பல பகுதிகளுக்கும் தந்தூரி அடுப்பின் பயன்பாடு பரவியது. சிந்துவெளிப் பண்பாடு பரவியிருந்த பகுதிகளில் இன்றும் தந்தூரி அடுப்புகள் வெகுமக்களிடையே அதிகம் பயன்பாட்டில் உள்ளன. ஆனால் தென்னகத்தில் தந்தூரி அடுப்பு வடவர் மூலம் உணவு விடுதிகளில் அறிமுகமாகியுள்ளதே தவிர வெகுமக்களிடம் பரவவில்லை. தென்னிந்தியரின் அரிசி உணவுகள் தயாரிப்பதற்கு தந்தூரி அடுப்பு பயன்படாது என்பது இதற்குக் காரணமாகயிருக்கலாம். சிந்துவெளி நகர மாந்தர் தமிழகம் குடியேறிதன் மூலம் சங்ககால வாழ்வியல் உருவாகியிருந்தால் கோதுமை தமிழரின் முதன்மை உணவாக இருந்திருக்கும். சங்கப் பாடல்களில் கோதுமையைப் பற்றிய குறிப்பே இல்லை.

சங்ககாலத் தமிழ்ச்சமூகத்தை உருவாக்கியதாக நாம் முன்நிறுத்தும் மூதாதை சுமேரியரும் கோதுமை உணவை முக்கிய உனவுகளில் ஒன்றாகக் கொண்டவர்கள் தான். அதனால் தான் அவர்கள் சிந்துவெளிப் பண்பாட்டினரால் அறிமுகப்படுத்தப்பட்ட தந்தூரி அடுப்பைப் பயன்படுத்தினர். மூதாதை சுமேரியரால் உருவாக்கப்பட்ட தமிழ்ச் சமூகமும் கோதுமையை முக்கிய உணவாக கொண்டிருக்க வேண்டுமல்லவா?. ஆனால் கி.மு. 2000 க்கு முன்பிருந்தே

தென்கிழக்காசிய நாடுகளில் உலோகங்களைத் தேடிப் பயணித்த தமிழ் வணிகக்குழுக்கள் அப்பகுதியில் பயிரிடப்பட்ட அரிசியை தங்கள் முக்கிய உணவாகக் மாற்றிக்கொண்டுள்ளனர். பாரசீக பகுதியிலும் (இன்றைய ஈரான்) எகிப்து உள்ளிட்ட வட ஆஃப்ரிக்காவிலும் கி.மு. 1500 லிருந்து அரிசி பயன்பாட்டினைக் காண முடிகிறது. தமிழ் வணிகக்குழுக்கள் கொண்டிருந்த தொடர்ச்சியான ஊடாட்டத்தின் விளைவாக இப்பகுதிகளில் நெற்பயிர் அறிமுகமாகியுள்ளது.

பண்டைய பாரசீகத்திற்கு தமிழர் மூலம் நெற்பயிர் அறிமுகமாகியது என்பதற்கு பழைய பாரசீக மொழியில் அரிசியைக் குறிப்பதற்கு 'ப்ரிசி' (brizi) என்ற சொல் வழக்கிலிருந்தது சான்றாக உள்ளது. பாரசீகத்திலிருந்து கிரேக்கத்திற்குத் திரும்பிய அலெக்ஸாண்டரின் படையினர் தங்களுடன் நெற்பயிரைக் கொண்டு சென்றதன் மூலம் அரிசி கிரேக்கத்திற்கும் பரவியது. கிரேக்க, லத்தீன் மொழிகளில் அரிசியை ஒரிசா (Oriza – Latin, Oryza – Greek) என பெயரிட்டனர். அவ்வாறாயின் பாரசீகத்திற்கு அரிசி அறிமுகமான கி.மு. 1500 க்கு முன்பே தமிழரிடம் நெற்பயிரிடுதல் பழக்கத்திற்கு வந்துவிட்டது என்று கூற முடிகிறது. அதாவது தமிழ்ச்சமூக உருவாக்கத்தின் தொடக்கக்கட்டத்திலேயே நெற்பயிர் தமிழரின் முக்கிய உணவாக மாறிவிட்டது. தென்னிந்திய தட்பவெப்ப நிலையில் கோதுமையை விட நெற்பயிரே சிறப்பாக வளர்ந்ததால் கோதுமை பயிரிடுவதைத் தமிழர் தவிர்த்துவிட்டனர் எனத் தெரிகிறது.

சிந்துவெளி பண்பாட்டின் சமகாலத்தில் வட இந்தியாவில் வாழ்ந்த செம்பு பயன்பாட்டு கருப்பு-சிவப்பு மட்பாண்டப் பண்பாட்டினரும் கூட கோதுமையையே முதன்மை உணவுத் தானியமாகப் பயிரிட்டனர்[165]. கி.மு. 1500 – கி.மு. 1000 காலகட்டத்திய ரிக் வேத ஆரியரும் கோதுமையை முக்கிய உணவாகக் கொண்டிருந்தனர். தமிழ் வணிகக்குழுக்களின் வழிகாட்டுதலில் உருவான பின்வேத காலத்தில் தான் நெற்பயிர் வட இந்தியாவில் பரவியது. கோதுமையை முதன்மை உணவாகக் கொண்டிருந்த ஆரிய இனக்குழுக்களுக்கு பின்வேத காலத்தில் 'நெற்பயிர்' யாகங்களில் பயன்படுத்தக்கூடிய புனித தானியமாக மாறியிருந்ததை டி.டி.கோசாம்பி குறிப்பிடுகிறார்.

165 இக்குடிகள் தமிழருடன் தொடர்புடையக் குடிகள் என்பதை இக்கட்டுரையாளரின் 'தமிழரைத் தேடி...' நூல் விரிவாக விவாதிக்கின்றது.

நெல் உணவை முதன்மையாகக் கொண்டிருந்த தமிழ் வணிகக்குழுக்களின் துணைக்குடிகளாக (சிறுகுடிகள்) பின்வேத கால ஆரியர் வாழ்ந்ததால் பெருங்குடிகளின் உணவான நெற்பயிரை அவர்கள் புனிதமாகக் கருதியுள்ளனர் என்ற விளக்கம் இங்கு பொருத்தமாக உள்ளது.

இரும்பு பயன்பாடும் சிந்துவெளிப் பண்பாடும்

தமிழ் வணிகக்குழுக்களுடன் தொடர்புடைய பெருங்கல் பண்பாட்டினர் கி.மு. 1500 க்கு முன்பே இரும்பு பயன்பாட்டினை அறிந்திருந்ததை சில தொல்லியல் தளங்களில் மேற்கொள்ளப்பட்ட அகழாய்வு முடிவுகளிலிருந்து அறிய முடிகிறது. ஆந்திர மாநிலம் ஹைதராபாத் பல்கலைக்கழக வளாகத்திற்கு அருகில் மேற்கொள்ளப்பட்ட அகழாய்வில் இரும்பினால் தயாரிக்கப்பட்ட கத்திகள் உள்ளிட்ட சில பொருட்கள் கிடைத்துள்ளன. இப்பொருட்களை தேசிய புவி இயற்பியல் ஆராய்ச்சி நிறுவனத்தில் (National Geophysical Research Institute - NGRI) ஆய்வு செய்ததில் அவற்றின் காலம் கி.மு.1800 லிருந்து கி.மு.2400 வரை உள்ளதை அறியமுடிந்தது. எனவே இதன் காலத்தை கி.மு. 2200 ஆகக் கொள்ளலாம் என பேராசிரியர் கே.பி.ராவ் (K.P.Rao) 'Times of India May (18, 2015, 19:34 IST)' நாளிதழுக்கு அளித்த பேட்டியில் கூறியுள்ளார்.

தமிழகத்திலுள்ள மயிலாடும்பாறையில் கிடைத்த இரும்புக் கருவிகளின் காலம் கி.மு.2172 என காலக்கணிப்பு செய்யப்பட்டுள்ளதாக தமிழக தொல்லியல் துறை அறிவித்துள்ளது. இக்காலக்கணிப்பினை அமெரிக்காவின் ஃபுலோரிடா (Florida) மாநிலத்திலுள்ள ஆய்வகத்தில் AMS (accelerator mass spectrometry) கருவியின் துணைகொண்டு ஆய்வு செய்துள்ளனர். இதற்கு முன்பே கர்நாடகத்திலுள்ள பிரம்மகிரி (கி.மு. 2040), ஹல்லூர் (கி.மு. 1896), மஸ்கி (கி.மு. 1825) ஆகிய இடங்களிலும் உத்திர பிரதேசத்திலுள்ள மல்கர் (கி.மு. 1800), ராய்ப்பூர் (கி.மு. 1720) ஆகிய இடங்களிலும் கிடைத்த இரும்புக் கருவிகளின் காலத்தை கி.மு. 1700 க்கு முற்பட்டதாகக் கணித்துள்ளனர். சிந்துவெளிப் பண்பாடு நிலவிய சம காலத்தில் இத்தொல்லியல் தளங்களுக்குரிய பண்பாட்டினர் இரும்புப் பயன்பாட்டை அறிந்திருந்தனர் என்பது தெரியவந்துள்ளது.

கி.மு. 1700 க்கு முன்பே இரும்புப் பொருட்கள் கிடைக்கின்ற தொல்லியல் தளங்கள் தமிழ் வணிகக்குழுக்களுடன் தொடர்புடையவை என உறுதியாகக் கூறலாம். கி.மு. 1450 காலகட்டத்தில் அசுவா, மினோயன் பண்பாட்டினர் குடியேறும் முன் (கி.மு. 2500 லிருந்து) மேற்காசியாவின் உலோகத் தேவையை முன்னிட்டு ஆய்வுப்பயணக் குழுக்கள் இந்தியாவிற்குக் குடியேறியிருந்தனர் என இக்கட்டுரையாசிரியரின் 'தமிழரைத் தேடி...' நூலில் விரிவாக விவாதிக்கப்பட்டுள்ளது. இக்குழுக்களில் உலோகவியலில் நிபுணத்துவம் பெற்றிருந்த ஆய்வாளர்களும் (முனிவர்கள்) அதிகம் குடியேறியிருக்க வேண்டும். ஒப்பீட்டளவில் மிகவும் அமைதியான அரசியல் சூழல் நிலவிய இந்தியாவில் உலோகவியலில் அதிக அளவிலான ஆய்வுகள் நடைபெற்றுள்ளன. இதன் காரணமாக இரும்புத் தாதுவை உருக்கி இரும்பினைப் பிரித்தெடுக்கும் தொழில்நுட்பத்தை விரைவில் கண்டுபிடித்துள்ளனர்[166].

சிந்துவெளிப் பண்பாட்டில் ஒரு இடத்தில் கூட இரும்புப் பயன்பாட்டிற்கான தடயங்கள் கிடைக்கவில்லை. எனவே இவ்விரும்பு பயன்பாட்டுப் பண்பாடுகளுக்கும் சிந்துவெளிப் பண்பாட்டிற்கும் நேரடி தொடர்புகள் இல்லை என்பதை உறுதியாகக் கூற முடிகிறது. சிந்துவெளிப் பண்பாட்டுக் குடிகளை மூன்று வகையாகப் பிரித்தோம். இவற்றில் கிராமக்குடிகள் இமயமலை அடிவாரப் பகுதியில் குடியமர்ந்து விவசாயக்குடிகளாகத் தொடர்ந்தனர். இக்குடியேற்றத்தை பின் – ஹரப்பன் காலம் (Late Harappan period – 1800 BCE – 1300 BCE) என அழைக்கின்றனர். கனிமங்கள் சேகரிப்பிலும் உலோக வேலைகளிலும் ஈடுபட்டிருந்த குடிகள் தமிழ் வணிகக்குழுக்களின் துணைக்குடிகளாக கிழக்கிலும் தெற்கிலும் குடியேறியுள்ளனர். இக்குடிகள் வணிகக்குழுக்களின் பண்பாட்டில் ஐக்கியமாகிவிட்டனர். இவர்கள் மூலம் சிந்துவெளிப் பண்பாட்டின் 'குறியீடு' எழுத்துக்கள் பரவினவா என்பது ஆய்வுக்குரியது.

---

166 கி.மு. 2000 க்கு முன் மத்திய ஆஃப்ரிக்கா, நைஜீரியா (Nigeria), காமரூன் (Cameroon) போன்ற ஆஃப்ரிக்க பகுதிகளிலும் மேற்காசியாவில் 'ஹட்டி' (Hatti) அரசுக்குட்பட்ட பகுதியிலும் இரும்புக் கருவிகள் பயன்படுத்தப்பட்டதைக் காணமுடிகிறது. இவ்விரு பகுதிகளும் தமிழ் வணிகக்குழுக்களுடன் நெருங்கிய தொடர்புடையவையாகும். இந்தியாவில் கண்டுபிடிக்கப்பட்ட இத்தொழில்நுட்பம் ஹட்டி பகுதிக்கும் ஆஃப்ரிக்காவிற்கும் பரவியிருக்க வாய்ப்புகள் உள்ளன. வருங்கால ஆய்வுகள் இப்பொருள் குறித்து தெளிவை ஏற்படுத்தும்.

சிந்துவெளி நகரங்களில் வாழ்ந்த வணிகர்கள் மிக அதிக அளவில் பொருள் ஈட்டியிருப்பர். நகரில் மிக வளர்ந்த தொழில்நுட்ப வல்லுநர்களும் வாழ்ந்தனர். இவ்விரு வகையான குடிகளும் இந்தியாவில் எப்பகுதிக்கு குடியேறியிருந்தாலும் அப்பகுதியில் சிறிய நகரங்களாவது தோன்றியிருக்கும். ஆனால் சிந்துவெளி நகரங்கள் அழிவுற்ற காலகட்டத்தில் அவ்வாறான புதிய நகரங்கள் எதுவும் இந்தியாவின் வேறு பகுதிகளில் உருவாகவில்லை. வளர்ந்த பொருளியல் வாழ்வைக் கொண்டிருந்த இக்குடிகள் இந்தியாவிற்குள் குடிபெயரவில்லை என்பது உறுதியாகிறது. இதே காலகட்டத்தில் (கி.மு. 1700) மேற்காசியாவின் பாலஸ்தீன பகுதியில் பல வணிக அரசுகளின் கூட்டணியாக ‘கானான்’ என்ற புதிய கூட்டணி அரசு உருவாகியது. இவ்வணிக அரசின் உருவாக்கத்தில் சிந்துவெளி நகரக்குடிகளின் பங்களிப்பு இருந்திருக்கலாம்.

தென்னிந்திய பெருங்கற்கல்லறைப் பண்பாட்டின் தொல்லியல் அடையாளங்களாக கருப்பு-சிவப்பு மட்பாண்டங்களையும் பெருங்கல் கல்லறைகளையும் கூறலாம். இவற்றில் பெருங்கற் கல்லறைகள் வணிகக்குழுக்களுடனும் கருப்பு-சிவப்பு மட்பாண்டங்கள் போர்க்குடிகளுடனும் தொடர்புடையது. தொடக்கத்தில் தனித்தனியாக நிலவிய இப்பண்பாட்டுக் கூறுகள் கானான் அரசின் உருவாக்கத்துடன் ஒரே பண்பாடாகப் பரிணமித்தது. வணிகக்குழுக்களுக்குரிய பெருங்கல் மரபும் போர்க்குடிகளுக்குரிய கருப்பு-சிவப்பு மட்பாண்டங்களும் இணைந்து ‘கானான்’ கூட்டணி அரசு உருவாகியது. அசுவா (Assuwa) கூட்டணி அரசு போன்று மிக வலுவாக உருவாகிய இவ்வணிக அரசின் உருவாக்கத்தில் ஹறியன் குடிகளின் பங்களிப்பு இருந்ததாக வரலாற்றறிஞர்கள் குறிப்பிடுகின்றனர். ஹறியன்கள் கருப்பு-சிவப்பு மட்பாண்டப் பண்பாட்டுக்குரியவர். கானான் அரசின் போர்க்குடிகளும் அறிஞர்களும் ஹறியன் குடிகள் தொடர்பானவர்களாக இருக்கலாம். ஆனால் ஹறியன்கள் வணிகக்குடிகள் அல்ல. கானான் அரசு உருவாக்கத்தில் பங்கு பெற்ற வணிகக்குழுக்கள் எவ்வெப்பகுதிகளைச் சேர்ந்தவர்கள் என்பதைக் கூற முடியாத நிலை உள்ளது. சிந்துவெளிப் பண்பாட்டு வணிகக்குழுக்களும் இவ்வரசு உருவாக்கத்தில் பங்கு பெற்றிருக்கலாம் என்பது நம் கருத்து.

அசுவா கூட்டணியில் இடம் பெற்றிருந்த சில வணிகக்குழுக்கள் மினோயன் பண்பாடு நிலவிய கிரீத் தீவிலும் தங்கள் செயல்பாடுகளைக் கொண்டிருந்தன. சிந்துவெளி நகரங்களைக் காலி செய்த வணிகக்குழுக்களில் சில அசுவா கூட்டணியில் இணைந்து கிரீத் தீவிலிருந்து செயல்பட்டதாகக் கூறுவதற்கு சில சான்றுகள் உள்ளன. மினோயன் பண்பாட்டினர் கி.மு. 1700 – கி.மு. 1450 காலகட்டத்தில் பெரிய அரண்மனைகள் கட்டும் வழக்கத்தை மேற்கொண்டனர்; இக்கட்டத்தை 'அரண்மனை காலம்' (Palatial Period) என அழைக்கின்றனர். அரண்மனை காலகட்டத்தில் சிந்துவெளி பண்பாட்டினரின் தனிச்சிறப்பு வாய்ந்த பல தொழில்நுட்பங்கள் மினோயன் பண்பாட்டில் புதிதாக அறிமுகப்படுத்தப்பட்டன. இதனைக் கொண்டு சிந்துவெளி அழிவிற்குப் பின் அப்பண்பாடு தொடர்பான தொழில்நுட்ப வல்லுநர்களை மினோயன் அரசு பயன்படுத்தியுள்ளதாக ஆய்வாளர்கள் கருதுகின்றனர்[167].

மினோயன் பண்பாட்டினர் கைக்கொண்ட சிந்துவெளிப் பண்பாட்டினரின் நீர் மேலாண்மைத் திட்டங்கள்

சிந்துவெளி வீடுகளின் மேல் தளத்தில் 'கழுவி' (Flush out) வசதியுடன் கழிவறைகள் (Toilet) அமைத்திருந்தனர். கழிவறையின் கழிவுநீரைக் கடத்துவதற்கு மண்ணில் புதைக்கப்பட்ட 'பாதாளக் கழிவுநீர்' (Underground sewage) வலைப்பின்னல் அமைத்திருந்தனர். பாதாளக் கழிவுநீர்ப் பாதையில் ஏற்படும் கசிவுகளையும் அடைப்புகளையும் சரிசெய்வதற்குத் தேவையான 'பழுது நீக்கி திறப்பு'களை (Manholes) வடிவமைத்திருந்தனர். சம கால உலகில் இது போன்ற வசதி கொண்ட கழிவறைகள் வேறு எந்தப் பண்பாட்டிலும் காணப்படவில்லை. கழிவுநீர் குழாய் அமைப்பிற்குத் தொடர்பில்லாமல் மழைநீர் வடிகால்கள் (Storm water Drainage) அமைக்கப்பட்டிருந்தன. இதே போன்ற கழிவறைகளையும் சாக்கடைக் கால்வாய்களையும் கி.மு.1700 க்குப் பின்னர் மினோயன் பண்பாட்டிலும் அமைத்தனர்.

குஜராத் மாநிலத்தின் தோலவீரா (Dholavira) என்ற இடத்திலுள்ள சிந்துவெளி நகரில் மிக அருமையான நீர் மேலாண்மை திட்டம் செயல்படுத்தப்பட்டிருந்தது. இந்நகரை அடுத்து பாயும் ஆற்றின் குறுக்கே பல அணைகளைக் கட்டி நீரை

167 (S.Khan and others – 2020) – "Similarities of Minoan and Indus Valley HydroTechnologies"

16 நீர்த்தேக்கங்களுக்கு மடைமாற்றம் செய்தனர். ஒன்றுக்கொன்று இணைப்பு கொடுத்துக் கட்டப்பட்டிருந்த இந்நீர்த்தேக்கங்களில் மழை நீரையும் சேமித்துக் கொண்டனர். உயரமான இடத்தில் அமைக்கப்பட்டிருந்த இந்நீர்த்தேக்கங்களிலிருந்து சுடுமண் குழாய்கள் மூலம் நகரின் அனைத்துப் பகுதிகளுக்கும் நீரைக் கொண்டுசென்றனர். சிந்துவெளி நகர அழிவிற்குப் பின் தோலவீராவில் உள்ளது போன்ற நீர் மேலாண்மைத் தொழில்நுட்பம் மினோயன் பண்பாட்டில் புதிதாக அறிமுகமாகியிருந்தது.

ஏறுதழுவல் என்ற வீர விளையாட்டு பரவுதல்

கி.மு. 2300 காலகட்டத்தை சேர்ந்த சிந்துவெளி முத்திரை ஒன்றில் ஏறு தழுவல் விளையாட்டு சித்திரிக்கப்பட்டிருந்தது. கி.மு. 1700 க்குப் பின் மினோயன் பண்பாட்டில் ஏறுதழுவல் மிகப் பிரபலமாக மாறியிருந்தது. இதற்கு முன் இப்பண்பாட்டில் ஏறுதழுவல் விளையாட்டு நடைபெற்றதற்கான சான்றுகள் இல்லை. மினோயன் பண்பாட்டில் கிடைத்த முத்திரை மோதிரங்களிலும் சுவர் ஓவியங்களிலும் வெண்கல வார்ப்பு உருவங்களிலும் ஏறு தழுவல் உருவகப்படுத்தப்பட்டுள்ளதை இந்நூலின் .... ஆம் பக்கத்தில் பார்க்கலாம்

சிந்துவெளி முத்திரையில் ஏறு தழுவல்

மினோயன் சுவரோவியத்தில் ஏறு தழுவல்

ஏறு தழுவல் – மினோயன்

முத்திரை மோதிரத்தில் ஏறு தழுவல் - மினோயன்

(By Carole Raddato from FRANKFURT, Germany - Bronze sculpture showing an acrobat leaping over a bull's head, Crete, Minoan, about 1700-1450 BC, British MuseumUploaded by Marcus Cyron, CC BY-SA 2.0, https://commons.wikimedia.org/w/index.php?curid=99173471)

சிந்துவெளிப் பண்பாட்டினரின் வெண்கல வார்ப்பு தொழில்நுட்பம் பரவுதல்.

வெண்கலத்திலான உருவங்களை வார்ப்பின் மூலம் உருவாக்கும் தொழில்நுட்பத்தை (Lost wax casting) சிந்துவெளி பண்பாட்டினர் கி.மு. 4000 வாக்கிலேயே கண்டுபிடித்திருந்தனர். சுமேரியர் கி.மு. 3500 இல் இத்தொழில்நுட்பத்தைக் கண்டுபிடித்தனர். (சிந்துவெளி வினைஞர்களிடமிருந்து கற்றுக்கொண்டிருக்கலாம்.) இத்தொழில்நுட்பம் மினோயன் பண்பாட்டிற்கு கி.மு. 1600 வாக்கில் பரவியது. சிந்துவெளிப் பண்பாட்டு வணிகக்குழுக்கள் மூலம் இத்தொழில்நுட்பம் மினோயன் பண்பாட்டிற்குப் பரவியிருக்கலாம் என சில ஆய்வாளர்கள் கருதுகின்றனர்.

மினோயன் பண்பாடு தொடர்பான வணிகக்குழுக்கள் பெருவாரியாக தமிழகத்தை புகலிடமாகக் கொண்டு இந்தியாவிற்கு குடியேறினர் என்பதை ஏற்கெனவே விரிவாகப் பார்த்துள்ளோம். இக்குடியேற்றத்துடன் தொடர்புடைய ஆதிச்சநல்லூரில் வெண்கல வார்ப்பு உருவங்கள் தயாரிக்கும் தொழில்நுட்பத்தைக் காணமுடிகிறது. சிந்துவெளிப் பண்பாட்டிலிருந்து மினோயன் பண்பாட்டிற்குப் பரவிய இத்தொழில்நுட்பம் வணிக அரசுகளின் பரவுதல் மூலம் தமிழகத்திற்குப் பரவியுள்ளது எனக் கூறலாம். ஆதிச்சநல்லூர் தவிர இந்தியாவின் பிற தொல்லியல் தளங்களில் இத்தொழில்நுட்பம் காணப்படவில்லை என்பது குறிப்பிடத்தக்கது.

அதாவது சிந்துவெளி வணிகக்குழுக்களும் தொழில்நுட்ப வல்லுநர்களும் மேற்காசியாவிற்குக் குடிபெயர்ந்து அப்பகுதியில் வணிகக்குழுக்களாக செயல்பட்டு பின்னர் ஏற்பட்ட அரசியல் மாற்றங்களின் விளைவாக தென்னிந்தியா குடியேறி தமிழ்ச் சமூகத்தில் ஓர் அங்கமாகியுள்ளனர். சிந்துவெளிப் பண்பாட்டின் கனிமங்கள் சேகரித்தல் மற்றும் உலோகவேலை செய்யும் பிரிவினரும் கணிசமாகத் தென்னகம் குடியேறியுள்ளனர். இப்பிரிவினர் சங்ககாலத் தமிழ்ச்சமூக உருவாக்கத்தில் குறிப்பிடத்தக்க பங்களிப்பு செலுத்தியிருந்தனர்[168]. சிந்துவெளி கிராமக்குடிகள் பெரும்பாலும் வட இந்தியாவில் தங்கிவிட்டனர் என்றே கூற முடியும். வட இந்தியாவில் வாழ்கின்ற தலித் சாதியசமூகங்களும் திராவிட மொழி பேசும் பழங்குடிகளும் சிந்துவெளிப் பண்பாட்டுடன் தொடர்புடையவர்களாக இருப்பதற்கு வாய்ப்புகள் உள்ளன. சிந்துவெளி மக்களில் கணிசமான பகுதியினர் தமிழ்ச்சமூகத்தில் கலந்துள்ளனர் என்றுக் கூறுவதற்க்கு மரபணுக்கூறு ஆய்வுகளும் துணை நிற்கின்றன. எனினும் சிந்துவெளி மக்களின் பண்பாட்டுக் கூறுகள் அப்படியே தமிழ்ச் சமூகத்தில் கலந்திருக்க வாய்ப்பில்லை. தமிழ்ச் சமூகத்தில் கலந்துள்ள சிந்துவெளி மக்களின் பண்பாட்டுக் கூறுகளை அடையாளம் காண்பதற்கு விரிவான ஆய்வுகள் அவசியம். ■

168 இப்பொருள் குறித்து ‘தமிழரைத் தேடி.... இரண்டாம் பாகம்’ நூலில் ‘சங்ககாலத் தமிழ்ச் சமூகத்தின் உருவாக்கம்’ என்ற தலைப்பில் விரிவாகப் பார்க்கலாம்.